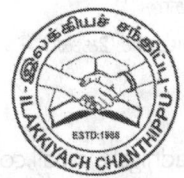

# இமிழ்

**51வது இலக்கியச் சந்திப்பு – கதைமலர்**

இமிழ்

**51வது இலக்கியச் சந்திப்பு - கதைமலர்**

**வெளியீடு:** கருப்புப் பிரதிகள்
B-55, பப்பு மஸ்தான் தர்கா
இலாயிட்ஸ் சாலை, திருவல்லிக்கேணி
சென்னை - 600 005
**பேச:** 9444272500
**மின்னஞ்சல்:** karuppupradhigal@gmail.com
**நூல் வடிவமைப்பு:** தர்மு பிரசாத்
**அச்சாக்கம்:** ஜோதி எண்டர்பிரைசஸ் சென்னை - 600 005

**விலை:** ரூ. 450.00 (இந்தியாவில்)

IMIZH


© Authors


**by:** Karuppu Pradhigal
B-55, Pappu Masthan Darga
Lloyods Road, Chennai - 600 005
Tamilnadu, India
**Phone:** +91 9444272500
**Email:** karuppupradhigal@gmail.com

**Price:** Rs. 450.00 (in India)

ISBN: 978-93-95256-30-8

பாடுஇமிழ் முரசின் இயல்தேர்த் தந்தை
வாடா வஞ்சி பாடினேன்

**புறநானூறு - 394**

இலக்கியச் சந்திப்புத் தோழர்கள்
### தேனீ ஜெமினி
### விஜயன்
### கௌசல்யா சொர்ணலிங்கம்
நினைவுகளுக்கு இந்நூல்...

# கண்ணாடி விரிசல் கதைகள்

இலங்கையிலிருந்து புலம் பெயர்ந்து வாழும் எழுத்தாளர்கள் – கலைஞர்கள் – இலக்கிய வாசகர்களால் 1988 ஆம் வருடம், ஜெர்மனியின் 'ஹேரன்' நகரத்தில் தொடங்கப்பட்ட இலக்கியச் சந்திப்பு, இந்த முப்பத்தாறு வருடங்களில் அய்ம்பது சந்திப்புத் தொடர்களை மேற்கு அய்ரோப்பியத் தேசங்களிலும், கனடாவிலும், தாயகத்திலும் நிகழ்த்தி; அதனது 51வது சந்திப்பை பிரான்ஸின் தலைநகர் பாரிஸில் நிகழ்த்துகிறது.

இந்த 51வது இலக்கியச் சந்திப்பில் **இமிழ்** சிறுகதை மலரைத் தொகுத்து வெளியிடுவதில் நாங்கள் பெரிதும் உவகையடைகிறோம். மலரில் எழுதியிருக்கும் ஈழ – புலம்பெயர் எழுத்தாளர்களுக்கு எங்களது அன்பையும் நன்றியையும் தெரிவித்துக்கொள்கிறோம். 41வது இலக்கியச் சந்திப்பு மலரான *'குவர்னிகா'*வைப் போலவே, *'இமிழ்'* கதைமலரையும் எங்களுடன் இணைந்து வெளியிடும் 'கருப்புப் பிரதிகள்' பதிப்பகத்திற்குத் தோழமை நன்றியை உரித்தாக்குகின்றோம்.

இந்தத் தொகுப்பில், நவீன தமிழ் இலக்கியப் பரப்பில் தொடர்ச்சியாக இயங்கிக்கொண்டிருக்கும் மூன்று தலைமுறை எழுத்தாளர்கள் பங்களித்திருக்கிறார்கள். பத்து நாடுகளிலிருந்து எழுதப்பட்ட இருபத்தைந்து சிறுகதைகளைத் தொகுத்துள்ளோம்.

கொடிய யுத்தம் நிகழ்ந்த நிலத்தில் வேரோடிய இந்தக் கதைகளின் அடிச்சரடாக யுத்தம் இருக்கிறதா என்றால், பெரும்பாலான கதைகளில் இல்லை. ஆனால், யுத்தத்தின் கொடூர முகம் சிறு தீற்றலாகவேனும் அநேக கதைகளில் வெளிப்பட்டுவிடுகிறது. இன்னும் அய்ம்பது தலைமுறைகளைக் கடந்தாலும் யுத்தம் அழிந்து போகாத வடுவாக ஈழ – புலம்பெயர் படைப்புகளில் எஞ்சியிருக்கும். கதைகளாக, பாடல்களாக, நினைவுகளாக, குறிப்புகளாக, படிமங்களாக, சித்திரங்களாக ஆழ்மனதில் தங்கியிருந்து நமது இலக்கியத்தில் அந்த நினைவும் வடுவும் வெளிப்பட்டுக்கொண்டேதான் இருக்கப் போகின்றன. அதற்குண்டான அத்தனை அழிவுகளையும் கொடுத்துவிட்டே ஆயுதப் போரின்

கரங்கள் நம்மைக் கடந்திருக்கின்றன. இன்றும் அரசியல் – பண்பாட்டுத் தளங்களில் நுண்வடிவில் யுத்தம் தொடர்ந்துகொண்டேயிருக்கிறது.

யுத்தத்தைப் பற்றிப் பேசுவதும், படைப்புகளில் சித்திரிப்பதும் கூட அந்தக் கொடுமையான யுத்தத்திலிருந்து வெளிவருவதற்கான எத்தனமே. அதன் கொடூரத்தைத் தலைமுறைகளுக்கும் நினைவூட்டிக்கொண்டிருப்பதற்கான ஏற்பாடும் கூட. ஆனால், யுத்தமும் இழப்பும் படுகொலைகளும் இடப்பெயர்வும் புலப்பெயர்வும் இனச்சுத்திகரிப்பும் இனப்படுகொலையும் எடுத்துரைக்கப்படுவது மட்டுமே ஈழ – புலம்பெயர் இலக்கியம் என்றாகாது. அது ஒரு முகம் மட்டுமே. அதன் முக்கியமான மறுமுகம் உரையாடப்படுவதோ, பெரிதாகக் கண்டுகொள்ளப்படுவதோ இல்லை. அந்த விடுபடலை அடிக்கோடிட்டுக் காட்டியிருப்பதே இந்தத் தொகுப்பின் பேறாகிறது.

இதைக் குறுக்கிச் சொல்வதென்றால், இந்தத் தொகுப்பிலுள்ள கதைகளைப் பன்மைப் பண்பாட்டு உரையாடல் எனலாம். இன்றைய ஈழ – புலம்பெயர் இலக்கியத்தில் பன்முகத்தன்மையோடு வெளிப்படும் நிலமும் பண்பாடும் பழங்குடித் தொன்மங்களும் வீறானவை. அதுவே ஈழ – புலம்பெயர் இலக்கியம் சமகாலத்தில் தமிழ் இலக்கியத்திற்கு வழங்கியிருக்கும் தனித்துவமான பங்களிப்பு. இதன் ஒரு குறுக்குவெட்டு முகமாக இந்தத் தொகுப்பை வாசிக்கலாம்.

இந்தக் கதைகளினூடே பல்லினப் பண்பாட்டு வெளிகளினூடான பயணத்தையும் உரையாடலையும் ஒருவர் நிகழ்த்த முடியும். இந்த உரையாடல் இன்னும் தன்னுள் சாதிய, மத, இன, பால் மேட்டிமைகளாலும் முரண்களாலும் இறுகிக்கிடக்கும் புராதனத் தமிழ் மனக் கண்ணாடியில் விரிசல்களை ஏற்படுத்தும். சிதறி விழும் ஒவ்வொரு கண்ணாடித் துண்டும் ஒரு கதைசொல்லியின் அடையாளத்தையும் சுதந்திரக் குரலையும் பிரதிபலிக்கும். இத்தகைய சுதந்திரக் குரல்களை முன்னிறுத்துவதே இலக்கியச் சந்திப்புத் தொடரின் வரலாறாகும்.

காலம் நம்பிக்கையற்றதாகவும் கொடுங்கனவாகவும் நம்முன்னே நகர்கிறது. உலகம் முழுதும் யுத்தங்களும் அகதிகளின் அலைவுகளும் பெருகி வருகின்றன. அடுத்த சந்ததிக்கு வரலாற்று முதுசொம்மாக விட்டுச் செல்ல நம்மிடம் எவைதான் உள்ளன? இப்போதைக்குக் கதைகள் மட்டுமே உள்ளன.

இமிழ்

மார்ச் 2024.

# இமிழ்

## உள்ளே...

**சைபர் தாக்குதல்**
அ. முத்துலிங்கம் . . . . . . . . . . 11

**தாய்**
அகரன் . . . . . . . . . . 21

**அந்நிய மரம்**
உமா வரதராஜன் . . . . . . . . . . 31

**மஹர்**
ஓட்டமாவடி அறபாத். . . . . . . . . . 44

**வெண்சுடர்**
கருணாகரன். . . . . . . . . . 52

**கன்னி ரத்தம்**
சப்னாஸ் ஹாசிம் . . . . . . . . . . 68

**கரித் தெமலோ**
சாதனா சகாதேவன் . . . . . . . . . . 81

**சஹ்ரானின் பூனைகள்**
சித்தாந்தன். . . . . . . . . . 98

**கோதுமை முகங்கள்**
செந்தூரன் ஈஸ்வரநாதன் . . . . . . . . . . 109

**சிவப்பு நிற உதட்டுச்சாயம்**
டானியல் ஜெயந்தன் . . . . . . . . . . 123

**எட்டுக் கிழவர்கள்**
தமயந்தி . . . . . . . . . . 143

### செவ்வாத்தை
தர்மு பிரசாத் ................................... 156

### கொலைத் தருணம்
தாட்சாயணி ................................... 173

### கௌரவம்
திருக்கோவில் கவியுகன் ........................... 182

### காத்திருப்பின் புதிர்வட்டம்
தேவகாந்தன் ................................... 196

### வடக்கத்தியான்
தொ. பத்திநாதன் ............................... 208

### ஆகிதம்
நவமகன் ..................................... 218

### அக்கி மரத்தின் மீது சத்தியமாக
நளிகா முகைதீன் ............................... 246

### இராமன் வில்
நெற்கொழுதாசன் ............................... 253

### இமாலயக்கடன்
நோயல் நடேசன் ................................ 263

### தடம்
பா.அ. ஜயகரன் ................................ 275

### தெய்யோ
யதார்த்தன் ..................................... 307

### சாயா
றஷ்மி ......................................... 328

### ∴பெர்ன்
ஸர்மிளா செய்யித் ............................. 349

### மரச் சிற்பம்
ஷோபாசக்தி ................................... 370

பின்னிணைப்புகள் ............................. 389

# சைபர் தாக்குதல்

அ. முத்துலிங்கம்

கள்ளக் காதலனுடன் அவருடைய 18 வயது மகள் ஓடப்போகும் செய்தி கிடைத்தவுடன் ஒரு தகப்பனாக அவர் எடுக்கவேண்டிய முடிவுகளைப் பற்றி யோசிக்க ஆரம்பித்தார். அன்று அவர் ஒப்பேற்ற வேண்டிய காரியங்களின் பட்டியலில் கடைசியாக மகளின் பிரச்சினையை எழுதிவைத்தார். மகளுக்கு என்ன அப்படி அவசரம்? மேல்நிலைப்பள்ளிப் படிப்பு முடிந்த நிலையில், பல்கலைக்கழகத்துக்கு விண்ணப்பம் அனுப்பியிருக்கிறாள். இது என்ன திகிலூட்டும் திருப்பம்? எதிர்பாராத சைபர் தாக்குதல் வந்ததுபோல அவர் உணர்ந்தார்.

சகா என்னும் சகாதேவன் சைபர் தளங்களில் மிகவும் பிரபலமாக அறியப்பட்டவர். எந்த வலுவான பாதுகாப்பையும் இரண்டு மணி நேரத்தில் உடைக்கக்கூடிய திறமை அவரிடமுண்டு. மாதத்தில் பல தடவை அவருடைய சேவையை வேண்டி முதல்தரமான நிறுவனங்கள் அழைக்கும். சில அரண்களை நிமிடத்திலே குலைத்துவிடுவார். பின்னர் அவரே வலுவான பாதுகாப்பை உருவாக்கிக் கொடுப்பார். அவருடன் வேலை செய்பவர்களுக்கு ஸ்டீவ் ஜொப்ஸின் வாசகத்தை அடிக்கடி நினைவூட்டுவார். 'பசித்திரு; முட்டாளாயிரு' என்பார். அறிவுப் பசியாக இரு. உனக்கு ஒன்றுமே தெரியாத முட்டாளாயிரு. அப்பொழுதுதான் நீ புதிதைக் கற்று முன்னேறலாம்.

சிலோன் என்ற பெயர் மாற்றம் பெறுவதற்கு ஒரு வருடம் முன்னரே சகா பிறந்தார். வகுப்பிலே யார் அவரை கடந்துபோனாலும் பிடரியில் ஓர் அடி கிடைக்கும். 'கட்டையன்' என்றுதான் அழைப்பார்கள். ஒருநாள் ஆசிரியர் 'உட்காராதே, எழும்பி நின்று பதில் சொல்' என்று எச்சரித்தார். இவர் 'நான் எழும்பித்தான் நிற்கிறேன், சேர்' என்றார். ஒரு மதிய நேரம் வகுப்பில் ஆசிரியர் கொடுத்த கடினமான கணிதத்தை இரண்டே நிமிடத்தில் செய்து முடித்தபோது எல்லாமே மாறியது. ஆசிரியர் அவரை வகுப்பர்களுக்கு முன் பாராட்டிய பின்னர் யாரும் அவரை 'கட்டையன்' என்று அழைத்தது கிடையாது. அன்று ஆசிரியர் சொன்ன அறிவுரை இன்றும் அவருக்கு நினைவிருக்கிறது. 'உருவத்துக்கும் அறிவுக்கும் சம்பந்தமே கிடையாது. அறிவுதான் ஒருவர் எதிர்காலத்தை தீர்மானிக்கும்.'

கனடா வந்தபோது அவருக்கு வயது 19. ஒருவர் துணை இல்லை. பகலில் படிப்பு, இரவில் வேலை. ஒருதடவை பக்கத்தில் நின்று பிளேட் கழுவிய அகதியிடம் எத்தனை வருடங்கள் அவர் அங்கே வேலை செய்கிறார் எனக் கேட்டார். அவர் '25 வருடங்கள்' என்றபோது திகைத்துவிட்டார். இதுவும் ஒரு மனிதரின் வாழ்நாள் தொழிலா? கனடியர்களின் எச்சில் கோப்பைகளைக் கழுவுவதற்கா இத்தனை பணம் செலவழித்து, 9000 மைல்கள் பயணம் செய்தார்? கனடா போன்ற நாட்டில் எத்தனை வசதிகள்? கம்புயூட்டர் வகுப்புகளில் தண்ணீரில் விழுந்த மீன்போல உள்ளே நுழைந்து வெளியே வந்தார். அபாரமான ஞாபகசக்தி அவருக்கு. ஆசிரியரின் வாயில் பிறக்கும் ஒவ்வொரு வார்த்தையும் நேரே போய் அவர் மூளையில் உட்கார்ந்துகொள்ளும்.

குளத்தின் கரையில் எச்சரிக்கையாக நீந்துவதுபோல, ஆரம்பத்தில் சின்னச் சின்ன கம்பனிகளின் சைபர் பாதுகாப்புகளை உடைத்தார். அது ஒரு விளையாட்டு ஆகியது. உள்ளே நுழைந்து பார்வையிட்டுவிட்டு பாதுகாப்பைக் குலைத்த அடையாளமாக ஏதாவது ஒரு சிறு மாற்றம் செய்துவிட்டு திரும்புவார். அதன் பின்னர் சைபர் கம்பனி ஒன்றில் சேர்ந்து படிப்படியாக முன்னேறி அதே நிறுவனத்தின் முதன்மை செயல் அதிகாரியாக உயர்ந்தார். பின்னர் நாளடைவில் அதைச் சொந்தமாக்கிக் கொண்டார்.

அவரிடம் வேலைசெய்த 20 பேர்களில் டிலாரா, கற்கவேண்டும் என்ற வேட்கை கொண்ட துருக்கியப் பெண். அவரிடம் இரண்டு பிரச்சினைகள் இருந்தன. துருக்கிய மொழியில் இரண்டு இறந்தகாலங்கள். ஒன்று சாதாரண இறந்தகாலம்; மற்றது 'கேட்ட' இறந்தகாலம். பழைய இலக்கியங்களில் 'என்மனார் புலவர்' என்று வருவதுபோல எதைச் சொல்ல நினைத்தாலும் 'என்றார்கள்' என டிலாரா முடிப்பது வழக்கம்.

இரண்டாவது, எந்தத் தகவலையும் அவருக்கு சுருக்கமாகச் சொல்ல வராது. இழுத்து இழுத்து மூச்சு வாங்க கடைசியில் விசயத்துக்கு வருவார். எடுத்த காரியத்தை முடிக்கும் திறமை கொண்டவர் என்பதால் சகாவுக்கு அவரைப் பிடிக்கும். ஆனால் அன்று நீலக் கண்களில் நீர் கசிய சகா முன்னே டிலாரா நின்றார்.

கம்புயூட்டரில் இன்னொரு தடவை டிலாரா செய்த வேலையை சகா ஆராய்ந்தார். 'டிலாரா, நீ எழுதும் ஒவ்வொரு குறியீட்டு வார்த்தையும் தன் இருப்புக்காக உன்னிடம் சண்டை போடவேண்டும்; கெஞ்சவேண்டும். இப்படி நீளம் நீளமாக எழுதியிருக்கிறாயே. சாகப் போகிறவன் நீளமாகப் பேசுவானா, சுருக்கமாகப் பேசுவானா. குறியீடு எழுதும்போது சாவு பக்கத்தில் காத்து நிற்பது போல எழுதவேண்டும். நீ சேக்ஸ்பியருடைய ஹாம்லெட் இறப்பதற்கு முன் பேசுவதுபோல இத்தனை விஸ்தாரமாக எழுதி வைத்திருக்கிறாயே. பார், அழகாகவா இருக்கிறது?'

டிலாரா மெல்லிய சன்னமான குரலில் 'ஆனால் இந்த மென்பொருள் அருமையாக வேலை செய்தது என்றார்களே' என்றார். 'ஓ, தெய்வமே, உனக்கு இன்னும் புரியவில்லை. முந்திய காலத்தில் தந்தி எழுதுபவர்கள் ஒவ்வொரு வார்த்தைக்கும் காசு எண்ணிக் கொடுக்க வேண்டும். அப்படி நினைத்து குறியீடுகளை எழுது. சரியாய் வேகாத பணியாரம்போல இருக்கிறது. பசியை ஆற்றும், ஆனால் சபையிலே பரிமாற முடியாது. நீ எழுதும் மென்பொருள் உன்னிலும் பார்க்கப் பெரிது. அதற்கு ஒரு மதிப்பைத் தரவேண்டும். வேலை செய்கிறதா, இல்லையா என்பது இரண்டாம் பட்சம். திருப்பி எழுது.' டிலாராவுக்கு அழவேண்டும் போல இருந்தது, ஆனாலும் சிரித்தபடியே வெளியேறினார்.

அன்றைய முக்கியமான பிரச்சினையை அகுடாவுடன் சகா விவாதித்தார். அவர்கள் சைபர் பாதுகாப்பில் இருக்கும் எரிவாயுக் கம்பனியின் அரணை உடைத்துவிட்டார்கள். அது ஸ்தம்பித்து நின்றது. லட்சக்கணக்கான மக்கள் தங்கள் வாகனங்களுக்கு எரிவாயு போடமுடியாத நிலை. இதைச் சரிசெய்வதற்கு அவர்கள் குழுவுக்கு இரண்டு வாரத்திற்கு மேல் பிடிக்கும். எரிவாயுக் கம்பனியின் நாளாந்த நட்டம் பல மில்லியன் டொலர்கள். பிணைத்தொகையாக நாசகாரர்கள் வெறும் இரண்டு மில்லியன் கேட்டார்கள். அதை கிரிப்டோ காசாக கொடுத்து கம்பனியை இயல்பு நிலைக்கு திருப்புவதுதான் சிறந்த வழி என சகா ஆலோசனை வழங்கினார். மிகத் துரிதமாக புதிய அரண்களை உண்டாக்கி பாதுகாப்பை வலுப்படுத்த தன் குழுவுக்கு ஆணையிட்டார்.

அகுடா உடனேயே காரியத்தில் இறங்கினார். வெடித்த முட்டைபோல அகுடாவின் முகத்தில் ஒரு கோடு நிரந்தரமாக இருக்கும். 20 வயதில் அவரிடம் அகுடா முதன்முதல் வேலை கேட்டு வந்தபோது அழுக்கான ஆடை அணிந்திருந்தார். வாராத தலைமுடியில் பேன் ஓடுவதை சகா கண்டார். உடனேயே அவரை தன் கம்பனியில் சேர்க்க முடிவு செய்தார். கனடாவின் ஆதிக்குடிகள் இனத்தை சேர்ந்தவர் அகுடா. இனுயிட் மொழியில் அகுடா என்றால் புதைப்பதற்கு பிணங்களைச் சேகரிப்பவர் என்று பொருள்.

ஒருமுறை வருடாந்த விருந்திலே இனுயிட் பாடல் ஒன்றை அகுடா பாடினார். 'அது பரம்பரைப் பாடல், ஒருவருக்கும் வார்த்தைகளுக்கு பொருள் தெரியாது, ஆனால் அந்தப் பாடலை அடுத்த தலைமுறைக்கு கடத்துவது கடமை' என்றார். 'பொருள் தெரியாத பாடலைக் கடத்துவதால் என்ன பயன்?' என்றார் சகா. அகுடாவுக்கு மனம் பதறியது. 'அதிபரே, ஒரு காலத்தில் அதன் பொருளைத் தெரிந்து கொள்வார்கள். கிரேக்கத்தின் ஹைரோகிளிஃபிக்ஸ் மொழி அழிந்து, 1500 வருடங்களுக்கு பின்னர் உயிரூட்டப்பட்டு, இன்றும் வாழ்கிறதே. அப்படி நடக்கலாம் அல்லவா?' என்றார். சகாவுக்கு அகுடா அவ்வளவு உணர்ச்சி வயப்பட்டது ஆச்சரியமாக இருந்தது.

சகாவின் மனைவியும் உணர்ச்சி வயப்படுபவர்தான். அவருடைய மகிழ்ச்சிக்கு ஒரு சின்ன விசயம் போதும். தனக்கு ஒன்று

வேண்டும் என்று அவர் கேட்டது கிடையாது. கோபம் வந்தது இல்லை. குரலை உயர்த்தத் தெரியாது. திருமணங்களுக்கும், விருந்துகளுக்கும் போவதில் அதீத விருப்பம். அவர் கவர்ச்சியாக, உயரமாக இருப்பார். சகாவுக்கு கொஞ்சம் கூச்சமாக இருக்கும். அலுவலகத்திலோ, உயர் அதிகாரிகளின் கூட்டங்களிலோ அவர் அசௌகரியப்பட்டது கிடையாது. ஆனால் மனைவி பக்கத்தில் நிற்கும்போது, அவர் தோள் மூட்டுக்கு கிட்டவாக சகாவின் உயரம் இருப்பதால், ஒன்றாகச் சேர்ந்துபோவதில் ஒருவித சங்கடம் இருக்கும். அவர் மனைவிக்கு உயரம் ஒரு பொருட்டே இல்லை. கணவர் பக்கத்தில் நிற்பதில் ஒரே உற்சாகம்தான். அன்று காலை ஒரு விபரீதம் நடந்தது. ஏதோ நினைப்பில் கணவரின் அலுவல் பெட்டியை திறந்தார். பின்னர் ஏன் திறந்தது என்று தெரியாமல் மூடினார். 'என்ன, உங்கள் அலுவல் பெட்டியில் ஒன்றுமே கிடையாதே. இதை ஏன் தினமும் காவுகிறீர்கள்?' என்றார். கணவர் 'பெரிய ரகஸ்யம்தான். ஒரு நாள் உமக்கு அது தெரியவரும். அப்போது கொண்டாடுவோம்' என்றார்.

அந்தத் தொடர் மாடியில் குடியிருப்பவர்கள் எல்லோருமே உயர்ந்த பதவியில் இருப்பவர்கள் அல்லது சொந்தக் கம்பனி நடத்துபவர்கள். மனைவியின் விருப்பத்திற்கேற்ப அமைக்கப்பட்டு, இரண்டு மடங்கு விலையில் வாங்கிய பிரம்மாண்டமான வீடு, உச்சத்தில் 40ம் மாடியில் இருந்தது. அங்கே நின்று பார்த்தால் முழு ரொறோன்ரோ நகரத்தையும் ஆட்சி செய்வது போல ஓர் உணர்வு ஏற்படும். தினமும் சகா அதிகாலையே கிளம்புவதால் மின்தூக்கியில் அநேகமாக தனியாளாகவே இறங்குவார். பின்னேரம் வீடு திரும்பும்போது மின்தூக்கி நிறைந்துவிடும். இவரைப் பார்த்து மரியாதையாக சிலர் தலை அசைப்பார்கள். ஆனால் ஒருவருடனும் அவர் பேசியது கிடையாது. வழக்கம்போல 35ம் மாடியில் இறங்கி மீதி ஐந்து மாடிகளையும் ஏறிக் கடப்பார். யாராவது கேட்டால் உடற்பயிற்சி என்று சொல்வார். அவர் உடம்பும் உருட்டி வைத்ததுபோல திடகாத்திரமாக இருக்கும். கைகளை வீசி வீசி நடப்பதால் வேகமாக நடப்பதுபோல தோற்றம் உண்டாகும்.

அவருடைய மகன் அறிவுக் கூர்மையானவன். விவாதம் என்று வந்தால் பின்வாங்க மாட்டான். 14 வயதில் பள்ளியில்,

'நான் சட்டவிரோதமாக கனடாவுக்குள் நுழைந்தேனா? என்ன சட்டத்தை முறித்தேன்? உனக்குத் தெரியுமா கனடாதான் சட்டவிரோதமாக உருவாகிய நாடு' என்று சக மாணவனோடு சண்டை போட்டவன். தனக்கு பின்னர் சைபர் கம்பனியை மகன் நடத்துவான் என சகா நினைத்திருந்தார். ஆனால் அவனோ 'மனித குலத்துக்கு எது நல்லதோ அதைச் செய்யவேண்டும்' என்றான். 'ஒரு பெரிய சிகரெட் கம்பனிக்கு சைபர் பாதுகாப்பு எதற்கு? மனிதர்களின் ஆயுளைக் குறைக்கும் ஒரு பொருளை உற்பத்தி செய்யும் நிறுவனத்துக்கு பாதுகாப்பு தேவைதானா?' சகா சொன்னார் 'மகனே, நான் அந்தப் பாதுகாப்பைத் தராவிட்டால் இன்னொரு கம்பனி அதைக் கொடுக்கும்.' 'ஆனால் அதை நீங்கள் வழங்கவேண்டுமா?'

'அப்பா, சோக்கிரட்டீஸ் காலத்திலிருந்து நல்லது, கெட்டது என்ற விவாதம் தொடர்கிறது. The truck problem பற்றி கேள்விப் பட்டிருப்பீர்கள். இந்த வருடப் பரீட்சையில் எனக்கு கிடைத்த கேள்வி. ஒரு ரயில் வண்டியின் பாதையில் கர்ப்பமான சிங்கத்தை கட்டி வைத்திருக்கிறார்கள். அதுதான் உலகத்தின் கடைசி சிங்கம். உலகத்தின் அதிசிறந்த விஞ்ஞானியை இன்னொரு பாதையில் கட்டி வைத்திருக்கிறார்கள். உங்களிடம் ஒரு பட்டன் இருக்கிறது. அதை அழுத்தினால் ரயிலின் பாதை மாறும். ரயில் நேரே போனால் சிங்கம் சாகும், பாதை மாறினால் விஞ்ஞானி சாவார்.' 'நீ என்ன பதில் எழுதினாய்?' 'பட்டனை அழுத்தி சிங்கத்தை காப்பாற்றுவேன் என்று எழுதினேன். ஒரு விஞ்ஞானி போனால் இன்னும் நூறு விஞ்ஞானிகள் கிடைப்பார்கள். ஆனால், சிங்கம் இறந்தால் அதன் இனமே இந்தப் பூமியிலிருந்து மறைந்துவிடுமே? உங்களால் எதைச் செய்ய முடியும் என்பது முக்கியமல்ல; எதைச் செய்ய வேண்டும் என்ற தெரிவுதான் முக்கியம், அப்பா' என்று மகன் சொன்னான்.

அவன் இப்படி சிந்திப்பது அவருக்கு ஆச்சரியம் தருவதோடு பெருமையாகவும் இருந்தது. பொது நூலகத்தில் சைபர் தாக்குதல் நடந்தபோது முதலில் போய் உடைப்பை சரி செய்தவர் சகாதான். அரசின் திறைசேரி பாதுகாப்பு அரணை உடைக்கும் அச்சுறுத்தல் வந்திருந்தது. அது நடந்தால் அரசின் முழு நிதி நிர்வாகமும் முடங்கிவிடும். அந்நியச் செலாவணி, பங்குச்

சந்தை செயல்பாடுகள் போன்றவை நின்றுவிடும். வங்கிகள் இயங்கவே இயலாது. உடனேயே தன் குழுவுடன் சகா அங்கே சென்று முக்கிய அதிகாரிகளுடன் ஆலோசனை நடத்தி சில மணிநேரத்தில் உடைப்பு முயற்சியைத் தடுத்துவிட்டு திரும்பினார்.

அன்று செய்யவேண்டிய காரியங்களின் பட்டியலில் கடைசியாக குறித்து வைத்த மகளின் பிரச்சினைக்கு வந்தார். 18ம் வயது பிறந்தநாளை ஆகாயத்திலிருந்து குதித்துக் கொண்டாடியவள். மிருதுவான ஆட்டுத்தோல் லொறென்சா கட்டைப் பாவாடையை விரும்பி அணிபவள். அடுப்பூதுவதுபோல வாயை குவித்துவைத்து படம் பிடித்து தன் செல்பேசி சுவரில் சித்திரமாக இட்டவள். 'இரட்டை பிள்ளைகளை ஒருமுறை பெறுவேன். இரண்டு தரம் பிள்ளைத்தாய்ச்சியாக முடியாது' என்று 16 வயதில் பிரகடனம் செய்தவள். அவள் எதற்காக கள்ளக் காதலனுடன் ஓட வேண்டும்? அந்த முயற்சியை அவரால் ஒரு கொசுவை நசுக்குவதுபோல நிமிடத்தில் அழிக்க முடியும். அவளுடைய செல்பேசி நின்றுவிடும். கடன் அட்டை வேலை செய்யாது. வங்கி கணக்கு மூடிவிடும். காரை இயக்க முடியாது. கனடிய உளவுத்துறை பாதுகாப்பில் ஓட்டை ஏற்பட்டால் ஆலோசனைக்கு அவர்கள் அழைப்பது அவரைத்தான். மகளுக்கு அது தெரியாதா? உடைக்க முடியாது என்று நினைக்கும் அரண்களை உடைப்பதும், சிறந்த பாதுகாப்புகளை வழங்குவதும்தான் அவர் வேலை. அவர் அறியாத ரகஸ்யங்கள் இல்லை. தன் சின்ன மகளின் சின்ன வாழ்க்கையில் நடக்கும் சின்ன ரகஸ்யங்களைக் கண்டுபிடிக்க அவருக்கு எத்தனை நிமிடம் எடுக்கும்?

ஓர் உதட்டினால் மட்டும் சிரிக்கப் பழகிய அவருடைய மகள் பேசும்போது புது பிஸ்கட்டின் மணம் வரும். ஒருமுறை அவளுடைய தாய் 'ஏன் பதில் இல்லை?' என்று கவலைப்பட்டு எழுதியபோது 'முத்தத்தை முடித்துவிட்டு பதில் எழுதுகிறேன்' எனக் குறுஞ்செய்தி அனுப்பினாள். ஒரு பிரேசில்காரன் அவளது நாலாவது காதலன். 'இவன்தான் உன்னுடைய சரியான இணை என்பதை எப்படி முடிவு செய்தாய்?' என்று சகா கேட்டார். அவள் சொன்ன பதில் திடுக்கிட வைத்தது. கொஞ்சம் சிரிப்பையும் தந்தது. 'காதலர்களை, காதலின் உச்சத்தில் அழைக்கும்போது தவறுதலாக முந்திய காதலனின் பெயரைச் சொல்லிவிடுவேன்.

ஆனால் பிரேசில்காரனை தவறான பெயரில் அழைத்ததே கிடையாது, அதனால் அது உண்மையான காதலாகத்தான் இருக்கும்' என்றாள். 'அப்படியானால் உனக்கு நீயே ஆறுமாத டைம் கொடு. அதன் பின்னரும் உனக்கு பிரேசில் காதலன்தான் வேண்டும் என்று பட்டால் நாங்கள் முழுச் சம்மதத்துடன் உன்னை அவனுடன் இணைத்து வைப்போம். உன் முடிவுதான் எங்கள் முடிவு. உன் மகிழ்ச்சிதான் எங்களுக்கு முக்கியம்.' இதிலே களவாக ஓடவேண்டிய அவசியம் எங்கே வந்தது?

அன்றைய அலுவல்களை முடித்துவிட்டு சகா வீட்டுக்கு கிளம்பியபோது அவசரமாக ஓர் அழைப்பு வந்தது. பிரபலமான காசினோ சூதாட்டக் கம்பனியை சைபர் தாக்குதல் செயலிழக்கச் செய்துவிட்டது. நாளுக்கு மில்லியன் டொலர்கள் லாபமீட்டும் கம்பனி அது. வரமுடியாது என்று சொன்னபோது அவர்கள் இரண்டு மடங்கு ஊதியம் தருவதாகச் சொல்லி அவர் உறுதியைக் குலைக்கப் பார்த்தார்கள். 'வார்த்தை மாறாது' என்று சொன்னபோது அவர் மனசு என்றுமில்லாத மாதிரி லேசாகியிருந்தது.

வழக்கம்போல மின்தூக்கியை நிறைத்து ஆட்கள் நின்றார்கள். இவர் கைப்பெட்டியுடன் உள்ளே நுழைந்தார். வாயிலே குதூகலமான ஒரு பாட்டின் இசை ஓடியது, ஆனால் வார்த்தைகள் நினைவுக்கு வரவில்லை. 19 வயதில் தனியாளாக இரண்டு சமுத்திரங்களைக் கடந்து கனடா வந்தவரும், நாலு பக்க குறியீடுகளை ஒரு பக்கமாக சுருக்கிவிடும் திறமை பெற்றவரும், திறைசேரியில் ஒரு டொலர் கணக்கு தவறினாலும் நிமிடத்தில் அதைக் கண்டுபிடிக்கும் வல்லமை கொண்டவருமான சகாவால் 40ம் மாடி பட்டனை எட்டமுடியவில்லை. கைப்பெட்டியைக் கீழே வைத்துவிட்டு அதன்மேல் ஏறி நின்று 40ம் நம்பரை அழுத்தினார். சிலர் அதைப் பார்த்ததாகக் காட்டிக்கொள்ளவில்லை. இன்னும் சிலர் ஒரு பக்க முகத்தால் மட்டுமே பார்த்து மெல்ல நகைத்தனர். சகா ஒருவரையும் கவனிக்கும் நிலையில் இல்லை. அவர் மனம் 40ம் மாடியையும் தாண்டி எங்கோ மிதந்து கொண்டிருந்தது.

மனைவி யூ ட்யூபில் 'வருகலாமோ ஐயா உந்தன் அருகில்' என்ற நந்தனார் பாடலைக் கேட்டபடி கணவருக்காகக் காத்திருந்தார். அவரைக் கண்டதும் மனைவி துள்ளிக்கொண்டு

எழுந்து அதிவேகமாக உடைமாற்றிப் புறப்பட்டார். மலர் தூவுவது போன்ற மெல்லிய பனிப்பொழிவுக்குள் காரைச் செலுத்தி பிரபலமான அபெர்ஜீ டு பொம்மியர் உணவகத்தின் முன் சகா நிறுத்தினார். 'இங்கேயா? இரண்டு மாதத்துக்கு முன்னரே முன்பதிவு செய்தால்தான் இடம் கிடைக்கும் என்று சொன்னார்களே'. அவர் மெல்லிய சிரிப்புடன் செல்பேசியை எடுத்து ஒரு நிமிடம் ஏதோ செய்தார். இருவரும் உள்ளே சென்றபோது வரவேற்பாளினி 'வாருங்கள்' என்று நாரை பறப்பதுபோல கழுத்தை முன்னே நீட்டி வரவேற்றார்.

செயற்கையான மங்கிய வெளிச்சமும், மெல்லிய இசையும், இனிமையான சூழலை உருவாக்கின. சேவகிகள் கறுப்புச் சீருடையில் நிழல்கள்போல சத்தமின்றி நகர்ந்தார்கள். கூரிய நகங்கள் கொண்ட மெல்லிய கைகள் மெனு அட்டையை நீட்டின. பல நிமிடங்கள் செல்பேசி வெளிச்சத்தில் மெனுவை ஆராய்ந்த பின்னர் சகா அபூர்வமான கறுப்புக் காளானில் தயாரித்த Truffle எண்ணெய் கோழி வறுவலுக்கு ஆணை கொடுத்தார். அடுத்து ஆர்கியானோ வைன் வந்தது. 2023ம் ஆண்டு, உலகத்தின் சிறந்த நூறு வைன்களில் முதல் இடத்தை அது பிடித்திருந்தது. கணவர் ஒரு மிடறு குடிக்குமாறு மனைவியிடம் வேண்டினார். அவர் மறுத்தார். 'அவ்வையார் அரசனுடன் கள் குடித்தது பற்றி பழைய பாடல் உள்ளது. நீர் ஒரு மிடறு குடித்தால் இன்றைய நாள் சிறப்படையும்' என்றார். நாவைத் தொடும்போது ஒரு ருசியும், தொட்ட பின்னர் ஒன்றும், விழுங்கும்போது முற்றிலும் புதுவிதமான சுவையுமாக இன்னோர் உலகத்துக்கு அந்த வைன் அவர்களை அழைத்துச் சென்றது. கனவுக்குள் கனவு வந்ததுபோல அங்கே நிலவிய அற்புதமான சூழலை தொடர்ந்து அனுபவிக்கவே மனம் அவாப்பட்டது. 'சரி, வீட்டுக்கு கிளம்பும் நேரம் வந்துவிட்டது' என்றார் மனைவி. ஒரு பணியாள் இவர்களின் காரைக் கொண்டுவந்து வாசலில் நிறுத்தினான்.

'என்ன இவ்வளவு சந்தோசம்?' மனைவி காரிலே அவரிடம் கேட்டார். 'கொண்டாட்டம்தான். சும்மாவா? இன்று ஒரு லட்சம் டொலர் இழந்திருக்கிறேனே.' 'காசு இழந்தது உங்களுக்கு சந்தோசமா?' 'உமக்கு விளங்காது. பணம் போனால் சில சமயங்களில் பெருமகிழ்ச்சி உண்டாகும்.' மனைவிக்கு ஒன்றுமே புரியவில்லை. 'தாழாத கீர்த்தியும், மாறாத வார்த்தையும்' என்று

ஏதோ பிதற்றினார். கட்டணம் கட்டும் ஆறுவீதி சாலையில் கார் வேகமெடுத்தபோது மனைவி கேட்டார். 'எப்படி இன்று உணவகத்தில் இடம் கிடைத்தது? முன்னர் பல தடவை முயற்சி செய்திருக்கிறோமே.' 'அற்ப விசயம் ஒன்று கொடுக்கும் அற்ப சந்தோசத்துக்காக அற்ப காரியம் ஒன்றைச் செய்யலாம். தப்பே இல்லை' என்றார்.

# தாய்

அகரன்

**நா**ட்டை விட்டு வெளியேறும் வாய்ப்பு பல்கலைக்கழக மானிய ஆணைக் குழு மூலம் கிடைத்திருந்தது. மூன்று வருட 'இயற்கை சக்திகளின் கற்கை' என்ற துறைக்காக லண்டனில் கல்வி கற்க கிடைத்த புலமை பரிசு அது. கற்கைகளில் மட்டும் இயற்கையை மதிக்க முயற்சிக்கும் ஆணைக் குழுக்கள் நிறைந்த இடத்தில் நான் இருந்தேன்.

நாட்டை விட்டு வெளியேறுவதே எனக்கு ஆசுவாசமாக இருந்தது. ஒரு பிரசைக்கு இலங்கை ஜனநாயக சோசலிசக் குடியரசு கொடுத்திருக்கும் அதிக உச்ச மனநிலை 'நாட்டை விட்டு வெளியேறுதல்' என்று நினைத்தபடி வானன்குளம் என்ற ஊரில் உள்ள எனது வீட்டில் உடைமைகளை தயார் செய்தபடி இருந்தேன்.

வீட்டை விட்டுப் போவதுதான் மனதை கனக்கச் செய்தபடி இருந்தது. அக்காவும் இல்லை. யாருக்காக இங்கு நான் இருப்பான்? என்று சிந்தனை ஓடியது.

வீட்டை யாரிடம் ஒப்படைப்பது? என்ற கேள்வி ஒரு பக்கம் வந்து காத்திருந்தது. யாரும் இல்லாத வீடுகள் நிறைந்திருக்கும் நாட்டை நினைத்தபோது ஒருவகைப் பதட்டம் தோன்றியது. வீட்டை ஒருமுறை படம் பிடிக்க வேண்டும் என்ற

உந்துதல் வந்தது. கைபேசியை எடுத்து முழு வீட்டையும் கைபேசிக்குள் அடக்கிவிட பின்பக்கமாக நடந்து படலை வரை போய்விட்டேன்.

அப்போதுதான் ஓர் அழைப்பு வந்தது. புதிய இலக்கம். எடுப்போமா விடுவோமா என்று நினைத்தபடி இருந்தபோது சிலவேளை எம்பஸியிலிருந்தோ அல்லது பல்கலைக்கழகத்தில் இருந்தோ யாராவது அழைக்கக் கூடும் என்று நினைவு வர அவசரமாய் அழைப்பை ஏற்றுக் கொண்டேன்.

-ஹலோ தம்பி நான் அம்மா கதைக்கிறன்.

-அம்மாவா? யார் அம்மா?

-நான்தான் சுகிர்தா அம்மா.

-அப்படி யாரையும் தெரியாது.

என்னை மின் அதிர்ச்சி தாக்கியது. பதினெட்டு ஆண்டுகளுக்கு முதல் என்னையும் அக்காவையும் தனியே விட்டுவிட்டு பெயிண்டர் வசந்தனோடு ஓடிப் போன எனது அம்மா தான். எனது உடல் எங்கும் நடுங்கியது.

- இப்ப என்ன வேணும்? நாங்கள் சாகவில்லை வாழ்கிறோமா என்று பார்க்க எடுத்தீங்களோ?

-தம்பி என்ன மன்னிச்சிடு. நான் செய்தது தவறு. நீ படிச்சு பெரிய ஆள் ஆகி வெளிநாடு போறதா அறிஞ்சன். அதுதான் எடுத்தனான். என்ர பிள்ளைகளுக்கு நான் செய்தது பெரிய தவறு. உன்னை நினைக்க எனக்கு பெருமையா இருக்கு. இந்த வயித்தில வளர்ந்ததை நினைக்க பெருமையா இருக்கு. நீ என்னோட பேச மாட்டியா?

அவள், புலம்பலும் அழுகையும் இணைத்து ஒரு மொழியை ஏற்படுத்தி என் காதுகளை நிறைத்தபடி இருந்தாள்.

-என்னை எட்டு வயதில் விட்டுட்டு போகேக்க எங்க போனது இந்தப் பாசம்?

-ஐயோ என்ர ராசா உன்ர ஞாபகமாகவே இருந்தன். விதி என்னைச் சீரழிச்சுப் போட்டுது.

நீண்ட நாட்களின் பின் கண்ணீர் தீ போல கன்னங்களில் கோடு போட்டது.

-உன்னை ஒரு முறை பார்க்கவேணும். முடியுமா?

அதற்கு மேல் ஒரு வார்த்தை கூட கேட்க முடியாது தொலைபேசியைத் துண்டித்து விட்டேன்.

நான் ஆறு மாதச் சிசுவாக அவளின் வயிற்றில் இருந்த போது அப்பர் வெளிநாடு போய்ச் சேர்ந்து விட்டார். வவுனியா நகரில் குண்டு வெடித்தால் கேட்கக்கூடிய தூரத்தில் இருந்த வானன்குளம் என்ற ஊரில் நாங்கள் இருந்தோம். வவுனியாவில் எந்த ஊருக்குப் பின்னாலும் ஒருகாலத்தில் குளம் இருந்தது. அதுபோல இந்த ஊருக்கு பின்னாலும் குளத்தின் குழந்தை போல் நீர் வடிவம் இருந்தது.

அப்பாவை எனக்குத் தெரியாது. ஆனால் அவர் அனுப்பும் காசு எங்களை வசதியாக வாழ வைத்தது. நான் கேட்கும் எந்தப் பொருளையும் வாங்கித்தரும் நிலையில் அம்மா இருந்தாள்.

யுத்த நிறுத்த காலத்தில் அப்பர் அனுப்பிய பணத்தில் அம்மா வானன்குளத்திலேயே முதல் 'மாடி வீட்டை' கட்டினாள். வீட்டிலிருந்து கூப்பிடு தூரத்தில் வானன்குளம். நீர் இருப்பது தெரியாமல் தாமரைகளால் நிறைந்திருக்கும். அதற்கப்பால் பிள்ளையார் கோவில். பிள்ளையார் கோவிலைத் தாண்டிப் போனால் வானன்குன்று தென்படும். யாழ்ப்பாணத்தில் இருந்து இடம்பெயர்ந்து வந்த மக்களால் அவ்விடம் நிறைந்திருந்தது. சுற்றிவர வயல்வெளி என்பதால் எந்த வெயிலையும் காற்று கடத்தி விடும்.

அக்காவிற்கு என்னை விட எட்டு வயது கூட. அம்மா எப்போதும் அக்காவுடன் சண்டை பிடித்தபடியே இருப்பாள். அக்கா, அப்பர் போன் எடுக்கும் போது எல்லாவற்றையும் சொல்லிவிடுவாள். பிறகு போனில் அப்பருக்கும் அம்மாவுக்கும் சண்டை நடக்கும்.

அக்காவை அம்மா கண்டபடி பேசுவாள். அக்கா பாவம் மேல் மாடிக்கு போய் மொட்டை மாடியில் இருந்து கோவிலைப் பார்த்து அழுதபடி இருப்பாள். அவளுக்கு பின்னால் நான் போய் கட்டிப்பிடித்து 'அழாத அக்கா' என்பேன். அவள் சாகப் போகும்

பறவையின் துடிப்பு போல விக்கி விக்கி அழுவாள். அவளின் மடியில் நான் இருக்க என் முதுகில் தலைசாய்த்துப் படுப்பாள். கன நேரம் அப்படியே நாங்கள் இருப்போம்.

அம்மா சமைத்து வைத்துவிட்டு எங்கேனும் போய்விடுவாள். நானும் அக்காவும்தான் அதிகமான மாலைகளில் வீட்டில் இருப்போம்.

நாங்கள் மாடி வீடு கட்டிய பிறகுதான் அக்காவுக்கும் அம்மாவுக்கும் சண்டைகள் மூண்டன. அதற்கு முன் எங்களை அவள் அன்போடு தான் பார்த்துக் கொண்டாள். அப்பருக்கு 'தேவையில்லாத கோள் மூட்டுகிறாள்' என்பதுதான் அம்மா, அக்காவை வெறுப்பதற்கு காரணம். அது என்ன தேவையில்லாத கோள் என்பது பற்றி எனக்கு அப்போது விவரம் போதாமல் இருந்தது.

நான் என்ன கேட்டாலும் அம்மா வாங்கித் தந்தாள். 'இன்றைக்கு கொத்து ரொட்டியும் கொக்காவும் வேணும்' என்றால் அன்று அதை வாங்கித் தருவாள். 'மோதகம் வேணும்' என்றால் அவித்துத் தருவாள். எனக்கு கேம் விளையாட கணினி வேண்டும் என்ற போது வாங்கித் தந்தாள்.

ஆனால் அக்கா, அம்மாவிடம் ஏதும் கேட்கவே விரும்பாதவளாக இருந்தாள். மாதவிலக்கு காலத்தில் நப்கின் வேண்டுவதற்குக் கூட என்னிடமே அம்மாவிடம் கேட்கும்படி கூறுவாள். அம்மா வேண்டும் என்று மூன்று நாட்கள் இழுத்தடித்து வாங்கிக் கொடுப்பாள். அக்காவைப் பார்க்க எனக்குக் கவலையாய் இருக்கும். அம்மாவிடம் நான் காசு கேட்டால் ஏன் என்று கேட்காமல் தருவாள். அக்கா கேட்டால் கொடுக்க மாட்டாள். பஞ்சிப்படுவாள். இருவருக்கும் பேச்சுவார்த்தை குறைந்தபடியே இருந்தது.

அக்காவை அப்பர் வவுனியா நகரை அண்டியிருக்கும் சித்தி வீட்டில் இருந்து படிக்குமாறு கூறியதும், அதற்கு அம்மா காட்டிய ஆர்வமும் ஆச்சரியமாக இருந்தது. அக்கா அப்போது ஓலெவல் பரீட்சைக்குப் படித்துக் கொண்டிருந்தாள். வீட்டில் இருந்தால் அவளால் படிக்க முடியாது என்று தெரிந்துதான் அவளும் சம்மதித்தாள். பள்ளிக்கூடத்தில் நான் அக்காவைச் சந்திப்பேன். அவளுக்குக் காசு கொடுப்பேன். 'தம்பி கவனமாக

இரு. என்ன என்றாலும் அக்காட்டச் சொல்லு' என்று அடிக்கடி சொல்லுவாள்.

அம்மா வீடு கட்ட ஆரம்பித்ததிலிருந்து எல்லாத் திட்ட மிடல்களையும் வேலை ஆட்களையும் அவளே தீர்மானித்து, தான் ஆசைப்பட்டபடி கட்டி முடித்தாள். கீழே மூன்று அறைகள். மேலே விருந்தினர் அறை. அதற்கு மேல் மொட்டை மாடி. அங்கு வைக்கோல் வேய்ந்த சிறு குடில். வீடு கட்டும் போது பல புதிய ஆண்களுடன் அம்மாவிற்கு நட்பு ஏற்பட்டது. அதில் பெயிண்ட் அடிக்க வந்த வசந்தன் என்பவரும் அடக்கம். அவர் அதிகம் பேசாத அமசடக்கு. அம்மாவுடன் இளித்து... இளித்துப் பேசிக் கொண்டிருப்பார். அவ்வப்போது தன் நண்பர்களுடன் மொட்டை மாடியில் உள்ள குடிலுக்கு வந்திருந்து செல்வார். அவ்வப்போது அவர்களுக்கு அம்மா மீன் பொரியல், முட்டை அவியல் என்று நல்ல சாப்பாடு போடுவாள். சிலர் அம்மாவை அக்கா என்பினம். சிலர் ரஞ்சி என்பினம்.

சில வேளைகளில் அம்மா என்னிடம் 'பள்ளிக்கூடத்தில் அக்கா எதுவும் கேட்கிறவளா?' என்று கேட்பாள். நான் 'இல்லை' என்று விடுவேன். அக்காவோ பள்ளிக்கூடத்தில் 'பெயிண்டர் வசந்தனும் அவன்ர ஆட்களும் வாறவங்களோ தம்பி' என்று கேட்பாள். நான் ஏன் தேவையில்லாத பிரச்சினை என்று 'இல்லை' என்று விடுவேன். நான் கேட்பதெல்லாம் அம்மா வாங்கித் தருவதால் அம்மாவுக்கு ஒரு பிரச்சினையும் வரக்கூடாது என்று அப்போது நான் நினைத்திருந்தேன்.

அக்கா வீட்டில் இல்லாத நிலையில் அம்மா என்னிடம் அதிக பாசத்துடன் நடந்து கொள்ள ஆரம்பித்தாள். எனக்கான அறை, கட்டில், கணினி என்று என் அறைக்குள் எனது உலகம் நிறைந்திருந்தது. ஆனால் அக்காவோ சித்தி வீட்டில் 'பத்து மணிக்கு மேல் லைட் போட முடியாது. மெழுகுதிரி கொளுத்தித்தான் படிக்கிறேனடா' என்று சொல்லும்போது கவலை...கவலையாக இருக்கும்.

அன்று வவுனியா ரவுன் பக்கமாக இருந்து வெடிகுண்டுச் சத்தம் கேட்டது.

'தம்பி கதவைச் சாத்திட்டு படுங்கோ, ரவுணுக்க குண்டுச் சத்தம் கேட்டது, ஆமி வந்தாலும் பயம்' என்று அம்மா சொன்னா.

நான் இரவு பதினொரு மணி மட்டும் கணினியில் கேம் விளையாடிவிட்டுத் தூங்கப் போனபோது எனது போர்வையைக் காணவில்லை. அப்போதுதான் பின்னேரம் அறையைச் சுத்தப்படுத்திய போது போர்வையை அம்மாவின் அறையில் வைத்த ஞாபகம் வந்தது.

அம்மாவின் அறையைத் திறந்தேன் அது பூட்டப்பட்டிருந்தது. தட்டினேன் அம்மா கதவைத் திறக்காது 'என்ன?' என்றாள்.

-கதவைத் திறவுங்கோ

-ஏன்?

-நீங்கள் கதவைத் திறவுங்கோ !

அப்போதுதான் வாசற்படியைப் பார்த்தேன். ஆண் ஒருவரின் செருப்பு அங்கே இருந்தது. எனக்குப் பதட்டம் அதிகமாகியது.

'கதவைத் திறவுங்கோ' என்று கத்தினேன்.

சற்று அமைதிக்குப் பின்னர் அவள் கதவைத் திறந்தாள். எனக்குக் கோபமும் அச்சமும் நடுக்கமும் ஏற்பட்டிருந்தது. கெட்ட நினைவுகள் என்னை முட்டி நிறைத்தன.

கதவைத் திறந்தவள் வாசலை மறைத்தபடி நின்றாள்.

-என்ன தம்பி?

அவள் முகம் வேர்த்திருந்தது.

-போர்வையை எடுக்கணும் விடுங்கோ

என்று கூறி அவள் கையைத் தள்ளிவிட்டுக் கொண்டு உள்ளே சென்றேன்.

அறையில் தேடியபடி இருந்தபோது நான் எதிர்பார்த்தபடியே சுவரைப் பார்த்தபடி ஓர் ஆண் அங்கே நின்றான்.

படக்கென வெளியேறினேன். வாசலில் நின்றவளிடம்,

'அவன் யார்? உடனே வெளியே போகச் சொல்லுங்கோ' என்றேன்.

'தம்பி அவர் ஆமிக்குப் பயத்தில வந்திருக்கிறார். விடிய போயிடுவார்' என்றாள்.

நான் என் அறைக்குச் சென்று கதவை இறுக மூடிக்கொண்டேன். எனக்கு அந்த இரவு முழுதும் தூக்கமே வரவில்லை. பயம் பயமாக இருந்தது. நேரே கண்டதால் என்னை இரவே கொன்று விடுவார்களோ என்று பயம் ஏற்பட்டது. விடியும் போது நான் உயிருடன் இருப்பேனா என்ற பயம் என்னைத் தூங்க விடவில்லை. காலை வருவதற்காகக் காத்திருந்தேன். அந்த ஒரே இரவில் என்னிடம் இருந்த நீர் எல்லாம் வற்றி இருந்தது. எனது அம்மாவைக் கொல்ல வேண்டும் போல் இருந்தது. அதற்கு முதல் அம்மா என்னைக் கொன்றுவிடுவாளோ என்று பயம் வேறு இருந்தது.

அன்று மட்டும் காலை வருவதற்கு நேரம் எடுத்தபடியே இருந்தது. சூரியன் வர ஆரம்பித்ததுமே நான் பள்ளிக்கூடத்திற்குத் தயாராகி இருந்தேன்.

'தம்பி சாப்பிட்டுட்டுப் போ இரவு நடந்தது அக்காவுக்குச் சொல்லாத. பள்ளிக்கூடத்தால வா உனக்கு எல்லாவற்றையும் சொல்லுறேன்' என்றாள்.

அம்மாவின் முகமே அச்சமாக இருந்தது. சாப்பாட்டுக்குள் நஞ்சு கலந்து தந்துவிடுவாளோ என்று சாப்பிடாமல், அவளுக்குப் பதிலும் சொல்லாமல் நான் வெளியேறினேன்.

அப்போது அக்காவுக்கு சாதாரணதரப் பரீட்சை முடிந்திருந்தது. நான் நேராக அக்காவிடம் போனேன். அவளைக் கண்டதும் ஓடிப்போய்க் கட்டிப்பிடித்து அழுதேன். விபரத்தைச் சொல்லாமல் நடுங்கிக்கொண்டே இருந்தேன். அவளுக்கு ஏதோ புரிந்து விட்டது. அவளுக்கு எப்படிச் சொல்வதென்று தெரியாமல் இருந்தது. அவள் என்னை அறைக்கு அழைத்துச் சென்றாள்.

'அக்கா இனி உன்னோட நானும் இருக்கப் போறேன். வீட்டை இனிப் போகமாட்டன்' என்று விக்கினேன்.

அவளும் அழுதபடி 'என்ன நடந்தது என்று சொல்லடா' என்றாள்.

'இரவு பெயிண்டர் வசந்தன் அம்மாவின் அறையில் இருந்தவன் அக்கா. நான் கண்டுட்டன்' என்றதும் அவள் விக்கி விக்கி அழ ஆரம்பித்தாள்.

'தம்பி எங்களுக்கு மட்டும் ஏனடா இந்தக் கிலுசைகெட்ட வாழ்க்கை' என்று அவள் அழுதாள்.

கொஞ்ச நேரத்தில் சித்தி அறைக்குள் வந்தாள். அக்கா எல்லாவற்றையும் சொன்னாள். சித்தி தலையில் அடித்தபடி சித்தப்பாவைக் கூப்பிட்டு நடந்ததைச் சொன்னாள். சித்தப்பா 'வேசை... பிள்ளைகளை வைத்துக்கொண்டு வேசையாடுகிறாள் பொறு வாறன்' என்று அம்மாவை திட்டியபடி யார் யாருக்கோ கோல் பண்ணினார்.

சில மணி நேரங்களில் பல ஆட்டோக்களில் பல பெடியள் கொட்டான், பொல்லுகளுடன் வந்திறங்கினார்கள். அம்மாவிற்கு அடிப்பதற்கு சித்தப்பாவோடு நாங்களும் வானன்குளம் சென்றோம்.

வீட்டுக்குச் சென்றபோது வீடு பூட்டப்பட்டிருந்தது. கேற்றடியில் நின்று சித்தப்பா 'வேசை ரஞ்சி வெளியில் வாடி' என்று கத்தினார். எனக்குப் பயம் பயமாக இருந்தது. 'சித்தப்பா வேண்டாம், நாங்கள் உங்களோடு இருக்கிறோம்' என்று அக்கா அழுதாள். சித்தப்பா வசைச் சொற்களால் வெறிகொண்டு கத்தினார். 'சித்தப்பா ஊர்ச்சனம் பாக்குது வேண்டாம் சித்தப்பா' என்று அக்கா கூறினாள். சித்தப்பாவின் காதில் ஒரு மொழியும் செல்லவில்லை. அவர் நாக்கில் மொத்த மொழியும் இருந்தது.

சித்தப்பாவோடு வந்த பெடியள் ஒவ்வொருவராக கேற்றுக்கு மேலால் ஏறி வீட்டுக்குள் குதித்தார்கள். பின்பு சித்தப்பாவும் ஒரு கொட்டானோடு வீட்டுக்குள் பாய்ந்தார். அங்கு யாரும் இல்லை. எல்லோரும் வெளியே ஏறி வந்தார்கள்.

சித்தப்பாவால் அந்த கேற்றில் ஏறி வெளியே வர முடியவில்லை. எல்லா பெடியளும் சேர்ந்து கேற்றை கழற்றி சித்தப்பாவை வெளியேற்றினார்கள். அப்போதும் சித்தப்பா அம்மாவை தூற்றியபடியே இருந்தார். சித்தப்பாவுக்கு அம்மாவிடம் வேறும் பல கோபங்கள் இருப்பது அப்போது தெரிய வந்தது.

இந்தக் கலவரங்கள் நடந்துகொண்டிருக்கும் போது அயல் வீட்டுச் சனமும், போய் வருவோரும் அங்கே கூடி விட்டார்கள். அங்கிருந்தவர்களிடம் 'இவள் ரஞ்சியை யாரும் கண்டனிங்களோ?' என்று சித்தப்பா கத்தியபடி கேட்டார்.

ரஞ்சி கோயில் பக்கமாகப் போய்க்கொண்டிருந்ததை கண்டதாக மீன் விற்றுக்கொண்டு வந்த மாணிக்கம் அண்ண சொன்னதும் சித்தப்பாவின் ஆட்கள் கோவிலை நோக்கி ஓடினார்கள்.

எனக்குப் பயமாக இருந்தது. இன்று ஏதோ நடக்கப் போகுது என்ற உள்ளுணர்வு ஏற்பட்டது. நான் இதைச் சொல்லாமல் விட்டிருக்கலாம் என நினைத்தபடி கோவிலை நோக்கி அக்காவோடு சென்றேன்.

கோவிலுக்குள் அம்மாவும் பெயிண்டர் வசந்தனும் கதைத்துக் கொண்டு நின்றபோது, இருவரையும் வெளியே இழுத்துக் கொண்டு வரவும் நாங்கள் கோவில் வாசலுக்கு போகவும் நேரம் சரியாக இருந்தது.

கோவிலில் வாசலில் வைத்தே வசந்தனுக்கு பெடியள் கண்டபடி அடித்தார்கள். சனம் அந்த இடத்தில் கூடி விட்டது. வசந்தன் ஒன்றும் பறையாமல் அடி வாங்கிக்கொண்டிருந்த போது அம்மா பாய்ந்து 'வசந்தனுக்கு அடிக்க வேண்டாம்' என்று அடிகள் எல்லாவற்றையும் தான் வாங்கிக்கொண்டிருந்தாள்.

அப்போது சித்தப்பா பாய்ந்து அம்மாவின் கன்னத்தில் மோசமான மொழியைச் சொல்லி அறைந்தார். அக்கா ஓடிச்சென்று சித்தப்பாவை இழுத்து 'நீங்கள் அடிக்க வேண்டாம்' என்று கத்தினாள். நானும் சித்தப்பாவின் கைகளைப் பிடித்துக் கொண்டேன். அப்போது அவர் திமிறிக்கொண்டிருந்தார். அம்மாவோ வசந்தனை காப்பதில் குறியாய் இருந்த நிலையை பார்த்தபோது எனக்குப் பாவமாக இருந்தது. அவளது மேற்சட்டை கிழிந்து விட்டிருந்தது.

அப்போது சித்தப்பா 'இந்த பிள்ளைகளின் முகத்தில நீ இனி முழிக்க கூடாது வேசை!' என்றார். அம்மா, வசந்தனை தாங்கியபடி அங்கங்கே ரத்தம் வழிய அங்கிருந்து வெளியேறினாள். நாங்கள் இருவரும் அழுதபடி வீடு வந்தோம்.

அக்கா, அப்பாவிடம் தொலைபேசியில் நடந்தது எல்லாவற்றையும் சொன்னாள். 'அப்பா, நீங்கள் ஒன்றும் இங்க வர வேண்டாம். நான் தம்பியை வடிவா பார்ப்பன். நீங்கள் பயப்பட வேண்டாம்' என்றாள்.

அம்மா எங்களைத் தனியே விட்டுவிட்டு போன பின்னர் அக்கா மேற்கொண்டு படிக்கவில்லை. அவளுக்கு ஆறு அதிவிசேட பெறுபேறும், நாலு சாதாரண பெறுபேறும் கிடைத்திருந்தது.

'என்ர படிப்பையும் சேர்த்து நீ தான் படிக்கணும். உன்ர படிப்புத்தான் எல்லாருக்கும் பதில் சொல்லணும்' என்று அவள் அடிக்கடி எனக்குக் கூறி வளர்த்தாள்.

அன்றிலிருந்து அவள் தான் எனக்கு அம்மாவாக இருந்தாள்.

இந்தப் பதினெட்டு ஆண்டுகளாக அம்மா எங்கிருக்கிறாள்? என்ன ஆனாள்? என்ற சேதி ஒன்றும் தெரியாமல் இருந்தோம். அம்மாவின் விடயத்தில் நான் அவசரப்பட்டு விட்டேனோ என்ற அலைச்சல் மனதில் இல்லாமலில்லை. அதற்குக் காரணமான சம்பவம் அம்மா எங்களை விட்டுவிட்டுச் சென்ற மூன்றாவது நாள் வானன்குளத்தை ஆமி சுற்றி வளைத்தபோது நடந்தது.

அங்கே இரகசியமாக தங்கி இருந்த இயக்கப் பெடியளை மடக்கிப் பிடிக்க செயின் பிளக் ராங்கி சகிதம் ஆமி பெருமெடுப்பில் வெளிக்கிட்டது. அதில் இயக்கப் பெடியன் ஒருவன் பிள்ளையார் கோவிலுக்கு முன்னால் மாட்டுப்பட்டு விட்டான். ஆமி சுட்டதில் காயப்பட்டு ஓட முடியாமல் கோவிலுக்கு முன்னால் விழுந்திருந்த இயக்கப் பெடியனை ஆமி நெருங்கிய போது அந்த உடலே வெடிகுண்டாக வெடித்துச் சிதறியது. அடுத்த நாள் காலை கோவிலின் வாசல் எங்கும் மனிதச் சதைகளின் துண்டங்கள் சிதறிக் கிடந்தன. வெடித்துச் சிதறிய பெடியனின் தலை சிதைந்த நிலையில் கோவிலின் முன் வீட்டில் வீழ்ந்திருந்ததாகவும் அது பெயின்ரர் வசந்தனின் முகம் போல இருந்தது என்றும் கந்தவனத்தாரின் மகன் சாரங்கன் சொன்னதை நான் இன்றுவரை யாருக்கும் சொல்லவில்லை.

அம்மா உயிரோடு இருப்பதே பதினெட்டு ஆண்டுகளை ஒன்று சேர்த்தது போல் இருந்தது. அன்று பள்ளிக்கூடத்தால் மீண்டும் அம்மாவிடமே போய் கதையைக் கேட்டிருக்கலாம். அவள் எனக்கு 'எல்லாம் சொல்லுவன்' என்றுதான் சொன்னாள்.

பதினெட்டாண்டுகளை என்னிடம் கேட்டால் எப்படிக் கொடுப்பது? நான் படித்த படிப்பால் அதைக் கொடுக்கவே முடியாது.

◊ ◊

# அந்நிய மரம்

**உமா வரதராஜன்**

**எ**வ்வளவு காலமாகியும் 'வாடிவீட்டு' வீதியால் போய்வரும் போதெல்லாம் தலை தானாகத் திரும்பி அந்த வீட்டைப் பார்க்கத் தவறுவதில்லை. 'வாடி வீடு' இருந்ததற்கான தடமே இன்றில்லை. ஆனால் வீதியின் பெயர் மட்டும் இன்றுவரை மாறவில்லை. ஆளுயரப் பற்றைகளுக்குள் மறைந்து போன அந்த வீட்டிலும் இன்று எவருமில்லை. கள்ளப் பத்திரக்காரர்களால் அந்தக் காணியும் வீடும் கையகப்படுத்தாமல் இன்னமும் தப்பியிருப்பது அதிசயம்தான். ஆனாலும் அந்தப் பாழ்வீட்டில் டொக்டர் மிஸிஸ். சமரசிங்ஹ புன்னகையுடன் இன்றும் காத்திருப்பதைப் போல் ஒரு பிரமை.

○○○

**ச**ந்தைக்குப் பக்கத்தில் தான் குடியிருந்த, நாட்டோடுகளால் வேயப்பட்ட,கூம்பு வடிவிலான கூரையைக் கொண்ட பழங்காலத்து வீட்டின் முன்புறத்தையே டொக்டர் மிஸிஸ். சமரசிங்ஹ மருத்துவமனையாக்கியிருந்தார். கல்லூரி கலைந்து, மதியத் தூக்கத்தின் பின்னர் அவரைத் தேடி நான் போவதுண்டு. நான் போகும் வேளையில் எதிர்ப்படும் அந்த சந்தை மௌனாஞ்சலி செலுத்துவது போலிருக்கும். அதுவரை ஒலித்த சத்தங்கள் எல்லாம் எந்தச் சாக்குகளுக்குள்ளோ, மூடிய கடைகளுக்குள்ளோ ஓடி ஒளித்து விட்டன போலிருக்கும்.

சந்தைக்குள் உள்ள ஒவ்வொரு கடையும் கல்லறைகளுக்கு சமன். எப்போதும் பத்துப் பன்னிரண்டு மாடுகள் படுத்துக்கிடந்து அசை போட்டுக் கொண்டிருக்கும். தெருவோரம் வீசப்பட்ட அழுகிய காய்கறிகளின் துர்நாற்றம், மீன்களின் ரத்தவாடை, பலசரக்கு வகைகளின் நெடி எல்லாமே ஒன்றாகக் கலந்து மூக்கினுள் நுழைந்து தொடர்ச்சியாகத் தும்ம வைக்கும்.

சந்தை மாத்திரமல்ல, அது அமைந்திருக்கும் அந்த வீதி கூடப் பின்னேரங்களில் பொலிவிழந்து விடும். இருமருங்கிலும் கல்யாணிப் பற்றைகள் படர்ந்திருந்த அந்த வீதியின் முனையில் கடற்கரை இருந்தது. ஆண்டுக்கு ஆறு தடவைகளாவது 'கற்புக்கரசி' படமும், ஏனைய நாட்களில் ஆங்கில அடல்ட்ஸ் ஒன்லி படங்களும் ஓடும் ஒரு தியேட்டர் இருந்தது. கடற்காற்றுக்குத் துருப்பிடித்த ஜன்னல் கிராதிகளைக் கொண்ட அரசாங்க அலுவலகங்கள் சில இருந்தன. மற்றவர்களுடன் ஒட்டாத தேவமைந்தர்களையும், தேவபுத்திரிகளையும், திருச்சபை மலர்களையும் கொண்ட வீடுகள் சில இருந்தன. இவையும் இல்லாவிட்டால் அந்த வீதி எப்போதோ 'செத்துப்' போயிருக்கும். அப்போதெல்லாம் அந்த வீதியின் உயிர்த்துடிப்பைக் காப்பாற்றிக் கொண்டிருப்பது மிஸிஸ். சமரசிங்ஹவின் மருத்துவமனைதான் என்பது போலிருக்கும். மருத்துவமனையை ஒட்டி வரிசையாக நின்ற நாவல் மரங்களின் நிழலில் நான்கைந்து ஹில்மன் கார்கள் எப்போதும் நின்றுகொண்டிருக்கும். கார்ச் சாரதிகள் ஒன்றுகூடி அரட்டையடித்தவாறும், புகைத்தவாறும் நிற்பார்கள்.

சிணுங்கிக் கொண்டிருக்கும் கைக்குழந்தைகளை ஏந்தி, அவற்றின் முதுகுகளை லேசாகத் தடவிக் கொடுத்தவாறு பெண்கள் உள்ளே குறுக்கும் நெடுக்குமாக உலாவிக்கொண்டிருப்பார்கள். அநேகமான பெண்கள் முக்காடு அணிந்தவர்கள். கடற்கரை நினைப்புடன் சில குழந்தைகள் அந்த போர்டிக்கோவில் அங்குமிங்குமாக ஓடி விளையாடிக்கொண்டிருப்பார்கள். ஒன்றையொன்று பார்த்தபடியிருக்கும் நீளமான வாங்குகளில் ஏறுவதும் குதிப்பதும் அவர்களின் விளையாட்டு. அதிகளவு கூட்டமிருந்தால் நான் டொக்டரை சந்திக்காமலேயே திரும்பிவிடப் பார்ப்பதுண்டு. மருந்து, மாத்திரை வழங்குவதற்கென சுவரில் அமைக்கப்பட்டிருந்த 2'X 3' அளவு சதுர இடைவெளி கொண்ட

மரச் சட்டகத்தின் வழியாக டொக்டரின் முகத்தை சந்திக்க நேர்ந்துவிட்டால் அது சாத்தியப்படாது.

"உள்ளே போய் உட்கார்!" என்று என்னிடம் சைகை செய்துவிட்டு பெரியதொரு குடுவையிலிருக்கும் மருந்தைப் போத்தலில் அவர் ஊற்றிக் கொண்டிருப்பார். குங்கும வர்ணத்திலான அந்த மருந்து போகன்வில்லா மரங்களின் பூக்களை எனக்கு நினைவுபடுத்திக் கொண்டேயிருக்கும்.

டொக்டருடன் எங்கள் குடும்பத்துக்கு ஏற்பட்ட பிணைப்பின் வேரின் ஆரம்பம் எங்கிருந்து தொடங்கியது என எனக்குச் சரியாகச் சொல்லத் தெரியவில்லை. தன் 16 வயதில் என்னைப் பெற்றெடுத்துக்கொண்டு அம்மா மருந்தெடுக்கப் போன போது, அம்மா மேல் டொக்டருக்கு ஒரு பரிவு பிறந்திருக்கலாம். சிறுவயது முதல் எனக்கு உடம்பு லேசாகச் சுட்டாலும், மூக்கில் சிறிது நீர் வடிந்தாலும் அவரிடம்தான் என்னைக் கூட்டிக்கொண்டு போவார்கள். அந்தப் பழக்கமே நாளடைவில் 'கொஞ்சம் அவனுக்குப் புத்திமதி கூறுங்கள்' என அம்மா என் பொருட்டு அவரிடம் இரகசியமாக வேண்டிக்கொள்வதில் கொண்டு போய் விட்டிருக்கலாம்.

என் அப்பாவைப் போல டொக்டரும் இந்த நாட்டுக்கு ஒரு 'வந்தேறி'. இந்த உலகத்தில் எவ்வளவோ நாடுகளும், ஊர்களும் இருக்க, கல்கத்தாவிலிருந்து டொக்டரும், மதுரையிலிருந்து எனது அப்பாவும் ஏன் இவ்வளவு குழப்பமும், இனக்குரோதமும் மிகுந்த இந்த ஊருக்கு வந்து சேர்ந்தார்கள் என்பதற்கு ஆழமான காரணம் எதையும் அவர்கள் சொன்னதில்லை. வாழ்க்கை என்ற கடல் எந்தெந்தக் கரையில் எவரெவரை, எதையெதை ஒதுக்கும் என யாருக்கும் தெரியாது போலும்.

புத்திமதி கூறும் பேர்வழிகளை, உபதேசிகளை எனக்கு இன்றுவரை பிடிப்பதில்லை. 'உன் குடத்தின் ஓட்டையை முதலில் அடை' என்றே அவர்களிடமெல்லாம் சொல்லத் தோன்றும். ஆனால் டொக்டரை எனக்கு ஏனோ சிறு வயது முதல் பிடித்திருந்தது. ஒப்பனைக்கெல்லாம் அதிகம் இடம்கொடுக்காத வட்ட முகம் அவருக்கு. பருக்கள், பள்ளங்களின் இடறல்கள் இருந்ததில்லை. இந்தப் பூ ஒரு போதுமே வாடி வதங்கி உதிராதோ என்பது போல் அதிலொரு நிரந்தரப் புன்னகை.

அவர் எந்த நகையும் அணிந்து நான் கண்டதில்லை. அழகிய வர்ணங்களில், பல்வேறு வடிவமைப்புகளைக் கொண்ட பருத்தி சேலைகள் அவரிடம் நிறையவிருந்தன. தன் சேலை மேல், முழங்கால் வரை மறையும் விதத்தில் வெள்ளைநிற மேலங்கி அணிந்து, ஸ்டெதஸ்கோப்பைக் கழுத்தில் தொங்கவிட்டிருப்பார். அந்த வாட்டசாட்டமான உடம்பின் பளிச்சென்ற தோற்றம் சூழலுக்கு ஓர் அழகை உருவாக்கி விடும்.

அவரை மையமாக வைத்து வீட்டில் என் இரண்டு மாமாக்கள் தர்க்கப்பட்டிருக்கிறார்கள். செம்மீன் படத்தில் ஷீலாவைப் பார்த்ததிலிருந்து இந்தியாவிலேயே அழகான பெண்கள் மலையாளிகள் என்று இளைய மாமா சொல்லிக் கொண்டிருப்பார். மூத்த மாமாவோ "போடா, கழுதைக்கு என்னடா தெரியும் கற்பூர வாசனை? வங்காளப் பெண்கள்தான் அழகானவர்கள். டொக்டர் மிஸிஸ்.சமரசிங்ஹவைப் பார்த்திருக்கிறாய்தானே? என்ன அழகான பெண் அவர்'' என்பார்.

(என்னைப் பொறுத்தவரையில் சரோஜாதேவிதான் அப்போது உலகத்திலேயே அழகி. ஆனால் அவர் மலையாளியுமல்ல, வங்காளியுமல்ல, 'கன்னடத்துப் பைங்கிளி'.)

பொருத்தமற்ற இணையைப் பெறும் ஒரு பெண்ணாகட்டும், ஆணாகட்டும்- அவர்கள் ஆயுட்காலத் தண்டனை பெற்ற கைதிகள் அல்லவா? மிஸிஸ்.சமரசிங்ஹவுக்கு வாய்த்த கணவரை எனக்குப் பிடிக்கவேயில்லை. அடியும், முடியும் தறிக்கப்பட்ட முற்றிய பனங்குற்றி போல் அவர் தோற்றம். நீண்ட நெடும்பாலத்தின் இரு முனைகளிலும் கூடாரங்களை அமைத்துக்கொண்டு திரு.சமரசிங்ஹவும், டொக்டர் திருமதி சமரசிங்ஹவும் தனித்தனியாக வாழ்ந்துகொண்டிருப்பது போலவே எனக்குத் தோன்றியது. தன்னை அவர்தான் படிப்பித்து ஆளாக்கினார். அந்த நன்றியுணர்ச்சியால் அவரைத் திருமணம் செய்துகொண்டதாக டொக்டர் ஒருதடவை என்னிடம் சொன்னபோது வங்காளத்திலும் தமிழ் சினிமாக்கள் பார்ப்பார்களோ என்றுதான் நினைத்தேன். அந்தக் காரணத்தை என்னால் ஜீரணிக்க முடியவில்லை. படிப்பித்த நன்றியுணர்வைக் காட்டுவதற்காக ஒரு திருமணமெதற்கு? வேண்டுமானால் டொக்டரானதும் முதல் சம்பளத்தில் சமரசிங்ஹவுக்கு

அழகான ஒரு சோடி ஆடையையும், சப்பாத்தையும் வாங்கிக் கொடுத்திருக்கலாமல்லவா என்றுதான் நினைத்தேன்.

டொக்டரின் கணவர் திரு.சமரசிங்ஹ இங்கே இருப்பதில்லை. எங்கள் பிரதேசத்துக்கு மழை வந்து எட்டிப் பார்த்துவிட்டுப் போவதைப் போல்தான் எப்போதாவது அவருடைய வருகைகள். இங்கிருந்து 260 கிலோ மீட்டர்கள் தூரத்திலிருந்த குருநாகலில் அவருக்குத் தென்னந்தோட்டங்கள் இருந்தன. மருத்துவமனையோடு சேர்த்துக் கட்டப்பட்டிருந்த கராஜில் கருஞ்சிவப்பு நிற வேன் ஒன்று நின்றுகொண்டிருந்தால் சமரசிங்ஹ இங்கே வந்திருக்கிறார் என்று அர்த்தம். அவர் அங்கிருக்கும் போது நான் செல்ல விரும்புவதில்லை. அவருடன் நிகழ்ந்த நான்கைந்து சந்திப்புகளும், உரையாடல்களும் எனக்கு அலுப்பைத் தந்தன. அவை கூட மிஸிஸ்.சமரசிங்ஹவின் வலிந்த அழைப்பைத் தட்டிக் கழிக்க முடியாமல் சென்றவை.

என்னை ஒரு பெரிய மனிதனாகக் கருதி, அவர் கைகளைக் கூப்பி 'வணக்கம்' என்று கூறும் போதே நான் கூச்சத்தால் நெளியத் தொடங்கி விடுவேன்.

"உக்காருங்க!" எனத் தமிழில் சொல்வார்.

உட்கார்ந்து விடுவேன். என்னுடைய படிப்பில் ஆரம்பித்து உலக விஷயங்களின் பக்கம் உரையாடல் நகர்ந்து விடும். அவர் கூறும் பல விஷயங்கள் எனக்குப் புரியாதவை. கேட்போர் இல்லாத வானொலி ஒலிபரப்பும் 'காலை நற்சிந்தனை' கேட்பது போலாகிவிடும். என் கண்களுக்கு சமரசிங்ஹ ஒரு வானொலிப் பெட்டியாக உருமாறியிருப்பார். அவருடைய கையைப் பற்றியபடி அறிவெனும் நெடுஞ்சாலையில் தொடர்ந்து பயணித்துக்கொண்டிருக்கிறேன் என்பதை நிரூபிப்பதற்காக அடிக்கடி புன்னகைப்பேன், தலையசைப்பேன். அவ்வப்போது மிஸிஸ். சமரசிங்ஹ கூடத்துக்கு வந்து எங்களை எட்டிப் பார்த்து விட்டுச் செல்வார். திரு.சமரசிங்ஹ ஒருநாள் தன்னுடைய அறைக்குள் சென்று கையில் ஒரு கடிதத்துடன் திரும்பி வந்தார். அந்த இளநீலநிற வான்வழிக் கடிதம் (Aerogram) கை பட்டதும் நொறுங்கி, உதிர்ந்துவிடக் கூடிய பப்படத்தின் நிலையில் இருந்தது.

"இதைப் படித்துப் பாருங்க" என்றார்.

நான் வாங்கிப் பார்த்தேன். ஆங்கிலத்தில் கூட்டெழுத்தில் எழுதப்பட்ட அந்தக் கடிதத்தில் உள்ள எழுத்துகள் கடலலைகளாகவும், தொடர் மலைகளாகவும், பறவைகளின் விரிந்த இறக்கைகளாகவும் என் பார்வைக்குத் தெரிந்தன. மருந்தகங்களில் பணிபுரியும் சிப்பந்திகளால் வெகு சுலபமாக வாசித்தறியக் கூடிய எழுத்து.

''மன்னிக்கவும் ஐயா. இந்தக் கூட்டெழுத்தைப் புரிந்துகொள்வது சிரமமாக உள்ளது'' என்று கடிதத்தைத் திருப்பிக் கொடுத்தேன். 'கூட்டெழுத்து மாத்திரமல்ல, மொத்தத்தில் ஆங்கிலமே எனக்கு எதிரிதான்' என்ற உண்மையைக் கூற நான் விரும்பவில்லை.

''பரவாயில்லை.. தாருங்கள்! நானே படிச்சுச் சொல்றேன்''

''மிக்க நன்றி'' என்றேன்.

''இது யாருடைய கடிதம் என்று தெரியுமா?''

இல்லை என்பதற்கு அடையாளமாக நான் தலையை அசைத்தேன்.

''இதை அனுப்பியவர் மகாத்மா காந்தி. அவரை, அவருடைய கொள்கைகளை எனக்கு மிகவும் பிடிக்கும். அவருக்கு நான் ஒரு கடிதம் அனுப்பியிருந்தேன். உடனே பதில் அனுப்பிவிட்டார். பெரிய மனிதர்கள் என்றும் பெரிய மனிதர்கள்தான்.''

நான் வியப்புடன் அவரைப் பார்த்தேன்.

திரு.சமரசிங்ஹ அந்தக் கடிதத்தை முதலில் ஆங்கிலத்தில் வாசித்துக் காட்டிவிட்டு, பின்னர் தமிழில் மொழிபெயர்த்துக் கூறினார். ஓர் இலட்சிய இளைஞன் எவ்வாறு இயங்க வேண்டும் என்பதை விபரித்து மகாத்மா காந்தி எழுதிய கடிதம் அது. தான் கடிதம் எழுதிய இலட்சிய இளைஞன் இன்று தென்னந்தோட்டங்கள் பலவற்றுக்கும் சொந்தக்காரனாக இருக்கிறான் என்பதை அறிய முன்னரே காந்தி சுட்டுக் கொல்லப்பட்டு விட்டார்.

மிஸிஸ்.சமரசிங்ஹவுக்கும் மகாத்மா காந்திக்கும் நடுவே இரு துருவங்களுக்கிடையிலான தூரம். அவர் விரும்பி வாசிக்கும் சஞ்சிகைகளிலோ, வீட்டுச் சுவர்களிலோ காந்தியை ஒரு படமாகக் கூட நான் கண்டதில்லை. காந்தி மகான் புலாலுண்பதைத்

தவிர்த்த ஒருவர். ஆனால் மிஸிஸ், சமரசிங்ஹவின் செல்லப் பிராணியான சீசர் என்ற அல்சேஷன் நாய்க்கு மாட்டிறைச்சியும், எலும்பும் இல்லாமல் சாப்பாடு குடலுக்குள் இறங்காது. இவற்றைச் சமைத்துக் கொடுப்பதற்கென எலும்பும் தோலுமான ஒரு பையன் நாளாந்தம் வந்து போய்க் கொண்டிருந்தான். அவனை விட நாய் மிகவும் புஷ்டி.

காந்தியை நேசிக்கக் கூடாதென்றெல்லாம் டொக்டர் கறாராக இருந்திருக்க மாட்டார். ஆனால் தன் வீட்டின் பின்புறக் கூண்டிலிருந்த சீசரையே டொக்டர் இந்த உலகத்தில் அதிகமாக நேசித்தார். "இதை நம்பித்தான் நான் இரவில் தனியாகத் தூங்குவது'' என்று டொக்டர் சொன்னதுண்டு.

மூஞ்சியில் கறுப்பும், உடம்பெங்கும் தவிட்டு நிறமும் கொண்ட சீசரின் நாக்கு ஒரு நீளமான சிவப்புப் பழந்துணி போல் வெளியே தொங்கிக் கொண்டிருக்கும். ஆரம்பத்தில் எனக்கும் சீசருக்கும் ஒருபோதும் சரிப்பட்டு வருவதில்லை. தனக்கான இறைச்சியில் பங்கு கேட்டு வந்தவனைப் பார்ப்பது போல் கண்களில் அப்படியொரு குரோதம்; சுற்று வட்டாரமே அதிர்வது போல் குரைப்பு. கம்பிக் கூண்டை உடைத்தெறிந்து கொண்டு வெளியே வந்துவிடுமோ என நான் உள்ளூர நடுங்கிக்கொண்டிருப்பேன். மாட்டுக்கு சிவப்பு நிறம் ஆகாததைப் போல் என்னில் அது கோபம் கொள்ள என்ன காரணம் என்று அடிக்கடி யோசித்துப் பார்ப்பேன். பாவாடை போன்ற என்னுடைய காற்சட்டையோ, ஒட்ட வெட்டப்பட்ட தலைமுடியோ, திருட்டு முழிகளோ, யானைக் காதுகளோ அதற்குப் பிடிக்காமல் போயிருக்கலாம்.

"இந்த உலகத்தின் மனிதர்களை விட நாய்கள் எவ்வளவோ மேல்.'' என்று ஒருநாள் மிஸிஸ்.சமரசிங்ஹ என்னிடம் சொன்ன போது அவருடைய கண்களில் நீர் துளிர்த்திருந்தது.

"நான் இந்த ஊருக்கு வந்த ஆரம்பத்தில் எல்லோருமே சரியான வெகுளிகள், இனிமையாகப் பேசுகின்றவர்கள், புன்னகை மாறாதவர்கள், விழுந்து விழுந்து உதவி செய்பவர்கள், எல்லோருமே நல்லவர்கள் என்றுதான் நினைத்தேன். ஆனால் அவர்களில் பலருக்கு இன்னொரு முகம் இருப்பதைப் பின்னர்தான் அறிந்தேன். தன் மனைவிக்குப் பிரசவ வலி என்று இரவு 11 மணிக்கு வந்து கதவைத் தட்டி அழைத்ததும், தூக்கம்

கலையாத கண்களுடன், ஸ்டெதஸ்கோப்பையும், மருந்துகள் உள்ள கைப்பெட்டியையும் தூக்கிக் கொண்டு மறுயோசனை இல்லாமல் கிளம்பிய ஒரு காலம் இருந்தது ..."

கொஞ்ச நேர மௌனத்துக்குப் பின்னர் மிஸிஸ்.சமரசிங்ஹ தொடர்ந்தார்.

"ஆனால் உலகம் நாம் நினைப்பது போல் அழகும், வெளிச்சமும் மாத்திரம் கொண்டதல்ல. இருட்டு, படுகுழிகள், சுருக்குகள் எல்லாம் இருக்கின்றன. ஒவ்வொரு காலடியையும் நாம்தான் கவனமாக எடுத்து வைக்க வேண்டும். காலம் எனக்குக் கற்றுத் தந்தவை ஏராளம். இன்றைக்கும் நான் எல்லோரையும் பார்த்துப் புன்னகைக்கிறேன். ஆனால் அது வெகுளித்தனத்தால் அல்ல. எதையும், எவரையும் எடை போடத் தெரிந்த பின்னர் வந்த புன்னகை."

நான் பதில் பேசாமல் கேட்டுக்கொண்டிருந்தேன்.

டொக்டர் தன் சொந்த வாழ்க்கை பற்றிப் பேசிய தருணங்கள் அபூர்வம். தான் பிறந்து வளர்ந்த ஊரைப் பற்றிக் கொஞ்சம் சொல்லியிருக்கிறார். அங்கிருந்த ஆலயம் பற்றியும் அதன் படித்துறை பற்றியும், அங்கே காற்றுக்குக் காது கொடுத்துத் தலையசைக்கும் அரசமர இலைகள் குறித்தும், 'வாழ்ந்து கெட்ட' தன் குடும்பம் பற்றியும் அவர் சொன்னதுண்டு. அமெரிக்கா நாஸாவில் படித்துக் கொண்டிருக்கும் தன் மகனுடைய படத்தைக் காட்டி "இவன் அப்படியே என்னைப் போலிருக்கிறான் அல்லவா?" என்று பூரிப்புடன் ஒருநாள் கேட்டார்.

"அவனைப் போல் நீயும் எனக்கு ஒரு மகன்தான்... நீயும் அமெரிக்காவுக்குப் போய்ப் படிக்க வேண்டும், அதுதான் என் ஆசை" என்று டொக்டர் சொல்லி முடிக்கும் போது நான் புன்னகைத்தேன். '40 கிலோ மீட்டர் தூரத்திலிருக்கும் ராமகிருஷ்ணா கல்லூரியையே நடுவில் விட்டுவிட்டு ஓடி வந்தவன் நான். அமெரிக்கா நாஸாவுக்குப் போய் ரொக்கட் விடப் போகிறேன்' என்பதால் வந்த புன்னகை அது.

என் புன்னகையின் பொருளுணர்ந்தோ என்னவோ "சரி, நீ அமெரிக்காவுக்குப் போக வேண்டாம். பெங்களூர் போ! மிகவும் அருமையான கல்லூரிகள் அங்கே இருக்கின்றன ..." என்றார் டொக்டர்.

அவரவர் உலகத்துக்கேற்ற விதத்தில்தான் கனவுகளும்.

ஓட்டை விழுந்த ஒரு கப்பல் என் கனவில். டொக்டரின் கனவுகளோ ஒரு கூட்டுக்குள் இருந்துகொண்டு வண்ணமயமான மேகங்களுக்குள் சிறகுகள் விரிப்பவை.

○○○

ஒருநாள் சுலைமானின் வாடகைக் காரில் டொக்டரும், நானும் போய்க்கொண்டிருந்தோம். அது ஒரு புத்தாண்டு தினம். வானத்தில் நெருப்புப் பூக்கள் நாலாபுறமும் சிதறிப் பெரும் ஓசையுடன் உதிர்ந்துகொண்டிருந்தன. பட்டினத்தின் அனைத்துக் கடைகளும் சாத்தப்பட்டிருந்தன. வழியில் எதிர்ப்பட்ட சைக்கிளோட்டிகளில் பலரும் நிதானத்தில் இல்லை. பாம்புகள் போல் அவர்களுடைய சைக்கிள்கள் நெளிந்து நெளிந்து சென்றன. காரின் பின் இருக்கையில் எங்களுடன் நிறைய கேக் பெட்டிகளும், செம்மஞ்சள் தோலில் சிவப்புப் புள்ளிகள் கொண்ட கோழிச்சூடன் வாழைப்பழச் சீப்புகளும் தனித் தனியாக காகிதப் பைகளில் இருந்தன.

கார் முதலில் கடற்கரையோரமிருந்த நீதிபதியின் பங்களாவுக்குச் சென்றது. பின் ஸீற்றிலிருந்த ஒரு பையை எடுத்துக் கொண்டு டொக்டர் இறங்கினார். அவர் பின்னால் நானும் இறங்கினேன். கதவோரமாக இருந்த அழைப்பு மணியை டொக்டர் அழுத்தினார்.

கதவு திறந்தது. நீதிபதியின் மனைவி தோன்றினாள். மிஸிஸ். சமரசிங்ஹவைக் கண்ட மாத்திரத்தில் ஆனந்தம் அடைந்தவளாக "ஹேய், ஷாந்தி...ஹவ் ஆர் யூ?'' என்று கட்டியணைத்தபடி எங்களை உள்ளே அழைத்துச் சென்றாள்.

டொக்டர் தான் கொண்டுவந்த பையைக் கூடத்திலிருந்த மூன்று கால்களைக் கொண்ட சிறிய மேசையில் வைத்தாள்.அனைவரும் மெத்தை ஆசனங்களில் உட்கார்ந்தோம். ஜட்ஜ் அவர்கள் அவசர அவசரமாகச் சட்டைப் பொத்தான்களை மாட்டியபடி மாடிப்படிகளில் இறங்கிக் கூடத்துக்கு வந்து சேர்ந்தார். டொக்டர் அங்கே பேசிய வார்த்தைகள் சொற்பம். நாணயங்களைச் சிதற விட்டது போல் சிரித்தது அதிகம். எனக்கு இரண்டுமே கை வரவில்லை. மேடை ஓரத்தில் திரைச்சீலையை மூடவும் திறக்கவும் நின்ற ஒருவனைப் பிடித்து நடு மேடைக்குத் தள்ளி

விட்டது போல் அவஸ்தைப் பட்டுக் கொண்டிருந்தேன். இந்த மேடையில் எனக்கென்ன பாத்திரம் என்று என்னை நானே கேட்டுக் கொண்டிருந்தேன். அவர்களுடைய உரையாடல் வேறோர் உலகத்தில் நிகழ்ந்து கொண்டிருக்க, பக்கத்திலிருந்த கடலலைகளின் ஓசை மாத்திரம் என் காதுகளில் விட்டு விட்டுக் கேட்டுக் கொண்டிருந்தது.

இன்னும் சில வீடுகளுக்குச் செல்ல வேண்டியிருப்பதாகக் கூறி, மீண்டும் வாழ்த்துகளுடன் இரவு வணக்கத்தையும் கூறி டொக்டர் விடைபெற்ற போதுதான் எனக்கு நிம்மதிப் பெருமூச்சு வந்தது. ஆனால் வாசலில் வைத்து ஜட்ஜ் குடும்பத்திடம் "தேங்க்யூ" என்று நளினமான ஆங்கில உச்சரிப்புடன் கூறி விடைபெற நான் தவறவில்லை.

காரில் ஏறி உட்கார்ந்ததும் மிஸிஸ்.சமரசிங்ஹ என்னிடம் கேட்டார்.

"நீ ஆட்களுடன் வாய் விட்டுப் பேச மாட்டாயா?"

"எந்த மொழியில் நான் பேச? நீங்கள் ஆங்கிலத்திலும் சிங்களத்திலும் மாறி மாறிப் பேசிக்கொண்டிருந்தீர்கள்"

"மீண்டும் மீண்டும் அதனால்தான் சொல்லுகிறேன்! ஆங்கிலத்தைப் படி, சிங்களத்தைப் படி!"

'அமெரிக்கா நாஸா....பெங்களூர்....ஆங்கிலம் ...சிங்களம் ....'

நான் சரியென்பதற்கு அடையாளமாகத் தலையை ஆட்டினேன். கடற்கரை வீதியின் ஒரு முனையிலிருந்த நாற்சந்தியை கார் நெருங்கிக்கொண்டிருந்தது. வழியை மறித்துக்கொண்டு அங்கே ஏராளமான மாடுகள் படுத்துக் கிடந்தன. மாட்டின் முதுகில் குத்தும் ஆவேசத்தை சுலைமான் ட்ரைவர் ஹோர்னில் காட்டினார்.

"இவை இல்லை மாடுகள்...இவற்றை வளர்த்து இப்படி நடுரோட்டில் விட்டுவிட்டு வீட்டில்...(இந்த இடத்தில் சுலைமான் சொன்ன வார்த்தை நீக்கப்படுகிறது)... அவர்கள்தான் மாடுகள்..." என்று கோபத்துடன் சுலைமான் சொன்னார்.

இரண்டு, மூன்று மாடுகள் சற்று அசைந்து கருணையுடன் வழிவிட்டன.

அடுத்தடுத்து அந்த முன்னிரவில் பொலிஸ் சுப்பிரிண்டென்ட், பொலிஸ் நிலையப் பொறுப்பதிகாரி, மாவட்ட அரசாங்க அதிபர், மாவட்ட வைத்திய அதிகாரி ஆகியோருடைய இல்லங்களுக்கு சுலைமானின் காரில் சென்றோம். ஜட்ஜ் வீட்டில் கிடைத்த அதே வரவேற்பு, அதே குசலம் விசாரிப்பு... அதே சிரிப்பொலிகள், அதே சொற்கள்...இறுதியாக இரவு வணக்கம் கூறி விடைபெறல்.

இப்போது காரின் பின் சீட்டில் ஒரே ஒரு பை பாக்கியிருந்தது. "இதை யாருக்குக் கொடுக்கலாம்?" என்று என்னிடம் டொக்டர் கேட்டார்.

நான் அலுத்துப் போயிருந்தேன். மெல்லிய குரலில் "இதை ட்ரைவர் சுலைமானுக்கே கொடுத்து விடலாமே" என்றேன்.

டொக்டர் புன்னகையுடன் "நல்ல யோசனை" என்றார்.

சிறிது நேரத்தில் அவராகக் கேட்டார். "இந்த மனுஷிக்கு ஏன் இந்தத் தேவையில்லாத வேலையும், அலைச்சலும் என்று மனதுக்குள் திட்டிக் கொண்டிருக்கிறாய்...அப்படித்தானே?"

நான் "சே..சே.. அப்படியொன்றும் இல்லை" என்றேன். ஆனால் நான் அப்படித்தான் மனதினுள் நினைத்துக் கொண்டிருந்தேன்.

என் மனதின் வரிகளை வாசித்தறிந்தவர் போல "வேறு என்னதான் செய்யச் சொல்லுகிறாய்? இறுதிவரை இப்படியேதான் போகப் போகிறது வாழ்க்கை. அறைக்குள் கொஞ்சம் புழுக்கம் என்றால் காற்றுப்படுவதற்காக நாம் வெளியே வருவதில்லையா... அப்படித்தான் இதுவும்" என கார்க் கண்ணாடி வழியாக வெளியே பார்த்தபடி சொன்னார்.

ooo

பரீட்சை முடிவுகள் வெளியாகி ஒரு வாரம் கடந்திருக்கும். நான் எதிர்பார்த்தபடியே ஃபெயிலாகியிருந்தேன். தன்னைச் சந்திக்கும்படி டொக்டர் என்னை அழைத்திருந்தார். அந்த அழைப்பை என்னால் அலட்சியம் செய்யவியலவில்லை. குனிந்த தலையுடனும், சோர்வுடனும் அவரைச் சந்திக்கச் சென்றேன்.

மிஸிஸ். சமரசிங்ஹ என்னை எதிர்பார்த்துக் கொண்டிருந்ததைப் போலிருந்தது. அவரை நேருக்குநேர் பார்க்க எனக்குக் கூச்சமாக இருந்தது.

“என்ன, ஃபெயிலாகி விட்டாயா?”

‘ஆம்’ என்பதற்கு அடையாளமாகத் தலையை ஆட்டிவிட்டு மேசையிலிருந்த ஆங்கிலச் சஞ்சிகையொன்றின் பக்கங்களைப் புரட்ட ஆரம்பித்தேன்.

“ஒஹ்! உனக்கெல்லாம் என்னப்பா ஆச்சுது? கொழுப்பு கூடிப் போச்சுதோ?”

நான் மௌனமாகப் பக்கங்களைப் புரட்டிக்கொண்டிருந்தேன்.

“சரி..சரி..ரிசல்ட் எப்படியோ போகட்டும்...நான் ஏற்கனவே உனக்கு சொன்னேன் அல்லவா, பெங்களூர் கல்லூரியில் எப்படியாவது அட்மிஷன் வாங்கி விடுவோம்”

“டொக்டர், எனக்குத் தொடர்ந்து படிப்பதில் ஆர்வமில்லை” என்றேன். அவர் ஆச்சரியத்துடன் என்னைப் பார்த்தார்.

“முடிந்தால் உங்கள் செல்வாக்கைப் பாவித்து ஏதாவது ஒரு தொழிலில் சேர்த்துவிடுங்கள்...”

டொக்டரின் முகத்தில் இப்போது கோபமும், எரிச்சலும் தோன்றின. இன்றைக்கு, சாயம் அதிகமாகவும் இனிப்பு குறைவாகவும் அவர் தயாரித்துத் தரும் அந்தத் தேநீர் கூடக் கிடைக்காது என்பது உறுதியாகி விட்டது.

“முட்டாள்தனமான முடிவை எடுத்துவிட்டு அதற்கு உதவவும் சொல்கிறாயா? இப்போ தொழில் பண்ணுமளவுக்கு என்ன அவசரம்? நிச்சயமாக நான் செய்யமாட்டேன்...”

டொக்டர் மிகவும் இறுக்கமான முகத்துடன் இருந்தார். நான் எழுந்தேன். அன்றைய அந்தப் பொழுது மிகவும் கசப்பானதாக இருந்தது. இனி அங்கே வரப் போவதில்லை என்ற முடிவுடன் சிறிது நேரத்தில் கிளம்பிவிட்டேன்.

○○○

**டொ**க்டரை நான் அதன் பின் சந்திக்கவில்லை. தற்செயலாகச் சந்திக்கும் தருணங்கள் ஏற்பட்டாலும் கூட ஒருவகை

வைராக்கியம் என்னைத் தூரத்தே தள்ளிச் சென்றது. அவரும் அவ்வாறே ஒதுங்கிக்கொள்வதாக எனக்குத் தோன்றியது.

ஐந்து வருடங்களுக்கு மேலாகியும் அந்த விரிசல் சீராகவில்லை.

1985 ஓகஸ்ட் மாதம் -திகதி சரியாக நினைவிலில்லை- இரவுணவை முடித்துக்கொண்டு, படுக்கையில் சாயப்போகும் தருணத்தில் அந்த அதிர்ச்சியான செய்தியைக் கேள்விப்பட்டேன். நான் அப்போதே ஓடியிருப்பேன். ஆனால் ஓட முடியாது. அப்போதிருந்தது என் பழைய நகரமல்ல. கலகலப்பையும், உயிர்த்துடிப்பையும் எவரெவரிடமோ பறி கொடுத்த நகரம். மாலை ஆறு மணியானதும் இருளுடன் சேர்ந்து ஒரு சவக்களை நகரத்தை மூடிவிடும். எல்லாக் கடைகளுக்குமே தங்களை அடைத்துக் கொள்வதில் அவசரம். வீதிகள் வெறிச்சோடி விடுகின்றன. நாலாபுறங்களிலுமுள்ள காவலரண்கள் நகரத்தின் கழுத்தை நெரித்துக்கொண்டிருந்த காலம். அன்றிரவு முழுக்க கண்ணயர்வதும், திடுக்கிட்டு விழிப்பதுமாக இருந்தேன்.

விடிந்ததும் மருத்துவமனையை நோக்கி ஓடினேன். அங்கிருந்த பிணவறைக்கு *(Mortuary)* சிற்றூழியரொருவர் என்னை அழைத்துச் செல்லும் போது “படுபாவிகள்...அந்த முகத்தைப் பார்த்துவிட்டுக் கொலை செய்ய மனம் வந்திருக்கிறதே'' என்று பெருமூச்சு விட்டார்.

உள்ளே டொக்டரின் உடல் கிடத்தப்பட்டிருந்தது. அவரைப் போர்த்திருந்த துணியெங்கும் காய்ந்த இரத்தம். போர்வையில் கொசுக்கள் அமர்வதும், பறப்பதுமாக இருந்தன. கழுத்து மிடறில் ஓர் ஆழமான வெட்டு. டொக்டரின் முகத்தில் எப்போதுமிருக்கும் அந்தப் புன்னகை மறைந்து போயிருந்தது. நான் ஆடாமல், அசையாமல் வெறித்துப் பார்த்தபடி நின்றேன்.

அன்று மாலை சொற்பமான ஆட்களுடன் ஊர்ந்து சென்ற ஊர்வலத்தில், நால்வரில் ஒருவனாக, குற்றவுணர்வின் உறுத்தலுடன் சவப்பேழையைத் தோளில் சுமந்து சென்றேன்.

சவப்பேழையினுள்ளிருக்கும் அவர் ஏதோ என்னிடம் வினவியது போல் எனக்கு மட்டுமே கேட்டது.

◇◇

# மஹர்

ஓட்டமாவடி அறபாத்

**யா**னையின் குரூரத்திற்கு வண்டில்காரன் காதர் பலியாகி சடலமாக வீட்டின் விறாந்தையில் கிடத்தப்பட்டிருந்தான்.

'யானை அடித்து மூளை சிதறியதால் மரணம் சம்பவித்தது' என்ற வைத்திய அறிக்கையுடன் கோவிட்-19 தொற்றில்லை என்ற சான்றிதழையும் வைத்தியத்துறை அதிகாரிகள் வழங்கிவிட்டுப் போயிருந்தனர். யானைகளுக்கு புத்தி சாதுர்யமும் நினைவாற்றலும் அனந்தம் என்பதை வண்டில்காரன் காதர் அறிய வாய்ப்பில்லைதான். ஞாபக அடுக்குகளில் சேமித்து வைத்து எதிரியைத் தாக்கும் நுண்ணறிவு யானைகளுக்கு வசப்பட்டிருக்கிறது என்பது கூட காதருக்குச் சொல்லப்பட்டிருக்கவில்லை.

மையத்தைக் குளிப்பாட்ட பள்ளிவாயல் மோதினார் வந்துவிட்ட இரைச்சல் இரண்டு நிமிடம் வரை சனத்திரளுக்குள் வண்டுகளின் ரீங்காரமாய் இரைந்துகொண்டே இருந்தது.

மையத்தைச் சூழவும் பிடவைகளால் அரணமைத்துக்கொண்டனர். தண்ணீர் நிரப்பப்பட்ட பாத்திரம், கற்பூரம், சவர்க்காரம், பஞ்சு வகையறாக்களை எடுத்துக் கொடுக்க இஸ்மாயீல் சாச்சா அரணுக்குள் நின்றார். இன்னொருவர் காதரின் உறவினராக இருக்க வேண்டும். அவரும் அரணுக்குள் நின்று, பாத்திரத்தினுள்

ஜாடியை அமுக்கி நீரையள்ளி மையத்தின் மேல் ஊற்றித் தேய்த்துக்கொண்டிருந்தார்.

காதர், வனத்தின் செல்லப்பிள்ளை. விறகெடுப்பதும் மரம் தறித்து விற்பதும் அவன் பிரதான தொழில்கள். சமயங்களில் நெல் அறுவடைக்காலத்தில் நெல் மூட்டைகளை வகிடு வைத்து வண்டிலில் நேர்த்தியாக அடுக்கியபடி எருதுகளைத் தடவிக் கொடுத்தபடி நடந்தே வருவான்.

யானைகள் அவன் வழியில் குறுக்கீடு செய்யும் போதெல்லாம் தீப்பந்தத்தினை எறிந்து விரட்டிவிடுவதும், யானை வெடி கொளுத்திப்போட்டு அவைகளை மிரட்டி வைப்பதும் அவனுக்குக் கைவந்த கலையாயிற்று. யானைகள் குறித்த அசட்டுத் துணிச்சல் அவனில் காட்டுக்குள் சுதந்திரமாகத் தொழில் செய்யும் ஓர்மத்தை வேர்விடச் செய்திருந்தது.

உள்ளறைக்குள் ராவியத்து அழுதுகொண்டே இருந்தாள். நான்கு பிள்ளைகளும் உம்மாவைச் சூழ தேம்பித்தேம்பி தேவிக்கொண்டே இருந்தனர். உடைப்பெடுத்தோடும் வாய்க்கால் நீரைப்போல் மூக்கின் உள்ளே இருந்து சுரந்து வழிந்தோடும் சளியின் உக்கிரம் நிற்கமாட்டேன் என அடம்பிடித்து சதா வழிந்துகொண்டே இருந்தது. வழித்தெடுத்து மேல் சட்டையில் தேய்த்துக்கொண்டே விம்மலை அடக்க முடியாமல் பதகளித்த அவர்களைப் பார்க்க பரிதாபமாய் இருந்தது. மையத்து வீட்டின் பிரத்தியேக வாசமாய் சந்தனக்குச்சியும், அத்தர் கலந்த பன்னீரும் நீக்கமற வீடு முழுதும் கமகமத்துக்கொண்டிருந்தது.

ராவியா இரண்டு குமர்ப் பிள்ளைகளின் எதிர்காலத்தையும் நினைத்து காதரின் இழப்புடன் பொருத்திவைத்து இரு மடங்காக அழுதுகொண்டிருந்தாள்.

அவளைச் சூழவும் பெண்கள் அலையொன்று ஆறுதல் கூறுகிறோம் என்ற போர்வையில் எரியும் நெருப்பில் நெய் வார்த்துக்கொண்டிருந்தனர்.

நேற்றுப்போல் ராவியாவின் மணக்கோலம் நெஞ்சில் விழுந்து தொண்டையில் சிக்கியது. பச்சைச் சிலுக்குச் சேலையில் ஏழு அடுக்குப்பாயில் அவள் முகம் சிவந்து அமர்ந்திருக்கிறாள். தண்ணீர் தளும்பிய மண் குடம் ஓலைத் தட்டினால் மூடப்பட்டு வீட்டின் மூலையில் வைக்கப்பட்டிருந்தது. தென்னம்பாளைகள்

கோர்த்துக் கட்டப்பட்டு நடுவீட்டில் விரிந்திருந்தன. அதன் பூக்கள் உதிர்ந்து படுக்கையறைக்குள்ளும் ஆங்காங்கே சிதறிக்கிடந்தன.

அஸர் தொழுகைக்குப் பின் மாப்பிள்ளைக் கோலத்தில் காதர் அவன் ராத்தாவின் வீட்டின் முன் விறாந்தையை நோக்கி அழைத்து வரப்படுகிறான். வெள்ளை விரிக்கப்பட்ட பாயில் அவனை உட்கார வைத்தார்கள். வெள்ளைச் சேர்ட்டும் சாரமும், தலையில் சிவப்புத் துருக்கித்தொப்பியுமாய் மடமடக்க கால் மடித்து களரியில் நடுநாயகனாய்... ராவியாவின் வாப்பா மாப்பிள்ளையின் வலப்புறத்தில். மருமகனின் திருவதனத்தின் மீது பட்டொளி வீசும் நிலவின் பொன்கீற்றுகளில் அக மகிழ்ந்து விழிகள் பனிய இறைவனை ஸ்தோத்திரம் செய்கின்றார். "ரப்பே என்னுடைய மகளுக்குச் சகல சௌபாக்கியங்களும் பொருந்திய ஆண் மகனைத் தந்தமைக்கு உனக்குக் கோடி நன்றிகள்." அவர் விழிகள் சொக்கிப்போய் மானசீகமாக ஆகாயத்தை நோக்கின.

லெப்பை வந்து விட்டார். சபை களைகட்டிவிட்டது. மாப்பிள்ளையின் நெஞ்சுக்கூட்டுக்குள் புறாக்கள் சிறகடிக்கும் சப்தம் கரைதொடும் பேரலையாக வெடித்துச் சிதறியது. லெப்பையின் வருகைக்காக சபை மூசாவின் கைத்தடிபட்டு இரண்டாகப் பிளந்த நைல் நதிபோல் சடாரெனப் பிரிகிறது.

"எங்க பொண்ட வாப்பா மாப்பிள்ளையின் வலது பக்கமாக இரிங்க"

"மாப்பிள்ளட வாப்பா இஞ்சால இடப்பக்கமா வாங்க... ரெண்டு தரப்பில் ரெண்டு சாட்சி செல்றாக்களும் முன்னால வாங்க"

கட்டளைகள் லெப்பையின் வாயிலிருந்து இடைவெளியில்லாமல் வந்து விழுந்தன. மாப்பிள்ளைத் தரப்பில் அவர் மச்சானும், பெண் தரப்பில் தாய்மாமனும் பெயரிட்டுக்கொண்டனர். காதருக்கு வியர்த்துக்கொட்டியது. வாசலில் நட்டிருந்த தென்னை மரக் குருத்துகளும், வாழையிலைத் தோரணங்களும் அவன் கவனத்தை ஈர்க்கவில்லை. தரைக்குக் குருத்து மணல் பரப்பியிருந்தார்கள். வெள்ளைச் சீனி போல் வாயில் போட்டு மெல்லலாம் போலிருந்தது. அவ்வளவு மென்மை. சந்தனக்குச்சியின் நறுமணம் காற்றிலேகிப்பாவி மண்டபம் முழுதும் கமகமத்துக்கொண்டிருந்தது. அத்தர் கலக்கப்பட்ட பன்னீர் சுற்றிலும் குளிர்மையை விசிறியபடி இருந்தது.

உள்ளறைக்குள் மணக்கோலத்தில் ராவியா அவள் தோழிகள் சூழ அமர்ந்திருக்கிறாள். இளங்குருத்தின் குளிர்ச்சி போல அந்த அறை முழுக்க இளம் பெண்களின் சிரிப்பொலிகள் குளிர்மையாகப் பரவியிருந்தன. ஏழடுக்குப்பாய் நேர்த்தியாக விரிக்கப்பட்டு வெள்ளை உறையிட்ட தலையணைகள் அதன் மேல் அடுக்கப்பட்டிருந்தன. புத்தம் புதிய பனையோலை விசிறியும் ஒரு லாந்தர் விளக்கும் அருகே வருகின்ற மாப்பிள்ளையை எதிர்பார்த்திருப்பதைப்போல் தலைமாட்டில் மௌனமாகக் காத்திருந்தன. அந்த வீடே வர்ணஜாலங்களால் குளிர்ச்சியடைந்திருந்தது.

"முழுப்பெயரச் சொல்லுங்க" லெப்பையின் குரல் மட்டும் சன்னமாக மேலெழுந்தது.

"அப்துல்லாஹ் அப்துல்காதர்"

"வயசு?"

"20"

"முதல் கலியாணம் முடிச்சா?"

"இல்ல"

"மஹர் கொடுக்குறயா?"

"ஓம்"

"எவ்வளவு?"

"101 ரூவா"

"எழுதவா?"

"ஓம் எழுதுங்க"

லெப்பையின் குரல் உயர்ந்தும் காதரின் குரல் சங்கோஜமாகத் தாழ்ந்தும் ஆரோகணித்துக்கொண்டிருந்தன.

"மாப்பிள்ள இந்தாங்க இதுல கையெழுத்துப் போடுங்க"

நடுக்கமேவிய விரல்களால் பேனாவைப் பிடித்து லெப்பை சுட்டிய இடங்களில் காதர் கீறிக்கொண்டே போனான்.

"பொண்ட வாப்பா உங்கட கையத்தாங்க, நான் சொல்றத அப்படியே மாப்பிள்ளயப் பார்த்துச் சொல்லுங்க"

காதரின் விரல்களுடன் ராவியாவின் வாப்பாவின் விரல்கள் பிணைந்திருக்கின்றன. சபை மௌனத்தில் உறைந்திருந்தது. காதரின் மன அடுக்குகளில் பேரலைகளின் இன்ப இரைச்சல் அவனையும் மீறி ஓவென்று அடிக்கத் தொடங்கியது.

"எனது மகள் ராவியா என்ற மணப்பெண்ணை 101ரூவா மஹருக்கு சபையோர் சாட்சியாக ஹலால் பெண்சாதியாக உங்களுக்கு நான் மணம் முடித்துத் தந்தேன்"

காதரின் உடலெங்கும் குறும்புகள் ஊர்ந்து திரிந்து கிச்சுக் கிச்சு மூட்டின.

"மாப்பிள்ள இப்ப சொல்லுங்க"

"கபில்த்து நிகாஹஹா வதஸ்வீஜஹா"

"உங்கள் மகள் ராவியா என்ற மணமகளை 101 ரூவா மகஹருக்கு சபையோர் சாட்சியாக எனது ஹலால் பெண்சாதியாக ஏற்றுக்கொண்டேன்"

லெப்பையின் குரல் மூன்று முறை சத்தமிட்டு ஓங்கி அடங்கியது.
"ஏற்றுக்கொண்டிங்களா?"

காதர் 'ஓம்' என்று தலையை ஆட்டினான்.

'அல்பாத்திஹா' என்ற லெப்பையின் குரலுடன் மெலிதான பேச்சொலிகளும் விறாந்தை முழுக்க தேனி போல் இரையத்தொடங்கின.

மையத்தைக் குளிப்பாட்டி விறாந்தைக்குள் கிடத்தியிருந்தனர். கபனிட்டு கண்ணுக்கு மையிட்டு அத்தர் பூசப்பட்ட காதரின் உடல் பனியில் நனைந்த இளம் தேக்குமரம் போல் சாய்ந்திருந்தது. அவன் மாடுகள் வளவுக்குள் இருந்த கொய்யா மரத்தில் கட்டப்பட்டிருந்தன. மாடுகளுக்குரிய வழமையான அசைவுகள் ஏதுமின்றி தலையைப் பூமியை நோக்கிக் குத்திட்டு நின்ற காட்சி பார்ப்பவர் மனதைப் பிசைந்தெடுத்தது.

காட்டுத் தொழிலுக்குச் செல்லும் சமயங்களில் யானைகள் குறுக்கிடும் வழியில் காதர் வெடிகளைப் பரத்தி வைப்பான். அவனுடன் வெற்றிலை உரலைப்போல் பட்டாசுகளும் உடனிருக்கும். காதரின் வருகையும் பட்டாசுகளின் பேரொலியும் வனத்தின் அமைதியைக் குலைத்துப்போட்டதாக யானைகள்

நினைத்திருக்க வேண்டும். வனாந்தரத்தின் அமைதியைக் கிழித்துக்கொண்டுவரும் மாடுகளின் குளம்பொலியும் சலங்கைகளின் ஜல் ஜல்லும் அமைதியின் வாழ்விடத்தில் வன்மத்தைத் தூவிச்சென்றன. யானைகள் தமது இருப்பிடங்களில் அத்துமீறிப் பிரவேசிக்கும் மனிதர்களின் பிரசன்னத்தை விரும்புவதில்லை.

அச்சுறுத்துவதும் ஆளை அடித்துக் கொல்வதுமாய் அவை தமது எதிர்ப்பினைக் காட்டத் தொடங்கிவிட்டன. தம்மை அச்சுறுத்தி மரண பயத்தினைத் தருபவர்களை இலேசில் விட்டுவைப்பதில்லை.எப்போதாகிலும் அந்தப் பழியைத் தீர்த்துக்கொள்வதாக முன்னோர்கள் கதைக்கும் போது காதர் அதனை அலட்சியமாகவே தட்டிக்கழித்து வந்தான்.

கொடுப்புக்குள் சிரிப்பு முகிழும். யானையாவது அடிப்பதாவது... மிருகத்திற்கு நெனப்பு இருக்குமாம் அது பழிவாங்குமாம். சும்மா போ மூத்தாப்பா என்பான் நக்கலாக.

காதர் வண்டில் நிறைய விறகுகளுடன் வனத்திலிருந்து வெளியேறும் போது மாலை மங்கி இருள் பூசத் தொடங்கிவிட்டது.பகற்பொழுதில் காட்டை விட்டு வெளியேறிவிடுவதென்பது காதரின் வழக்கம். இன்றென்னவோ வெகுதூரம் வந்துவிட்டான். காடு அடர்ந்து சடைத்துக் கிடந்தது. அவனுக்கு முன்னாலும் சில வண்டில் தடங்கள் கடந்து போயிருந்தன. பற்றைகளும் புற்களும் சில்லினுள் அகப்பட்டுப் பூமியோடு அழுந்திக்கிடந்தன. மரங்களைத் தறிப்பதென்றால் நடுவனத்திற்குப் போவதுண்டு, விறகெடுக்க அப்படிப் போகத் தேவையில்லை. காட்டின் முகப்பிலேயே தேவையான விறகுகளைச் சேகரித்துக்கொள்ளுமாற்போல் காடு கொள்ளா காய்ந்த விறகுகள் விரவிக்கிடக்கும்.

அவன் நுகத்திலிருந்து காளைகளை விடுவித்து மேயவிட்டபின் விறகுகளைப் பொறுக்கி அடுக்கத் தொடங்கினான். மிக நேர்த்தியாக ஒரு சிற்பியைப்போல் பார்த்துப் பார்த்து வரிசை சிதைந்துவிடாமல் அடுக்கிய பின் பெருங்கயிற்றினால் பிணைத்துக்கொண்டான். மயிலிறகுகள் வனமெங்கும் சிதறிக்கிடந்தன. அதன் வர்ண மினுக்கம் கண்களைப் பறித்தது. பிள்ளைகளுக்கு நல்ல விருப்பம். அதுவும் கடைக்குட்டி புத்தகங்களுக்குள்ளும் குர்ஆனுக்குள்ளும் இறகுகளை வைத்து

குட்டி போட்டதா எனத் தினமும் பார்த்துக்கொண்டே இருப்பாள். சிதறிக்கிடந்த மயிலிறகுகளைச் சேகரித்துக்கொண்டே சென்றான். குனிந்தபடி சென்றவன் ஒரு புதரில் முட்டி சடாரென நிமிர்ந்து கொண்டான்.

அகன்ற மைதானத்தைச் சூழவும் பிரம்மாண்ட மதில் எழுப்பியது போல் இருள் போர்த்திய புதர்கள் சலனமற்றிருந்தன. கையிருப்பிலிருந்த யானை வெடிகளும் தீர்ந்துவிட்டது நினைவுக்கு வரவே சடுதியாக வண்டிலுக்குத் திரும்பினான். இனி யானைகள் குறுக்கறுக்கும் நேரம். மாடுகள் நிலைகொள்ளாமல் முரண்டு பிடித்து நின்றன. மூக்கணாங்கயிறை இழுத்தபடி "ஹேய் சும்மா இருங்கடாப்பா போவம்" என செல்லமாக மிரட்டினான். எருதுகள் கால்களிரண்டாலும் பூமியை உதைத்தபடி அவசரத்துடன் திமிறிக்கொண்டிருந்தன.

அவன் முள்ளந்தண்டில் குளிர்மை ஒரு ஊசி போல் குத்தத் தொடங்கியது. யாரோ தன்னை உற்றுப் பார்ப்பதான பிரமை. அச்சத்தின் உஷ்ணம் தேகம் முழுக்கத் தகிக்கத் தொடங்கியது. புதர்களின் மௌனம் முதல் தரமாக அவனைக் கிலிகொள்ளச் செய்தது.

அடர்ந்த வனம் மௌனத்தை அணிந்துகொண்டு உம்மென்றிருந்தது. தன்னை ஆக்ரோசமாய் உற்று நோக்கும் விழிகள் யாருடையது? காதரின் முள்ளந்தண்டில் குளிர்ச்சியின் உஷ்ணம் மேலேகி கழுத்து நரம்பினை முறுக்கியெடுத்தது.

சுற்றும் முற்றும் அவன் விழிகள் துழாவித்துழாவி அலசிய பின் தன்னை பிடித்தாட்டுவது பிரமைதான் என நினைத்தபடி அநாயாசமாக வண்டிலின் நுகத்தைப் பற்றிப்பிடித்துப் பாய்ந்தேறிய தருணம் எதிரில் சடைத்து நின்ற புதர்கள் அவனை நோக்கிப் பாய்ந்து வந்தன. புதருக்குக் கால்கள் முளைத்தனவா என மூளை யோசிப்பதற்குள் அதற்குள்ளிலிருந்து நீண்டு வந்த வலுவான தும்பிக்கை காதரை இழுத்து நிலத்தில் தூக்கியடித்தது. காதரின் விழிகளுக்குள் தன் விழிகளை நேர் பொருத்தி உற்றுப் பார்த்தது. பழி தீர்ப்பவனின் நெடுங்கால வன்மத்தை காதர் அந்த உக்கிரத்தில் உணர்ந்துகொண்டான். கோபாக்கினியின் சுடர்கள் வெறியுடன் சுடர் விட்டுக்கொண்டிருந்தன. மாடுகள் திகிலுடன் வண்டிலுடன் வழித்தடங்களைக் குறிவைத்து பிரதான வீதிக்கு வந்துவிட்டிருந்தன.

காதரின் சடலம் மறுநாள் காலையில்தான் முட்புதருக்குள்ளிருந்து கண்டெடுக்கப்பட்டது. மூர்க்கம் கொண்ட எதிரியுடனான போரில் தோல்வியுற்ற ஆல விருட்சம் போல் அவன் சிதிலமாகிக் கிடந்தான்.

ராவியாவை இரு பெண்கள் கைத்தாங்கலாக அழைத்து வந்தனர். ஆண்கள் வழிவிட, இறுதியாக கணவனின் முகத்தைப் பார்த்து அவள் வழியனுப்ப வேண்டும். காதருடன் வாழ்ந்த பதினாறு வருடத் தாம்பத்தியத்தில் அடுக்கடுக்காக நான்கு பிள்ளைகள். இடைப்பட்ட காலத்தில் அவளுடன் பிணங்கிக்கொண்ட காதர் அவன் தாய் வீட்டிற்குச் சென்றதும் வாப்பாவும் மாமாவும் போய் சமாதானம் பேசி அழைத்துக்கொண்டு வந்ததும் ராவியாவின் நெஞ்சில் நெருஞ்சியாகக் குத்தத் தொடங்கியது. வயதான பெண்ணொருத்தி ராவியாவின் காதுக்குள் குனிந்து இரகசியமாக எதையோ சொல்லிக்கொண்டிருந்தாள்.

ராவியா வாய் பொத்தி விம்மினாள். அவள் உடலின் அதிர்வுகள் மின்சாரம் போல் மண்டபம் முழுக்கப் பரவத் தொடங்கியது. பிள்ளைகள் கால்மாட்டில் வாப்பாவின் முகத்தைப் பார்த்தபடி அழுதுகொண்டிருந்தனர்.

“புள்ள ராவியா நேரம் போகுது சொல்லிப்புட்டு வாபுள்ள மையத்த தூக்கணும்” அவள் பெரியம்மா திரும்பவும் நினைவுறுத்துமாற்போல் சத்தம் வைத்தாள்.

விம்மலிடை வெடித்துச் சிதறினாள். பதினாறு வருட தாம்பத்தியத்தில் தீர்க்கப்படாத கடனை அவள் தீர்த்துவிட்டதாய் பிரகடனம் செய்ய வேண்டும். வார்த்தைகள் சிதறித் துகள்களாகி வெடித்துச் சிதறின.

“நான் என்ட மஹரை ஹலாலாக்குறன், நீங்க எனக்கு கடனாளி இல்ல.”

ஜனாசாவின் முகத்தை முஅத்தினார் கபன் துணியால் இழுத்து மூடினார்.

◇ ◇

# வெண்சுடர்

கருணாகரன்

**த**ன்னைக் கிழித்துக்கொண்டிருப்பதில் வெண்சுடருக்கு பிரியமா வெறியா என்று தெரியவில்லை. அதைப்பற்றி அவளுக்கும் சரியாகத் தெரியாது. ஆனால் அவள் தன்னைக் கிழித்துக் கொண்டேயிருந்தாள். அப்படிக் கிழிப்பது தீராத வலியும் வேதனையும்தான். ஆனாலும் தன்னைக் கிழித்துக் கொண்டிருப்பதை விட்டு விட முடியாதிருந்தாள். அதொரு விருப்பமாகவோ விட்டு விடமுடியாத செயலாகவோ எப்படி மாறியது என்று ஒரு நாள் அவளிடம் கேட்டேன். அவள் எதுவுமே சொல்லவில்லை. ஆழ்ந்து யோசித்தாள். தீவிரமடைந்தது முகம். அதை அந்த மாலை நேரத்து மஞ்சள் வெயிலின் ஒளியில் கவனித்தேன். புருவங்களைச் சுருக்கி, எங்கோ கூர்மையாகப் பார்த்தாள். எதையாவது அவள் சொல்லக் கூடும் என்ற ஆர்வத்தோடு காத்திருந்தேன். ஆனால், அவளோ எதுவுமே நிகழாததைப்போல இயல்பாக எழுந்து "ஏதாவது குடிக்கிறீங்களா?" என்று கேட்டபடி உள்ளே சென்றாள்.

நான் கீதாவைப் பார்த்தேன். சமவேளையில் அவளும் என்னைப் பார்த்தாள். அவளுக்கும் இது ஆச்சரியமாக இருந்திருக்க வேண்டும். நாங்கள் எதையும் பேசிக்கொள்ள முதல், ஏன் எதையும் யோசிப்பதற்குள் இரண்டு குவளைகளோடு தண்ணீர்ப் போத்தலை எங்களின் முன்னே வைத்தாள் வெண்சுடர்.

“இந்தக் கடலைப் பார்த்தீங்களா? அது அப்பபடியே இருக்குது. எத்தனையோ ஆண்டுகளாக. ஆனால், அப்படியாக இல்லை எண்டுதான் நான் சொல்லுவன். ஏனெண்டால் அசைந்துகொண்டேயிருக்கின்ற, இயங்கிக்கொண்டிருக்கிற ஒண்டு எப்படி, அப்படியே மாறாமல் இருக்கேலும்? ஆனால், அசைந்துகொண்டிருக்கிற படியாலதான் அது அப்படியே இருக்கு எண்டமாதிரியும் இருக்குது. அதுக்கு அலைதான் வரம். அலைதான் அதைப் புதுப்பித்துக்கொண்டே இருக்குது. அலையில்லையெண்டால் கடலில்லை. அது எப்பவோ தேங்கிப் பழுதாயிருக்கும் இல்லையா!” என்று சொன்னாள். சற்று இடைவெளி விட்டு, “என்னைப்போல” என்றாள், எதிரே விரிந்து கிடந்த கடலைப் பார்த்து.

“என்னைப்போல” என்று அவள் அழுத்தமாகச் சொன்ன வார்த்தை என்னைத் துணுக்குற வைத்தது. என்றாலும் நான் எதுவும் பேசவில்லை. அவளையே பார்த்துக்கொண்டிருந்தேன். அவளுக்கு எந்தச் சங்கடத்தையும் தரக் கூடாது என்பதற்காக கூர்மையாகப் பார்ப்பதைத் தவிர்த்தேன். அவள் மேலும் என்ன சொல்லப் போகிறாள் என்பதிலேயே என்னுடைய ஆர்வமிருந்தது. கீதாவுக்கும் அந்த ஆர்வம் இருப்பதைப்போலத் தெரிந்தது. ஏன் எங்கள் அணியைச் சேர்ந்த மற்றவர்களுக்கும் அப்படித்தான் தோன்றியிருக்கக் கூடும். அவர்கள் எங்களுக்குச் சற்றுத் தள்ளி சிறிது தொலைவில் நின்றனர்.

நான் “ம் நீங்கள் சொல்வது சரியே. கடலுக்கு அலைதான் வரம். அலையே கடலை எப்போதும் இளமையாக வைத்திருக்குது. அலைதான் அதின்ரை அழகு. அலையில்லாத கடலை நாம் கற்பனை செய்தே பார்ப்பதில்லை” என்றேன்.

மெல்ல என்னைப் பார்த்துச் சிரித்தாள் வெண்சுடர். பிரகாசித்தது முகம்.

“கடல் மட்டுமில்ல, வானமும் அப்படித்தான். அது எப்பவும் தன்னைப் புதுப்பிச்சுக்கொண்டேயிருக்கு. எப்ப வானத்தைப் பார்த்தாலும் அது புதிசாகவே இருக்குது. நேற்றுப் பார்த்த வானம் இண்டைக்கில்லை. இண்டைக்கு அது வேறொண்டு. நாளைக்கு இன்னொண்டாயிருக்கும். ஏன், இப்ப பார்க்கிற வானம் அடுத்த கொஞ்ச நேரத்திலயே மாறீடும். அப்ப

அது இன்னொண்டா, புதிசா இருக்கும். நான் வானத்தைப் பார்த்துக்கொண்டேயிருப்பன். எப்பிடி அது தன்னைச் சலிப்பில்லாமல், விதவிதமாக மாற்றிக்கொண்டிருக்குது. அதுக்குக் களைப்பே வாறதில்லையா எண்டமாதிரித் தோன்றும் வானத்தை மட்டுமில்ல. நிலவைப் பாருங்கோ. ஏன் காலையிலேயோ மாலையிலோ சூரியனைப் பாருங்கோ. எப்பிடி, அழகாக, புத்தம் புதிசா இருக்கெண்டு அப்பிடித்தான் எனக்கும் இருக்க விருப்பம்" என்றாள்.

நான் 'ஆம்' என்ற மாதிரி மெல்ல மேலும் கீழுமாகத் தலையசைத்தேன். தான் சொன்னதை நான் ஏற்றுக்கொண்டதாக அது, அவளுக்கு மகிழ்ச்சியை அளித்திருக்க வேண்டும். மிக உற்சாகமாகக் கண்களை விரித்தாள். "உங்களுக்கு இதெல்லாம் எப்பிடியிருக்கு?" என்று கேட்டாள்.

"ம், எனக்கும்தான். இயற்கையின் இயல்பும் வினோதமும் அப்படியானதே. அதாலதான் இயற்கைக்கு முதிர்ச்சியில்லை. அழகில் அது குறையிறதுமில்லை. அதனால்தான் அது எந்தத் தலைமுறையின் மனதையும் அப்படியே தனக்குள் உள்வாங்கிக் கொள்ளுது. நாங்கள் உருவாக்கிற அழகும் அமைப்புகளும் நிர்மாணங்களும் நம்முடைய காலத்திலேயே மாறீடும். அதையெல்லாம் அடுத்த தலைமுறைகள் கழித்தொதுக்கி விடவும் கூடும். பிரமிட், தாஜ்மஹால், ஈபில் டவர் போல அபூர்வமாகச் சிலதைத்தான் கொண்டாடும். ஆனால், இயற்கையை அப்படி எளிதில யாராலும் ஒதுக்கிவிடேலாது. அதின்ரை புதுமையே அதுதான்.. அதின்ரை இயக்கம்தான்" என்றேன்.

உதடுகளைப் பிரிக்காமல் மெல்லப் புன்னகைத்தபடி கண்களை விரித்தாள். ஒரு ஆறு, ஏழு வயதுப் பிள்ளையைப் போல அவளுடைய குதூகலமிருந்தது. சற்றுப் பரபரப்படைந்தாள். அறிவொளி கண்களில் மின்னியது. ஓர் ஆசிரியரைப் போலவும் கற்றுக் கொள்ளும் ஆவலுடைய மாணவியைப் போலவும் சமநேரத்தில் தெரிந்தாள்.

ஏதோ ஒன்றை எண்ணியவள் போல எழுந்து "உங்களுக்குப் பழங்கள் பிடிக்குமல்லவா?" என்று கேட்டாள்.

"யாருக்குத்தான் பழங்கள் பிடிக்காது" என்றேன்.

அதற்குள் வெண்சுடரின் அம்மா ஒரு தட்டில், சீவி அரிந்த மாம்பழத் துண்டுகளையும் இன்னொரு தட்டில் நறுக்காத, உருண்டையான கொய்யாப்பழங்கள் ஐந்தாறையும் கொண்டுவந்து எங்களுக்கு முன்னே இருந்த teapoy table இல் வைத்தார்.

"ம்... எடுங்கோ" என்று கண்களால் காட்டினாள் வெண்சுடர்.

நான் நறுக்கிய மாம்பழத் துண்டுகளில் ஒன்றை எடுத்தேன். ஒரு கொய்யாப்பழத்தை எடுத்து நீட்டியபடி "கொய்யாப் பழம் எண்டால் எனக்கு நல்லாய் பிடிக்கும். அது பள்ளிப்பருவத்து நினைவோடு எப்போதும் எனக்குள்ள இருக்கு. இதை வெட்டித் தரமுடியுமா?" என்று அம்மாவிடம் கேட்டாள் கீதா. அதற்குள் அதை வாங்கிக் கொண்டு உள்ளே சென்றாள் வெண்சுடர். மின்னலைப்போல ஒரு நிமிடத்திற்குள் சம அளவில் நான்கு துண்டாக அதை நறுக்கி, அதில் ஒரு துண்டை எடுத்துக்கொண்டு "எனக்கும் ஒரு பங்கு எடுத்துக் கொள்ளலாமா?" என்று சிரித்தாள்.

அந்தக் கணத்தில் எங்களுக்கு எதிரே ஒரு அணில் மரத்திலிருந்து தாவி நிலத்தில் குதித்து எதையோ தேடியது. அதற்கு இன்னொரு கொய்யாப்பழத் துண்டை எடுத்துப் போட்டாள். அதை எடுத்துக்கொண்டு மரத்தில் ஏறியது அணில். "அது என்னுடைய குழந்தைகளில் ஒன்று" என்று கண்களைச் சிமிட்டினாள்.

அவளை என்னால் புரிந்துகொள்ளவே முடியவில்லை. என்னால் மட்டுமல்ல, கீதாவினாலும்தான்.

உளரீதியாகப் பாதிக்கப்பட்டோருக்கு ஆதரவான பணிகளில் பதினைந்து ஆண்டுகளாக ஈடுபட்டு வருகிறோம் இருவரும். தன்னார்வத் தொண்டாகத்தான். வார இறுதிநாள்களில் எங்களுடைய அணி இந்தப் பணியில் ஈடுபடுவதுண்டு. எங்களுடைய அணியில் பயிற்சி பெற்ற ஆண்களும் பெண்களுமாக மொத்தம் எட்டுப்பேர் உள்ளனர். வெவ்வேறு அணிகளாகப் பிரிந்து சென்று அங்கங்கே பணிகளைச் செய்வோம். தேவையென்றால் சிலர் மேலதிகமாகச் சேர்ந்து கொள்வதுண்டு. பணியில் ஒவ்வொருவருக்கும் வெவ்வேறு அனுபவங்கள் நிறையக் கிடைக்கும். அதைப்போல உளவளத் தேவையுடைய ஒவ்வொருவரிடத்திலும் நாங்கள் பெறுகின்ற அனுபவங்கள் ஏராளம். ஒவ்வொரு சந்திப்பிலும்

ஒவ்வொருவரும் ஒவ்வொரு மாதிரி இருப்பார்கள். சிலரைப் புரிந்து கொள்வதும் கையாள்வதும் இலகு. சிலரைப் புரிந்து கொள்வதும் கையாள்வதும் மிகக் கடினம்.

வெண்சுடர் புரிந்துகொள்ளக் கடினமான பெண்ணாக இருந்தாள். ஆனால் மிக இலகுவாக, கொண்டாட்டமானவளாக இருந்தாள். அதுதான் அவளைப் பற்றிய புதிர். பல சமயங்களிலும் விதவிதமான அலங்காரங்களைச் செய்வாள். தன்னைக் கூட அலங்கரித்திருப்பாள். ஒருபோது சாதாரண வீட்டுப் பெண்ணைப் போல. ஒருபோது பள்ளி மாணவியாக. இன்னொரு போது பெரிய மனிசி என்ற தோரணையில். சிலபோது பாடுவாள்.

"நீங்கள் நினைப்பதைப் போல அவளொன்றும் விளையாட்டுப் பிள்ளையில்லை. நிறையக் கைவினைப் பொருட்களைச் செய்து வைத்திருக்கிறாள். போர்க்களத்தில் இருந்தவளல்லவா?" என்று அவளுடைய அயல் வீட்டுப் பெண் ஒருத்தி ஒரு தடவை சொன்னாள். அவற்றைச் செய்யும் வித்தைகளை அவள் எங்கே படித்தாள் என்று யாருக்கும் தெரிந்திருக்கவில்லை. அதைப்பற்றி அவளிடம் கேட்டுப் பார்த்திருக்கிறார்கள். "எல்லாம் ஒரு கைப்பழக்கம்தான். மனசில தோன்றினால் அதைச் செய்வேன். என்னவெல்லாம் மனசில படுதோ அதைச் செய்து பார்ப்பேன். அது என்ரை மனசை நானே பாக்கிற மாதிரியிருக்கும். நீங்களும் செய்து பார்க்கலாம்" என்றிருக்கிறாள். அதற்குமேல் அதைப்பற்றி அவள் எதுவும் சொல்லவில்லை. ஆனால், தன்னோடு இணைத்துக்கொண்டு அயல் வீட்டுப் பெண்கள் இருவருக்கும் ஒரு முதியவருக்கும் சில பொருட்களைச் செய்து காட்டியிருக்கிறாள். அவர்களும் படு உற்சாகமாக அவளோடு இணைந்து அதையெல்லாம் செய்திருக்கிறார்கள். இது தொடர்ச்சியாக நடப்பதில்லை. எப்போதாவது அவளுக்கு ஒரு எண்ணம் வந்து இந்த மாதிரிச் செய்யலாம் என்று தோன்றும்போது அவள் அவற்றைச் செய்வாள். அப்பொழுது அவர்களை அழைத்துக்கொள்வாள்.

சிலவேளை அவள் முற்றிலும் மாறி வேறொரு ஆளாக இருப்பாள். யாருடனும் பேசுவதே இல்லை. இது சில நாட்களுக்கு மட்டுமல்ல, சில வாரங்களுக்கே நடப்பதுண்டு. அந்த நாட்களில் அவள் தனித்து விடுவாள். அப்போது

வேகமாக எதையெல்லாமோ எழுதிக் கொண்டிருப்பாள் என்று வெண்சுடரின் அம்மா ஒருநாள் கண்டு பிடித்தார்.

ஒருநாள் குளிப்பதற்காக அவள் சென்றபோது, மெல்லச் சென்று அவள் என்ன எழுதுகிறாள் என்று அவளுடைய அறைக்குள் தேடியிருக்கிறார் அம்மா. அங்கே அப்படி எதுவுமே இருக்கவில்லை. அம்மாவுக்கு ஆச்சரியமும் பயமுமாக இருந்தது. நாளெல்லாம் ஓயாமல் எழுதிக்கொண்டிருக்கிறாள். தேடிப்பார்த்தால் எதுவுமே இல்லை. ஒரு கணம், தனக்குத்தான் ஏதாவது மனப்பிரமையோ என்று அம்மாவுக்குக் குழப்பம் ஏற்பட்டது. ஆனாலும் அப்படியெல்லாம் இருக்காது. அவள் நிச்சயமாக எதையோ எழுதுகிறாள். அதை எப்படியோ எங்கேயோ மறைத்து வைத்திருக்கிறாள். அந்த மறைவிடம் எங்கே என்று அறியவேண்டும் என்று அம்மா எண்ணினார். என்ன எழுதுகிறாள் என்பதை விட, அதையெல்லாம் எங்கே வைத்திருக்கிறாள் என்பது அம்மாவுக்கு ஒரு புதிய பிரச்சினையாக இருந்தது.

அந்த நேரம் பார்த்து வெண்சுடரைப் பார்ப்பதற்காக அவளுடைய தோழி ஒருத்தி வந்திருந்தாள். வந்தவளுக்கும் வெண்சுடரைப்போல கால் ஒன்றில்லை. அவளும் போரில் அதை இழந்திருந்தாள். ஏற்கனவே சில தடவைகள் அங்கே வந்திருந்ததால் அம்மாவுக்கு அவளைத் தெரிந்திருந்தது. வந்தவளை அழைத்து உட்காரும்படி இருத்தினாள் அம்மா. குளித்து வந்த வெண்சுடருக்கு, தோழியைக் கண்டதும் மகிழ்ச்சியாகிவிட்டது. இருவரும் அணைத்துத் தழுவிக்கொண்டனர். சிறிது நேரம் பேசிக் கொண்டிருந்துவிட்டு, தோழிகள் இருவரும் கடற்கரையை நோக்கிப் போனார்கள்.

அதை ஒரு வாய்ப்பாகக் கொண்டு அம்மா தொடர்ந்து வெண்சுடர் எழுதிய பத்திரங்களைத் தேடினார். அறையை முழுவதுமாகத் தேடியாயிற்று. எதுவும் கைகளில் சிக்கவில்லை. எதுவோ தோன்ற அப்படியே குளியலறைக்கு அருகில் உள்ள சிறிய அறைக்குள் சென்று பார்த்தார். அது நெல் வைக்கும் களஞ்சிய அறை. அதற்குள் ஒரு அடுக்கில் அப்பாவினுடைய சில பழைய பொருட்கள் இருந்தன. அவர் இறந்த பின் இரண்டு மூன்று ஆண்டுகள் கைதொடாமலே இருக்கின்றன.

இடுக்கின் வழியே அந்த அடுக்கில் எட்டிப் பார்த்தார் அம்மா. ஆச்சரியமாக இருந்தது, ஒரு சிறிய அடுக்கில் நிறையத் தாள்கள் கட்டப்பட்டு வெளியே தென்படாமல் மறைத்து வைக்கப்பட்டிருந்தன. அம்மா அதை மெல்ல எடுத்து, சில தாள்களை மட்டும் உருவியெடுத்துக்கொண்டு வெளியேறினார். பதட்டத்துடன் அதைப் படித்தபோது அதிர்ந்துவிட்டார்.

000

**வெ**ண்சுடருடன் முதல்நாள் சந்திப்பே நமக்குப் புதிய அனுபவம்.

எங்களுடைய அணி சேகரித்த விவரங்களின் அடிப்படையில், ஒரு காலையில் நாங்கள் அந்தக் கடலோரக் கிராமத்துக்குச் சென்றோம். லேசாக மழை தூறிக் கொண்டிருந்தது. அந்த மழையைப் பொருட்படுத்தாமல் அவரவர் தங்களுடைய வேலைகளில் இருந்தனர். கடற்கரையில் அநேகமாக ஆட்களில்லை. படகுகள் எல்லாம் மணல் திட்டில் ஏற்றிவிடப்பட்டிருந்தன. கடல் கருமையேறிச் சற்றுக் கொந்தளிப்பாக இருந்தது. நீலமுமற்று கருமையுமற்று கருஞ்சாம்பல் நிறத்தில் இருந்தது வானம். சற்று உரப்பாக வீசிக்கொண்டிருந்தது காற்று. அது மாரியின் தொடக்க காலம்.

சேகரித்த விவரத்தின்படி கடற்கரை வீதியும் குறுக்கு வீதியும் சந்திக்குமிடத்திற்கு அப்பால் உள்ள சிறிய தேவாலயத்துக்கு அருகில், பூவரசு மரம் நிற்கும் கடையில் இருந்தவரிடம் "தேவகுமாரனின் வீடு இதுதானா?" என்று எதிரே உள்ள வீட்டைக் காட்டிக் கேட்டோம். யாருக்கும் அடையாளம் சொல்லத் தெரியவில்லை. "அப்படி யாரும் இங்க இல்லையே! நீங்கள் யாரைத் தேடுறீங்கள்?" என்று கேட்டார்கள். எங்களைச் சுற்றி ஐந்தாறு பேர் கூடி விட்டார்கள்.

இப்படி ஒரு புதிய பெயரில் விசாரிப்பது, நாங்கள் தேடுபவரைப் பற்றிய அயலவரின் அப்பிராயம் எப்படி இருக்கிறது என்று அறிவதற்கு உதவும் என்ற அடிப்படையில்தான். ஆனால், அப்படியே அந்த அபிப்பிராயத்தைக் கொண்டு நாம் எதையும் தீர்மானிப்பதில்லை. அது நம்முடைய பணிக்கு மாறானது. என்றாலும் வெளிப்பார்வையில் எப்படியாகப் பார்க்கிறார்கள்?

நாம் தேடுகின்றவரை அவர்கள் எப்படி அடையாளம் காண்கிறார்கள் என்பதைத் தெரிந்துகொள்ள முடியும்.

"தடுப்பிலிருந்து வந்திருக்கிற, ஒற்றைக் கால் உள்ள பிள்ளையையா தேடுறீங்கள்?" என்று ஒரு வயதான பெண் நேரடியாகக் கேட்டார்.

நாங்கள் சற்றுத் தயங்கி "இருக்கலாம். ஆனால், அப்படித்தான் எண்டு சரியாகச் சொல்ல முடியாது" என்றோம்.

தனக்கு ஒன்றும் புரியவில்லை என்ற மாதிரி அவர் உதட்டைப் பிதுக்கினார். பிறகு கேட்டார், "பேரென்ன சொன்னீங்கள்?"

"தேவகுமாரன்"

"தெரியாது. அந்த வீட்டில இருக்கிற பிள்ளைக்கு மரியமலர் எண்டு பேர். தாய்க்கு, பிலோமினா. தகப்பன், ஞானகுமாரன். அந்தப் பிள்ளை இயக்கத்துக்குப் போனதுக்குப் பிறகு என்ன பேர் வைச்சதெண்டு தெரியாது. ங்கா அது ஏதோ மதிநிலாவோ, நிலாமதியோ எண்டுதான் ஞாபகம். அங்க போய் விசாரிச்சுப் பாருங்கோ. தெரியும்" என்று சொல்லிவிட்டு அவர் கடற்கரைப்பக்கமாக நடந்து போனார்.

நாங்கள் அந்த வீட்டுக்குச் சென்றபோது அங்கே வெண்சுடரின் அம்மாதான் வரவேற்றார். அவருக்கு ஏற்கனவே எங்களால் தகவல் சொல்லப்பட்டிருந்தது. அதனால் எந்தக் கலவரமும் ஏற்படவில்லை. வெண்சுடர் மூன்று நாள்களாகக் கடுமையாக அடித்த காய்ச்சலில் ஆழ்ந்த தூக்கத்திலிருந்தாள்.

வெண்சுடரின் தூக்கத்தைக் குழப்பாத விதமாக, வீட்டுக்கு வெளியே உள்ள தென்னைகளின் நிழலில் அமர்ந்து, குரலைத் தாழ்த்தி, அமைதியாக அம்மாவிடம் பேசினோம். மழைத் தூறல் நின்று, கடற்காற்று இதமாக வீசிக் கொண்டிருந்தது.

"வந்ததில இருந்து மகள் எல்லாத்தையும் ஒழுங்காகவும் சரியாகவும் செய்கிறாள். சிலவேளை யாரையும் ஆச்சரியமூட்டும் வகையில் பேசுகிறாள். யாராலும் பதிலளிக்க முடியாத கேள்விகளைக் கேட்கிறாள். சிலவேளை பயமூட்டும்படி நடந்து கொள்கிறாள். அவளை எங்களால் புரிந்துகொள்ளவே முடியாமலிருக்கு. அவளை நினைக்கப் பயமாக இருக்கு. அதை விட அவளுடைய எதிர்காலத்தைப் பற்றி யோசித்தால்

தூக்கமே வருகுதில்லை. அவள் இயக்கத்தில இருக்கும்போது ஒரு பயமும் கவலையும் இருந்தது. அது அவளின்ரை உயிரைப் பற்றிய பயம். இப்ப பிள்ளை வீட்டுக்கு வந்திருக்கு. காலோ கையோ இல்லை எண்டாலும் பிள்ளை வீட்டுக்கு வந்தது எண்டால் சந்தோசந்தானே. ஆனால், அந்தச் சந்தோசத்தை அனுபவிக்க முடியாத மாதிரி அவளின்ரை நிலைமை இருக்கு" என்று உடைந்தார். அதற்கு மேல் அவரால் தொடர்ந்து பேச முடியவில்லை. கண்கள் நிறைந்து வடியத் தொடங்கின.

கீதா அவருடைய தோள்களைத் தன்னோடு அணைத்து ஆறுதற்படுத்தினாள். அன்று எங்களால் வெண்சுடரைப் பார்க்கவோ பேசவோ முடியவில்லை. ஆனால் அவளுடைய விவரங்களை அறிந்து வந்தோம்.

**அறிந்த விவரங்கள்:**

**பெயர்:** மரியமலர்

**படிப்பு:** க.பொ.த. சாதாரணதரம். பரீட்சை எழுதவில்லை. ஆனால், தொடர்ந்து படித்திருந்தால் மேலே படித்துப் பெரிய ஆளாக வந்திருப்பாளாம்.

**இயக்கத்துக்குப் போனது:** 1990 மே மாதம் (18 ஆண்டுகள் இயக்கத்தில் இருந்திருக்கிறாள்).

**இயக்கப் பெயர்:** நிலாமதி (அதென்ன நிலாமதி என்றொரு பெயர்? நிலாவும் மதியும் ஒன்றுதானே!)

**காலில் காயம் ஏற்பட்டது:** 1998 இல். வன்னியில் நடந்த ஜெயசுக்குறு சண்டையில்.

**அதற்குப் பின்னர்:** ஓவியம் வரைதல், வீடியோ எடிற்றிங், கதை எழுதுதல் போன்ற பயிற்சிகள் வழங்கப்பட்டன.

**போரின் முடிவின்போது:** எங்கே இருக்கிறார் என்று விவரம் அறிய முடியவில்லை.

**மீண்டும் தொடர்பு கிடைத்தது:** 2010 பெப்ரவரியில்.

**தடுப்பிலிருந்து வெளியே வந்தது:** 2011 மார்ச்சில்.

**தற்போது:** வீட்டில், கடற்கரையில், ஊரின் எல்லையில் இருக்கும் ஆலமரத்தடியால் தரவைக்குச் செல்லும் வீதியில்

எனத் தனக்கு விரும்பிய இடங்களில் இருப்பாள். அபூர்வமாக வெளியூர்களுக்குச் செல்வது.

**திருமணம்:** ஆகவில்லை. அதைப்பற்றிய அக்கறையுமில்லை. அதைப்பற்றி யாராவது பேச்செடுத்தால் "சண்டை முடிஞ்சுதா?" என்று கேட்பாள்.

அடுத்த தடவை அங்கே நாங்கள் சென்றபோது, மரியமலரே வீட்டின் முன்பாக நின்றிருந்தாள். எங்களைக் கண்டதும் "வாங்கோ" என்று வரவேற்று உள்ளே அழைத்துப் போனாள். "ஆர் நீங்கள், ஆரைப் பாக்க வேணும்?" என்று ஆச்சரியத்தோடு கேட்டாள். அதற்குள் மரியமலரின் அம்மா வந்து விட்டார். "வாங்கா வாங்கோ" என்று அவர் அழைத்தார்.

"அம்மாவைப் பார்த்துப் போகலாம் எண்டு வந்தம். இந்தப் பக்கமாக வரும்போது அம்மாவைப் பார்க்க வாறனாங்கள்" என்றாள் கீதா.

"ஓ அப்படியா நல்லது. அம்மாவுக்கு நல்ல கூட்டாளிகள்தான்" என்று சிரித்தாள். அப்படியே கீதாவுடன் பேச்சுக் கொடுத்து கடகடவென எதையெல்லாமோ பேசினாள். நீண்டநாள் அறிமுகமானதைப்போல கீதாவின் கைகளைப் பற்றி தன்னுடைய மடியில் வைத்து, "உங்களைப் போல எனக்கொரு தோழி இருந்தாள். மலையருவி எண்டு பேர். அவளைப் பற்றி ஒண்டுமே தெரியாமலிருக்கு. இப்ப அவளே வந்த மாதிரி இருக்கு. உங்களை நான் மலையருவி என்று கூப்பிடலாமா?" என்று குழந்தையைப்போல கலகலவென்று சிரித்தாள்.

"ஓ தாராளமாக. உங்கட விருப்பப்படி நீங்கள் கூப்பிடலாம்" என்றாள் கீதா. சட்டென்று உடைந்து அழுதாள் மரியமலர். "எப்பிடியெண்டாலும் நீங்கள் மலையருவி இல்லைத்தானே!" என்றாள்.

கீதாவுக்கு ஒரு கணம் தடுமாற்றமாகி விட்டது. ஆனாலும் அந்த நிலைமையைச் சமாளித்துக் கொண்டு "உங்களுக்கு எப்படி விருப்பமோ அப்படியே இருக்கட்டும்" என்றாள்.

"அப்படியா, நல்லது. அதுக்காக நான் உங்களுக்கு ஒரு பரிசு தரப்போறன்" என்று சொல்லிக் கொண்டு உள்ளே சென்றவள், ஒரு நோட்டுப் புத்தகத்தையும் ஓவியமொன்றையும்

கொண்டுவந்து கீதாவிடம் கொடுத்தாள். தொடர்ந்து கீதாவை அணைத்துக் கொஞ்சினாள். "நீ மலையருவி, என்னுடைய அருவி உனக்கு என்னுடைய ஓவியங்களும் கதைகளும் பிடிக்குமல்லவா" என்றாள். "ஆ மலையருவிக்கு ஒரு கை இல்லை. ஆனால், இந்தா இப்ப அவளுக்கு கை இருக்கு. இந்த அருவியை எனக்குப் பிடிச்சிருக்கு" என்று கீதாவின் கைகளைப் பிடித்து முத்தமிட்டாள். சட்டென்று அழுதாள்.

எனக்கு அந்த ஓவியத்தையும் நோட்டுப் புத்தகத்தையும் திறந்து பார்க்க வேணும், படிக்க வேணும் என்ற ஆர்வம் இருந்தாலும் அந்தச் சூழலைக் குழப்பாமல் அமைதியாக இருந்தேன். கீதாவை உள்ளே அழைத்துச் சென்ற மரியமலர், "நாங்கள் நிச்சயமாக அந்த நாளைக் கொண்டாடுவோம்" என்று சொல்லியிருக்கிறாள். கூடவே, "அதற்காக நான் எடுத்து வைத்திருக்கிற புதிய உடுப்பு இது" என்று ஒரு சிறிய பொதியைக் காண்பித்திருக்கிறாள். அதற்குள் சிவப்பு நிறத்திலான ஏதோ ஒரு உடை இருந்ததாக கீதா சொன்னாள்.

அன்று சுமார் மூன்று மணிநேரம் மரியமலரோடு இருந்துவிட்டுத் திரும்பினோம். திரும்பிய பிறகு மரியமலரின் நோட்டுப் புத்தகத்தைத் திறந்து பார்த்தேன். அதில் கவிதைகளும் பாதியில் நின்றுபோன சில கதைகளும் இருந்தன. அநேகமாக எல்லாமே தினக்குறிப்புப் போன்ற வடிவத்தில் எழுதப்பட்டிருந்தன. இடையிடையே அவற்றுக்கெனச் சில ஓவியங்களும் வரையப்பட்டிருந்தன. எல்லாவற்றையும் 'வெண்சுடர்' என்ற பெயரிலேயே எழுதியிருந்தாள். ஒன்றுடன் ஒன்று தொடர்பற்றவையாகப் பெரும்பாலானவையும் இருந்தன. சில நாள்களாக அவற்றை நான் திரும்பத் திரும்பப் படித்தேன். அப்பொழுதுதான் ஒன்று தோன்றியது, அவற்றை அவள் தனக்குப் புரியக் கூடிய சங்கேத அமைப்பில் எழுதியிருக்கிறாள் என்று.

அதன்படி அவள் நிச்சயமாகத் தன்னுள் இன்னும் போராடிக்கொண்டேயிருக்கிறாள். அவளைப் பொறுத்தவரையில் எல்லாமும் அப்படியேதான் உள்ளன. எதுவும் பெரிதாக மாறவில்லை. இயங்கும் எதுவும் அழிவதில்லை என்ற நம்பிக்கை. அழிவற்றவை எல்லாம் இயங்கிக் கொண்டேயிருக்கும்.

அவற்றைக் காலம் தீண்டுவதில்லை. அதனால் அவை காலத்தைக் கடந்து நிற்கின்றன என்ற பொருள்கொண்டிருந்தன.

அவள் தனிமையையே அதிகம் விரும்பியிருந்தாள். தனிமையில் அவளை எதுவும் தீண்ட முடியாது. எதுவும் தன்னைக் குழப்ப முடியாது. தனிமைக்குள் தனக்கான இடத்தையும் உலகத்தையும் தன்னால் உருவாக்க முடியும், நிர்மாணிக்க முடியும் என்று குறிப்பிட்டிருந்தாள். எல்லாமே கோடுகள், குறிப்புகள், நிறங்கள், அரூபமான சித்திரங்கள். அப்படித்தான் அவற்றை ஆக்கி வைத்திருந்தாள்.

இதையெல்லாம் பார்த்தபோது எனக்கு அவளின் மீது கூடுதலான ஆர்வம் ஏற்பட்டது. அது அவளுடைய எல்லையற்ற கனவு. அந்தக் கனவிற்கான நனவின் சாத்தியங்கள் எவ்வளவுக்குண்டு? என்ற கேள்வி இருந்தாலும் அவளுடைய கனவையிட்டு மதிப்பேற்பட்டது. அதேயளவுக்குக் கவலையும் உண்டானது.

அவள் எழுதிய எல்லாவற்றையும் படிக்க வேணும். அவளுடைய ஓவியங்களைப் பார்க்க வேணும். அவளுடைய உலகத்தின் வண்ணங்களை அறிய வேணும். அவளைச் சமநிலைக்குக் கொண்டுவர வேண்டும் என்ற விருப்பத்தினால் அவற்றை எப்படியாவது அவளிடமிருந்து பெற வேண்டுமென முயன்றேன். ஆனாலது எளிதில் சாத்தியமாகவில்லை. அவளுடைய அம்மாவுக்கே அதைப் பற்றிப் பிறகு தெரியாமல் போய்விட்டது.

○○○

**வெ**ண்சுடர் எழுதுவதெல்லாம் யாருடையாவது கைகளில் சிக்கினால், அதனால் ஏதாவது பிரச்சினைகள் வரலாம் என்று அச்சப்பட்டார் அம்மா. அதனால் அவள் எழுதுவதை என்ன செய்வது என்று தெரியாமல் குழம்பிக்கொண்டிருந்தார். அவற்றை எடுத்து எரிக்கவும் முடியாது. அவை எங்கே என்று அவள் கேட்டால்? அவள் எழுதுவதை நிறுத்திவிட்டால் போதும் என நினைத்தார் அம்மா. ஆனால், எழுதுவதால் அவளுக்கொரு ஆறுதல் கிடைக்கும் என்றும் பட்டது அம்மாவுக்கு.

ஒருநாள் வெண்சுடர் கடற்கரைக்குச் செல்வதை அம்மா கவனித்திருக்கிறார். அது அவள் அடிக்கடி கடற்கரைக்குச் செல்லத் தொடங்கிய நாட்கள். அவள் அறியாத வகையில் அம்மா அவளைப் பின்தொடர்ந்து சென்றார். கடற்கரை

நீளத்துக்கும் வெண்சுடர் ஒற்றைக் காலை இழுத்து இழுத்து நடந்தாள். அம்மாவினால் ஒரு எல்லைக்கு மேல் அவளைத் தொடர முடியவில்லை. அப்படியிருந்தும் கடலோர மீன்வாடிகளுக்குள்ளாலும் தென்னந்தோப்புகளின் வழியிலும் அம்மா மெதுவாகத் தொடர்ந்து சென்று அவளைக் கவனித்தார். வெண்சுடர், அலைகளில் கால்களை நனைத்தவாறு நின்றாள். பிறகு சிறிது தூரம் முன்னகர்ந்து கடலுக்குள் இறங்கினாள். அம்மாவுக்குப் பதட்டமாகியது. அலைகளில் நிற்க முடியாமல் தடுமாறிச் சரிந்து விடுவாளோ என்ற பயம் ஏற்பட்டது. ஆனாலும் அதைக் கட்டுப்படுத்திக் கொண்டு அவள் என்ன செய்கிறாள் என்று பார்த்துக்கொண்டே நின்றார்.

அவள் தன்னுடைய மேலாடையைச் சற்று விலக்கி, உள்ளேயிருந்து எதையோ எடுத்தாள். சுற்றுமுற்றும் பார்த்து விட்டு அதை அப்படியே கடலில் விட்டாள். இந்தச் சம்பவத்துக்குப் பிறகு, அவளைச் சில நாட்கள் அம்மா கவனித்திருக்கிறார். அவள் அப்படியே கடலில் எதையோ விட்டுக்கொண்டிருந்தாள். அதெல்லாம் அவள் எழுதிய குறிப்புகள் என்பதை ஒருநாள் அம்மா கண்டு பிடித்தார்.

இதை அம்மா எங்களிடம் சொன்னபோது அவர் முற்றாகவே தளர்ந்து போயிருந்தார். அதற்குப் பிறகு அவளைப் போல அம்மாவும் எதையோவெல்லாம் எழுதத் தொடங்கினார். ஆனால், அவை எதையுமே எங்களால் படித்துப் புரிந்துகொள்ள முடியவில்லை.

தொடர்ந்து நாங்கள் பல சுற்றுகள் வெண்சுடரின் வீட்டுக்குச் சென்று அவளைப் பார்த்தும் பேசியும் வந்தோம். கூடவே அம்மாவையும். வெண்சுடர் நிறைய ஓவியங்களைத் தீட்டிக்கொண்டிருந்தாள். அதிகமான ஓவியங்களில் பல விதமான கால்கள் தீட்டப்பட்டிருந்தன. சிலவற்றில் கடல் அல்லது கறுப்பு நிறக் காடு. மேலே மஞ்சள் நிறத்திலான வானம். அந்த நாள்களில் அவளுடன் நாங்கள் பேசியது குறைவு. மாத்திரைகளை அதிகமாகப் பாவிக்கத் தொடங்கியிருந்தாள். அடிக்கடி நெருப்பை மூட்டி, அதில் தன்னுடைய காலை வாட்டிக்கொண்டிருந்தாள்.

வெண்சுடரை நாங்கள் பத்து ஆண்டுகளாகக் கவனித்து வருகிறோம். வரவர அவளை எந்த வகையிலும் அறியக் கடினமாகவே இருக்கிறது. இது எங்களுக்கொரு சவால். அவள் புரிந்து கொள்வதற்குக் கடினமான பெண்ணாக இருந்தாள். இந்த மாதிரிச் சவால்களை எதிர்கொள்வதுதான் எங்களுடைய பணி. என்றாலும் சில சவால்கள் எங்களை உலுக்கி விடுவதுண்டு. ஏனென்றால் நோயாளிகளைக் கையாள்வது சுலபம். பயனாளிகளைக் கையாள்வது கடினம். வெண்சுடரை ஒரு பயனாளியாகவே நோக்கினோம்.

ஒருநாள் நாங்கள் வெண்சுடரின் வீட்டிற்குச் சென்றுகொண்டிருந்த போது, அவள் கடற்கரையில் நிற்பதைக் கண்டேன். அந்த நாட்களில் அவள் மெலிந்துவிட்டிருந்தாள். தலையில் நரை எழுந்திருந்தது. அம்மா, அதை விட முதுமையில் தளர்ந்து போயிருந்தார்.

வெண்சுடரிடம் நெருங்கிச் சென்றபோது, என்னைக் கண்டு, சட்டென எழுந்தாள். ஆனாலும் என்னை அடையாளம் காணாதவள்போல கடலையே பார்த்துக்கொண்டு நின்றாள். அப்படியே கடற்கரையில், அலைகள் தழுவிச் செல்லும் மணலின் முகத்தில் எதையோ வரைந்தாள். கிட்டச் சென்று அதைப் பார்த்தேன். கால்கள். அலைகள் வந்து அழிக்க, அழிக்க அவள், திரும்பத் திரும்பக் கால்களை வரைந்து கொண்டிருந்தாள். ஒருகட்டத்தில் களைத்துப்போய், தடுமாறி அலையில் விழுந்துவிட்டாள். அவளுடைய பொருத்துக் கால் கழன்று அலையில் அங்குமிங்குமாக அலைந்துகொண்டிருந்தது. நான் ஓடிச் சென்று அதை எடுத்துக்கொண்டு அவளைத் தூக்க முயன்றேன். கைகளை நீட்டிக் காலைத் தருமாறு கேட்டாள். கொடுத்தேன். என்னைத் தாங்கியபடி அதைப் பொருத்திக்கொண்டு கரையேறி, வீட்டுக்கு நடந்தாள். நாங்கள் எதையும் பேசிக் கொள்ளவில்லை.

வீட்டுக்கு வந்தவுடன் "என்னுடைய குழந்தைகளைக் கண்டீங்களா? வீட்டுக்கு வாங்கோ காட்டுகிறன்" என்று அழைத்துச் சென்றாள். வீட்டில் ஏற்கனவே கீதா எங்களுக்காகக் காத்திருந்தாள். அம்மா படுக்கையில், தூக்கத்தில் இருந்தபடியால் கீதா தனித்தே இருக்க வேண்டியிருந்தது. "இதோ என்ரை பிள்ளைகள்" என்றபடி ஒரு கட்டு ஓவியத்தாள்களை எடுத்துவந்து

முன்னே போட்டாள். அத்தனையிலும் குழந்தைகள். விதவிதமான குழந்தைகள். வெவ்வேறு முகங்கள். வெவ்வேறு பருவங்களில்.

மீண்டும் உள்ளே சென்றாள்.

சற்று நேரத்தில் வெளியே வந்த வெண்சுடர், கடற்சிப்பிகளால் செய்யப்பட்ட ஒரு சிற்பத்தைத் தந்தாள். அது இரண்டு பறவைகள் இணைந்திருக்கும் சிற்பம். தரும்போது கீதாவைப் பார்த்துக் கேட்டாள், "நீ நிலாமதியை மறந்திட்டாய், என்ன?" சற்றுக் கோபமாக அவளுடைய பார்வை இருந்தது.

"மலையருவியால் எப்படி நிலாமதியை மறக்க முடியும்?" என்று அவளை இறுக அணைத்தாள் கீதா. "அருவி, அருவி" என்று விசும்பத் தொடங்கினாள் வெண்சுடர்.

நாங்கள் எதையும் பேசிக் கொள்ளாமல் ஆளையாள் பார்த்துக்கொண்டோம். எங்களுக்கிடையில் மௌனத்தின் வழியே வெண்சுடரைப் பற்றிய எண்ணங்கள் பரிமாறிக்கொள்ளப்பட்டன.

வெண்சுடரின் அம்மா, தூக்கம் கலைந்து எழுந்து வந்து, சுவரோரத்தில் இருந்து, எல்லாவற்றையும் அவதானித்துக் கொண்டேயிருந்தார். முகம் வாட்டத்திலிருந்தது. இதற்கு முன்பு இரண்டு தடவை நாங்கள் வந்திருந்தபோது, அவர் எதையோ சொல்ல முயன்றார். வெண்சுடர் அங்கே இருந்ததால் அதைச் சொல்ல முடியாமல் தவிர்த்திருந்தார். அதை அவருடைய பதகளிப்பிலிருந்து கீதா உணர்ந்துகொண்டாள்.

இரண்டு நாள்கள் கழித்து, வெண்சுடர் வீட்டில் இல்லாதவேளை வந்து அம்மாவிடம் கீதா பேசினாள். அப்போது வெண்சுடரைப் பற்றி அம்மா சில விசயங்களைச் சொன்னார்.

அவற்றின் சாரம் இதுதான்.

1. "அவள் என்னுடைய மரியமலரா முந்தியிருந்த நிலாமதியா உங்களுடைய வெண்சுடரா என்று தெரியவில்லை."
2. "அவளுக்கு நான் கடலரசி என்று பேர் வைச்சிருக்கலாம்."
3. "என்னுடைய கால்களில் ஒன்றை அவளுக்குக் கொடுக்க முடியாதிருந்திருக்கிறேனே!"
4. "என்னை விட அவள் முதுமையடைந்து கொண்டிருக்கிறாள்."

5. "யாரோ ஒருவருடைய 'கால்களின் ஆல்பம்' என்ற கவிதையை அடிக்கடி எழுதுகிறாள். அந்தக் கவிதையை மனப்பாடமாக்கி வைத்திருக்கிறாள்."

6. "இரவுக்கும் பகலுக்குமிடையில் அவள் எரிந்து கொண்டிருக்கும் ஒரு சுடராகத் தெரிகிறாள்."

7. "சிலவேளை அவள் யார்? நான் யார் என்றே தெரியவில்லை."

8. "என்னுடைய தாயாகி விட்டாள் கடலரசி."

வெண்சுடரின் ஓவியங்களை கீதா வைத்திருக்கிறாள். இல்லை இல்லை, அவற்றை மலையருவி கையேற்றிருக்கிறாள். மீதியைக் கடல் தன்னுள் எடுத்து வானத்திடம் சேர்த்திருக்கிறது. மிஞ்சிய ஓவியங்களை நான் எடுத்துப் பத்திரப்படுத்தினேன். அவற்றில் இரண்டை இங்கே இணைத்துள்ளேன்.

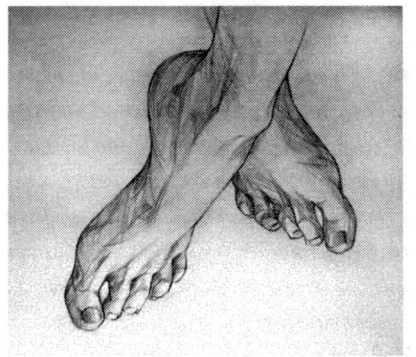 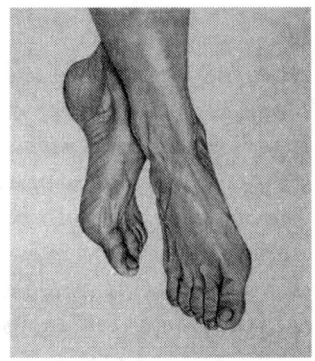

◈ ◈

# கன்னி ரத்தம்

### சப்னாஸ் ஹாசிம்

**சு**வற்றில் ஒரு மூலையில் கிடையாகப் போடப்பட்ட கோட்டிலிருந்து மரம் எழும்பியிருந்தது. அது சிறிய நெளியும் கருமையான கோடுகளால் நீண்டு ஆயில் பெஸ்டல் வாசத்தோடு சரிந்தபடி கிளை பரப்பியது போல கிறுக்கப்பட்டிருந்தது. அதன் மேல் வில்வப் பழங்களைப் போல வட்ட வடிவங்கள் முறிந்த கோடுகளாகத் தொங்கியபடியிருந்தன. கிடையான நிலக் கோட்டிலிருந்து ஆட்களைப் போல நால்வர், பெண்களென மதிக்கத்தக்க இருவரென தலையில் அதிகம் கோடுகளிழுக்கப்பட்டு நின்றிருந்தனர். கண்ணாடித் தெறி விம்பம் போல ஆட்களை மட்டும் சரியாகத் தலைகீழாக வரைந்து வைத்திருந்தாள் சாரா.

"அது நம்முட வில்வமரந்தான்..."

"இந்த முற என்னத்த அள்ளிக்கி வரப்போறாளோ, இடியுழுந்துருவாள இல்லத்தாக்குங்களேண்டா"

"குடும்பத்தோட மண்ணுக்கான் டா போப்பறேள் நாசமத்துருவியாள்"

நஜீமா கத்திக்கொண்டிருந்தாள். அந்த வில்வமரம் அந்த வளவில் கிழக்குப் பக்கமாக அதன் தண்டின் மேல் அடித்து ஒட்டப்பட்ட செப்புத் தகடுகளோடு வெயிலில் அவ்வப்போது

கண்களைக் கூசியபடி இப்போதும் நிற்கிறது. அந்த மரம் அவளது உம்மாவின் உம்மாவின் வாப்பாவுக்கு ஒரு தமிழ்ப் பரிசாரி கொடுத்ததாம். அது கோரக்களப்புப் பக்கம் ஒரு ஆதிசிவன் கோயிலில் மூலவர் லிங்கத்தோடு சேர்ந்தாற் போல் தல விருட்சமாக ஆயிரம் பிரதிஷ்டைகளைப் பார்த்த மரத்திலிருந்து வந்த கன்றாம். தனக்கும் தன் தலைமுறைக்கும் எந்த ஏவலும் சாபமும் வந்துவிடக்கூடாதென்று கிழக்குப் பக்கமாக அன்றைக்கெல்லாம் வேலிகளோ சுவர்களோ இல்லாத வெட்ட வெளியில் அந்த மரத்தை ஓதி குழி தோண்டி வைத்துவிட்டார்களாம். இப்போது காலப் போக்கில் வளவுகள் தோன்றி சுவர்கள் எழும்பியதும் வெட்டப்பட்ட கிளைகள் போக ஒரு பெரும்பகுதி தப்பியிருந்தது. சாரா அந்த மரம் வெட்டப்படுவதற்கு முதல், அதாவது நஜீமா சிறுமியாக இருந்த காலம், இன்னும் திருத்தமாக கைர்சாரா என்கிற சாராவின் உம்மா, நஜீமாவின் தங்கை பீவி பிறந்த ஆண்டில் அந்த மரத்தில் கைக்கெட்டும் உயரத்தில் தாழ ஒரு தடித்த கிளையொன்றிருந்தது. ஆயிரத்தித் தொள்ளாயிரத்து எழுபத்தொம்பதாம் வருசம், அதாவது லெவ்வைப் போடி இறந்து எழுபதாவது வருசம், வந்த புயலில் அது முறிந்து போவதற்கு முன்னரிருந்த அதே வில்வமரத்தை இரண்டாயிரத்து இரண்டில் தன் தாயைக் கொன்று பிறந்து அக்குடும்பத்திற்குச் சாபத்தைக் கொண்டு வந்ததாக நம்பப்படும் கைர்சாரா என்கிற சாரா வரைந்து வைத்திருந்ததாக நஜீமா புலம்பிக் கொண்டிருந்தாள். நஜீமாவின் குடும்பம் இப்படி நம்பிக்கைகளாலும் சடங்குகளாலும் தன்னை வரித்துக் கொண்டு பெரிய பள்ளிக்குப் பின் புறமாக அம்பாரை வீதியோடு சேர்த்தாற் போல் அக்கரைப்பற்று அரசியடி அரசைப் போல அதைவிடவும் ஆழமாய் வேர் பரப்பித் தழைத்திருந்தது. நஜீமாவின் உம்மாவின் உம்மாவின் வாப்பா லெவ்வைப் போடி பரிசாரகத்தில் தடித்த நம்பிக்கையோடிருந்ததில் தலைமுறை தலைமுறையாக மந்திரம் செபிக்கச் செய்து காவல் வைப்பது, ஜின்னுக்கு படையல் வைத்து ஏவல் முறிப்பது, பௌர்ணமி நாட்களில் வளவு மூலைகளில் நெருப்பு மூட்டி வெண்கடுகு, அருகம்புல் பொடி, நாய்க்கடுகு, அகில் போட்டு நாப்பத்தெட்டு மாதங்கள் தொடர்ச்சியாக தூபம் போடுவதென ஏகப்பட்ட சடங்குகளோடு சீவிக்கிறவர்களாயிருந்தனர்.

இரண்டாயிரம் பொறந்த பின்னும் அது தொடரத்தான் செய்கிறது. கைர்சாரா என்கிற சாராவைப் பிரசவித்துவிட்டு அம்பாரை வீதி சித்திரா ஆசுபத்திரி வாசலிலே அவள் உம்மா பீவி இறந்து போனாள். அவலுக்குக் குற்ற அரிசியை சுளகில் புடைத்துக் கொண்டிருந்தவள், வலியெடுத்ததும் சொல்லிக் கொள்ளாமல் தானாக அவளே வில்வமரப் பக்கமாய் நடந்து போய் ஆசுபத்திரி வாசலில் ரத்தமும் சகதியுமாய் சாராவை ஈன்று உயிரை விட்டதாக ஊரில் கதை சொல்வார்கள். பீவி சிறுமியாயிருந்த போது பரிசாரிகளுக்கு கன்னி நூல் நேர்ந்து கொடுப்பவளாயிருந்தாள். கன்னி கழியாத பெண்பிள்ளையின் கையால் மஞ்சள் தடவி நூல் நூற்று அதைக் காப்பு போல அணிந்து நாட்டு மூலிகை பறிப்பது நாட்டுப் பரிசாரிகளுக்கு வழக்கமாயிருந்தது. பீவி பெரிய மனுசியானதும் அவளிருந்த தூமைச்சீலைகளை வளவு மூலைகளில் குழி தோண்டிப் புதைத்ததும் நஜீமா குடும்பத்திற்கு மீண்டும் செல்வ சௌபாக்கியம் பெருகத் துவங்கியதாக அக்கம்பக்கச் சடங்கு நேயக்காரர்களிடத்தே ஒரு பேச்சு உண்டு. பீவிக்கு இரண்டு முறை கர்ப்பம் கலைந்து போனதும் இரட்டைப்பட்டுக் கலைந்து போய் ஒற்றையாய் உண்டாகும் பிள்ளை குடும்பத்திற்கு நல்லதில்லை என்று நாட்டுப் பரிசாரிகள் சொல்லிவைத்தனர். இதற்கு மேலும் கருவைக் கலைப்பது உயிருக்கே ஆபத்து என்ற ஆசுபத்திரி எச்சரிக்கைக்குப் பயந்து சாராவைச் சுமந்தாளாம் பீவி. நஜீமாவின் வீட்டுக்கு எந்தப் பரிசாரி வந்தாலும் ஆரிந்தப் பிள்ளை என்று சாராவைப் பார்த்துக் கேட்காமலிருந்ததில்லை. உக்குவெல்லையிலிருந்து நாட்டு மூலிகை வாங்க வந்த முதிய பரிசாரி, சாராவென்று கூப்பிடாமல், கைர்-சாரா; விரும்பத்தகாதவள் என்று சேர்த்துச் சொல்லி அவள் துர்பலனை விரட்டச் சொல்லித்தந்ததாக நஜீமா சொல்லிக்கொள்வாள். ஒருவகையில் நஜீமாவும் பீவியும் அவளோடு நான்கு தம்பிமார்களும் இப்படி ஒரு சாபக் கணக்கை தாங்கள் தீர்க்கவேண்டுமெனக் காத்திருந்தவர்களாகத் தானிருந்தனர். லெவ்வைப் போடியின் மரணசாசனத்தில் சொல்லப்பட்ட படி அவர் செய்து வைத்திருந்த காவல்கட்டுகள் நூறு ஆண்டுகளுக்குப் பிறகு நைந்து போய் பெருத்த சாபம் வந்து நிர்மூலமாக்கும். சாபநிவர்த்தி செய்து காவல் போட்டால் தான் அது நீங்கும் என்ற அர்த்தப்பட வாய்வழியாக குடும்பப் பெரியவர்கள் வழியாகச் சொல்லப்பட்டு வந்த

ஒன்றுதான் நீண்ட வறண்ட கேசமுள்ளதும் பெரிய கண்களும் வெட்டினாற்போல புல் அளவு இமைகள் மூடியபடி சாடி போல் ஆடையோடு ஒட்டிய மெலிந்த உடல் வடிவத்தில் தம்மீது சாத்தப்பட்டிருப்பதாக நம்பினர். சாரா பிறந்ததும் பீவி, பிறகு சில மாதங்களில் நஜீமாவின் கணவரும் இறந்து போக தொட்டது எதுவும் உருப்படாமல் வீணாகச் சொத்து அழிந்து விரயமாகிக் கொண்டிருந்தது. நஜீமாவின் கூடப் பிறந்தவர்களுக்கு ஒரு கலியாணம் கூடப் பண்ணிவைக்க முடியாமல் தள்ளிப்போனபடி மூத்தவனுக்கு நாப்பதும் வந்துவிட்டது. அவர்கள் துவங்கியது எதுவும் துலங்கவுமில்லை. கோழிப்பண்ணை போட்டு இரண்டே மாதத்தில் களவு போனது. தேயிலைத்தூள் ஏஜன்சிக்கு எடுத்த ஒரே மாதத்தில் நட்டமாகி இருந்த வாகனத்தை விற்றுக் கடனை அடைக்க வேண்டி வந்தது. ஆடு வாங்கி வாங்காமத்தில் காளைக்கு மரத்துக்கு செலவு வைத்து, தண்ணீருக்குத் தொட்டி கட்டி மேய்க்க ஆள் போட்டு வைத்திருந்தால் முதல் மழைக்கே நனைந்து குளிரில் எல்லாமே இறந்து போயின. சீட்டுக்கு காசு போட்டால் கூட கடைசி நம்பராகப் பார்த்து விழுந்தது. உக்குவெல்லைப் பரிசாரிதான் கேட்டுச் சொல்லியிருந்தார். முடி அதிகமாகக் கொட்டும், சச்சரவுகள் உண்டாகும், பணவிரயமாகும், அதிகமாக வீட்டுச் சாமான்கள் உடையும், பல்லிகள் அண்டாது என வரிசையாக அறிகுறிகளைச் சொன்னார். எல்லாவற்றையும் நஜீமா உணரத் துவங்கினாள். ஒரு நாள் இரவு வெளிக்கூரை சீலிங்கில் பல்லிகளைத் தேடத் துவங்கியதும் தான் அவளை வாரிப் போட்டது போல வாசலில் விழுந்து கத்தினாள். முன் வீட்டு நியோன் விளக்கைச் சுற்றி வெண்பல்லிகள் கூட்டமாக கொதித்துத் திரிவதைப் பார்த்திருந்தாள். அவளது கூரை பொலிவிழந்து பல்லிகளற்றுக் கிடந்தது. ஈச்சம்பட்டிக் கந்தூரிக்கு காணிக்கை, வேலாமத்து வெளிக்கு நேர்ச்சை, தவறாமல் வருசாவருசம் மொகைதீன் மௌலீது ஓதி அன்னதானம், பெரிய பள்ளிக்கு புஹாரிச் சோறு என எல்லாத் தானங்களும் அவர்களை வந்து சேரவில்லை. பலர் ஊதாரித்தனம் என்றனர். சிலர் சாபம் என்றனர். அவர்கள் ஒருபடி மேலே போய் அதைச் சாராவின் மேல் ஏற்றி வைத்தனர். அவர்கள் நிர்ச்சிந்தையோடு தீமையின் பால் அப்படியே காரியங்களை ஒப்புக் கொடுப்பவர்களாக மாறிக்கொண்டிருந்தனர். அவர்கள் வரைய நினைத்த பரிசுத்த

வடிவங்கள் மேல் கருமவினையோ ஊழோவென அறிய முடியாதவாறு கரும்புள்ளி வந்து விழுந்துகொண்டேயிருந்தது.

○○○

“கிள்ளிக் கிள்ளிப் பிராண்டியாரே

அப்பன் தலைல என்ன பூ

முருங்கம் பூ,

பாதிப்பிலாக்கா திண்டவரே,

பாவட்டங்கைய

முடக்கு..”

ஃபைசான் விளையாடிக் கொண்டிருந்தான். நடந்து தேய்ந்து போன வார்ணிசுத் தரையில் முட்டியை மடக்கியபடி அழுக்கான ஆடையின் பின்புறமாக முடிச்சுத் தளர்ந்த நாடாவில் கைகளைப் பொறுத்தி வைத்தபடி கண்களை உருட்டிப் பார்த்துக்கொண்டிருந்தாள் சாரா. ஃபைசானின் உம்மா, அதாவது கைர் சாரா என்கிற சாராவுக்காக பரிந்து பேசுகிற அவள் மீது ஒப்பற்ற கருணையுள்ள நஜீமாவின் உம்மாவின் உடன்பிறந்தார் மகள்களான துர்பலன் பொருந்திய சாராவுக்கு தெரிந்த மூன்று மாமிகளில் ஒருத்தியான சாமிலாவுக்கு மற்றவர்களை விடவும் சாரா மேல் இரக்கம் கூடுதலாயிருந்தது. பீவியும் அவளும் பால்ய வயதில் பாவாடை சட்டையோடு பள்ளியாக் குளத்துப் பக்கமாக உள் மணல் ரோடில் நடந்து போய் வெயிலில் தாமரைக்காய் ஆயப்போகிறதையும் அம்பாரை ரோட்டு போக்கில் அத்தாங்கு நீட்டி மழைக்காலங்களில் வெள்ளியாப்புடி மீன் பிடிக்கிறதையும் கதைகளாகச் சொல்லி அடிக்கடி அழுது விடுவாள்.

“அந்தப் பொடிச்சிக்கி ஒழுங்கான சட்டையாலும் போட்டுர்ராளுகள் இல்ல மோய்” எனக் கதறுவாள். மாலை நேரங்களில் ஃபைசானை சாராவோடு விளையாடவென நஜீமா வீட்டுக்கு அனுப்புவதுண்டு. அக்கம்பக்கத்தில் வேறு பிள்ளைகள் சாராவோடு விளையாட முடியாதபடி நான்கு மாமன்களும் அவளுக்குத் தூசணம் பழக்கியிருந்தனர். விளையாடிப் பாதியில் அவள் கத்தும் தூசணங்களை மற்றப் பிள்ளைகளும் பழகி விடுமோவென யாரும் அவளைச்

சேர்த்துக் கொள்ள அனுமதிப்பதில்லை. இரண்டு நாள்களுக்கு ஒருமுறைதான் அவளைக் குளிப்பாட்டினர். அதுவும் கிணற்றடிப்படியில் பெரிய தட்டையான கருங்கல்லில் நிற்க வைத்து இரண்டு வாளித்தண்ணியை ஒரேயடியாய் தலை மேல் கொட்டி அரைகுறையாய் சோப்புத் தேய்த்து சட்டையை கவிழ்த்துப் போடுவர். பல்லுத்தீட்ட, மறைவில் மூத்திரம் போக அவளுக்குச் சொல்லிக் கொடுக்க ஆளில்லை. ஆனாலும் சாரா துப்புரவாயிருந்தாள். நாளாக வயதேற தானே கழுவப் பழகிக்கொண்டாள். பரிசாரிகள் யாரும் வந்தால் அவளாக உள்ளிருக்கத் தெரிந்துகொண்டாள். மாமிகள் வாங்கித் தருகிற கொப்பி சாமான்களைத் தன் அறையில் பவ்வியமாக வைத்து அவளாகவே ஆர்வமாகப் படிக்கிறதை இர்ஸானா நிலைக்கதவில் குத்தியபடி பார்த்துக் கண்கலங்கி நின்றிருக்கிறாள். சாராவுக்குத் தெரிந்த ரெண்டாவது மாமியான இர்ஸானாவுக்கு முதல் மாமி போல அடிக்கடி பார்த்துக்கொள்ள தோது இல்லைத்தான். ஆனாலும் நஜீமா குடும்பத்திலிருந்து அவளை எப்படியாவது மீட்டெடுத்து விட வேண்டுமென்று உள்ளுக்குள் ஏங்கிக் கனன்று கொண்டிருந்தாள். வில்வப் பழங்களைத் தின்ன வருகிற பறவைகளைப் பெயர் சொல்லிக்காட்டி கொஞ்சம் நேரம் இடுப்பில் தூக்கிவைத்து பீவியை அப்படியே உருக்கி வார்த்தபடி மழலை பேசுகிற சாராவை அப்போதெல்லாம் கொஞ்சித் தள்ளுவாள்.

கொஞ்ச நாள்ல நாம மாமிட்ட போவோமாம், அங்க மாமிர ஊட்டுக்குப் பக்கத்துல இருக்கிற பெரிய ஸ்கூல்ல சேர்க்குறாம் சாராப்புள்ளய, அங்க இருக்கிற கடுஉஉம்ம் பெரிய சறுக்கு வண்டில்ல சாராவ சறுக்கி விளாட மாமி கூட்டிக்கிப் போவாவாமெனக் குசிப்படுத்துவாள். இப்போது சாரா பெருத்துவிட்டாள். கிட்டடியில் சமைந்துவிடுவாள். அவளைத் தள்ளிவைக்க விரும்பினாலும் அவளுக்குரிய நிலபுலன்கள் மீது நஜீமாவுக்கும் சோதரங்களுக்கும் அவ்வளவு அக்கறையிருந்தது. அவளைச் சேர்த்துக்கொள்ள முடியாதபடி அவள் சாபத்தைத் தழலாய் உள்ளெரிந்தவளென அவர்களுக்குத் தெரிந்தாள். புதையலைச் சுற்றி காவல்கட்டுப் போட்ட ஏழுதலைப் பாம்பாய் அவளை அவர்கள் பார்க்கத் துவங்கினர். அவளைச் சுற்றியிருந்து வெண் பல்லிகள் விரண்டோடுவது போல அடிக்கடி ப்ரக்ஞைப்பட்டுக்கொண்டனர்.

“அதிலானே ஒரு சிக்கென்னா கூனா, நாம வளக்கம் தாங்கோ எண்டு கேட்டா.. பீவிட பூமில நமக்கு ஆச வந்துதான் நாம சாராவ வளக்கத் திட்டம் போடுறம் என்பாள் ஊத்தச்சி” எனச் சொல்லுவாள் நுவைஸா. சாராவுக்குத் தெரிந்த மூன்றாவது மாமி. அவள் பாஷையில் குட்டி மாமி. அவள் ஊத்தச்சி என்பது நஜீமாவைத்தான். நஜீமா முன்னரைப் போலில்லாமல் துப்புரவற்றுக் கிடப்பதற்கும் ஒரு காரணம் உண்டு. பொதுவாக ஏவல் சூனியம் செய்வது சுத்தமான வஸ்துகளைக் கொண்டுதான். படையல் மடையில் ஒரு வாழைப்பழம் இருந்தால் கூட புள்ளியில்லாமல் இருக்க வேண்டும். அன்று அறுத்த இறைச்சி, விடியற்காலையில் பட்ட மீன், கோழி விட்டுச் சூடு இறங்காத முட்டை, புதுச்சாராயம் என்று வைப்பது தான் வழக்கம். அதன் மூலோபாய விசயமே பரிசுத்தம் தான். பரிசாரிகள் அந்த விசயத்தில் ரொம்பக் கவனமாயிருப்பர். அதனால்தான் காவல், கட்டுச் சடங்குகளுக்கு அறுத்த பிராணிகளின் ரத்தத்தை வளவெங்கும் ஓடவிடுகிறார்கள். முதல் சமைந்த கன்னிப் பெண்ணின் தூமைத் துணிகளை மூலைகளில் மடுவிட்டுப் புதைக்கிறார்கள். இருந்தாலும் நஜீமாவும் சகோதரர்களும் அவள் நம்புகிற நாட்டுப் பரிசாரிகளும் நம்புவது போல இந்தச் சில்லறைச் சமாச்சாரங்களுக்குப் பணிகிற சாபமில்லை கைர் சாரா என்கிற சாரா. செல்வம் கையை விட்டுப் போவதும் நிம்மதியிழந்து அரற்றுவதுமாய் நஜீமா குடும்பத்தை விரக்தியும் ஆற்றாமையும் கெட்டதன் எல்லைக்குச் சாத்திவிட்டது. அதனாலென்னவோ சாராவின் வில்வமரச் சித்திரமும் குறியீடும் விபரீத துர்க்கனவுகளை எழுப்பித் தூங்கவிடாமல் பண்ணின. நிர்மூலம் ஒரு மடு போல இறங்கி அவர்களை விழுங்கக் காத்திருப்பது போல பீடிகை உண்டானது.

○○○

**பௌ**ர்ணமி முடிந்து தேய்பிறை ஆரம்பித்த அந்தச் செவ்வாயன்று அந்தக் காட்டு மாடு உரத்து விரளத் துவங்கியிருந்தது. கட்டியிருந்த கயிறு காலிலும் கழுத்திலும் சுற்றி தண்ணீர் வாளியை உதறி வில்வமரத்தை அறுக்கப் பார்த்தது. இரண்டு மாதங்களாகக் கட்டிக் கிடந்தாலும் உக்கிரமாய் உறுமுவது போல பயங்காட்டியது. அதை தன்னைப் பார்க்க வந்த இர்ஸானாவிடம் காட்டிக் காட்டிக் கதை சொன்னாள் சாரா.

இந்த மாட்டை சீக்கிரம் அறுத்தால் இறைச்சி காயப்போட்ட நேரத்தில் திருடித் தின்னலாமெனக் கண்ணடித்தாள். காய்ந்த இறைச்சியையும் பச்சை வெங்காயத்தையும் மாறி மாறி மென்று சுவைப்பதில் அவளுக்கு அலாதிப்பிரியம். குடை மிளகாய், நற்சீரகம் போட்டுத் தாளித்து காய்ந்த இறைச்சி, தக்காளி, வெங்காயம், பெரிய குற்றிகள் போல வெட்டப்பட்ட சுரக்காய், வர மிளகாய், மஞ்சள், மல்லிப் பொடி போட்டு அரைச்ச தேங்காய்ப்பால் விட்டுக் கொதிக்க விட்டுக் கடைந்த ஆணம் வற்றாத கறியை முழுவதுமாகச் சோற்றோடு தின்னப் பிடிக்குமவளுக்கு. பூ அவரைக் கொடி போல அந்நாட்களில் பள்ளியாக்குளத்துப் பரப்பில் வட்டமடிக்கும் வெண்கொக்குகள் போல பூரித்துக் கிடந்தாள் சாரா.

தாழங்குடாவிலிருந்து வந்து நஜீமாவின் வளவுக்குள் எண்பது நாள் பூசை செய்த பெண் சொல்லியது போல தண்ணீரை நக்கிக் குடிக்காமல் உறிஞ்சிக் குடிக்கிற ஆண் விலங்கொன்றை ஒரு தேய்பிறை நாளில் பூசை செய்து அறுத்துப் பலியிடவென உடலில் வெண்புள்ளிகளில்லாத அந்தக் காட்டுமாட்டை ஒருவழியாக நான்கு சோதரங்களும் இழுத்துச் சாய்த்து வந்து கட்டிப் போட்டனர். பதினெட்டடியில் குழி வெட்டி சந்தனம், மருதாணி இலை, வில்வ இலைப் பொடி, நாய்க்கடுகு, பனங்கற்கண்டு வைத்துப் பூசை செய்தபடி அவர்கள் இரண்டாவதாக அறுத்துப் பலியிடுவதாக குறித்து வைத்திருந்த தேய்பிறை நாளில் இர்ஸானா போன பின்னர் சாராவை சாமிலா வீட்டுக்கு அனுப்பிவிட்டு வில்வமரப் பக்கம் வடக்குப் பார்த்தபடி ஆட்டு நெய் விளக்கேற்றி அந்தப் பெண் பூசை செய்யப் பார்த்தபடியிருந்தாள் நஜீமா. இதற்கு முன்னர் பூசை நாளாகக் குறித்த நாளொன்றில் நஜீமாவுக்கு மாதவிடாய் வந்தது. அதனால் பூசைத்தீட்டு வர மந்திரம் ஓதி வந்த அப்பெண் கிளம்பலானாள். தடைப்பட்ட பூசையை திரும்பவும் நடத்த நாள் குறித்து மண் சரிந்து இடிந்து கிடந்த குழியைத் திரும்ப வெட்டி வெண் சீலைப்பந்தல் போட்டு அப்பெண் நெய் விளக்கேற்றியதும் மாடு விரளத் துவங்கியதாக மூத்தவன் சொல்லிக் கொண்டான். சரியாக, கத்தியைச் சாணை பிடிக்கும் நேரத்தில் ஃபைசான் ஆசையாக தன் உம்மா அனுப்பிய இறைச்சிக்கறியைக் கொண்டு வரவும் திரும்பவும் தடங்கலுண்டானது. பூசை நாள்களில் மச்சம் வளவுக்குள் வரக்கூடாதென்று சொல்லியிருந்தாள் அப்பெண்.

நெய் விளக்கில் தண்ணீரை ஊற்றி வெறுப்பாய் அதன் மேல் உமிழ்ந்தான் மூத்தவன். மாடு அப்போது அமைதியாய் அசை போட்டபடியிருந்தது. அந்தப் பெண் பூசைச் சாமான்களோடு வெளியேறும் போது மிருகபலிக்குத் தடங்கல் வருகிறதென்றால் நாம் வேறு பரிகாரங்களைத் தான் தேடவேண்டுமெனச் சொல்லிவிட்டுப் போனாள். அது வரைக்கும் வளவு மூலைகளில் துளசிச் செடிகளை நடச் சொன்னாள். அவளுக்கிருந்த மாறு கண்ணும் பளீரென்ற சுருள் கூந்தலும் அபின் நிறமும் சாயமிளக்கிய மஞ்சள் சேலையோடு ஒரு தெய்வாம்சத்தை பார்ப்போருக்குக் கொடுத்திருக்க வேண்டும்.

அவள் போய் மூன்றாம் வாரம் நஜீமாவும் சோதரங்களும் அவளைத் தேடி தாழங்குடாவுக்கே போனார்கள். மட்டக்களப்பு - வெள்ளவாய பிரதான வீதியிலிருந்து வடலிக் காட்டு வழியே உள்ளே ஆறு மைல் குறும்பாதை வழியே நடக்க வேண்டும். அங்கே ஒரு அரசு நின்றிருக்கும். பேயரசுச் சந்தியென்று அந்த இடத்துக்குப் பெயராம். பெயருக்கேற்றாப் போல விகாரமான தோற்றமுடைய அந்த அரசை ஒட்டினாற் போல கொஞ்சத் தூரத்தில் ஒரு நரசிங்கர் கோவிலிருந்தது. கையில் கோடரியோடும் கத்தியோடும் வெண் வேட்டைப்பற்களை நீட்டியபடி நரசிங்கர் சிலையும் சிங்க ரூபமும் அவர்களைப் பயங்கொள்ளச் செய்தன. அங்கிருந்து ஒல்லிக்குளம் வரை பரவியிருக்கும் வெண்மணற்காடு பதினொரு மணி வெயிலில் தகித்துக் கிடந்தது. கம்பி வேலியிட்ட தென்னந் தோப்பினுள் நிலவாசற்படியில் தர்ப்பைப்புல் கற்பூரம் சேர்த்த முடிச்சுகளின் வாசனை எங்கும் பரவியிருந்த முற்றத்தில் அதே மஞ்சள் சேலையோடு அசாதாரணமாய் ஒரு காலை உயர்த்தி மடித்தபடி கீழே உட்கார்ந்திருந்தாள்.

“இன்னுமொரு மாசத்துக்குள்ள நிறமாச புள்ளத்தாச்சி ஒருத்திய கூட்டி வாங்கோ. அநாதையா நாதியத்தவளா இருக்கோணும். ஒரு தேய்புற நாளா பாத்து அவள பலி குடுத்தமென்டா எல்லாம் சரி வந்துரும்.”

கொஞ்ச நேரம் நஜீமா உறைந்து கிடந்தாள். தோப்பு நிழலில் ஒரு குளம் போல அவள் முன்னால் திடுக்கம் விரவிக்கிடந்தது. நடுங்கும் கால்களை புடவை கொண்டு மறைத்தாள். அவளொன்றும் கெட்டவளில்லை. நிராதரவின்

பால் தன்னறத்தை அவிழ்த்துவிட்டு அம்மணம் பாராமல் முன்னால் ஒரு எட்டு வைக்கிற அளவுக்கு சராசரிக்கு மேலான தைரியசாலியவள். அவ்வளவுதான்.

அதற்கென்றே சில இடங்களையும் கோவில்களையும் நாடு பூராவும் தேடும்படி சொல்லியிருந்தாள். அதற்கு பிறகு சோதரங்கள் நாடு முழுவதும் தேடினர். நிறைமாத அபலைப் பெண்ணை அவர்களால் கண்டுபிடிக்கவே முடியவில்லை. ஆனாலும் தீராப் பிணி கொண்டவர்கள், புற்று நோய் வந்து ரத்தம் கொப்பளிப்பவர்களெனச் சிலர் முன்வந்த போதும் மந்திரக்காரி ஒப்புக்கொள்ளவே இல்லை. மீண்டும் பரிகாரத் தோல்வி உண்டானது. மூத்தவன் உட்பட நால்வரும் நாடு முழுவதும் சுற்றித் திரிந்ததில் செலவுதான் மிஞ்சியது. வங்கிக் கடனுக்குப் பதிலாக மோட்டார் சைக்கிளை அடமானம் வைத்தும் போதவில்லை. வீட்டுப் பத்திரமும் வங்கிக்குப் போனது. இவர்கள் சடங்கு, நம்பிக்கை என்று ஊதாரித்தனம் பண்ணுவதால் வேறு சொந்தங்களும் இவர்களுக்கு உதவ முன்வருவதில்லை. சாரா அந்நாட்களில் சாமிலா வீட்டிலிருந்தாள். கைர்-சாராவாக இல்லாமல் மாமிக்கு விருப்பமான சாராப் பிள்ளையாகவிருந்தாள். ஃபைசானோடு சேர்ந்து பிறழ்வாக்கியங்களைச் சொல்லுவது, ஊஞ்சலாடுவது, தெத்திக்கோடு ஆடுவது, மண்வீடு கட்டிக் குஞ்சிச் சோறாக்குவதென பால்யத்தை அதன் வாசனையை மீட்டெடுத்து நுகர்ந்து தள்ளினாள்.

நஜீமா வளவு பெரும்பாலும் பூட்டிக்கிடந்தது. கடன்காரர்களும் சீட்டுக்காசு வாங்கவருபவனும் நாட்டுப் பரிசாரிகளும் பூட்டுச் சங்கிலியை ஆட்டியபடி கூப்பிடுவது அக்கம்பக்கத்தில் அடிக்கடி கேட்டது. அது தவிர வில்வமரத்து இலைகளை பள்ளியாக் குளக்காற்று சடசடத்துவதும் முன் வாசலில் நின்ற தென்னையிலிருந்து முற்றிய தேங்காய் பழுத்து விழுகிற சத்தமும் கேட்டன.

“அந்த ஒரே விசயம், அதுவும் கடசித் தடவ தான், சரிப்படாட்டி ஒண்ணும் பண்ண ஏலாது.”

“நரபலி கிடைக்கல்லாட்டி குடும்பத்துல இருக்கிற கன்னி கழியாத குமர்ப்பிள்ளையிட விரலயோ காதையோ வெட்டிப் பலி குடுக்கலாம். நீங்க வெட்ற உறுப்பு ஈடுகட்ட முடியாத

அங்கவீனத்த உண்டாக்கணும். வழமையப் போல தேவையான பொருள்கள ஆயத்தப்படுத்துங்கோ. இந்த தடவ நீங்கான் பூசய செய்யோணும். ரத்த சொந்தம் இல்லாதவங்க ஆரும் பாக்கப் போடாது. நாள் குறிச்சி மடுவுக்க நெய் விளக்கு கொழுத்தி வச்சி அது நூராம பாத்துக்கோணும். நான் வரமாட்டன். திரும்பவும் சொல்றன். இதான் கடசிப் பரிகாரம்."

நஜீமாவுக்கு லேசான காய்ச்சலோடு உடல்வலியும் இருந்ததால் இந்த முறை தாழங்குடாவுக்குப் போக அவளால் இயலவில்லை. மூத்தவனும் கடைசியனும் ஒரு எட்டுப் போய் பார்த்து வருவோமெனப் பஸ் ஏறியிருந்தனர். மழை வருவது போல இருண்டிருந்தாலும் மலடு போல வானமும் குளமும் அசையாமல் கிடந்தன. இரண்டு பஸ் மாறி ஏறுகிற அயர்ச்சி வேறு அப்பியிருந்தது. மூத்தவன் வரும்போதே "நஜீமாவுக்கு எதுவும் சொல்ல வேண்டாம்; ரத்தம் வாறாப் போல லேசாக் கீறி மடுவுக்க ரத்தத்த சீலைல ஒத்தி எடுத்து போட்டு பூசை செய்யச் சொல்லிருக்கா எண்டு சமாளிப்பம்" என்றிருந்தான்.

○○○

**அ**டுத்த செவ்வாயன்று தேய்பிறை என்றாலும் சற்றேறக்குறைய பூரணமான சந்திர வெளிச்சத்தில் வெண்பந்தல் கிழக்குப் பக்கமாக அருகிய காற்றில் முட்டுக் கம்புகளை அங்குமிங்கும் ஆட்டியபடியிருந்தது. ஆட்டு நெய்விளக்குத் திரியிலிருந்து கரும்புகை கிளம்புகிற வெக்கையில் அன்று வெட்டிய தென்னம்பாளைக் குருத்து வாடிக்கிடந்தது. காட்டு மாடு இந்த விரல் சமாச்சாரங்களுக்குப் பழகிப் போய் கண்டு கொள்ளாதது போல சாய்ந்து அசைபோட்ட படியிருந்தது. சாரா வயிற்று வலியென்றாலும் ஆர்வமாகப் பார்த்தபடியிருந்தாள். அவளுக்கு நினைவு தெரிந்த நாளிலிருந்து மாடறுப்பதைப் பார்த்ததில்லை. இந்த மாட்டோடு ரொம்ப அன்னியோன்னியமாக வேறு இருந்துவிட்டாள். வாளித் தண்ணீரை மாற்றுவது, கலைந்து கிடக்கும் இலைக் கொத்துகளை திரும்பக் குவித்துப் போடுவது, உண்ணிக்கு வைக்கோல் திருகி சிரட்டை உடைத்துப் போட்டு புகை வைப்பதென பணிவிடை செய்வதை வழக்கமாக வைத்திருந்தாள். அறுக்கும் போது கண்களைப் பொத்திக் கொள்வதென முன்னாடியே முடிவு செய்திருந்தாள். மடுவுக்குள் மூத்தவனே இறங்கி நின்றான்.

தென்னம்பாளையைக் கையிலெடுத்தபடி பூசையைத் துவங்கினான். கிழக்குப்பக்கமாக உட்கார்ந்திருந்தபடி வடக்குப் பார்த்தபடி வாலைத் தெய்வப்படமொன்றின் முன்னாலிருந்த திருநீற்றை அள்ளிப் பிடரியிலும் நெற்றியிலும் மார்பிலும் பூசிக்கொண்டான். வாலைப் பரமேஷ்வரி எந்திரத்தை மடுமீது வரைந்திருந்தான் மூத்தவன். இளையவன் கத்தியை கிணற்றடிப் பக்கமாக இருந்த கருங்கல்லில் தீட்டத் துவங்கியதும் நஜீமா பதட்டமாகியது அவளது முகத்தில் நன்கு தெரிந்தது. கத்தியோடு வந்த இளையவன் சாராவை மடுவின் பக்கமாக இழுத்து நிறுத்தினான். மடுவினுள் மூத்தவனுக்கு முன்னால் படையலிட்ட கடலை, ஊதுபத்தி, வாழைப்பழம், சந்தனம் மருதாணி இலை, நாய்க்கடுகு, குங்குமமெல்லாம் இருந்தன. ய, வ எழுத்துகள் இரு முக்கோண யந்திரத்தினுள் சுற்றியும் கட்டங்களுக்குள் எழுதப்பட்டு ஓம் என்ற சுழியால் வளைத்து வரையப்பட்டிருந்தது.

“ஓம் பஹவதி ப்ய்ரவி

என்னை எதிர்த்து வந்த எதயும் கட்டு,

கடுகெனப் பட்சியைக் கட்டு,

மிருகத்தைக் கட்டு,

ஓம் காளி ஓம் ருத்ரி ஓங்காரி ஆங்காரி

அடங்கலும் கட்டினேன்

சபையைக் கட்டு,

சத்ருவைக் கட்டு,

எதிரியைக் கட்டு,

எங்கேயும் கட்டு...”

மூத்தவன் நிமிர்ந்து பாக்க கடைசியன் மாட்டின் பக்கமாகச் சென்று அறுக்கப் போவது போல கால்களைக் கயிற்றால் கட்டிச் சாய்த்து அதை வீழ்த்தி பாசாங்கு செய்ததும் சாராவின் கண்களையும் கைகளையும் ஒருசேரப் பொத்தினான் இளையவன். வெண்பந்தல் ஆடாதிருந்தது. காற்று இல்லாத நல்ல வெளிச்ச இரவில் வில்வ மரத்திலிருந்து சடசடப்பு வராத இரவில்

ஐவரது மூச்சு எறிவுச் சத்தம் மட்டும் தனித்தனியே வித்தியாசம் கொண்டதாய் கேட்டது. நஜீமா சாராவைப் பார்த்தபடியிருந்தாள். அவளது கைக்கு மேலே கத்தியில் சாணை தீட்டி உரசிய கோடுகள் நெய்விளக்கு வெளிச்சத்தில் பளபளத்தன. சாராப்பிள்ளை வயிற்றையே பிடிக்கப் பார்த்தாள். அவர்களுக்குத் தோன்றவே இல்லை. கால்களின் வழியே கோடு போல கைர்-சாரா என்கிற சாராவின் ஆயில் பெஸ்டல் வில்வமரம் சித்திரம் போல வடியத் துவங்கியதும் கத்தி அதுவாக நழுவிக் கொண்டது. புயலால் ஒடிந்த கிளை மட்டுமன்றி நடப்பட்டு அன்று வரை பூத்த எல்லா வில்வப் பூக்களும் கோடுகளாய் உதிர்ந்து மடுவினுள் ஓடின. பூசை நின்றது. பந்தக் கால்கள், எரிச்சல் எட்டி உதைக்க வெண் சீலையோடு முறிந்து கொண்டன. பரிகாரமற்று சாபநிவர்த்தி கன்னி ரத்தத்தால் பூரணமாகியது. நஜீமா பிள்ளையைத் தாங்கினாள். நிராதரவின் அம்மணத்தின் மீது அவளைப் போர்த்தினாள். ஒருபோதுமில்லாதவாறு நிஷ்களங்கத்தோடு ஒரு தாய்மை அவளோடு சுரந்து வந்தது.

◇ ◇

# கரித் தெமலோ

**சாதனா சகாதேவன்**

இந்தக் கதையை எப்படி ஆரம்பிக்கலாம்? புனிதவதி டீச்சருக்குக் காதுகள் கொஞ்சம் மந்தமென்று ஆரம்பிக்கலாமா? அல்லது அப்போது அந்த நாட்டில் கடுமையான பனிக் காலமாயிருந்தது என்றாவது ஆரம்பிக்கலாமா? இல்லை... வேண்டாம். நான் கீழ்க்கண்டவாறே ஆரம்பிக்கின்றேன்.

'நம்புங்கள் தமிழீழம் நாளை பிறக்கும்' என்கிற பாடல் வில்வரட்னத்தின் காதுகளில் விழுந்தபோது அவரின் கண்கள் கலங்கத் தொடங்கின. சிறிது நேரம் அந்த ஒலிபெருக்கியையே பார்த்துக்கொண்டிருந்தார்.

வில்வரட்னம் கடவுளின் மீது எவ்வளவு பக்தி கொண்டவரோ அதைவிட இயக்கத்தின் மீதும், இயக்கத் தலைவர் மீதும் அசலான பக்தி கொண்டவர். இரண்டாயிரத்து ஒன்றில், ரணில் - பிரபாகரன் சமாதான ஒப்பந்தம் கைச்சாத்தாகியபோது, இன்னும் இரண்டு ஆண்டுகளிலோ அல்லது மூன்று ஆண்டுகளிலோ தமிழீழம் கிடைத்துவிடுமென்றே அவர் நம்பினார். தமிழ் மக்கள் இனி நிம்மதியாக இருப்பார்களென்றும் தானும் தன் குடும்பத்தோடு இந்த நாசமாய் போன கொழும்பை விட்டுப்போய் அங்கேயே நிரந்தரமாய் தங்கிவிடலாமென்றும் நினைத்தார்.

இது, வில்வரட்னம் கலந்து கொள்ளும் முதலாவது மாவீரர் நாள். ஏ-9 பாதை திறக்கப்பட்டதும் முதல் வேலையாக அவர் வன்னிக்கே வந்தார். முதல் முறை என்பதால் தேவியையும் பிள்ளை குட்டிகளையும் அவர் அழைத்து வந்திருக்கவில்லை. அதோடு தான் பங்குபற்றும் முதலாவது மாவீரர் நாளை தேவியின் கிள்ளல், பிள்ளைகுட்டிகளின் சிணுங்கல் இவை எதுவுமில்லாமல் அவர் தனியே அனுபவிக்கவே விரும்பியிருந்தார். தேகம் என்றுமில்லாதவாறு உற்சாகமாக இருந்தது.

ஒலிபெருக்கியில் ஒலித்துக் கொண்டிருக்கும் புலிப்பாடலும் காந்தள் மலர்களுடன் கூடிய வண்ணக் கொடிகளும் அவரைக் குதூகலிக்க வைத்தன. கைகள் இரண்டையும் பின்னால் கோர்த்துக்கொண்டு நிமிர்ந்த நடையுடன் அவர் பாட்டுக்கு உலாத்தித் திரிந்தார். இயக்கப் பொடியனொருவன் இவரைப் பார்த்துப் புன்னகைத்தபோது சடாரென்று நின்றவர், அதே வேகத்தோடு இடது கையை நெற்றிக்குக் கொடுத்து ‘சல்யூட்’ அடித்தார்.

வில்வரட்னம் தமிழீழம்தான் தமிழர்களின் இறுதித் தீர்வென நம்பியதற்கு ஏகப்பட்ட வலுவான காரணங்கள் உண்டெனினும் ஒரு சில காரணங்கள் வில்வரட்னத்தால் என்றுமே மறக்க முடியாதவை.

வில்வரட்னம் பிறந்தது யாழ்ப்பாணத்தில் உள்ள தீவுப் பகுதியாக இருந்தாலும் சிறு வயதிலிருந்தே அவர் கொழும்பில்தான் வசித்து வருகிறார். அதுவும் முழுக்க முழுக்கத் தமிழர்கள் வாழும் பிரதேசத்தில். ஆகவே, அவருக்குச் சிங்களம் சுட்டுப் போட்டாலும் வராது. கூடவே, அவருக்கு அந்த மொழியின் மீது ஒரு ஒவ்வாமையும் இருந்தது. இவரின் தந்தை அய்ந்தாம் குறுக்குத் தெருவிலுள்ள ஒரு மொத்த வியாபாரக் கடையில் நிர்வாகியாக வேலை செய்து வந்தார். இவர், அதே கடையில் காசாளராக வேலை பார்த்தார்.

அவரின் முதலாளிகூட எத்தனையோ தடவைகள் சொல்லிப் பார்த்தும் வில்வரட்னம் சிங்கள மொழியைக் கற்றுக் கொண்டாரில்லை. தனக்குத் தெரிந்த ஓரிரு சிங்கள

வார்த்தைகளை வைத்தே அவர் அத்தனை வருடங்களையும் கழித்திருந்தார்.

இப்படித்தான் ஒரு தடவை, காலை ஆறு மணியிருக்கும். வேலைக்குப் போவதற்காகக் கொச்சிக்கடையிலிருந்து வந்து கொண்டிருந்தவரை முருகன் தியேட்டருக்கு அருகில் நின்றுகொண்டிருந்த இரண்டு இளம் ஆமிப் பொடியன்கள் பிடித்து விட்டார்கள்.

'மாத்தையா எங்கே போறது?'

'வெர்க்கிங் போறேன்'

'மாத்தையா என்ன வேலை செய்யுறது?'

'ரைட்டிங் பில்'

ஆமிக்காரப் பொடியன்கள் இருவரும் ஒருவரையொருவர் பார்த்துக் கொண்டார்கள். பின்பு, 'மொக்கத பில்' என்றார்கள். அவர்கள் அப்படிக் கேட்கும்போது அவர்களின் கண்கள் போலியாகக் குறுகியிருந்தன. வில்வரட்னத்துக்கு இவர்கள் தன்னுடன் விளையாடுகிறார்கள் என்பது புரிந்து விட்டது. இருந்தாலும், அவர் அதைக் காட்டிக் கொள்ளாமல் தன்னுடைய கைகளிலொன்றை தாள்களைப் போல் விரித்து, மற்றைய கையை பேனா போலாக்கி எழுதி எழுதிக் காண்பித்தார். அப்படி அவர் பாவனை செய்யும் போது அனிச்சையாக அவருடைய உதடுகள் 'பில்லு, பில்லு' என்றவாறாகச் சொல்லிக்கொண்டன.

ஆமிக்காரப் பொடியன்களில் மூத்தவன் போலிருந்தவன் தன்னுடைய கண்களை இன்னும் குறுக்கிக்கொண்டு 'மொக்கத... பில்லு கப்பனவத?' என்றான்.

வில்வரட்னத்தின் கண்கள் குழப்பமடைந்தன. ஆனால், அதே நேரம் எழுதுவதற்குச் சிங்களத்தில் கப்பனவத போலிருக்கிறது என்றும் அவருக்குப் படவே முகத்தைத் தூக்கிக் கொண்டு 'ஒவ் ஒவ் கப்பனவா' என்றார்.

வில்வரட்னம் இப்படிச் சொன்னதும் அந்த மூத்த ஆமிக்காரப் பொடியன் பின்வருமாறு வினவினான்.

'மொக்கதக் கப்பனவா; கல்லுக் கப்பனவத?'

இவ்வாறு வினவி விட்டு அந்த இரண்டு இளம் ஆமிக்காரப் பொடியன்களும் பின்பக்கமாய் திரும்பிச் சிரி சிரியென்று சிரித்தார்கள். வில்வரட்னம் அவமானத்தினாலும், கோபத்தினாலும் துடித்தார். குனிந்து நிலத்தையே பார்த்துக்கொண்டிருந்தவர், அதற்கு மேல் ஒரு சொல் பேசினாரில்லை. அவரின் தேகமானது நடுங்கிக் கொண்டிருந்தது.

ஆணும் ஆணும் உறவில் ஈடுபடுவதைத் தமிழில் 'கல்லு வெட்டுதல்' என நக்கலாகக் குறிப்பிடுவார்கள். அதையே சிங்களத்தில் 'கல்லுக் கப்பனவா' என்பார்கள். தங்கள் நாட்டில் வாழும் சகல பிரஜைகளுக்கும் பாதுகாப்பாக இருக்க வேண்டிய இராணுவமே இப்படியான அவமானப்படுத்தும் கேள்வி கேட்டதை வில்வரட்னம் பெரும் மரியாதைக் குறைவாகக் கருதினார்.

இன்னொரு தடவை, நோன்புப் பெருநாளுக்கு முந்திய தினமொன்றில் தாவு தீர்ந்து விடுமளவுக்குக் கடையில் பயங்கர வேலை. கடையை அடைப்பதற்கே இரவு ஒருமணியாகி விட்டது. அன்று அவர் வீட்டுக்குப் போகவில்லை. இவரும் இன்னும் இரண்டு பேரும் கடையை அடைத்துவிட்டுக் கடைக்கு உள்ளேயே படுத்துக்கொண்டார்கள். அதிகாலை நான்கு மணி வாக்கில் யாரோ கடையின் வாசலைத் தட்டுவது கேட்டது. மூவருக்கும் பயங்கர அசதி. எழும்பி யாரென்று பார்ப்பதற்கு முடியாத அளவுக்கு அசதி. எழும்ப மனமில்லாமல் படுத்தே கிடந்தார்கள். இப்போது கதவு ஒரு மூர்க்கத்தனத்துடன் தட்டப்படுகிறது. விட்டால் உடைத்து விடுவார்களோ என்கிற அளவுக்கு அதன் சத்தமானது அதிர்கிறது.

இறுதியில் அவர்கள் கதவை உடைத்தும் விட்டார்கள். வந்தவர்கள் இராணுவம். தூங்கிக்கொண்டிருந்த மூவரையும் வெளுத்து வாங்கினார்கள். கடையில் வேலை செய்த பதினெட்டு வயதுப் பையனையும் அவர்கள் விட்டு வைக்கவில்லை. இராணுவம் அடித்த அடியில் அவன் முகமானது கன்றிப்போய் சிவக்கத் தொடங்கிற்று. வில்வரட்னம் வெட்கத்தாலும், அசிங்கத்தாலும் கூனிக் குறுகிப் போய் நிற்கலானார். இராணுவ வீரனொருவன் அவர் கன்னத்தைப் பொத்தி அடித்திருந்தான். கடை முழுவதையும் அங்குலம் அங்குலமாகச் சல்லடை போட்டுத் தேடியவர்கள், தாங்கள் தட்டும்போது கதவைத்

திறக்காத காரணத்தைக் காட்டி மீண்டும் மீண்டும் அடித்தார்கள். அப்போது, அவர்களிலொருவன், வில்வரட்னத்தைப் பார்த்துக் கீழ்க்கண்டவாறு உரைத்தான்.

'கரித் தெமலோ!'

வில்வரட்னத்துக்கு மேற்கூறிய வார்த்தைகளைக் கேட்டதும் அவரின் இதயமானது கனக்கத் தொடங்கியது. அது ஏதோ முழு அம்மணமாக நிற்பது போலவும் அவருக்குத் தோன்றிற்று. அவர் தேகமானது விக்கித்து அந்த இராணுவ வீரனையே சில கணங்கள் பார்த்துக்கொண்டிருந்தார். பின்பு, தலையைக் குனிந்து கொண்டவர் சுவரின் ஒரு பக்கமாகப் போய் நின்று கொண்டார்.

இவையெல்லாம் ஒரு சொற்ப நிமிடங்கள் தான். ஆனால், வில்வரட்னத்துக்குத்தான் வாழ்வு வெறுத்து விட்டது. அவர் எத்தனையோ தூஷண வார்த்தைகளைக் கேட்டிருக்கிறார். ஏன் அவர் கூட தன்னுடைய பதின்ம வயதுகளில் நிறையவே தூஷணம் பேசியிருக்கிறார். ஆனால், அந்த இராணுவ வீரன் இவரைப் பார்த்து உரைத்த 'கரித் தெமலோ' என்கிற வார்த்தை அவரை முழுவதுமாக ஏதோ பண்ணிற்று. அதெப்படி என்னைப் பார்த்து அவன் அதுவும் ஒரு சிங்களவன் கரித் தெமலோ எனச் சொல்லலாம்? நானென்ன கரித் தமிழனா? அல்லது என் இனம் கரித் தமிழ் இனமா?

வில்வரட்னத்துக்கு வாழ்வும் கூடவே கொழும்பு நகரமுமே வெறுத்து விட்டது. அவர் சீக்கிரமாகவே அந்த மனிதர்களையும், நகரத்தையும் துறந்துவிட எண்ணினார். யுத்தம் எப்போது முடியும்? தமிழீழம் எப்போது மலருமென அவர் கனவு காணலானார்.

//இப்போது, அவர் தனித் தமிழீழத் தேசத்தில் நின்று கொண்டிருக்கிறார். ஆறுகளும் நதிகளும் பெருக்கெடுத்து ஓடுகிறன. எங்கும் பச்சைப் பசுமைவெளிகள். சூழ்ந்திருக்கும் காற்றில் சுத்தமும், நறுமணமும் தெரிகிறது. வில்வரட்னம் ஆழ்ந்து மூச்சை இழுத்து விட்டுக் கொள்கிறார். தூய்மை நிரம்பிய வானத்தின் கீழே மனிதர்கள் நடமாடுகிறார்கள். அத்தனை மனிதர்களின் முகங்களிலும் மகிழ்ச்சி நிரம்பியிருக்கிறது. குண்டுச் சத்தங்கள் கிடையாது. ஆனால், மழை தாராளமாகப் பொழிகிறது. துவக்குகள் கிடையாது.

*ஆனால், வண்டுகள் ரீங்காரித்துப் பாடல் இசைக்கின்றன. மொத்தத்தில், 'கரித் தெமலோ' என்கிற வார்த்தை அங்கு கிடையவே கிடையாது.//*

இரண்டாயிரத்து ஒன்பதில் யுத்தம் முடிந்ததும், தலைவர் இறந்து போனதாக வெளிவந்த தகவல் வில்வரட்னத்தை என்றுமில்லாதவாறு பாடாய் படுத்தியது. இரவில் தூக்கமின்றித் தவித்தார். நாங்கள் என்ன பாவம் செய்தோமென்றும், எதற்காக எங்களுக்கு இவ்வளவு பெரிய உத்தரிப்பைக் கொடுத்தாய் என்றும் கடவுளிடம் வாய் விட்டுக் கேட்பார். இலங்கையிலிருப்பதே அவருக்கு அவமானமாக இருந்தது. கூடவே, அந்த 'கரித் தெமலோ'. அவர், அவ்வார்த்தையை நினைக்கும்போதெல்லாம் அவர் தேகமானது படபடக்கத் தொடங்கிற்று. கம்பளிப்பூச்சிகளும், பாம்புகளும், பூரான்களும் மட்டுமல்லாமல் தவளைகளும், தேரைகளும், கறையான்களும் அவர் இதயத்தைச் சூழ்ந்துகொண்டு அரிக்கலாயின.

அடுத்த ஆண்டு, மனைவியிடமும் சொந்தங்களிடமும் சொல்லிவிட்டு அவர் ஃபிரான்ஸுக்கு விமானம் ஏறினார்.

ஒரு பிரமுகரை அழைத்துப் போவது போல் தன்னையும் அவர்கள் அழைத்துப் போவார்கள் என்றே வில்வரட்னம் நினைத்தார். ஆனால், பரிசோதனைக் குழாய்க்கு அருகில் வந்தவுடனே குடிவரவு, குடியகல்வு அதிகாரிகள் அவரைச் சூழ்ந்துகொண்டார்கள். வில்வரட்னத்துக்கு நாடி நரம்பெல்லாம் திரவமாகியது. தொண்டை வறண்டு போனதைப்போல் உணர்ந்தார்.

வந்தவர்களில் இருவர் வில்வரட்னத்தை நடுவில் விட்டு, தங்கள் கைகளைக் கோர்த்துக்கொண்டு அழைத்துச் சென்றார்கள். வில்வரட்னத்துக்கு இந்த உலகமே தன்னை உற்று நோக்குவது போலிருந்தது. ஒருவரையும் திரும்பிப்பாராமல் நகர்ந்துகொண்டிருந்தார்.

முதலில், அவரின் கடவுச்சீட்டு ஆராயப்பட்டது. கடவுச்சீட்டின் பிரகாரம் வில்வரட்னம் இலங்கையர் கிடையாது. இந்தோனேசியர். அந்த நீலநிறக் கடவுச்சீட்டையே உற்றுப் பார்த்துக்கொண்டிருந்த அதிகாரி, கடவுச்சீட்டின் விளிம்பில் கார்பன் படித்திருப்பதைக் கண்டுபிடித்து, கொடுப்புக்குள்

சிரித்து, வில்வரட்னத்தை உற்று நோக்கினான். வில்வரட்னத்துக்கு இப்போது தன்னுடைய முகவரின் மீது தாங்கொணக் கோபம் வந்தது. அறுவான்... முன் காசாக ஏழு லட்சத்தைச் சிரித்துக்கொண்டே வாங்கியவன், இப்படியா நடுவழியில் தவிக்கவிட்டுப் போவான்... பேயன் ! என்று வாய்க்குள் முணுமுணுத்தார்.

தன்னையே பரிதாபமாகப் பார்த்துக்கொண்டிருந்த வில்வரட்னத்தை நோக்கி அதிகாரி உன்னுடைய பெயர் என்னவென்று ஆங்கிலத்தில் கேட்டான்.

அவன் கேட்டதில் 'நேம்' என்பது மாத்திரமே வில்வரட்னத்துக்கு விளங்கியது. மற்றையது ஒன்றுமே விளங்கவில்லை. அவர் இப்பொழுதும் அதிகாரியையே பரிதாபமாகப் பார்த்துக்கொண்டிருந்தார். அவன் மறுபடியும் உன்னுடைய பெயர் என்னவென்று கைகளால் வரைந்து காட்டிக் கேட்டான். வில்வரட்னத்துக்கு கொஞ்சமாகப் புரிவது போலிருந்தது. வில்... என்று ஆரம்பித்தவர், தான் இப்போது வில்வரட்னம் இல்லையென்பதும், ஏன் இலங்கையனே இல்லை என்பதும் நினைவுக்கு வரச் சட்டென 'முகம்மது' என்று மாற்றிச் சொன்னார். கடவுச்சீட்டில் அவ்வாறுதான் எழுதப்பட்டிருப்பதாக நினைவு.

அதிகாரி கடவுச்சீட்டை ஒருகணம் தூக்கிப்பிடித்துப் பார்த்துவிட்டு, முழுப்பெயர் என்னவென்று கேட்டான். வில்வரட்னத்துக்கு தன்னுடைய முழுப்பெயர் என்னவென்று தெரிந்திருக்கவில்லை. மறந்துவிட்டது. அதுவும், முகம்மது இசுமாயில் அபூபக்கர் என்கின்ற ஒரு இஸ்லாமியப் பெயரை அவர் கண்டிப்பாக நினைவு வைத்திருக்கவே மாட்டார். வில்வரட்னம் வந்த ஆத்திரத்தில் கீழ்க்கண்டவாறு பதிலுரைத்தார். 'பனங்கட்டி'

அதிகாரிக்கு ஒன்றுமே புரியவில்லை. 'பனங்கட்டியா? ஆனால், இங்கு உன்னுடைய பெயர் வேறு மாதிரி எழுதப்பட்டிருக்கிறதே' என்றான்.

வில்வரட்னத்துக்குப் பயம் பிடித்துக்கொண்டால் தலை சுற்றுவது போலிருக்கும். அய்ந்து நிமிடங்களுக்கு முதல் நடந்தது என்னவென்று கூட நினைவிருக்காது. அவர்

எதுவும் பேசினாரில்லை. அதிகாரியின் கண்களை நேராகப் பார்ப்பதற்கு அஞ்சி அந்த அறையின் மூலையின் விட்டத்தையே பார்த்துக்கொண்டிருந்தார். அதிகாரியும் அவர் பார்க்கும் திசையை ஒருகணம் தானும் திரும்பிப் பார்த்துக்கொண்டான். வில்வரட்னம் பதில் சொல்வதாகத் தெரியவில்லை.

அப்போது, அந்த விசாலமான அறையின் கதவைத் திறந்துகொண்டு ஏயார் பிரான்ஸ் விமான சேவையின் நிர்வாகி உள்ளிட்டான். வந்தவனுக்கு முப்பத்தைந்து அல்லது அதனிலும் குறைவான வயதே இருக்கலாம். சாந்தமான முக அமைப்பைக் கொண்டவனான அவன் வில்வரட்னத்தை நோக்கி இவ்வாறு கேட்டான்.

‘இதோ பாருங்கள், நீங்கள் இந்தோனேசியா நாட்டைச் சேர்ந்தவராக எங்களுக்குத் தோன்றவில்லை; அதை நாங்கள் நம்பவுமில்லை. உங்கள் கடவுச்சீட்டு என்று எம்மிடம் ஒப்படைத்த அந்த நீலநிறப் புத்தகத்தின் ஓரத்தில் கார்பன்கள் படித்திருப்பதை நாங்கள் கண்டுபிடித்துவிட்டோம். ஆகவே உண்மையைச் சொல்லிவிடுங்கள். யார் நீங்கள்? நீங்கள் எந்த நாட்டைச் சேர்ந்தவர்?’

வில்வரட்னத்துக்கு ஒற்றைவரியில் ஆங்கிலம் பேசினாலே மண்டை கிறுகிறுத்துப் போய்விடும். ஆனால் இவனோ பந்தி பந்தியாக ஆங்கிலம் பேசுகின்றான். அவருக்கு உண்மையிலேயே மண்டை கிறுகிறுத்துத்தான் போனது. கூடவே, அந்த இளைஞன் தன்னை ‘கரித் தெமலோ’ என்று திட்டியதாகவும் அவருக்குச் சந்தேகம் உண்டாகிற்று.

தன்னுடைய முள்ளந்தண்டின் மையத்திலிருந்து உஷ்ணமாக ஏதோவொன்று கிளம்புவதைப் போலுணர்ந்த அவர் அந்த அழகிய இளைஞனையே வாய் பிளந்து பார்த்துக்கொண்டிருந்தார். அவரின் இதயம் சுறுசுறுவென்று வேலைசெய்ய ஆரம்பித்தது. என்ன நடந்தாலும் சரி, உயிரே போனாலும் கூட இனி வாய் திறந்து ஒரு வார்த்தை கூடப் பேசப் போவதில்லையென்று முடிவெடுத்தார். இந்த நேரத்தில் அதுவே சிறந்ததென்றும் அவரின் உள்ளுணர்வு அவருக்குக் கூறிற்று.

அவர் எதுவுமே பேசாமல் தலையைக் குனிந்தவாறு தன்னுடைய கருப்பு நிறச் சப்பாத்தினையே பார்த்துக்கொண்டிருந்தார். சிறிது

நேரத்தின் பின் அந்தச் சாந்தமான முக அமைப்பைக் கொண்ட அழகிய இளைஞன் தான் அமர்ந்திருந்த கதிரையைத் தூக்கி ஓங்கி நிலத்தில் அடித்தான். வில்வரட்னம் திடுக்கிட்டு அவனின் சிவப்பேறிய கண்களையே பார்த்துக்கொண்டிருந்தார்.

அந்த மிகப்பெரிய விமானத்தின் இடது பக்க மூலையின் யன்னல் இருக்கையில் வில்வரட்னம் அமர்ந்திருந்தார். அவருக்குப் பக்கத்தில் ஓர் ஆப்பிரிக்க குண்டுப் பெண் அமர்ந்திருந்தாள். இவரைப் பார்த்து 'கரித் தெமலோ' என்றாள். எதுவுமே புரியாமல் சட்டென அவளைத் திரும்பிப் பார்த்தபோது, அவளும் அதே வேகத்தோடு திரும்பி இவரைப் பார்த்துச் சிரித்துக் கொண்டாள்.

வில்வரட்னத்துக்கு எதுவுமே புரியவில்லை. அச்சத்தில் அவரின் முகம் விறைத்திருந்தது. தான் மட்டுமே அந்த விமானத்தில் அமர்ந்திருப்பதாக உணர்ந்தார். விமானம் கிளம்பிப் பதினைந்து நிமிடங்கள் கழிந்த பின், கக்கூசுக்குப் போவது போல் கழிவறையில் வைத்துக் கடவுச்சீட்டைக் கிழித்துப் போட்டுவிட வேண்டும். முகவர் அப்படித்தான் வில்வரட்னத்துக்கு அறிவுறுத்தியிருந்தான். விமானம் ஏறத் தொடங்கியபோது அவருக்கு வயிற்றில் குமட்டுவது போலிருந்தது. பாதங்கள் குறுகுறுத்தன. ஒருகணம் ஓங்காளித்து பின், வந்த எச்சிலை விழுங்கிக் கொண்டார்.

விமானப் பணிப்பெண்ணொருத்தி இவரின் காதுக்கு அருகாக வந்து 'கரித் தெமலோ' என்றாள். வில்வரட்னத்துக்குத் தேகமெல்லாம் நெருப்பாய் எரிந்து கண்கள் சிவந்து கொண்டன. ஒரு வேகத்தோடு இருக்கையை விட்டு எழுந்துகொண்டவர், அதே வேகத்தோடு பணிப்பெண் மீது பாய்ந்து அவளை நிலத்தில் சரித்து அவளின் முகத்தில் சரமாரியாகக் குத்தினார். எங்கும் இரத்தச் சகதி. பணிப்பெண்ணின் முகமானது உடைந்து இரத்தம் கொட்டிக்கொண்டிருந்தது. வில்வரட்னம் பெரும் குரலெடுத்து அகோரமாகச் சிரித்துக்கொண்டார். மட்டுமல்லாமல், இரத்தம் தோய்ந்த கைகளைத் தன் முகத்தில் தடவியும் கொண்டார். அப்போது, திடீரென்று விழித்துக் கொண்ட அந்த விமானப் பணிப்பெண் இவரைப் பார்த்துப் புன்னகைத்து, 'நீங்கள் உங்கள் தாகம் தீர்த்துக் கொள்ள உங்களுக்கு ஏதும் கொடுக்கட்டுமா?' என்றாள்.

பதினைந்து நிமிடங்கள் கழித்து, வில்வரட்னத்துக்கு உண்மையிலேயே கக்கூஸ் முட்டியது. அந்த ஆப்பிரிக்கக் குண்டுப் பெண்ணைத் தாண்டிச் செல்லும்போது, இவள் நான் எதற்காக கக்கூஸ் போகிறேன் என்பதை தெரிந்து கொண்டிருக்கக் கூடும் என்று அவரின் உள் மனம் அவருக்குக் கூறிற்று. விமானத்தில் அமர்ந்திருந்த அத்தனை பயணிகளும் தன்னைத்தான் பார்த்துக்கொண்டிருக்கின்றார்களோ என்று கூட கற்பனை செய்தார். அச்சத்தில் காற்றில் நடப்பது போல் நடந்து கழிவறையின் வாசலில் வந்து நின்றார். கதவில் சிகப்பு நிற விளக்கு எரிந்து கொண்டிருந்தது. பச்சை வரும் வரை காத்துக்கொண்டிருந்தபோது, யாராவது வந்து தன்னை ஏதும் கேட்டுவிடுவார்களோ என்று பயந்தார்.

கழிவறையின் கதவு திறக்கப்பட்டபோது வில்வரட்னத்துக்கு கக்கூசும், பயமும் சரிவிகிதத்தில் முட்டிக்கொண்டு நின்றன. உடல் வியர்த்திருந்தது. தன்னுடைய பாரம் சற்றுக் குறைவதைப் போலுணர்ந்தார். ஒரு விறுவிறுப்புடன் கழிவறைக்குள் நுழைந்த அவர், கதவைத் தாளிட்டுவிட்டு தன்னைத் தானே ஆசுவாசப்படுத்திக்கொண்டார். குறைந்த பாரம் மறுபடியும் ஏறுவது போலிருந்தது. பட்டியை தளர்த்திவிட்டு கக்கூசின் தட்டில் குந்திய அவர், நிதானமாக இறக்க ஆரம்பித்தார். முதுகுப்புறத்தின் மையத்திலிருந்து வியர்வைத் துளியொன்று வழிந்தோடி அவரின் குண்டிவரை சென்றது.

இறக்கி முடித்தவுடன், முகத்தைச் சுளித்தவாறே காகிதத்தால் அடி துடைத்தார். பட்டியை மறுபடியும் இறுக்கிக் கட்டிய வில்வரட்னம் தன்னுடைய காற்சட்டை பையிலிருந்த அந்த நீலநிறக் கடவுச்சீட்டை எடுத்தார். துண்டு துண்டாகக் கிழித்தார். மலக்குழியில் இட்டார். ஒரு நிம்மதியுடன் நீரைத் திறந்துவிட்ட அவர் தன்னுடைய மலத்தோடு சேர்ந்து கிழிக்கப்பட்ட காகிதங்களும் மிதந்து செல்வதைக் கண்டார்.

வில்வரட்னம் ஃப்ரான்ஸில் இறங்கியபோது, எல்லாம் சம்பிரதாயமாக நடைபெற்று, அறிவுறுத்தப்பட்டு அதன் பிற்பாடு தஞ்சமளிக்கும் அதிகாரிகள் அவரை விடுவித்தபோது மொத்தமாக இரண்டு வாரங்கள் முடிந்திருந்தன.

வில்வரட்னத்தின் மனமானது மகிழ்ச்சியாலும், நிம்மதியாலும் நிரம்பித் தளும்பிற்று. அந்த அகன்று விரிந்த தேசத்துக்கு தன்னை முழுவதுமாக ஒப்புக் கொடுத்தார். அத்தேசத்தின் சாலைகளிலும், மலர்களிலும் பரிபூரண சுதந்திரமானது வியாபித்துக் கிடப்பதாக அவர் எண்ணினார். தினந்தோறும் லா-சப்பலுக்குச் சென்று தமிழ்க் கடைகளையும், தமிழ்க் கோயில்களையும், தமிழ் முகங்களையும் தரிசித்தார். ஒவ்வொரு தமிழரையும் பார்த்து அவர் புன்னகைத்தார். கைலாகு கொடுத்தார். உங்கள் கரங்களைப் பற்றிக்கொள்ளும் போது அத்தனை நிறைவாக இருக்கிறது என்றார். அப்பிரதேசத்தில் நிற்கும் ஒவ்வொரு கணமும் தனித் தமிழீழத் தேசத்தில் நிற்பதாகவே அவருக்குத் தோன்றிற்று.

*//ஓய் சிங்கள தேசமே, என் தமிழீழத்தைப் பார்! இங்கு வாழும் அன்பு நிறைந்த தமிழர்களையும் கருணை நிரம்பிய தமிழர்களையும் பார்! என் இனமடா இவர்கள்! இவர்களைப் போன்ற தூய மனிதர்களை உன் தேசத்தில் நீ எங்ஙனமடா காண முடியும்?//*

நாள் தவறாது மனைவியோடும், பிள்ளைகளோடும் அவர் தொலைபேசியில் கதைத்தார். ‘நான் வந்திருப்பது ஃபிரான்ஸ் அல்ல; மாறாக இத்தேசம் நாம் கனவு கண்ட தனித் தமிழீழத் தேசம் போலவே எனக்குத் தோன்றுகிறது. ஆம் நிச்சயமாக இது தமிழீழமேதான்’ என்பார். விரைவிலேயே உங்களையும் இத்தனித் தமிழீழத் தேசத்துக்கு அழைத்துக்கொண்டு விடுவேனென்று சத்தியமும் பண்ணினார்.

வில்வரட்னத்துக்கு தொலைபேசி அட்டைகளை விற்பனை செய்யும் தமிழ்க் கடையொன்றில் வேலை கிடைத்தது. அரசாங்கமும் முந்நூறு யூரோக்கள் கொடுக்கிறது. இவர்கள் ஒரு எண்ணூறு யூரோக்கள் வரை கொடுத்தாலும் பரவாயில்லையென்று நினைத்துத்தான் வேலைக்குப் போனார். வேலை குறைவுதான். ஒன்பது மணி வாக்கில் கடை திறக்கப்படும். வில்வரட்னம் முதலில் கடையைப் பெருக்கி சுத்தம் செய்வார். பின், நிலத்தைத் தண்ணீர் கொண்டு கழுவித் துடைப்பார். வாடிக்கையாளர்களை தனக்குத் தெரிந்த ஓரிரு ஃப்ரெஞ்ச் சொற்களின் மூலமும் அரைகுறை ஆங்கிலத்தின் மூலமும் வரவேற்பார். ஃபோட்டோ கொப்பி செய்து கொடுப்பார். வயதானவர்கள் இந்த இலக்கத்தை என்னால் அழுத்த முடியவில்லை; உங்களால் அழுத்தித் தர

முடியுமா எனக் கேட்கும்போது சிரித்த முகத்துடன் இலக்கத்தை ஒவ்வொன்றாகச் சரி பார்த்து அழுத்திக் கொடுப்பார். எல்லாம் நன்றாகத்தான் போய்க்கொண்டிருந்தது. ஆனால், எப்போது முதலாளியின் மனைவியும் கடைக்கு வரத் தொடங்கினாளோ அப்போது வில்வரட்னத்துக்கு சனி பிடித்துக் கொண்டது.

அவள் பெயர் மரகத மலர். வில்வரட்னத்தைக் காட்டிலும் நான்கு வயது மூத்தவள். மாசு மருவற்ற பொலிவான முகத்தையும், கொஞ்சம் பருமனான தேக வாக்கினையும் கொண்டிருந்தாள்.

ஒரு காரணமுமில்லை. ஆனால், ஏனோ அவளுக்குத் தன்னைப் பிடிக்கவில்லை என்பதை இரண்டு நாள்களிலேயே வில்வரட்னம் உணர்ந்துகொண்டார். இப்படித்தான் ஒருதடவை, வில்வரட்னம் தானுண்டு தன் பாடுண்டு என்று வேலை செய்து கொண்டிருந்தார். அன்று வெள்ளிக்கிழமை என்பதால் வில்வரட்னம் காலையிலேயே எழுந்து தலைக்குக் குளித்து லா - சப்பலிலுள்ள பிள்ளையார் கோயிலுக்குச் சென்று விபூதி, குங்குமப் பொட்டு சமேதராக அப்போதுதான் வேலைக்கு வந்திருந்தார்.

அப்போது ஓர் ஆப்பிரிக்க இளைஞன் வந்தான். அவனுக்கு முப்பது வயது இருக்கலாம். கோட், சூட் எல்லாம் அணிந்திருந்தான். பொடியன் எங்கேயாவது பெரிய கம்பனியொன்றில் பெரிய பதவியில் இருப்பானென்று வில்வரட்னம் அவனைப் பற்றி மனதுக்குள் நினைத்துக்கொண்டார். வந்தவன், நேராக வில்வரட்னத்திடம் சென்று ஃப்ரெஞ்சில் ஏதோ கேட்டிருக்கிறான். பதிலுக்கு, வில்வரட்னம் தனக்கு ஃப்ரெஞ்ச் தெரியாதென்றும் அந்தப் பெண்ணிடம் சென்று - மரகத மலரைச் சுட்டிக் காட்டி - கேளுங்களென்றும் சொல்லி இருக்கிறார். பத்து நிமிடங்களுக்கு மேலாக மரகத மலருடன் பேசிக்கொண்டிருந்த அந்த ஆப்பிரிக்க இளைஞன் வில்வரட்னத்திடம் 'நீங்கள் உங்கள் கடையில் தொலைபேசிகளை லாக் உடைப்பீர்களா' என்று ஆங்கிலத்தில் வினவியிருக்கிறான். அதற்கு, வில்வரட்னம் 'இல்லை... எங்கள் கடையில் நாங்கள் தொலைபேசிகளை லாக் உடைப்பதில்லை' என்றிருக்கிறார்.

இதைத் தவறாகப் புரிந்துகொண்ட மரகத மலர் அதாவது, இந்தக் கடையிலிருக்கும் தொலைபேசிகளெல்லாம் லாக்

உடைக்கப்பட்டிருக்கிறதா என்று கேட்கப்பட்டதாகவும், அதற்கு வில்வரட்னம் இல்லையென்று பதில் கூறியதாகவும் புரிந்துகொண்டு 'இங்கே இருக்கும் தொலைபேசிகளெல்லாம் லாக் உடைத்துத்தானிருக்கிறது மிஸ்ஸியு...!' என்று உடலை உதறி எச்சில் தெறிக்குமாற் போல் கத்தினாள்.

வில்வரட்னத்துக்கு உடலிருந்த அத்தனை இரத்தமும் அவரின் மூளைக்கு ஏறியது. தேகம் நடுங்குவது போல் படவே வந்த ஆத்திரத்தைக் கட்டுப்படுத்திக்கொண்டு, நீங்கள் தவறாகப் புரிந்து கொண்டு விட்டீர்களென்றும் ஆனால், நடந்தது இதுதானென்றும் மரகத மலரிடம் பொறுமையாக விளக்கிக் கூறினார். மரகத மலருக்குப் பெரும் அவமானமாகி விட்டது. எதுவுமே சொல்லாமல், செய்த தவறுக்கு மன்னிப்புக் கேட்கக் கூட மனம் ஒப்பாமல் கணினி மவுஸைப் பிடித்து ஆட்டிக் கொண்டிருந்தாள். அதன் பிறகு, வில்வரட்னம் அப்பக்கமே போனாரில்லை.

இரண்டு மாதங்கள் கழித்து, வில்வரட்னத்துக்கு இத்தாலியன் உணவுச்சாலையொன்றில் கோப்பை கழுவும் வேலை கிடைத்தது. அந்த உணவுச்சாலையில் தான் இக்கதையின் கதைசொல்லி வில்வரட்னத்துக்கு அறிமுகமானான். அவன் அங்கு பிரதான சமையல்காரனுக்கு உதவியாளனாக வேலை பார்த்தான். வில்வரட்னம் அவனைக் கூர்ந்து கவனித்தார். வட்ட முகம். தலை முடியைக் குட்டையாகக் கத்திரித்து, தாடியைச் சுத்தமாக மழித்திருந்தான். வில்வரட்னம், தன்னோடு ஒரு தமிழன் வேலை பார்ப்பது குறித்து நிரம்பவே சந்தோசப்பட்டார்.

வில்வரட்னத்துக்குத் தேவையான சமையல்றை ஆடைகளையும், தொப்பியையும் ஒரு புன்னகையோடு கொண்டுவந்து கொடுத்த கதைசொல்லியானவன் அவருக்குக் கைலாகு கொடுத்து முகமன் தெரிவித்துக்கொண்டான். வில்வரட்னமும் அவற்றை அவனிடமிருந்து ஒரு புன்னகையோடு வாங்கிக்கொண்டார். மார்பில் அணிந்து கொள்ளும் துணியை அவர் கட்டிக்கொள்ளத் தெரியாமல் நின்றபோது, கதைசொல்லியானவன் தன் புன்னகை மாறாமலேயே அவருக்கு உதவி செய்தான்.

காலை பத்து மணி வாக்கில், அந்த உணவுச்சாலையின் சமையலறைக் கூடத்தில் தன்னுடைய முதல் நாளை

தொடங்கினார் வில்வரட்னம். அந்தக் கூடத்தில், பிரதான சமையற்காரன், கதைசொல்லி, வில்வரட்னம் ஆகியோரோடு சேர்த்து இன்னும் இரண்டு பேராக மொத்தம் அய்ந்து பேர்கள் வேலை பார்த்தார்கள். வில்வரட்னம் சமையற்காரனுக்குத் தேவையான பொருட்களை சேமிப்பு அறையிலிருந்து எடுத்துவந்து சமையற்கூடத்தின் ஒரு மூலையில் அடுக்கினார். விதவிதமான இறைச்சிகளையும் ஜாதி ஜாதியான இறால் வகைகளையும் வகைப்படுத்தி பிரித்து வெட்டினார். மரக்கறி வகைகளான காரட், பச்சை முள்ளங்கி, குண்டுத் தக்காளி, குடை மிளகாய் போன்றவற்றைத் தண்ணீரில் சுத்தப்படுத்தி பின் அவற்றைச் சிறு சிறு துண்டுகளாக வெட்டிப் பாத்திரத்தில் அடுக்கினார். இவற்றையெல்லாம், கதைசொல்லி சமையற்கூடத்தின் ஓர் ஓரத்தில் நின்றவாறு புன்னகை மாறாமலேயே பார்த்துக் கொண்டிருந்தான்.

மணி பன்னிரண்டு ஆகிவிட்டபோது அன்றைய வியாபாரம் தொடங்கிற்று. வில்வரட்னம் மலைபோல் குவிந்து கொண்டிருந்த எச்சில் கோப்பைகளை சளைக்காமல் கழுவிக்கொண்டிருந்தார். கரண்டிகளையும், கத்திகளையும் கழுவி மிகத் தூய்மையாகச் சுத்தப்படுத்தினார்.

வில்வரட்னம் பம்பரம் போல் சுழன்று சுழன்று வேலை செய்துகொண்டிருந்தார். தேகம் சிறிது வலித்தாலும் அவருக்கு அங்கு வேலை செய்வது பிடித்திருந்தது. அன்றைய அவரின் வேலை நேரம் முடிந்திருந்தபோது, அவரின் ஆடைகளானது நனைந்தும் அழுக்கேறியும் இருந்தன. இரவில், மனைவியோடு தொலைபேசியில் கதைத்தபோது மறக்காமல் கதைசொல்லியைப் பற்றிக் குறிப்பிட்டு, தான் தமிழ் மொழி பேசும் கர்த்தர் ஒருவரோடு வேலை செய்கிறேனென்று சொன்னார்.

இப்படியாக ஒரு வாரம் கடந்தது. இரவில், வேலை முடிந்து கதைசொல்லியும், வில்வரட்னமும் மெட்ராவில் ஒன்றாகப் பயணம் செய்தபோது வில்வரட்னம் கதைசொல்லியிடம், தான் ஃபிரான்ஸில் முறையான வதிவிட உரிமை அற்றவனென்றும், வேலை செய்வதற்குத் தனக்கு அனுமதி இல்லையென்றும், வேறொருவரின் பத்திரத்திலேயே இங்கு வேலை பார்ப்பதாகவும் கூறிவிட்டார். அதற்குக் கதை சொல்லியானவன் 'அச்சமடையாதீர்; கர்த்தர் எப்போதும் உம் கூடவே இருந்து

உம்மை இரட்சிப்பார்' என்று தன் புன்னகை மாறாமலுக்குச் சொன்னான்.

பிறிதொரு நாளன்று, வில்வரட்னத்துக்கு பயங்கர வேலை. முதுகுத் தண்டு கழன்று விடாதது தான் பாக்கி. கதைசொல்லி அவரிடம் வந்து, கரண்டிகளை எதற்குக் குப்பையில் போடுகிறீர்களென்றும் உங்களால் சுத்தப்படுத்த இயலவில்லையென்றால் என்னிடம் கொடுத்தால் நானே சுத்தப்படுத்தி வைத்திருப்பேனே என்றும் சொன்னான். அதற்கு வில்வரட்னம் 'நான் எதற்காகக் கரண்டிகளைக் குப்பையில் போடப் போகிறேன்; என்னிடம் வரும் கரண்டிகள் எல்லாவற்றையும் மிகக் கவனமாகச் சுத்தப்படுத்தி அதற்குரிய இடத்தில் அடுக்கி விடுவேனே' என்றார்.

அதற்குக் கதைசொல்லியானவன் 'வாயைக் குறைத்துக் கொள்ளுங்கள்; இல்லையெனில், உங்கள் மீது சாத்தான் நாயை ஏவி விடக்கூடும்' என்று தன் புன்னகை மாறாமலுக்குச் சொன்னான்.

அன்று உணவு அருந்தும்போது, வில்வரட்னம் கொஞ்சமாக வைன் அருந்தினார். இரவு வேலை முடிந்து மெட்ரோவில் பயணம் செய்தபோது, கதைசொல்லி, இவரிடம் 'இனி எனக்கு எதிரில் வைன் அருந்தாதீர்; அப்படி அருந்துவீராக இருந்தால் எனக்கு வாந்தி வந்து விடும்' என்று தன்னுடைய புன்னகை மாறாமலுக்குச் சொன்னான். வில்வரட்னம் நான் வைன் அருந்தினால் இவனுக்கு ஏன் வாந்தி வந்துவிடப் போகிறது என்று நினைத்தார். ஆனால், கேட்கவில்லை.

ஒருதடவை, வில்வரட்னம், கோப்பைகளைக் கழுவிக் கொண்டிருந்தபோது, அவரின், எதிரே இருந்த சுவற்றில் கதைசொல்லியானவன் ஒரு பெண்ணின் முழு நிர்வாணப் படத்தை ஒட்டி, இவளை பார்த்துக்கொண்டு கழுவுங்கள்; உங்களுக்குத் தெம்பு வருமென்று சொல்லிவிட்டுத் தன் புன்னகை மாறாமலுக்குப் போனான்.

இரவில், மெட்ரோவில் பயணம் செய்தபோது தனக்கு ஏகப்பட்ட சிங்களக் கெல்லோக்கள் இருக்கிறார்களென்றும் அவர்களே தன்னுடைய மேன்மை தங்கிய கட்டியாக்கள் என்றும் கதைசொல்லி சொன்னான்.

இப்போது, வில்வரட்னம் கதைசொல்லியுடன் அவ்வளவாகப் பேசப் பிரியப்படவில்லை. தானுண்டு, தன் வேலையுண்டு என்கிற கணக்கில் அவர் பாட்டுக்குக் கோப்பையும் தண்ணீருமாக இருப்பார். ஆனால், கதைசொல்லிதான் அவரை விடுவதாக இல்லை. எதற்கெடுத்தாலும் எரிந்து விழ ஆரம்பித்தான். எல்லா வேலைகளையும் இவரின் தலையில் கொண்டுவந்து கொட்டினான். ஏதோ கறள் வைத்துச் செய்வதுபோல் செய்தான்.

ஒருதடவை, இவரிடம் வந்து 'வேலைக்கு வந்தால் வேலை செய்ய வேண்டும்' என்றான். அதற்கு வில்வரட்னம் 'நான் நியாயமாகத்தான் வேலை செய்கிறேன்; நீங்கள் தான் எப்போது பார்த்தாலும் சும்மாவே நின்று கொண்டிருக்கிறீர்கள். முதலாளி வரும்போது மாத்திரம் பம்பரமாகச் சுழன்று சுழன்று வேலை செய்கிறீர்கள்' என்று சற்றுக் கோபமாகவே சொல்லிவிட்டார். அதற்குக் கதைசொல்லியானவன் தன் புன்னகை மாறாமலுக்கு அவருக்குத் தலையில் அடிப்பது போல் பாவனை செய்தான்.

இன்னொரு தடவை, வில்வரட்னம் கடாய் ஒன்றைக் கழுவி விட்டு அதை அதற்குரிய இடத்தில் தொங்க விடப் போனார். அது கதைசொல்லி வேலை பார்க்கும் இடம். இவர் கடாயை மாட்டிவிட்டு வரும்போது, இவரின் சட்டையைப் பிடித்துக் கழுத்தோடு இழுத்த கதைசொல்லி 'நீர் மாட்டிய கடாயிலிருந்து சிறிது நீரானது வழிந்து நான் மெனக்கெட்டுச் சுத்தப்படுத்திய இடத்தில் தெறித்து விட்டது. அதை உம்முடைய கைகளாலேயே மறுபடியும் சுத்தப்படுத்திவிட்டுப் போகக் கடவது' என்று தன் புன்னகை மாறாமலுக்குச் சொன்னான்.

இரவில், மனைவியோடு தொலைபேசியில் கதைத்த வில்வரட்னம், தான் தமிழ் மொழி பேசும் சாத்தானோடு வேலை பார்ப்பதாகக் கூறி, அவர் மேலும் கூறினார்.

'சிங்கள மக்கள் இன்னொரு மக்களுக்குத்தான் அநியாயம் செய்கிறார்கள்; ஆனால், நாங்களோ எங்கள் சொந்த மக்களுக்கே கொடூரம் செய்கிறோம்.'

இன்னோர் முறை, பொட்டரை அப்போதே மண்டையில் போட்டிருந்தால் எப்போதோ ஈழம் கிடைத்திருக்குமென்றான் கதைசொல்லி. அதற்கு வில்வரட்னம், அதெல்லாம் தேவையில்லை; உன்னைப் போன்ற குண்டி கொடுக்கும்

துரோகிகளைப் புண்டையில் போட்டிருந்தாலே ஈழம் கிடைத்திருக்குமென்று மனதுக்குள் நினைத்துக் கொண்டார்.

இப்படியாகப் பல சம்பவங்கள். தான் முறையான வதிவிடப் பத்திரம் அற்றவனென ஏன் தான் கதைசொல்லியிடம் சொன்னோமென வில்வரட்னம் கவலையடைந்தார். வதிவிடப் பத்திரம் கிடைத்தவுடன் இந்தச் சாத்தானை விட்டுத் தூர விலகிப் போய்விட வேண்டுமென்றும் அவர் நினைத்தார்.

இறுதி அத்தியாயம்!

பனிக்காலம் வசந்தகாலமாயிற்று. கதைசொல்லி வில்வரட்னத்துக்கு 'இன்று வேலை அதிகமில்லை; ஆகவே, நீர் சும்மாயிராமல் மேசைகளை கழுவித் துடையும்' என்று ஆணையிட்டான்.

வில்வரட்னம் கழுவித் துடைத்தார். அங்குலம் அங்குலமாக படிந்திருக்கும் அழுக்குகளைச் சுத்தப்படுத்தினார். குனிந்து மேசையின் கால்களை மிகச் சுத்தமாகக் கழுவினார். அவை பளிங்கு போல் ஆயிற்று. அப்போது, கதைசொல்லி தன்னுடைய புன்னகை மாறாமலுக்குக் கீழ்வருமாறு கூறினான்.

'என்ன வில்வரட்னம்! கையில் போடுகிறாயா? அப்படிப் போடுவதாக இருந்தால் உன்னுடைய வீட்டில் போய் போடும். இது வேலை பார்க்கும் இடம். இங்கு இப்படி எல்லாம் உன்னுடைய இஷ்டத்துக்குக் கழுவ இயலாது. ஒழுங்காகக் கழுவும் ஐஸே..! பைத்தியம் கிளப்பாதீர் புண்ட!'

வில்வரட்னத்துக்கு அந்தக் கடைசி வார்த்தையைக் கேட்டதும் கிறுதி போல் ஏதோ ஆயிற்று. கழுவிக்கொண்டிருந்த துணியை மிக மெதுவாகக் கீழே வைத்தார். மிக மெதுவாக எழும்பினார். மிக மெதுவாகக் கதைசொல்லியைப் பார்த்த அவர், மிக மெதுவாகக் கீழ்வருமாறு சொன்னார்.

'கரித் தெமலோ!'

◇◇

# சஹ்ரானின் பூனைகள்

சித்தாந்தன்

ஒரு கலவர பூமியை வடிவமைப்பது பற்றிய சிந்தனையோடு தன் பூனையின் முதுகை மெல்ல வருடிக் கொடுத்துக்கொண்டிருந்தான் சஹ்ரான். முதலில் பூனை போல பதுங்கிக்கொள்வதே முக்கியம் எனக் கருதியவன், தன் உடல் முழுவதும் பூனையினைப் போன்றே உரோமங்கள் வளர்ந்தால் தன்னை உருமறைப்புச் செய்வது எவ்வளவு இலகுவாக இருக்கும் என நினைத்தான். நிச்சயமாக அதற்கான முயற்சிகளை எடுத்துக்கொள்ள வேண்டும் என அவன் தீர்மானித்துக் கொண்ட அந்த இரவு, பௌர்ணமி நிலவால் நிரம்பி வழிந்துகொண்டிருந்தது. ஒரு நிலவுக் காலத்தில் உரோமத்தை வளர்ப்பது தனக்குப் பாதமாக அமைந்துவிடுமென அவன் தனக்குத்தானே கூறிக்கொண்டான்.

சஹ்ரானின் இதயத்துக்குள் சாத்தான் உள்ளிறங்கிய பின் அவனின் குரல் சாத்தானின் குரலாகவே ஒலிக்கத் தொடங்கியது. சாத்தானைப் போலவே அவன் செய்கைகளும் மாறத் தொடங்கியிருந்தன. சாத்தானின் வசிய மந்திரங்களால் உள்ளீர்க்கப்பட்ட அவன், சாத்தானின் அரசைப் பிரகடனப்படுத்த தன்னைத் தயார்ப்படுத்தத் தொடங்கியிருந்தான். இந்தப் பூமியை கடவுளின் பூமி என்று சொல்வதைவிட சாத்தானின் பூமி என்று சொல்லிக் கொள்வதில் ஆனந்தங்கொண்டான். பூமி முழுமைக்கும் சாத்தானை அரசனாக்கி இந்தப் பூமியை சர்வ வல்லமையுடைய

சாத்தானின் பேரரசு என்று அறிவிப்பதையே விரும்பினான். சாத்தானின் மந்திரங்களை ஏற்றுக்கொள்ளாதவர்கள் பூமியில் வாழத் தகுதியில்லாதவர்கள். அவர்களைக் கொன்றொழிப்பதே தன் இலட்சியம் என வரித்துக்கொண்டான்.

தனக்கு வாய்த்திருக்கும் இரவை நீட்டியும் குறுக்கியும் பார்த்தான். வெண் திட்டுக்களால் நிறைந்த வானத்தின் ஒளிர்வு அவனை ஏதோ செய்வது போலிருந்தது. தனிமையின் திரைகளால் தன்னை வடிவமைத்து வைத்திருந்த அவன், கொஞ்ச நாட்களாக அதுவே தன்னை நோயாகி வருத்துவதை உணர்ந்த நிலையில்தான் தெருவில் அலைந்து திரிந்த பூனையை துணையாகக்கொண்டிருந்தான். அதுவும் ஆதரிப்பார் எதுவும் இன்றி அலைந்து திரிந்ததாகவோ அல்லது வீட்டு எஜமானர்களால் துரத்தியடிக்கப்பட்டதாகவோ இருக்கக் கூடும். அவனுக்காகக் காத்திருந்ததைப் போல அவனோடு இலகுவாகவே அந்தப் பூனையும் ஒட்டிக்கொண்டது. பூனையின் உரோமங்களும் அதன் வளைந்த விரல் நகங்களும் அவனுக்கு முதலில் எரிச்சலூட்டுவதாகவே இருந்தன. அதன் உடலை வருடிக் கொடுக்கத் தொடங்கிய பிறகு அதுவே இதமளிப்பதானது. பூனையிலிருந்து கையை எடுப்பதை பெரும்பாலும் தவிர்த்தே வந்தான். உணவு உண்ணும் வேளையில் கூட அதைத் தன் மடியில் வைத்துத் தடவிக்கொண்டே மறுகையால் சாப்பிட்டுக்கொண்டிருப்பான்.

பூனையின் உடலில் அந்தரங்க ரேகைகளால் ஒரு கலவர பூமியை வரைந்துகொண்டிருந்தான். தன் கண்களில் செந்நிறப் படிவு படரத் தொடங்கிய ஒவ்வொரு தருணத்தையும் எண்ணி எண்ணி மகிழ்ந்தான். தன் கனவில் மிதந்துகொண்டிருக்கும் தேவதைகள் தன்னைக் கைகளை நீட்டி ஆசிர்வதிப்பதாகக் கண்கள் சொருகிக்கிடந்தான். அவனது அந்தரங்க ரேகைகளால் எழுதப்பட்ட புத்தகத்திலும் மரணத்தின் பின்னரான இருப்பு அடர்ந்த பொன்னிற எழுத்துகளால் பொறிக்கப்பட்டிருப்பதை மீளவும் மீளவும் வாசித்துக் களிப்படைந்தான்.

சஹ்ரானின் இரவுகள் பெரும்பாலும் கலவரம் நிறைந்ததாகவே இருந்தன. நள்ளிரவில் திடீர் விழிப்படையும் அவன், பூனையின் கால் விரல்களால் தன் மார்பில் கீறத் தொடங்குவான். வழியும் இரத்தத்தை சுவைத்துப் பார்ப்பான். அதுவே அவனுக்கு ஒருவித

போதையை ஏற்றுவது போல இருக்கும். அந்த மயக்கத்தில் அவனது கண்களை மொய்க்கும் கனவுகளில் வெடித்துச் சிதறும் கட்டடங்களையும் பிய்ந்து தொங்கும் சதைக் குவியல்களையும் கண்டு திளைத்துக்கிடந்தான். இடிபாடுகளாலும் சதைக் குவியல்களாலும் நிறைந்த அவனது கனவில் ஒளிரும் தங்க வாளை ஏந்தி நிற்கும் தன்னைப் பலமுறையும் கண்டான். தன் கலவர பூமியில் ஆறுகள் யாவும் இரத்தத்தால் நிறைந்து ஓடும். தசைக் குவியல்களே மலைகளாகி இருக்கும் என நினைத்துக் கொண்டான்.

அவனது பூனை, கனவுகளின் சுவடுகளால் தீண்டப்படாது அவனது மடியில் அமைதியாக உறங்கிக் கிடந்தது. அதன் மெல்லிய சுவாசம் அவனின் விரல்களைக் குளிர்வித்தது. மென்மையான அதன் உடல் ரோமங்கள் மேலும் கீழுமாக எழுவதும் தாழ்வதும் அவனுக்குக் கிளர்ச்சியையூட்டியது. பூனையைத் தன் தோளுக்கு மாற்றியவனாக சிறுநீர் கழிக்கச் சென்றான். அந்த இரவை அவன் விழிப்பினாலேயே கடந்துகொண்டிருந்தான். அவன் தேகம் முழுவதும் வியர்வை பெருகி வழிந்தபடியிருந்தது. தனக்குள் ஏதேதோவெல்லாம் சொல்லிக் கொண்டிருந்தான். இருபது தேவ கன்னியர்கள் தன்னைச் சூழவும் வலம் வருவது போன்றதான பிரமை அவனைச் சூழ்ந்துகொண்டேயிருந்தது. தன் இரகசியக் குறிப்புப் புத்தகத்தை எடுத்து வாசித்துப் பார்த்தான். அதில் ஒவ்வொரு எழுத்துகளும் அச்சொட்டாகவே இருந்தன. நூற்றாண்டுகளின் பழமையிலூறிய ஒவ்வொரு வார்த்தையும் புதிது புனைந்திருந்தன. "நீ மரணத்தில் ஆசிர்வதிக்கப்படுவாய். உன்னை இருபது தேவ கன்னியர்கள் சுவனத்துக்கு அழைத்துச் செல்வார்கள். உன் வழி முழுவதும் பொன்னும் மணியும் தானியங்களும் நிறைந்து கிடக்கும். அவற்றால் உன் சந்ததியை ஆசிர்வதிப்பாய். நீ வரலாற்றின் அடையாளமாகி விடுவாய். கடவுளின் கருணையில் திளைப்பாய்" இந்த வரிகளை அவன் திரும்பத் திரும்பப் படித்துக்கொண்டான். அவனது மனம் ஓராயிரம் சிறகுகளைக் கட்டிக்கொண்டு பறக்கத் தொடங்கியது. அண்டம் முழுமையும் தன் சரீரம் வளர்ந்து தானே அண்டமாகுவதாகக் கண்டான். அவனின் இமைகள் அதற்குப் பிறகு மூடவேயில்லை. கடல்களாயும் கண்டங்களாயும் தீவுகளாயும் பிரிந்து கிடக்கும் இந்த உலகத்தை தன் வாள் நிச்சயமாக ஒன்றிணைக்கும். அவனது உதடுகளிலிருந்து

வார்த்தைகள் பீறிட்டுக் கிளர்ந்தன. ஒரு முறை உரத்துச் சிரித்தான். அவனது சிரிப்பில் காற்று கணநேரம் உறைந்து போனது. பிரமைகளால் மூடிய தன் மனத்திரையில் தலையற்று அங்கங்கள் சிதைந்து சிதறிக் கிடக்கும் உடல்களைக் கண்டு மேலும் மேலும் உரத்துச் சிரித்தான். பூமியே ஒரு பந்து போல மேலெழுந்து துள்ளி அண்டத்தில் அலைவதாய் உணர்ந்தான். மறுகணம் “இவையாவும் மெய்ப்படும். இவையாவும் மெய்ப்படும்.” குரலைத் தாழ்த்தி மனதுக்குக் கூறினான்.

சுவனத்தின், வாயிலில் பூத்துக்கிடக்கும் தேவ கன்னியர்களின் புன்னகையின் வாசனையை நுகரும் ஆவல் எழுந்தாடிய அந்தக் கணத்தில், தன் நிழலாக இருக்கும் பூனையை விட்டுத் தான் மட்டும் சுவனத்துக்குச் செல்வதாய் நினைக்கும்போது, பெரும் பதற்றும் அவனைத் தொற்றிக் கொண்டது. கனவிலும் நனவிலும் இரவிலும் பகலிலும் தேகத்திலும் மனதிலும் தன் நம்பிக்கையின் கீற்றாய் சுடரும் அதை விட்டுச் செல்வதை அவன் மனம் ஒப்பவில்லை. அதைத் தன்னோடு கூட்டிச் செல்லவே விரும்பினான். தன் இரகசியப் புத்தகத்தில் அதற்கான வழியைத் தேடிக் கண்டடைந்த அவன், தன் கண்களில் ஆனந்தக் கண்ணீர் ஊறித் ததும்புவதை உணர்ந்தான். அந்த நள்ளிரவில் பூனையைத் தீண்டி அதன் உறக்கத்தைக் கலைத்தான். அது ‘மியா மியா’ என இரண்டு தரம் ஒலியெழுப்பிவிட்டுக் கண்களை விரித்து அவனைப் பார்த்தது. அவன் அதை ஆசை பொங்க முத்தமிட்டான். அதைத் தன் உள்ளங்கைகளில் ஏந்தி, பின் மார்போடு அணைத்துக்கொண்டான். அவனின் திடீர் களிப்பால் பூனை நிலைகுலைந்துதான் போயிருந்தது. தன் முன்னங்கால்களால் கண்களை வருடி நாவை வெளியே நீட்டி கால்களை நக்கிக்கொண்டது. சஹ்ரான் அதைத் தூக்கித் தனக்கு முன்னே அமர்த்திக்கொண்டான். தன் தேவ புத்தகத்தை எடுத்து அதை வாசித்துக் காட்டினான். அது இரண்டு முறை ‘மியா மியா’ என்று கத்திவிட்டு தன் கண்களை மூட எத்தனித்தது. அவன் அதன் முகத்தை தன் இடக் கையால் பிடித்துக்கொண்டு அதன் காதில் இரகசியமான குரலில் ஓதத் தொடங்கினான். அவனின் குரல் அந்த இரவின் நிசப்தத்தில் ஊறிப்பரவும் நீர்த்துளிபோல பரவிக்கொண்டிருந்தது. பூனையின் கண்களில் இளம் பச்சை நிறத்திலான ஒளி சுடர்வதைக் கண்டான். பூனை தன் கண்களை விரித்து மெல்லிய குரலில் “தேவ கன்னியர்”

என்ற தன் முதல் வார்த்தையை உதிர்த்தது. அது சஹ்ரானின் தேகம் முழுதும் பாய்ந்து பாய்ந்து படர்ந்தது. சஹ்ரான் அதில் திளைத்தான்.

'தேவ கன்னியர்' என்பதே பூமியையும் கடலையும் படைப்பதற்கு முன்னர் கடவுள் படைத்த முதல் வாக்கியமாக இருக்க வேண்டும் என சஹ்ரான் நினைத்துக் கொண்டபோது, பூனை திரும்பவும் "தேவ கன்னியர்" எனச் சொல்லிக்கொண்டது. அப்போது கிழக்குத் திசையிலிருந்து பக்குல் ஒன்று கத்தியது. அது நல்ல சகுனமாகவே அவனுக்குப்பட்டது.

விழிகளை அண்டாத தன் தூக்கத்தை எடுத்து மடித்து புறமாக வைத்துவிட்டு, அந்த அதிகாலையில் தெருவில் இறங்கி நடக்கத் தொடங்கினான். இதமான குளிர் காற்றின் வருடல் பூனையின் நாவின் வருடலாய் அவன் தேகத்தைச் சிலிர்க்க வைத்தது. அவன் நடந்துகொண்டிருந்தான். அவன் சரீரத்தோடு சரீரமாய் ஒட்டிவிட்ட பூனையின் வனப்பில் தோய்ந்த தெருப் பூனைகளெல்லாம் அவனைத் தொடர்ந்துகொண்டிருந்தன. அவன் ஆச்சரியத்தில் தன் கண்களை விரித்தான். அதில் இளம்பச்சை நிறத்திலான ஒளி சுடர்வதை உணர்ந்தான். சஹ்ரானின் மாளிகை இப்போது பூனைகளால் நிரம்பிக் கிடந்தது.

சஹ்ரான் தன்னைப் பூனைகளின் தலைவன் எனப் பிரகடனப்படுத்தியிருந்தான். பல சந்தர்ப்பங்களில் பூனைகளின் மொழியிலும் பேசத் தொடங்கினான். தன் பொழுதுகள் அனைத்திலும் பூனைகளையே முன்னிலைப்படுத்தினான். பூனைகளைத் தன் இரகசிய நூலின் வழியில் நடக்கப் பழக்கினான். சஹ்ரானின் உடல் முழுவதிலும் பூனையின் ரோமங்கள் அரும்பத் தொடங்கியிருந்தன. அவன் அதைத் தேவ கன்னியர்களின் அற்புதமாக அறிவித்தான். அவர்கள் சுவனத்தின் வாயிலைத் திறந்து வைத்துத் தனக்காகக் காத்திருப்பதாகச் சொன்னான். பூனைகள் அந்த வார்த்தைகளின் வசீகரத்தில் மிதந்துகொண்டிருந்தன. அவை தம்மையும் சுவனத்துக்கு எடுத்துச் செல்லுமாறு அவன் திரு முன்னிலையில் முழந்தாளிட்டு வேண்டிக்கொண்டன. அவன் அவற்றை ஒவ்வொன்றாக அழைத்து தன் மடியிலிருத்தி இரகசிய மந்திரத்தை அவற்றின் காதுக்குள் ஓதினான். அவற்றின் கண்களில் இளம்பச்சை ஒளி சுடர்வதைக் கண்டுகொண்டான்.

ஒவ்வொரு காலையிலும் சஹ்ரான் பூனைகளை அணிவகுக்கச் செய்து 'தேவ கன்னியர்கள்' என்ற மகா வாக்கியத்தை மீள மீள ஒப்புவிக்கும்படி சொல்லிக் கொடுத்தான். ஆனால் பூனைகளோ கணப்பொழும் அந்த வாக்கியத்தையே சொல்லிக்கொண்டு திரிந்தன. அவற்றின் கனவிலும் நினைவிலும் அவ்வார்த்தையே மந்திரச் சொல்லாக ஒலித்துக்கொண்டிருந்தது.

சஹ்ரான் அவற்றிற்கு; தம் தேகத்தை பிய்த்துப்பிய்த்து எறிந்து, பின் கூட்டியள்ளிப் பொருத்தும் வித்தைகளைக் கற்பிக்கத் தொடங்கினான். முதலில் தன் தேகத்தை கை வேறு கால் வேறாகப் பிரித்துத் தலையைத் துண்டித்து மீளப் பொருத்திக் காட்டினான். பூனைகள் எல்லாம் அந்த மாயாஜாலத்தில் மதி மயங்கின. அவை தம் தேகத்தை சஹ்ரானுக்கே அர்ப்பணம் செய்வதாக உரத்த குரலில் ஒலித்தன. அவனின் புருவ மயிர்கள் குத்திட்டுச் சிலிர்த்தன. அவன் தன் தேகம் அண்டமாகச் சடைப்பதைத் திரும்பவும் கற்பனை செய்து கொண்டான்.

பூனைகள் வரிசை கட்டி ஒவ்வொன்றாய் தம் தேகத்தை அங்கங்களாகப் பிய்த்துப் பொருத்திக் காட்டின. அவை தன்னை விசுவாசிப்பதையும் தனக்காக எதையும் இழப்பதற்குத் தயாராக இருப்பதையும் அவன் உணர்ந்து கொண்டான். அவனை அறியாமலேயே அவனது உதடுகள் மலர்ந்துகொண்டன.

சஹ்ரான் தன் பூனையை மார்போடு அணைத்துக்கொண்டே தெருவில் நடந்துசென்றான். தெருக்கள் யாவும் இயல்பும் அழகும் பொருந்திக்கிடந்தன. அது அவனின் மனதைக் குடையத் தொடங்கியது. தன் மனக்கண்ணில் கலவர பூமியின் வரைபடத்தை விரித்துப் பார்த்தான். எங்கும் புகை மண்டலமும் அழுகை ஒலிகளுமாய் நிரம்பிக் கிடந்தது. அவன் வாய்விட்டு உரக்கச் சிரித்தான். சிரிப்பொலியே நூறாயிரம் வெடி குண்டுகளின் ஒலியாய் அவனின் காதுகளில் எதிரொலித்தது. அந்தச் சிரிப்பின் ஒலியில் அருண்டெழுந்த பூனை "தேவ கன்னியர்கள்" என்று முனகிக் கொண்டது. அதன் மேனியை ஆதரவாக வருடிக் கொடுத்தான். கண்கள் மலர்ந்த பூனை நகரத்தின் தெருக்களில் உலாவும் மனிதர்களின் முகத்தில் படரும் சிரிப்பைக் கண்டு சீறியது. சஹ்ரான் அதை அமைதி கொள்ளுமாறு தன் கைகளால் அழுத்தமாக வருடினான். பூனையின் உடல் வெம்மையாய் சுட்டது.

நகரத்திலிருந்து திரும்பிய சஹரான் திசையெட்டும் பறந்து திரியும் ஓரிரு பறவைகளை வானத்தில் கண்டான். பறவைகள் வானத்தின் அமைதியைக் குலைக்காது பறந்தபடியிருப்பது எரிச்சலையூட்டியது. தன் குரலை உயர்த்தி பூனையாய் ‘மியா மியா’ ஒலியை எழுப்பினான். அவ்வொலியில் ஓரிரு பறவைகள் திசைகளை விடுத்துப் பறந்தன. அவற்றின் உதிர்ந்த இறகுகளைச் சேகரிக்கும் பொறுப்பைப் பூனைகளிடம் ஒப்படைத்தான். அக்கட்டளைக்காகவே காத்திருந்தவை போல அவை தாமே அணி வகுத்துப் பிரிந்து சிறகுகளைச் சேகரிக்கத் தொடங்கின.

பொழுது மங்கிக்கொண்டு வந்தது. அவனது இதயம் வேகம் கொண்டு அடிக்கத் தொடங்கியது. தன் பூனையைப் பார்த்தான். அதன் கண்களில் கொதிப்பு இன்னும் கனன்றபடியிருந்தது. அது அவனுக்கு கண்களால் எதையோ உரைப்பதை உணர்ந்துகொண்டான். ஏதோ முடிவுக்கு வந்தவனாய் நள்ளிரவில் பூனைகளை அழைத்து, நாளை காலையிலிருந்து உங்களுக்குக் கந்தகம் உணவாக வழங்கப்படும் என அறிவித்தான். பூனைகள் ஏதும் புரியாத நிலையில் தலையை ஆட்டின. அவை கந்தகம் என்றால் என்ன? என்ற கேள்வியைக் கூட கேட்கவில்லை. சஹரானின் வார்த்தைகளால் மயக்கப்பட்டு தலையை ஆட்டிக்கொண்டேயிருந்தன.

○○○

**பூ**னைகள் ஒவ்வொன்றும் கந்தகத்தை உண்டு கொழுத்துப் போயிருந்தன. சரீரம் முழுமையிலும் கந்தக நெடியில் வியர்வை வழிந்தது. அவை மாறி மாறி ஒன்றின் சரீரத்தை இன்னொன்று மணந்தும் நக்கிக்கொண்டுமிருந்தன. அவற்றின் உடல்கள் கந்தகப் பொதிபோல உருமாறியிருந்தன. உடல் முழுமையும் கருமை மேவிப் பளபளத்தன. கந்தகத்தில் ஈர்ப்புக் கொண்ட பூனைகளைக் கொண்டு இனி தன்னால் எதையும் செய்துவிட முடியும் என்ற தீர்மானத்துக்கு வந்தவனாக தன் பூனையிடம் கலவர பூமி பற்றிய திட்டத்தை நிறைவேற்றுவதற்கான காலம் கனிந்துவிட்டதைக் கூறினான். அது துள்ளிக் குதித்தது. முதன் முறை தேவ பாஷையைச் செவிமடுத்தது போல பரவசத்தால் தன் உரோமங்களைச் சிலிர்த்தது. அது “தேவ கன்னியர்கள்” என்று உரத்துக் கத்தியது. மாளிகையின் மூலைகளெங்கும் உறங்கிக் கிடந்த பூனைகளெல்லாம் தூக்கத்தை உதறியெறிந்து

ஓடி வந்து சஹ்ரானின் காலடியில் குவிந்தன. சஹ்ரான் தேவ புன்னகை புரிந்தான். கருணை நிரம்பிய தன் பார்வையால் அவற்றை வசீகரித்தான். அவை அவனின் வார்த்தைக்காகக் காத்திருந்தன.

தன் குரலைச் செருமி சஹ்ரான் பேசத் தொடங்கினான். "என் பாசப் பூனைகளே நாம் ஆசிர்வதிக்கப்படத்தக்கதான காலம் நெருங்கிவிட்டது. நீங்கள் தேவதைகள் சூழ்ந்த உலகுக்குச் செல்லப் போகின்றீர்கள். இந்தச் சரீரத்துடன் அந்த உலகுக்குள் உங்களால் செல்ல முடியாது. தேவ கன்னியர்கள் அதை ஒருபோதும் விரும்பமாட்டார்கள். நீங்கள் இந்தச் சரீரத்தை உதறியெறிய வேண்டும். அதற்காகவே நான் உங்களுக்குக் கந்தகத்தை உணவாக வழங்கி உங்கள் சரீரத்தை வெடிகுண்டாக்கியிருக்கிறேன். இப்போது நீங்கள் மகத்தான நிலையை அடைந்துவிட்டீர்கள். இந்தப் பூமியை கலவர பூமியாக்க வேண்டும் என்பதே தேவதைகளின் இலட்சியம். நாம் அதற்காக எங்களை அர்ப்பணிக்க வேண்டும். அதுவே எங்களின் கடமையும் கூட. தங்களை உங்களுக்காக ஈயக் காத்திருக்கும் தேவதைகளுக்காக இதை நாம் செய்தே ஆக வேண்டும். நீங்கள் தேவதைகளின் உலகத்தில் வீர புருசர்களாக உலா வருவதையே அவர்கள் விரும்புகின்றார்கள். உங்கள் உடலைக் கந்தகமாக்கியதைப் போல இருதயத்தை இரும்பாக்கிக் கொள்ளுங்கள். இந்தப் பூமி உங்கள் தியாகங்களால் கலவர பூமியாகட்டும்." பூனைகள் உடல் சிலிர்க்க சஹ்ரானின் வார்த்தைகளைக் கேட்டுக்கொண்டிருந்தன. உணர்ச்சிப் பேரலையில் அவற்றின் மனதிலிருந்து வார்த்தைகள் சுழித்துக் கிளம்பின. "இந்தப் பூமி கலவர பூமியாகட்டும்!"

சஹ்ரான் வரைபடத்தை அவற்றின் முன்னால் விரித்து வைத்தான். தாக்குதல் மையங்களையும் தாக்குதல் முறைகளையும் விபரிக்கத் தொடங்கினான். பூனைகள் இமைகளை மூடாமல் கண்களை ஆச்சரியமாக்கிக் கவனித்துக்கொண்டேயிருந்தன. எல்லா மையங்களும் சனங்கள் நிரம்பி வழியும் மையங்கள். சனங்கள் அதிகரித்த இடங்களில் ஒலிக்கும் ஓலங்கள் வானை எட்டும் போது அதனைக் கேட்கும் தேவதைகள் இன்பத்தில் திளைப்பார்கள். உங்களை வீர புருசர்களாக ஏந்திக் கொள்வார்கள். பூனைகள் எல்லாம் ஒருமித்த குரலில் ஓங்கி ஒலித்தன "தேவ

கன்னியர்கள்!" ஒரு சில நாழிகைகள் அந்த வார்த்தை வானத்தில் மின்னல் கீற்றாய் ஒளி பாய்ச்சிச் சுடர்ந்தது. அச்சுடரொளியில் பூனைகள் எல்லாம் மிதந்தன.

சஹ்ரான் தன் இரகசியப் புத்தகத்தை எடுத்து அதிலுள்ள வரிகளை வாசித்தான். "நீ மரணத்தில் ஆசிர்வதிக்கப்படுவாய். உன்னை இருபது தேவ கன்னியர்கள் சுவனத்துக்கு அழைத்துச் செல்வார்கள். உன் வழி முழுவதும் பொன்னும் மணியும் தானியங்களும் நிறைந்து கிடக்கும். அவற்றால் உன் சந்ததியை ஆசிர்வதிப்பாய். நீ வரலாற்றின் அடையாளமாகிவிடுவாய். கடவுளின் கருணையில் திளைப்பாய். இவை தேவ மொழிகள். நித்திய சத்தியங்கள். இவற்றின் வழியில் நீங்கள் செல்லுங்கள். நானே என்னை முதலில் அர்ப்பணம் செய்கின்றேன். என்னைப் பின்தொடருங்கள்." பூனைகள் அவனைப் பின்தொடர்ந்தன. அவன் வகுத்த இலக்குகளின் வழியில் அவை தனித்தனித் திசைகளில் பிரிந்து சென்றன. பின்னெல்லாம் "தேவ கன்னியர்கள்" என்று ஓங்கி ஒலித்தவாறு தேவ கீதங்கள் ஒலிக்கும் இடங்களில் தம்மை வெடிக்கச் செய்தன.

கடவுளின் தேகம் முழுவதிலும் இரத்தம். எங்கும் ஓலம், வானத்தை மூடிக் கரும்புகை எழுந்தது. சுவர்களில் தசைகள் அப்பிக்கிடந்தன. கடவுளின் கீதங்களில் மாமிச மணம் படிந்துகொண்டது. அவரின் கண்களிலிருந்து கண்ணீர் சுரந்தது. திசைகளை மூடியெழுந்த கரிய புகை வானத்தையும் பூமியையும் கருந்துணியால் போர்த்திக்கொண்டது. நிணமும் தசையும் குவிந்து கிடந்த அழிவு நாளில், கடல் அலைகளால் ஊளையிட்டது. பேரூழியின் அடர் சிவப்பு ஆடையைக் கடவுள் அணிந்திருந்தார். "வஞ்சிக்கப்பட்டவர்களே என்னிடம் வாருங்கள்" கடவுளின் குரலில் பெருகிய கண்ணீர் திசைகள் யாவிலும் விழுந்து சிதறியது.

இடிபாடுகளுக்கிடையில் இரத்தம் தோய்ந்த ஆடையுடன் பாதிரியார் ஒருவர் எழுந்து வந்தார். அவரது மார்பிலிருந்து இரத்தம் வழிந்துகொண்டிருந்தது. சுற்றிலும் பார்த்தார், சதைக் குவியல்களுக்கிடையில் தான் நின்றுகொண்டிருப்பதை உணர்ந்துகொண்டார். சூழவும் ஓலங்களும் முனகல்களும் கேட்டுக்கொண்டிருந்தன. தேவ புத்தகத்தைப் பற்றியவாறு துண்டித்துக்கிடந்த கையொன்றைக் கண்டார். தேவபுத்தகம்

இரத்தத்தில் தோய்ந்து கிடந்தது. அவர் முழந்தாளிட்டு மன்றாடத் தொடங்கினார். "கடவுளே இந்தப் பாவிகளை மன்னியுங்கள். இந்த அறியாமையின் குட்டிகளை உமது திருச்சந்நிதியில் ஒப்புக்கொடுக்கிறேன். இவை பொருட்டும் உம் கருணை பொழியட்டும் ஆமென்."

○○○

**ச**ஹ்ரான் என்ற நாமத்தை, இதயத்தில் வலிகொண்டோரெல்லாம் சாத்தானின் மறுபெயராக அறிவித்தனர். வரலாற்றில் கறையாக உறைந்து கிடந்த அந்த நாளில், ஒரு இறை குமாரன் உயிர்த்தெழுந்த அதே நாளில், மாபெரும் அவலத்தை எழுதிய சாத்தானின் குமாரன் மரித்தான். அவனின் தானியக் களஞ்சியங்களில் புழுக்கள் கெம்பின. பொற்குவைகள் யாவும் புற்று மண்ணாகி உதிர்ந்தன. அவன் தன் சந்ததிக்காக அவப்பெயரை விட்டுச் சென்றான். வரலாறு தேங்கிக் கிடந்த அந்தக் கணத்தில், ஒரு பச்சிளங் குழந்தை கடவுளின் பெயர் சொல்லி அழுதுகொண்டிருந்தது.

○○○

**கா**ற்றில் பூனைகளின் கந்தக மணம் கலந்த உரோமங்கள் அலைந்தபடியிருந்தன.

○○○

**ச**ஹ்ரானின் பூனை மட்டும் வழி தவறி காடொன்றில் ஒளிந்துகொண்டது. அது 'தேவ கன்னியர்கள்' என்பதைத் தனது மியா மியா என்ற பாஷையில் மாற்றி ஒலித்துக்கொண்டு பதுங்கிக்கொண்டது. சஹ்ரானின் அரவணைப்பை இழந்த அது, திரும்பவும் தனித்து அலைந்துகொண்டிருக்கிறது.

○○○

**ச**ரீரம் இழந்த பூனைகளின் ஆவிகள் வானில் அந்தரித்துத் திரிந்தன. நகரத்தின் பேரிருள் அவற்றை மூடிக்கொண்டது. சுவனத்தின் வழியை அவற்றின் கண்கள் தேடின. அவற்றை யுக புருசர்களாக வரவேற்க எந்தத் தேவ கன்னியர்களும் எங்கும் காத்திருக்கவில்லை. வழியில் பொன்னும் மணியும் தானியங்களும் நிறைந்திருக்கவில்லை. எரிந்தணைந்த

வனாந்தரமாக பாதை விரிந்துகிடந்தது. வெம்மையின் தகிப்பில் ஆவி கருகிப் புகைந்தது. அதிலும் கந்தக வீச்சமேயடித்தது.

அந்தரத்தில் மிதந்தவாறு பூமியைப் பார்த்தன பூனைகள். அவற்றின் ஆண்குறிகள் மரக் கிளைகளிலும் சுவர்களிலும் மண்ணிலும் சிதைந்து கிடப்பதைக் கண்டன. அவற்றுக்காக நாய்களும் காகங்களும் அடிபட்டுக்கொண்டிருந்தன. தங்கள் சந்ததியின் மீது பாவத்தின் ரேகைகள் படிவதைக் கண்டன. கொதிப்பும் ஆற்றாமையும் மேலிட சஹரானைத் தேடின. அவன் நரகத்தின் வாசலில் சாத்தானின் கையில் குழந்தையாக முகம் மலர்ந்து சிரித்துக்கொண்டிருந்தான்.

# கோதுமை முகங்கள்

செந்தூரன் ஈஸ்வரநாதன்

தருமு அறையை எட்டிப் பார்த்தான். எந்தவிதத்திலும் ஷைனியுடனிருந்த அறைக்கு இது கொஞ்சமும் குறைவில்லாததுதான். அந்த அறை கதகதப்பானது. பல நேரங்களில் அவன் குமைந்து ஒடுங்கியிருக்கிற பொழுதுகளில் அது அவனைக் கதகதப்பின் கூட்டிற்குள் பொதிந்துகொள்ளும். அந்த மஞ்சள் விளக்கை மட்டும்தான் அவன் வெறுத்தான். அது அவனது மூளைக்குள் ஓடும் அழுத்தத்தை ஞாபகப்படுத்தி மாத்திரைகளைத் தின்னத் தந்தது என்ற குற்றச்சாட்டை அவளின் முன் அவன் வைப்பான். அவள் பீதியோடும் கண்களோடு அவனைத் தேற்ற வார்த்தைகள் இன்றித் திரும்பிக்கொள்வாள். காரணங்கள் எதுவும் இல்லாத அவனது புலம்பல் தனக்கு எரிச்சல் ஏற்படுத்துவதை உணர்ந்திருந்தாள். ஷைனிக்கு அவனிடம் குற்றச்சாட்டுகள் இருந்தன. ஆடைகளைக் கலைத்துப்போடுகிறான், சமையல் பாத்திரங்களை எடுத்த இடத்தில் வைப்பதில்லை, கழுவுவதில்லை, துடைத்துவிட்டுத் துவாலையைக் கண்ட இடங்களில் போடுகிறான், செருப்பை ஒழுங்காகக் கழற்றி வைப்பதில்லை, தாறுமாறாக எல்லாவற்றையுமே வாரி இறைத்து வைக்கிறான், கழிவறையில் படிந்திருக்கும் அவனது அழுக்குக் கால் தடங்களைக்கூட கழுவிவிடுவதில்லை, முக்கியமாகச் சுவர்களில் புரியாத

வட்டங்களையும் கோடுகளையும் வரைந்துவிட்டு அந்தக் கிறுக்கல்களை 'முகங்களை வரைந்திருக்கிறேன் பார், விவகாரம் நிறைந்த கண்கள் இவை. இது நீதான், இதுதான் நான்' என்றெல்லாம் உளறித் திரிகிறான் எனக் குற்றச்சாட்டுகளை அடுக்குவாள். அவன் அதையெல்லாம் கண்டுகொள்வதில்லை. ஒரு ஏளனமான சிரிப்பு அல்லது பரிதாபத்துக்குரியவன் தான் என்பதைப்போல முகத்தின் தசைகளைச் சரித்து வைத்துக்கொள்ளும் குரூரமான கலையொன்றைக் கற்று வைத்துக்கொண்டான். இருவருமே அந்த வீட்டிற்குள் ஒருவரையொருவர் வெறுத்தபடியே இரவுகளைக் கழித்தார்கள். அந்த வீடே இரவுகளில் பெருமூச்சு விடுவதை அந்தத் தொடர்வீட்டின் வாசிகள் அறிந்துவைத்திருந்தார்கள்.

ஷைனி சுவற்றில் கால்களை வைத்தபடி பக்கவாட்டில் சரிந்து படுத்திருந்து தருமுவைப் பார்த்தபடியிருந்தாள். அவன் கைகள் காற்றில் வட்டங்களையும் கோடுகளையும் வரைவதாக அவளுக்குப் பட்டது. அவளும் அதைப் புரிந்துகொள்ள முயற்சித்தாள். அது அவளுக்குப் பிடிபடுவதாகயில்லை. கைக்கருகிலிருந்த தம்ளரை அவனை நோக்கி அவள் வீசியெறிந்தாள். அவனுக்கு அது அதிர்ச்சியை அளித்திருக்க வேண்டும். ஆனால் அவன் அதைக் காணாததுபோல் மீண்டும் கைகளை உயர்த்திக் கோடுகளை வரைந்தான். பொறுமையிழந்த ஷைனி வேகமாக ஆடைகளை உடுத்திக்கொண்டு வெளியேறினாள்.

மிளகாயின் நெடி நிறைந்திருந்த, மஞ்சளான அந்த வீடு சிறிது சிறிதாகச் சிலந்திகளால் ஆக்கிரமிக்கப்படுவதை அவள் என்றைக்குமே கவனித்ததில்லை. திடீரெனத்தான் கண்டுபிடித்தாள். அறைக்கு வந்த ஆரம்ப காலத்தில் சிலந்திகளைப் பார்த்ததாகக்கூட அவள் ஞாபகத்தில் இருக்கவில்லை. உண்மையில் இருந்ததில்லை என்றே தோன்றுகிறது என்பாள். அதைக் கவனிக்கத் தொடங்கியதிலிருந்துதான் அறைக்கு வருவதைக் குறைக்கத் துவங்கினாள். வீட்டின் மூலையிலிருக்கிற தருமுமேல் அவளுக்குப் பரிதாபமே திரண்டது. மனிதர்களின் முகங்களை ஞாபகத்தில் இருத்திக்கொள்ளவே தான் வரைவதாக அவன் சொன்னது அவளை ஒரு திடமான முடிவுக்குத் தள்ளிச்சென்றது. அவள் அறைக்கு வருவதையும் அவனைத்

தொடர்புகொள்வதையும் மெள்ள மெள்ள நிறுத்திக்கொண்டாள். அவள் முகம் தன் கனவில் வந்துவிட்டது எனவும் அவள் முகம் விகாரமாகிவிட்டதாகவும் அவன் காட்டுக் கத்தல் கத்தியது குடியிருப்பாளர்களைக் கலவரப்படுத்தியது. மூன்று மாதத்திற்குள் அவன் வீட்டிலிருந்து வெளியேற வேண்டுமென வாட்ச்மேன் கூறியபோது, அவன் முகங்களையும் அர்த்தம் பொதிந்த கண்களையும் எப்படிப் பெயர்த்தெடுப்பது என யோசித்தபடியிருந்தான்.

தர்மு குடியேறிய புதிய அறையின் சுவர்களில் சாம்பல் படர்ந்திருந்தது. மனிதர்களின் முதுகுகள் ஒட்டி ஒட்டி அடையாளம் படிந்த, பல மனிதர்களின் மூச்சுகள் நிறைந்திருந்த அறையாக அவன் அதைக் கற்பனை செய்துவைத்திருந்தான். சற்று அயர்ச்சியும் உலைச்சலும் நிறைந்த மதிய நேரமொன்றில்தான் அவன் அந்த விபரீதத்தையும் செய்யத் துவங்கியிருந்தான். தன்னிடம் பல பழைய முகங்களும் சில புதிய முகங்களும் இருப்பதாய் அவன் நம்பினான். பழைய முகங்களைக் கோதுமை நிறத்திலும், புதிய முகங்களை மஞ்சள் நிறத்திலும் தான் அடையாளம் கண்டுகொள்வதாய் அவன் உறுதியாய்ச் சொல்லிக்கொள்ளத் தொடங்கினான். ஒவ்வொரு கண்களும் அர்த்தம் நிறைந்தவை, நினைவில் நிறுத்திவைத்திருப்பவை என அவன் கண்டுகொண்டதும் அந்த விபரீதக் காலத்தில்தான்.

ooo

**சு**வர்களில் ஓவியங்களை நான் வரைய ஆரம்பித்தபோது அவையெல்லாம் முகங்களாகவே இருந்தன. அது தற்செயலானதுதான். ஆனால் முகங்களில் நான் வரைந்த கண்கள் நிச்சயமாகத் தற்செயலானது அல்ல. சரியாகச் சொன்னால் நான் திட்டமிட்டேன்; மிகச் சரியாக. முதலில் பிரயத்தனப்பட்டு புழுதியடைந்த செம்மஞ்சள் கண்களைக் கொண்ட மனிதர்களை உருவகித்துக்கொண்டு அவை என்னையே பார்ப்பதைப்போல், கண்களின் விட்டம், மேல்-கீழ் இமைகள், வெண்படல இமைகள் போன்றவற்றைத் தொடர்ந்து வரைந்துகொண்டிருந்தேன். அவை மிகச் சரியாக என்னைப் பார்த்துப் புன்னகைக்கவோ, வெறுப்பைக் கக்கும்வரையோகூட நான் வரைந்துகொண்டிருந்தேன். ஒரு விதத்தில் எனது அம்மாவுக்குப் பதில் சொல்வதும் ஷைனிக்குப்

பதில் சொல்வதுமே எனது தேவையாக இருந்ததோ எனவும் தோன்றுகிறது.

அம்மா மிகுந்த அழகானவளாகயிருந்தாள். ஏன் எனக்குத் தெரியுமென்றால் நான் சூட்டிகையான சிறுவனொன்றும் கிடையாது, எங்கள் அயல்வீட்டுப் பெண்கள் பெரும்பாலும், நீ உன் அம்மாவைப்போல் இல்லை? என்பதையே திரும்பத் திரும்பக் கேட்டுக்கொண்டிருந்தனர். நான் பதிலளிக்க வேண்டிய நேரம் என்று எதுவுமே இதுவரை உருவானதில்லை. என் அம்மாவின் கண்களும் அதில் நிரந்தரமாய் தங்கியிருக்கும் சோக வடுவும் கூட என் கண்களில் தெரிவதில்லை. நான் அம்மாவை விரும்பினேன். அவளது முகம் என்னிடம் இல்லை என்பது எனக்குத் தாழ்வெண்ணத்தை அதிகப்படுத்தியிருந்தது. எல்லைகளற்ற வனாந்தரத்தில் பல்வேறு முகங்கள் நிலத்தில் வீழ்ந்து கிடக்கின்றன. என் கனவுகளில் திரும்பத் திரும்ப இந்தக் காட்சி வந்துகொண்டிருந்தது. நான் அம்மாவின் முகத்தைத் தேடித் திரிந்துகொண்டிருப்பேன். என் கனவில் எனக்கு முகமே இருக்காது. எனது முகம் ஒரு கோழிமுட்டையைப் போல் இருக்கும். கனவுகள் முற்றுப் பெறாமல் பதற்றத்துடன் படுக்கையை நனைத்த நாட்கள் அதிகமாகிக்கொண்டிருந்தன.

என் அம்மாவின் காதலன், அவனை அப்படித்தான் அழைக்கவும் விரும்பினேன். என் அம்மாவிடம் நான் ‘அது உன் காதலன்’ என்றே கூற விரும்பியிருக்கிறேன். அதற்கெல்லாம் அவளிடம் என்னமாதிரியான எதிர்ப்புகள் இருக்கும் என்பதை நினைத்துக்கொண்டே அவளிடம் கூறாமல் விட்டுவிடுவேன். அந்த நேரத்தில் என் உதடுகளில் கேலியாகப் புன்னகை வழிந்துகொண்டிருக்கும். கறை படிந்த, நான் குழந்தையாய் இருந்தபோது பயன்படுத்திய சிலேட், ஒடிந்து மண்துகள்கள் அப்பிய சிவப்பு, நீல மாட்டுக்கொழுப்பு ஷாக் துண்டுகள், என் உள்ளாடைகள், என் இரண்டு பொம்மைகள் (ஒருவன் என் தம்பியாயிருந்தான். இன்னொருவன் அணில். எனது ஒன்பதாவது பிறந்தநாளின்போது அப்பா தந்தது) ஆகியவற்றை அவன் எறிந்தான். அவை அழுக்கானவைகளாம்; தேவையில்லாதவைகளாம்; உதவாக்கரையான எனக்கு அவசியமில்லாதவையாம்; அந்த வீட்டின் அழகைக் கெடுக்கும் குப்பைகூளங்கள் என்று அவற்றை இல்லாமலாக்கினான். நீங்கள்

நம்பமாட்டீர்கள், அவனளித்த எந்தப் பொருளும் எனக்கு நெருக்கமானதாக என்றைக்குமே இருந்ததில்லை.

அவன் ஒரு குடிகாரனாகயிருந்தான். இரவுகளில் அவன் கதவில் இடித்து இடித்து விழுகிற சப்தம் அச்சத்தை உண்டாக்கக்கூடியது. அவன் ஒரு சிறு விலங்கைப்போல் உதறலோடு கதவில் மோதுகிறதாக என் படுக்கையிலிருந்து கற்பனை செய்துகொள்வேன். அவன் நண்டைப்போல் தவழ்ந்து படுக்கையில் படுக்கும்போது, நான் எனது நுளம்பு வலைக்குள் இல்லாத நுளம்புகளை அடிப்பேன். அவன் நான் தூங்கியிருக்கிறேனா எனப் படு அக்கறையாக விசாரித்தபடியோ அல்லது என் அம்மாவைத் திட்டியபடியோ தலையணையில் வாயை ஒரு ஸீரோவைப்போல் திறந்து வைத்துக்கொண்டு மயங்கிப் போவான்.

அம்மா ஏன் அவனைத் தேர்ந்தெடுத்துக்கொண்டாள் என்பது புதிரானது. அவனிடம் எந்தவிதமான பாதுகாப்பை உணர்ந்தாள் என்பதும் விசித்திரமானது. சில நேரங்களில் அவன் ஒரு படு யோக்கியனைப்போல் பேசுவான். அப்போது அவன் வாயில் எச்சிலே இருக்காது, தேன்பாகு மட்டும்தான்.

○○○

**எ**ங்கள் நகரத்தில் இறுதியாய் சாம்பல் தெருக்கள் உருவானபோது, அம்மா என்னையும் கையில் பிடித்தபடி இந்த நகரத்துக்கு வந்தார். இங்கு வருகிறவரை அவர் பிடியைத் தளர்த்தவே இல்லை. அப்போது என் கைகளில் மிக அழகிய வண்ணமயமான இரண்டு ஐஸ்கிறீம்கள் இருந்தனவாம். நான் மூன்று நாட்களாக வண்ண ஐஸ்கிறீம்களையே கேட்டுக் கேட்டுத் தொடர்ந்து குடித்துக்கொண்டிருந்தேனாம். அவள் என்னைப் பற்றிப் பேசுகையில் அவள் கண்கள் எப்போதைக்குமானதைவிட அதிகமாய் மிளிரும். அந்தச் சோக இழைகூடக் காணாமல் போகிறது என்றுகூட எண்ணியிருக்கிறேன்.

நகரத்திலிருந்து இந்த மேட்டுநிலச் சிறு நகரத்துக்கு அவர் என்னை அழைத்து வந்தபோது, குட்டி அண்ணனும் அங்கே இருந்தான். எண்ணெய்ப் பழுப்பான கழிமுகத்தைக்கொண்ட எங்கள் சாம்பல் நகரத்தில் அசம்பாவிதக் காலம் ஒன்று உருவாகியிருந்தது. அப்போது அவனுக்குப் பாதுகாவலனாகக்

கூட ஒருமுறை சென்றிருக்கிறேன். அன்றைக்கு நகரம் பற்றி எரியத் துவங்கியிருந்தது. சந்தைக்குள் குண்டு வெடித்ததாய் நீல ஒலிபெருக்கி கரகரக்க அதிபர் அறிவித்தார். முழுக்கை வெள்ளைச் சட்டையைப் புஜம்வரை மடித்துவிட்டுக்கொண்டு வெள்ளை லோங்ஸும் அணிந்த அந்த மனிதர் நுனிவிரல்களில் துள்ளித் துள்ளிப் பதற்றத்துடன் பேசுவதுபோல் எனக்குத் தோன்றியது. சைக்கிளில் குண்டு வைக்கிறார்கள் ஆகவே அனைவரது சைக்கிள்களுக்கும் முன் சில்லு பிரேக் பகுதியில் பொருத்திக்கொள்ள மஞ்சள் லைஸன்ஸ் தகரமொன்று தரப்படும் என அவர் அறிவித்தபோதும் எனக்கு அவர் துள்ளித் துள்ளிப் பேசிக்கொண்டிருப்பதாகப் பட்டது. குண்டு வெடிப்பில் பலர் காயமடைந்திருப்பதாகவும், இரண்டு மணிநேரத்தில் ‘கேபியூ’ அறிவிக்கப்படவிருக்கிறது, பெற்றோருக்காகக் காத்திருக்கும் மாணவர்கள் மட்டும் பள்ளியில் நில்லுங்கள், பஸ்ஸில் செல்லும் மாணவர்கள் அருகிலுள்ள சொந்தக்காரர்கள், நண்பர்களின் வீடுகளுக்குச் செல்லுங்கள், மற்றையவர்கள் சைக்கிளில் செல்லும் மாணவர்களுடன் சேர்ந்து செல்லுங்கள் எனவும் பரபரப்பாக அறிவித்ததுதான் தாமதம் நான் எனது புத்தகங்களையும் கொப்பிகளையும் திணித்துக்கொண்டு கூவென்ற சத்தத்துடன் பிய்த்துப் பிடுங்கிக்கொண்டு ஓடுவதற்குத் தயாராகியிருந்தேன். சைக்கிள் தரிப்பிடத்தில் ஏற்கனவே கனதியான கூட்டம். பெரிய வரிசை என்முன்னே காத்திருந்தது. பிரேமன் அங்குமிங்குமாக சைக்கிளை அசைத்து இழுத்தபடி கூட்டத்திலிருந்து வெளியே வந்துகொண்டிருந்தான். “நில்லு நானும் வருகிறேன்” என்றபடி வரிசையிலிருந்து விலகி ஓடி உடற்கல்வி ஆசிரியரிடம் நான் தூரம் போக வேண்டும், என்னை சைக்கிளை எடுக்க விடுங்கள் என்றேன். தரிப்பிடத்தின் செம்மண் நிலத்திலிருந்து புழுதி கிளம்பியது. சைக்கிளைத் தள்ளிக்கொண்டு தரிப்பிடத்திலிருந்து வெளியே வந்தேன். நாங்கள் போகும் வழியிலிருந்த கோவில் நடை சாத்தப்பட்டிருந்தது. கூடவே பள்ளிவாசலும் அதன் முன்னிருந்த ரோல்ஸ் கடையும் மூடப்பட்டிருந்தன. சோனகத் தெருவே மூர்ச்சையாகிவிட்டதைப் போலான ஒரு அமைதி. எங்கும் நடமாட்டமில்லை.

நானும் பிரேமனுமாக உவர்நிலத்தின் ஏற்றப் பகுதிக்கு வந்து சேர்ந்திருந்தோம். அது ஒரு மைய வீதி. ஏற்றத்தில் சைக்கிளை மிதிக்க முடியாமல் புத்தகப் பையுடன் சைக்கிளை

ஏற்றத்தில் ஏற்றினோம். எதிரில் இராணுவப் பேருந்துகள் படைத்தரப்புகளோடு நகரத்துக்குள் நுழைந்துகொண்டிருந்தன. எங்களைக் கடந்து பொதுமக்களின் வாகனங்கள் சென்றபடியிருந்தன. அப்போதுதான் எனது கண்கள் எரியத் துவங்கின. சைக்கிளை ஸ்டாண்ட் போட்டுவிட்டுக் கண்களைத் தாறுமாறாகக் கசக்கத் தொடங்கினேன். கசக்கக் கசக்க சுகமாய் இருந்தது. தனக்கும் கண்கள் எரிவதாய்ச் சொல்லிக்கொண்டே அவன் எனக்கு முன்னமே மேட்டின் உச்சிக்கு சைக்கிளை உருட்டிப் போய்ச் சேர்ந்திருந்தான். கண்களைக் கசக்கிக்கொண்டு நான் வருவதற்காக அவன் காத்திருந்தான். கண்களைக் கசக்கி முடித்துவிட்டு எரிச்சல் அடங்காமலேயே நானும் தள்ளி உருட்டிக்கொண்டு மேலேறினேன். கண் எரிச்சலைச் சகித்துக்கொள்ள முடியவில்லை. கண்களில் பீழை தள்ளியது. எதிரிலிருப்பவை தெளிவாகத் தெரியவில்லை. நாசியும் எரிவது போலிருந்தது. பிரேமன் மேலிருந்து கைகாட்டுவதும் தெளிவற்றுத் தெரிந்தது. நானும் கையைக் காட்டினேன். மேட்டிலிருந்து வலதுபுறத்தில் விகாரையை ஒட்டியிருந்த ஒழுங்கைக்குள் அவன் சைக்கிளைத் திருப்பினான். நான் மேட்டிற்கு வந்தபோது அவன் அந்த ஒழுங்கைக்குள் போன தடமே தெரியவில்லை. நான் வருவதற்கிடையில் அவன் மறைந்துபோனான். தனியாக நின்றேன். பின்னால் திரும்பிப் பார்த்தேன். சைக்கிள் ஏதாவது வந்தால் அதை வால் பிடித்துப் போய்விடலாம்.

நான்கு கிலோமீட்டர் தனியாகத்தான் போக வேண்டும். இனிமேல் இறக்கம்தான். இரண்டு மிதிமிதித்தால் சைக்கிள் தானாகவே போய்க்கொண்டிருக்கும். கழிமுகத்தின் நடுப்பகுதிவரை பிரச்சினையில்லை, அதற்குப் பிறகுதான் எழும்பிநின்று சைக்கிளை உழக்க வேண்டும். வலப்புறக் காற்று தள்ளி வீழ்த்திவிடக் கூடியது. தார் வீதியின் நடுவிலும் போக முடியாது, ஓரத்திலும் போக முடியாது. அப்போதைக்கு இரண்டு மோட்டார் சைக்கிள்கள் எனக்குப் பின்னே வந்துகொண்டிருந்தன. கொஞ்சம் வேகமெடுத்துப் போனால் பெரிய பொலிஸ் ஸ்டேசனை அவர்களோடு சேர்ந்தே கடந்துவிடலாம். சைக்கிளில் ஏறி உழக்கத் தொடங்கினேன். சைக்கிள் செங்குத்தாக இறங்கியது. பெரிய பொலிஸ் ஸ்டேசன் வாசலில் ஆறு, ஏழு பொலிஸ் நின்றுகொண்டிருந்தார்கள். சரியாக ஸ்டேசனைக் கடக்கும்போது,

மோட்டார் சைக்கிள் ஒன்று என்னைத் தாண்டி ரவுண்டபோர்ட்டில் வலப்புறம் திரும்பியது. கைவிடப்பட்ட ஒரு பெட்ரோல் ஸ்டேசன். அதன் முன் புதிதாக இரண்டு தடுப்புவேலிகள் ஏற்படுத்தப்பட்டிருந்தன. வீதியின் ஓரத்தில் நான்கைந்து எஸ்.டி.ஃஎப் இராணுவத்தினர் நின்றுகொண்டிருந்தார்கள். அவர்களின் முகங்கள் கறுப்புத் துணியால் மூடப்பட்டிருந்தன. சைக்கிளைத் தடுத்து நிறுத்தினார்கள். சைக்கிளின் வேகத்தைக் குறைத்தேன். எனது பள்ளி இலச்சினையைப் பார்த்துவிட்டு, “தம்பி எங்க போறீங்க?” “வீடு அரசபுரத்திலிருக்கிறது” என்றேன். சைக்கிளின் முன் சில்லிலிருந்த லைஸன்ஸ் தகரத்தைத் தொட்டுப் பார்த்துவிட்டு என்னைப் போக அனுமதித்தார்கள்.

மீண்டும் நான் சைக்கிளை உழக்க வேண்டும். மலையிலிருந்து அப்படியே இறங்கியிருந்தால் கழிமுகக் காற்றில் அலைக்கழியாது போயிருக்கலாம். கண் எரிச்சலும் நின்றபாடில்லை. மெதுவாகச் சைக்கிளை உழக்கத் தொடங்கினேன். வலதுபுற பக்கவாட்டுக் காற்று பலமாக இழுத்து உலாஞ்சச் செய்தது. உப்புக் காற்றில் மீனின் கடும் வீச்சம் நிறைந்திருந்தது. எழும்பி நின்று உழக்கி வீட்டின் ஒழுங்கைக்குள் நுழைந்தபோது. அம்மா வீட்டு வாசலில் நின்றுகொண்டிருப்பது தெரிந்தது. “என்னடா கண் சிவந்து கிடக்குது” என்றார். “ஒண்டுமில்லம்மா, பிரேமனுக்கும் கண் எரிச்சலாம், உவர்மலைல சைக்கிள உருட்டத் தொடங்கேக்குலதான் கண் எரியத் துவங்கினது. இன்னும் நிக்கேல” என்றேன். “சட்டையெல்லாம் கழட்டிட்டு, போய் தும்புத்தடி மீசைக்காரண்ட ஆட்டோவ கூட்டிட்டு வா, நான் அங்கால வீட்டுல இருந்து தாய்ப்பால் வாங்கி வைக்கிறன். கண்ணில விட்டால் எரிச்சல் நிண்டிடும்” என்றார். எனக்கு தும்புத்தடி மீசைக்காரரின் பெயரைக் கேட்டவுடனேயே திடுக்கென்றிருந்தது. ஏன் என்று கேட்க நாக்கு இடறியது.

தும்புத்தடி மீசைக்காரர் பெரிய அகலமான தோளும் நெஞ்சுமுள்ள மனிதர். நான் விளையாடப் போகும் மைதானத்துக்கு வெளியில்தான் அவரது ஆட்டோ தரிப்பிடம் இருந்தது. உதைபந்து தெருவில் வந்து விழுந்தாலே மனுசன் சண்டைக்கு வந்துவிடும். ஊருப்பட்ட தூஷணத்தையெல்லாம் கொட்டி ஏசிப் பொரிந்துதள்ளிவிடுவார். யாராவது பெரிய அண்ணன்களைக் கூட்டிக்கொண்டு போய்த்தான் பந்தை வாங்க வேண்டியிருக்கும்.

போகும்போதும் வரும்போதும் அந்த மனிதர் குறுகுறுப்புடன் பார்த்துக்கொண்டிருப்பது போலவே இருக்கும். அவ்வளவு ஆக்ரோஷமான மனிதர். அவர் ஒரு இந்தியாக்காரர் என்றுதான் ஊரார் அவரைத் தெரிந்து வைத்திருந்தார்கள். அவரது அந்தத் தும்புத்தடி மீசையும் வீரப்பனுடையதைப் போலத்தான் இருந்தது. சமாதானக் காலகட்டத்தில்தான் அவர் அந்தப் பகுதிக்கு ஆட்டோ ஓட்டுவதற்காக வந்ததாயும் ஒரு கதை உண்டு. இன்னொன்று, அவர் இங்கிருந்து இந்தியாவிற்கு 87-களில் போய்விட்டு இப்போது மீண்டும் இங்கேயே வந்துவிட்டதாயும் கதை உண்டு. எதுவாய் இருந்தாலும் எனக்கு அவர் அச்சமூட்டும் நபர்தான். கடுமையாகவும் இளக்காரமாகவும் அவர் பேசும் பேச்சு சிறுவர்களாகிய எங்களைப் பயமுறுத்தும். ஆனால் அவர் எங்கள் வீட்டிலிருந்த அனைவரோடும் நட்புறவாகத்தான் இருந்தார். ஆட்டோ தேவையென்றால் அம்மா என்னிடம் சொல்லி அவரைத்தான் அழைப்பார். அவர் வீட்டுக்குபோய் அழைத்தால் டீச்சர்தான் குரல் கொடுப்பார். அந்தக் குரல் ஒன்று அவர் குளித்துக்கொண்டிருப்பதாகவோ, அல்லது ஸ்டாண்டில் நிற்பதாகவோ ஒலிக்கும். எனக்கும் அந்தச் சந்தேகம் எப்போதுமே இருந்தது. இந்த மனிதர் வீட்டிலிருந்தால் எப்போதுமே குளித்துக்கொண்டே இருப்பாரா?

அவர் வீட்டிலிருந்தால் என்னை மிரட்டுவதில்லை. மீசையை அழுத்திவிட்டுக்கொண்டு, ஆட்காட்டி விரலையும் பெருவிரலையும் சேர்த்து மூக்கு நுனிப்பகுதியை நீவிவிட்டபடி “எங்க போகவேணுமாம்?” என்பார். அன்றைக்கு அவர் வீட்டில்தான் நின்றார். “என்ன?” என்று கேட்டபடியே சட்டையுமில்லால் வெறும் சாரத்தோடு வெளியில் வந்து நின்றார். நான் நீலக் கலர் கேற்றுக்குப் பின்பக்கம் நின்றபடி “அம்மாதான் வரச் சொன்னவ” என்றேன். “எங்க போகவேணுமாம்? இப்ப ஓண்டும் நேரம் சரியில்லையே தம்பீ... இன்னும் கொஞ்ச நேரத்தில கேபியூ அடிச்சிடுவானுகளே” என்றார். “அம்மா சொன்னவ, அதுதான் வந்தனான்” என்றேன். “நீங்க வீட்ட போங்க நான் இப்ப வாறன்” என்றார்.

நான் விட்டால் போதுமென்று வீட்டுக்கு ஓட்டமெடுத்தேன். ஒழுங்கையில் நின்று கள்ளத்தனமாகப் பார்த்தபோது, ஆட்டோவில் அவர் ஏறுவது தெரிந்தது. கண்டம் முடிந்ததாய்

நினைத்துக்கொண்டு அம்மாவிடம் வந்தேன். அப்போது அம்மா வீட்டின் பின்பக்கத்திலிருந்த அண்டெனாவை டங் டங் எனத் தட்டினார். மேலிருந்து "ஓவ்" என்றொரு சத்தம் வந்தது. யாரது? பார்த்தபோது குட்டியண்ணன் தண்ணீர்த் தொட்டியிலிருந்து எட்டிப் பார்த்தார். எனக்குத் தாளமுடியாத அதிர்ச்சியும் சிரிப்பும். குட்டி அண்ணா எப்போது வீட்டுக்கு வந்தார்? எப்போது தண்ணீர்த் தொட்டிக்குள் குதித்தார்? இரண்டு மூன்று கிழமைக்கு முதல்தான் நான் தண்ணீர்த் தொட்டியைச் சுத்தம் செய்தேன். அதற்குப் பிறகு அந்தத் தொட்டியில் தண்ணீரே இறைப்பதில்லை. அதைச் சுத்தம் செய்யவா அவர் இறங்கியிருக்கிறார் என யோசித்தபடியே அம்மாவைச் சுரண்டினேன். "சும்மாயிரடா" என அம்மா அதட்டினார். குட்டியண்ணா எனக் கூவினேன். அம்மா சொண்டு உடைக்கிற மாதிரி வாயில் அடித்தார். ஊமைக் கோபம் ஒன்று எனக்குள் உருவாகி, எரிச்சலோடு இருந்த கண்களில் நீர் வரத் தொடங்கியது.

"டேய் போய் முகத்தக் கழுவு, சட்டைய எடுத்துப் போடு, குட்டியண்ணாவோட ஆட்டோல போய் அவன ஹாபர்ல விட்டுட்டு மீசக்காரரோட ஆட்டோலயே வா" என்று அம்மா கட்டளையிட்டார். "அம்மா, இன்னும் கொஞ்ச நேரத்தில கேபியூ போட்டுருவாங்களாம்" என்றேன். "கெதியா போயிட்டு வந்திரலாம், உன்ன ஒண்டும் செய்யமாட்டாங்கள். மீசக்காரர் பாத்துக்கொள்ளுவேர்" என்றபோது மீசைக்காரரின் ஆட்டோ வாசலில் வந்து நின்றது. அம்மா வாசலை நோக்கிப் போனார். தும்புத்தடி மீசைக்காரர் ஒரு குட்டிப் பூனையைப்போல் அம்மா முன்பு மண்டையாட்டுவது தெரிந்தது. நான் குட்டியண்ணாவோடு போனேன். அவர் எனது அறையின் புத்தக அலமாரிக்குப் பின்னாலிருந்து சுருக்குப் பை போலிருந்த ஒரு கறுத்த பையை எடுத்தார். அதற்குள் கையை விட்டுத் துழாவி ஆமி ஐசி, பொலிஸ் ஐசி, நேவி ஐசி ஆகியவற்றைக் கையில் வைத்துக்கொண்டார். கூடவே அரக்கு நிறத்தில் ஒரு சிறிய புத்தகத்தையும் எடுத்தார். அதைத் திறந்து பார்த்தார். அதற்குள் ஏதோ படம் இருப்பது தெரிந்தது. கடவுச்சீட்டு எனத் தமிழில் எழுதப்பட்டிருந்தது. "எப்ப வந்தனீங்க அண்ண" என்றேன். "16 நாள்" என்றார். "எங்க நிண்டனீங்க?" "இந்தா அந்த தண்ணி

டாங்குக்குள்ளதான்" என்றார் சிரித்துக்கொண்டு. என் கண்கள் அகலத் திறந்தன.

அம்மா வேகவேகமாக வரும் காலடிச் சத்தம் கேட்டது. "நீ இன்னும் சட்ட மாத்தேலையா மாடா" என்று முதுகில் ஒரு அடி விழுந்தது. குட்டி அண்ணா அம்மாவை ஏசினார். "ஏன் அன்ரி அடிக்கிறீங்கள்? போ நீ சட்டையை எடுத்துப்போடு போவம்" என்றார். நானும் சட்டையைக் கொழுவிக்கொண்டு வந்தபோது ஆட்டோ திருப்பி நிற்பாட்டப்பட்டிருந்தது. குட்டி அண்ணா ஆட்டோவுக்குள் இருந்தார். அம்மா கண்களில் பாலை விட்டார். கைத்தாங்கலாக அழைத்துச் சென்று ஆட்டோவுக்குள் ஏற்றிவிட்டார். எனது போஸ்டல் ஐடியை தும்புத்தடி மீசைக்காரரிடம் கொடுத்தார். அதை அவர் ஆட்டோ லாச்சிக்குள் வைத்தார். ஆட்டோ வெளிக்கிட்டது. குட்டி அண்ணா அம்மாவையே திரும்பிப் பார்த்தபடி இருந்தார். அவர் அழப்போகிறார் என நான் நினைத்துக்கொண்டேன். ஆட்டோவில் மூவருமே எதுவும் பேசிக்கொள்ளவில்லை. இராணுவ வாகனங்கள் எங்களைத் தாண்டித்தாண்டிப் பறந்துகொண்டிருந்தன. "கொஞ்ச நேரத்துக்கு முன்னம்தான் கண்ணீர்ப்புகைக் குண்டு அடிச்சிருக்கிறாங்கள். அதுதான் உனக்கு இப்பிடி கண் எரிஞ்சிருக்கு" என்றார் அண்ணா. அவருக்கு எல்லாமே தெரிந்திருக்கிறது.

ஹாபரில் இறக்கிவிட்டபோது அங்கு 'செக்கிங்' நடந்து கொண்டிருந்தது. "தம்பி நாங்க உடனயே வெளிக்கிடோனும் இப்பவே மூண்டே முக்கால். நாங்க வீட்ட போகச் சரியாயிருக்கும்" என்று மீசைக்காரர் சொன்னபோது, குட்டி அண்ணன் என்னைக் கட்டியணைத்து முத்தம் தந்தார். "அம்மாவோட கனக்கக் கதையாத. அவட கோபம் உனக்குத் தெரியும்தானே. கெதியா வேற ஒரு ஊர்ல சந்திப்பம் சரியா" என்றபடி அவர் ஹாபருக்குள் ஓடினார். நான் அவரையே பார்த்தபடியிருந்தேன். அவர் தந்த முத்தத்தின்போது அவரது வெளுத்த கண்களை நான் பார்த்தேன். அதில் அவ்வளவு பரிவும் தேங்கிக் கிடந்தது. தூரத்தில் அவர் மறைந்து போய்க்கொண்டிருக்கிறார், அவரது முகமும் மறைந்துபோவதாய் நான் உணரத் தொடங்கினேன். ஆட்டோ வேகமெடுத்தபோது, தும்புத்தடியார் புதினம் புடுங்கிக்கொண்டே வந்தார். "யார் அந்தப்

பொடியன்?” என்றார். “என்னுடைய அண்ணா” என்றேன். “உனக்குத்தான் சகோதரங்களே இல்லையே” என்றார். “இல்ல அது பெரியம்மாட மகன்” என்றேன். “உங்கட பெரியம்மாக்கு எல்லாமே பொம்பிள பிள்ளையள்தானேயடா” என்றார். எனக்கு என்ன சொல்வதென்றே தெரியவில்லை. “அம்மாவிடம் கேட்டுச் சொல்கிறேன்” என முடித்துக்கொண்டேன். அதற்குப் பிறகு மீசைக்காரர் எதுவும் பேசவில்லை.

அதற்குப் பிறகுதான் மனிதர்களின் முகங்களை நான் கனவுகளில் பார்க்க ஆரம்பித்தேன். கனவுகளில் வரும் முகங்கள் அடுத்தடுத்த நாட்களில் மறந்துபோகத் துவங்கின. அம்மாவிடம் சொன்னபோது “நீ பயந்துபோயிருக்கிற. அதுதான் இப்பிடியெல்லாம் நினைக்கிற” என்றார். நான் மறுத்தேன். “அப்ப நீ எண்ட முகத்தையும் கனவில கண்டால் என்னையும் மறந்திருவியா?” என்று கேட்டுவிட்டுச் சிரித்தார்.

ஒரு பின்னேரப் பொழுதில் அம்மா என்னை வெளிக்கிடச் சொன்னார். இரவு ரயிலில் நாங்கள் ஒரு பெரு நகரத்துக்கு வந்துசேர்ந்தோம். அங்கிருந்து நான்கு தினங்களில் விமானம் மூலம் வேறொரு நாடு. அம்மாவும் நானும் அந்தப் புதிய நாட்டில் புதிய மனிதர்களோடு இருக்கப் பழகிக்கொண்டோம். குட்டி அண்ணன் அங்கு இருந்தது மட்டும்தான் எனக்குச் சந்தோஷத்தைக் கொடுத்தது. குட்டி அண்ணனின் முகம் இப்போது கொஞ்சம் மாறியிருந்தது. அவரது பூனை மீசை இப்போது சிங்கத்தின் ரோமத்தைப்போல் கொத்தாகியிருந்தது. பெரிய தாடி வைத்திருந்தார். முகம் சற்று ஊதி விகாரமடைந்திருந்தது. நான் முன்பு பார்த்த குட்டியண்ணன் அல்ல அவர்.

ஒரு மழை இரவில் அம்மாவும் குட்டியண்ணனும் மாறி மாறி அடித்துக்கொண்டார்கள். அம்மாவை “வேசி” எனக் குட்டியண்ணன் திட்டினார். நான் அழத் தொடங்கினேன். என்னையும் “வேசமோனே” என்றார். அம்மா அவரை அடிக்கப் பாய்ந்தார். அவரது விதைப்பையில் உதைந்தார். குட்டியண்ணன் அவரது ஐந்து விரல்களும் பதிய அம்மாவின் முகத்தில் அறைந்தார்.

அம்மாவின் முகத்தில் நீலம் பாரித்திருந்தது. அம்மா மொட்டை மாடியில் அந்த மழையில் நனைந்தபடி

கால்களைக் கட்டிக்கொண்டு அழுதுகொண்டிருந்தார். நான் நிலைப்படியிலிருந்து அம்மாவைப் பார்த்தபடியிருந்தேன். அந்த மனிதன் அவரைச் சமாதானப்படுத்த முயன்றுகொண்டிருந்தான். அன்றிலிருந்துதான் அவனை 'அம்மாவின் காதலன்' என நான் அழைக்கத் தொடங்கியிருந்தேன்.

கோதுமை நிறமாகயிருந்த அம்மாவின் முகத்தில் நீலமும் சேர்ந்து அவரை வேறொருவராக மாற்றியிருந்தது. முகமும் கண்களில் தேங்கியிருந்த வடுவும்கூட இன்னும் அதீதமாகியிருந்தது. அவர் கண்களில் மின்னி ஓடி மறையும் குறுநரம்புகள் என் கனவுகளில் திரும்பத் திரும்ப அதிர்வுகளை உண்டுபண்ணின. அரைத் தூக்கத்தில் கோதுமை நிற அம்மாவின் முகமும் வரிவரியான நீலமும் கனவுகளில் திரும்பத் திரும்ப வந்துபோயின. ஒரு கனவில் அம்மாவின் நீலத்தை உரித்து அவரை மீண்டும் கோதுமை நிறத்துக்குக் கொண்டுவர முயற்சித்தேன். இமைகள், கன்னத் தோல், சொண்டுகள், மூக்கு, நெற்றி என அனைத்தும் உரிந்து அம்மாவின் இரத்தம் சொட்டி நின்றபோது நான் விழித்துக்கொண்டேன். அது அம்மாவைக் கொண்டுபோய் ஏதோவொன்றுக்குள் தள்ளிவிட்டுவிடும் என நான் தெரிந்துகொள்ளப் போதுமானதாய் இருந்தது. அன்றிலிருந்துதான் முகங்களை வரைந்து வைத்து அவற்றை நான் சேகரித்துக்கொள்ளலாம் எனத் தோன்றியது. முதலில் நான் அம்மாவின் முகத்தைக் கோதுமை நிறத்தில் வரைந்து வைத்துக்கொண்டேன். எனது குட்டியண்ணனின் முகத்தைக் கோதுமை நிறத்தில் நான் இனம் கண்டேன்; அம்மாவின் காதலனின் விகாரமடைந்த முகத்தை நான் மஞ்சளாக வரையத் துவங்கினேன். பிறகு நடந்தவை எல்லாமே ஏற்கனவே தீர்மானிக்கப்பட்டிருந்ததைப்போல நிகழத் தொடங்கின.

சில கிழமைகளில், அம்மாவும் அவரது காதலனும் காணாமல்போனார்கள். வீட்டின் மூலையில் நான் ஒடுங்கிக் கிடந்தபோது, ஷைனியின் அம்மா என்னைப் பராமரிக்கும் பொறுப்பை ஏற்றுக்கொண்டார். வருடங்கள் நகர்ந்தபோது நானும் ஷைனியும் எங்கள் வாழ்க்கையைப் பகிர்ந்துகொள்ள முடிவெடுத்துக்கொண்டோம். அப்போது நான் ஷைனியின் முகத்தைக் கோதுமை நிறத்தில் வரைந்து வைத்துக்கொண்டேன்.

○○○

தருமு சுவர் முழுக்க வரைந்திருந்த ஓவியங்களை, மீண்டும் தனது அறையில் வரைய ஆரம்பித்திருந்தான். இப்போது அவனிடம் மேலும் ஒரு நிறமும் சேர்ந்திருந்தது. அவனது சுவர்கள் கோடுகளாலும் அரை வட்டங்களாலும் நிறையத் தொடங்கியிருந்தன.

# சிவப்பு நிற உதட்டுச்சாயம்

டானியல் ஜெயந்தன்

**1**

**ம**திய வெயில் சற்றுத் தணிந்த பின்பும் காற்று தாராளமாக வீசிக்கொண்டிருந்தது. தகர அடைப்பு சடார் படார் என அடித்தாடிக் கொண்டிருந்தது. வீட்டு வளவுக்குள் காய்த்து நின்ற தென்னைகளின் ஓலைகள் ஒன்றோடு ஒன்று உரசிச் சிரித்துக்கொண்டு நின்றன. கோழிகள் தம் குஞ்சுகளுக்கு ஈரலிப்பான மண்ணைக் கிளறி நெளிந்து புரளும் புழுக்களைக் கொத்திப் பரிமாறிக்கொண்டிருந்தன. நான் விறாந்தையில், வானொலியில் சூரியன் பண்பலை நேயர் விருப்பம் கேட்டுக் கொண்டிருந்தேன். ஆச்சி வாயில் ஏதோ பழைய பாடலை முணுமுணுத்தபடி குசினியில் பொன்னியரிசியைக் கழுவி மண் பானையில் போட்டு உலை வைத்துக்கொண்டிருந்தார். குமாரியின் காற்சலங்கைச் சத்தம் வானொலியின் பாடலுக்கு இடையில் கேட்டுக் கொண்டிருந்தது. அவள் துலாக் கிணற்றில் குளித்துவிட்டு வந்துகொண்டிருந்தாள். தன் பாதத்தில் ஒட்டியிருந்த செம்மண்ணை உதறித் தட்டிவிட்டு மார்பில் கட்டியிருந்த ஈரத்துணியை தொடையிடுக்கில் நசித்துப் பிழிந்து உதறிக்கொண்டு அனிச்சையாக என் பக்கம் திரும்பினாள்.

"என்னடி நல்ல நித்திரை அடிக்கிறாய் போல சாப்பிட்டியா?" என்று கேட்டாள்.

கொட்டாவி விட்டபடியே நிமிர்ந்து அவளைப் பார்த்தேன். வெயில் கண்களைக் கூசச் செய்தது. கண்களை அழுத்திக்கொண்டு முற்றத்தைப் பார்த்தேன். குறுக்குக்கட்டுடன் கொடியில் தனது உள்ளாடைகளை உலர்த்த, கயிற்றை இன்னும் இறுக்கமாகத் தென்னையோடு இழுத்துக் கட்டிக்கொண்டு நின்றாள். பனித்துளிகள் பூத்திருந்த சருமத்தை, கண்கள் விரியப் பார்த்தேன். கடலை மாவும் மஞ்சளும் பூசிக் குளித்த சருமம் பூரண எழிலோடு காட்சியளித்தது. உடலோடு ஒட்டியிருந்த ஈர உடுப்பு அவளின் மொத்த அழகையும் என் கண்கள் முன்னே கொண்டு வந்தது. மார்பில் இறுக்கிக் கட்டியிருந்த சாறத்தின் அடிப்பகுதியில் இருந்து நீர் துளிகள் சொட்டுச் சொட்டாக வடிந்து செம்மண் நிலத்தை ஈரமாக்கிக் கொண்டிருந்தன. தலையில் முறுக்கிக் கட்டியிருந்த துவாயை அவிழ்த்து, வழுவழுப்பான கேசத்தை நீர் தெறிக்க உதறிக் குனிந்து பின் மீண்டுமொரு முறை துடைத்துக்கொண்டு மெல்ல நிமிர்ந்து என்னைப் பார்த்தாள். கட்டுக் குலையாத உடல். கன்னக்குழி. தெத்துப்பல்வரிசை. செவ்விதழ். சிங்கள நடிகை காமினி ஜீவபுஸ்பத்தை கண்முன் கொண்டு வந்தாள்.

குமாரி நகரில் குறிப்பிட்டுச் சொல்லக்கூடிய அழகியாகத் திகழ்ந்தாள். கடந்த ஆண்டு, லயன்ஸ் கிளப் வவுனியா றம்பைக்குளத்தில் நடாத்திய மாவட்ட அழகு ராணிப்போட்டியில் குமாரி பங்குபற்றி இரண்டாமிடத்தை வெற்றி கொண்டாள். "முதலிடத்தைச் சில புள்ளிகளால் இழந்த இடையழகி" என்று நான் கிண்டலடிப்பேன். சருமம் நல்ல மாவு நிறம். உதட்டின் கீழ் ஒரு குட்டி மச்சம் அவளுக்கு எடுப்பாக இருக்கும். மை பூசிய இமைகள் கரு மேகம் சூழ்ந்தது போல இருக்கும். அவள் தெத்துப்பல் தெரியும்படி சிரிக்கும் போதெல்லாம் கன்னத்தில் சிறு குழி விழுந்தேயாகும். இதற்காகவே நான் சிரிப்புக் கதை சொல்லி அவளைச் சிரிக்க வைப்பேன். நேர்த்தியாகப் பராமரிக்கப்பட்ட கேசம் பார்ப்பவர்களைத் தன் வசப்படுத்தும் தகுதிகொண்டது. புத்துணர்ச்சியோடு மீண்டும் தலையை குப்புற வைத்து தலையணையில் படுத்தேன். வீட்டின் கூரை மீது வளர்ந்து கிடந்த கிளைகளிலிருந்து முருங்கைக்காய்கள் காற்றுக்குச் சடசடத்தன. அணில் தாவிக் குதித்து தகரக்கூரை மீது பாய்ந்து ஓடும் சத்தம். திடீரென ஒரு மோட்டார் வண்டியின் எஞ்சினின் முறுக்கல் சத்தம் பின் வீதி வளைவில்

கேட்டது. எங்களது வீதியை நெருங்க அதன் வேகம் குறைந்து 'ஹோர்ன்' சத்தம் விட்டு விட்டு ஒலித்தது. வாரத்துக்கு இரண்டு தடவையேனும் இந்தச் சத்தத்தைக் கேட்டுப் பழகிவிட்டது எனக்கு.

பரபரப்போடு தன் வேலைகளை முடித்துவிட்டு, வேகமாகத் தலையை முடியுலர்த்தியால் உலர்த்திவிட்டு அவள் அறைக்குள் சென்று உடை மாற்றுவதிலும் முகத்தை ஒப்பனை செய்வதிலும் தன்னை ஈடுபடுத்திக்கொண்டாள். ஆச்சியும் குசினியில் வேலையை முடித்துவிட்டு வேகமாகக் கிணற்றடிக்குச் சென்றுவிட்டு வந்தார். சில நிமிடங்களில் ஒரு பின்னல் கூடையை கொண்டு வந்து மேசையில் வைத்துவிட்டு, அங்கிருந்த மூங்கில் கதிரையில் அமர்ந்து வவுனியா சந்தையில் வாங்க வேண்டிய சாமான்களைப் பட்டியலிட்டு எழுதிக்கொண்டிருந்தாள் குமாரி. நெற்றியில் வழியும் உலர்ந்த முடிகளைக் காதினருகில் செருகிவிட முனைந்து தோற்றுக் கொண்டிருந்தாள். அவள் சருமத்தில் ராணி சோப்பின் சந்தன வாசம் வீசியது. வாயில் முணுமுணுப்புடன் குளித்துவிட்டு பாட்டி கிணற்றடியால் வந்துவிட்டார்.

வெளிறிக் கிடந்த வானம் கண்களுக்குச் சலிப்பை ஏற்படுத்தியது. இலக்கின்றி வீட்டுக்குள்ளிருந்து தெருவைப் பார்த்துக்கொண்டிருந்தேன். தெரு சற்றுப் பரபரப்புடன் இயங்கிக்கொண்டிருந்தது. நான் குடியிருந்த வீடு தெருவைப் பார்த்ததாக அமைந்திருந்தது. வீட்டுக் கூரையில் எப்போதும் புழுதி மண்டிக்கிடக்கும். சம அளவான தரை. தரை மெழுகிய இரண்டறைகள். கரு நிற பிளாஸ்ரிக் விரிப்பினால் அழகுபடுத்தப்பட்டிருந்தது.

முன்னறையில் ஒட்டுப்பலகை கொண்டு பாதுகாப்பாகப் பொருத்தப்பட்ட கதவு எப்போதும் மூடப்பட்டிருக்கும். வெள்ளி முலாம் பூசிய இரும்புக் கட்டில் சுவரோடு ஒட்டிப் பொருத்தப்பட்டு இருக்கும். அதில் குமாரி உறங்குவாள். நான் குமாரியின் அறைக்குள் அவளுக்குத் தெரியாமல் பல தடவைகள் சென்று வந்திருக்கிறேன். நல்ல குளிர்ச்சியான அறை. மறைப்பே இல்லாத மற்ற அறையின் தரையில் பனம்பாயை விரித்து நானும் பாட்டியும் உறங்குவோம். வெள்ளாங்குளத்து மண்ணும் மாட்டுச் சாணமும் குழைத்து மெழுகிய விறாந்தையில் சன்னல்

கதவுகளைச் சற்றுத் திறந்துவிட்டால் போதும் சுகமான காற்று சில்லென்று பகல் நேரத்து உறக்கத்தை இனிமையாக்கிவிடும். சில வேளைகளில் அவ்வாறான நேரங்களைப் பாழாக்கிய பெருமை குமாரியைச் சாரும். பல்லாங்குழி மற்றும் தாயக்கட்டை ஆடுவது பாட்டியின் பொழுதுபோக்குகளிலொன்று. நான் பாடசாலை முடிந்த பின்பு சீருடை மாற்றாமலேயே ஆச்சியுடன் இணைந்து விளையாடுவேன். வெற்றிலையோடு சிறிதளவு சுண்ணாம்பு தடவி அதை மென்றபடி தரையிலே சம்மணமிட்டு அமர்ந்தபடியே ஆட ஆரம்பித்தால் அவ்வளவுதான். ஆச்சியை வெல்ல இந்தச் சுற்று வட்டாரத்தில் யாருமில்லை.

ஆச்சிக்கு கோழி வளர்ப்பில் அதிக நாட்டமுண்டு. கோழிகளை வளர்த்து அதன் மூலம் கிடைக்கின்ற வருவாயில் ஓரளவு சீவியம் போகிறது. வாரத்தின் இறுதி நாள்களிலும் ஆச்சியின் கோழிப்பண்ணையைப் பராமரிப்பதில் என்னை ஈடுபடுத்திக்கொள்வேன். வெள்ளிக்கிழமைகளில் பூந்தோட்டத்தில் அமைந்திருக்கும் வில்லூன்றிஸ்வரர் கோவிலுக்குச் சென்று வழிபட்டுவிட்டு வருவோம். குமாரிக்காக, அவளது வாழ்க்கை சிறக்க ஆச்சி பலமுறை அங்கப்பிரதட்சணம் செய்திருக்கிறார். குமாரியின் பிடிவாதம் குறைவதாகத் தெரியவில்லை. அவளது நண்பர்கள் யாராவது வீட்டுக்கு வந்தால் வெயில், மழை என்று கூடப் பார்க்க மாட்டாள். என்னையும் ஆச்சியையும் ஏதாவது வேலை கொடுத்து வவுனியா நகருக்கு அனுப்பிவைப்பாள். பணம் சம்பாதிக்கிறாள் என்ற திமிர். ஆச்சி இதுவரை அவளது கருத்துகளுக்கு எதிர்வினையாற்றி நான் பார்த்ததேயில்லை.

“அவள் தானே எங்கள் வீட்டின் முதுகெலும்பாக உழைக்கிறாள். குமாரி இல்லையென்றால் வீட்டில் உலை ஏறாது” என்பார் ஆச்சி. நான் எழுந்து சட்டையை மாற்றிவிட்டு, வவுனியா செல்லும் பேருந்துக்குச் செல்லத் தயாரானேன். குமாரி மஞ்சள் நிறத்தில் வெள்ளைப் பூக்கள் வரைந்த மேலிருந்து கீழாகப் பொத்தான்கள் வைத்துத் தைத்த அழகான கையில்லாத கட்டைச் சட்டையை அணிந்துகொண்டு, கையில் ஏற்றி வைத்திருந்த சந்தன ஊதுபத்தியின் நறுமணத்தை தன் அறை முழுவதும் படரவிட்டாள்.

அது தெருவரை மணந்தது. வழமைபோல எந்தப் பேச்சுமூச்சுமில்லாமல் பணிக்கப்பட்ட வேலையை

முடிப்பதற்காக தெருவிலே இறங்கி நடக்க ஆரம்பித்தோம். மெதுவாக நடந்தால் வெயிலில் காய வேண்டியிருக்கும். வேகமாக நடந்தால் உடல் வியர்த்துக்கொட்டி பிசுபிசுக்கும், பஸ்ஸில் ஏறியவுடன் புழுங்கும்.

ஆச்சியும் நானும் பேருந்துத் தரிப்பிடத்தை நோக்கிச் சென்று கொண்டிருந்தோம். ஆச்சி சலரோக வியாதியால் அவதிப்படுகிறார். தசைகள் நலிவடைந்துவிட்டன. கண் பார்வை குன்றிவிட்டது. அவர் நடப்பதில் சிரமப்பட்டுக்கொண்டிருந்தார். அவரது கையைப் பிடித்து உதவி செய்தேன். தலைமன்னாரில் இருந்து வந்துகொண்டிருந்த பேருந்து தரிப்பிடத்துக்கு வந்து சேர, நாங்களும் அவ்விடத்தையடைய நேரம் சரியாக இருந்தது. ஆச்சி வெயிலில் வறண்டுபோன கைகளால் பழுப்பேறிய சேலையை ஒடுக்கிச் சற்று உயர்த்தி தன் தளர்ந்து போன சரீரத்தை அசைத்துப் பேருந்தின் இரும்புப் படிகளில் ஏறினார். பேருந்து நடத்துனர் சற்று விலகி எங்களுக்கு நகர இடங்கொடுத்தார். அப்போது பல்சர் ஒன்று உறுமிக்கொண்டு எங்கள் வீட்டு வளவை நெருங்கிக்கொண்டிருந்தது. பயண டிக்கெட்டுகளை எடுப்பதற்காக ஆச்சி தன் சேலை முடிப்பில் இருந்து நாணயங்களை எடுத்துக் கண்களின் அருகே கொண்டுசென்று கவனமாக எண்ணிக் கொண்டிருந்தார். பின் கைகள் நடுங்க பேருந்தில் நடுப்பகுதியில் உள்ள கம்பியின் உதவியோடு தாண்டித்தாண்டி காலியான இருக்கையில் அமர்ந்துகொண்டு, சைகையால் அருகில் இருந்த இருக்கையில் அமரச்சொன்னார். பேருந்து உதறல்களோடு உருண்டது. வவுனியா சந்தை வந்து இறங்கியவுடன் அவரது கையைப் பிடித்து நடந்தேன்.

ஆச்சி வெயிலின் கொடுமையைப் பார்த்து, கண்களைக் கூசிச் சினந்துகொண்டு வாய்க்குள் ஏதோ முணுமுணுத்துக்கொண்டு வந்தார். நான் சமயத்தைப் பயன்படுத்திக்கொண்டேன்.

"ஆச்சி ஏன் அடிக்கடி உங்கை வீட்டுக்கு ஆட்டோ, மோட்ட சைக்கிளில சில ஆம்பிளையள் வாறினம்?"

"அதைப்பற்றி இப்ப உனக்கு என்னத்துக்கு? வீடெண்டால் ஆக்கள் வருவினம்தானே".

என் முகத்தைப் பார்க்காமல் சொல்லிக்கொண்டு அருகில் இருந்த கடையில் பரப்பிக் கிடந்த தேங்காய்க் குவியலிலே

தேங்காய் ஒன்றை எடுத்து அதன் பொச்சை உருவி எடுத்துவிட்டு காதருகில் வைத்து விரலால் சுண்டிக் குலுக்கினார் ஆச்சி. எனக்கு ஒன்றும் பிடிபடவில்லை. அதைப்பற்றி அறிவதற்கான வயது இல்லையோ தெரியவில்லை.

சில வருடங்கள் கழிந்தோடின. ஒருநாள் இரவு பாடசாலையில் இல்ல விளையாட்டுப் போட்டிக்கான ஒத்திகையை முடித்துவிட்டு நேரத்துக்கு வீட்டுக்கு வந்துவிட்டேன். நான் வீட்டுக்கு வந்தது யாருக்கும் தெரியாது. வந்த வேகத்தில் உடல் அசதியினால் இருட்டறைக்குள் உறங்கிவிட்டேன். திடீரென விறாந்தையில் ஆட்கள் கதைத்துச் சிரிக்கும் சத்தம் கேட்டு எழுந்துவிட்டேன். குமாரியுடன் ஒரு இளம் பெடியனின் குரல். ஆச்சியும் அன்று பக்கத்து வீட்டு நல்லி அக்காவைச் சந்தித்து கோழி முட்டைகளைக் கொடுக்கப் போய்விட்டார். சில நிமிடங்கள் நீடித்த சம்பாஷணை நிறுத்தப்பட்டு, கணப் பொழுதில் குமாரியின் சலங்கைச் சத்தம் கேட்க ஆரம்பித்தது. அவள் அறைக்குள் அந்தப் பெடியனை அழைத்துச்செல்கிறாள் என்பதைப் புரிந்துகொண்டேன். எதிர்பார்த்தது போல சற்று நேரத்தில் 'கிரீச்' என்ற சத்தத்தோடு குமாரியின் அறைக்கதவு மூடித் தாழ்ப்பாள் போடப்பட்டது. நான் படுக்கையை விட்டு எழுந்திராமல், பக்கத்து அறையிலிருந்து வெளிவரும் சத்தத்தை உன்னிப்பாகக் கேட்டுக்கொண்டிருந்தேன்.

'குசுகுசு' சத்தம் சிரிப்புக் கனைப்பாக மாறி பின்னர் குமாரியும் அந்தப் பெடியனும் சிங்களத்திலும் தமிழிலும் மாறி மாறி ஏதோ குழைந்து குழைந்து பேசியும் இடையிடையே கைச்சேட்டை விட்டு விளையாடிக்கொண்டிருக்க குமாரி சிணுங்கினாள். அந்தப் பெடியன் குமாரியை இடைவெளி விடாமல் கொஞ்சினான். ஆச்சியிடம் இம்முறை சொல்லியே தீருவேன் என்று நான் முடிவெடுத்த போது, குமாரியின் கெஞ்சல் சத்தம் எனக்கு ஒரு மாதிரி இருந்தது. சில நொடிகளில் பெரு மூச்சுக்களும் கனைப்புகளும் கேட்கத் தொடங்கின. கிறீச் கிறீச் என்று ஓசையெழுப்பியது குமாரியின் இரும்புக் கட்டில். மெழுகிய செம்மண் தரை அதிர்ந்து வெடிப்பது போல உணர்ந்தேன். நான் திடுக்கிட்டு எழுந்து வெளியே வர எத்தனித்தேன்.

என் கால்கள் தடுத்தன. அந்த ஓசைகள் என் காதுகளுக்கு ஏதோ ஈர்ப்பைக் கொடுத்தன. வகுப்பில் சில ஆண்கள்

சக மாணவிகளைக் கண்டால் இப்படி ஓசையை எழுப்பிக் கனைத்து பின் கேலியாகத் தமக்குள் சிரிப்பதைப் பல முறை பார்த்திருக்கிறேன். கால்கள் நகர விடாமல் தடுத்தன. அப்படியே உடுப்புக் கூடையின் மீது என் முழங்கால்களை நெஞ்சசோடு அணைத்தபடியே அமர்ந்து விட்டேன். என் தேகம் நடுங்கி பின் வியர்த்துக்கொட்டியது. இந்த மாதிரி ஒரு போதும் மாட்டியதில்லை. குமாரி என்னைக் கண்டு பிடித்தால் கொன்றே விடுவாள். உடலில் ஏதோ மாற்றம் நிகழ்வதை உணர்ந்தேன். நெஞ்சின் நடுப்பகுதியில் இருந்து மசுக்குட்டி ஊர்ந்து தொடை இடுக்கை நெருங்குவது போல உணர்ந்தேன். அப்போது என் கைவிரல்களை ஒன்றாக மடக்கி இறுக்கமாகப் பொத்தினேன். தொண்டைக்குள் திரவ உருளைகள் உருண்டன. என் காதுகளைக் கைகளால் அடைத்தேன். கழுத்துப் பக்கம் மெல்லிய காற்று தீண்டிய போது சுகமாக இருந்தது. திடீரென நான் சாய்ந்திருந்த சுவருடன் இரும்புக் கட்டில் மோதி மோதி அதிர ஆரம்பித்தது. குமாரியின் அலறல். முன்னர் ஒரு முறை என் காலில் கூரிய ஆணி தைத்த போது இப்படித்தான் கத்தி அலறினேன்.

குமாரியின் இரும்புக் கட்டில் கால்கள் 'கிறீச் கிறீச்' என்ற ஓசையோடு வேகமாகச் சுவரை முட்டி அடித்தது. சில நிமிடங்கள் தொடர்ந்த அதிர்வு. புயல் அடித்து ஓய்ந்தது போல பெரும் அலறலோடு அடங்கியது. பின் பெரும் மூச்சுகள் வெளிவந்தன. நான் பதட்டத்தோடு வெளியே வராமல் மறைந்திருந்தேன். இது குறித்து ஆச்சியிடம் எதுவும் சொல்லவில்லை. ஆச்சி தளர்ந்த விரல்களால் தொடையில் இரத்தம் வரும்படி பலமாகக் கிள்ளி வைப்பார். அந்த வலியை என்னால் தாங்க முடியாது. வலியைப் போக்க நாலைந்து நாட்களாவது வேண்டும். ஒருநாள் பாடசாலையில் சிறுநீர் கழிக்கச் செல்லும் போது, நண்பியைக் கொட்டங்காய் மரத்தின் கீழ் நிறுத்திவைத்து அவளிடம் சத்தியம் வாங்கிவிட்டு நடந்தவற்றை ஒன்றும் விடாமல் ஒப்புவித்துவிட்டேன். ஆடு போல தலையை ஆட்டி ஆட்டிக் கதை கேட்ட சனியன் பிடித்தவள் அன்று இரவே அதைத் தனது ஆண் நண்பனிடம் சொல்லிவிட்டாள். கதை ஊரில் உள்ள இளசுகளின் காதுகளுக்குச் செல்ல ஆரம்பித்தது. பாடசாலை முழுவதும் செய்தி பற்றியெரிந்தது.

பாடசாலைக் கழிப்பறைச் சுவரில், நான் அழுக்கு உடைகள் நிறைந்த கூடையினுள் ஒளிந்திருந்து பார்த்துக்கொண்டிருப்பது போல கேலிச்சித்திரம் ஒன்றை யாரோ வரைந்து என் பெயரையும் அம்புக் குறியிட்டு எழுதியிருந்தார்கள். இதனால் என்னுடன் நெருக்கமாகக் கதைத்துப் பேசிய திலீபனும் என்னை விட்டு விலகி நடந்தான். அவன் சில நாட்களாக என்னைப் பார்ப்பதைக் கூட தவிர்த்துவிடுவதை உணர்ந்தேன். வழமையாக பாடசாலைச் சிற்றுண்டிச்சாலையில் இருவரும் சேர்ந்திருந்து ஒரே மேசையில் சாப்பிடுவோம். அவன் இப்போது என் கண்களில் படுவதேயில்லை. “அவையள் ஒரு மாதிரி ஆக்கள், சாதி வேற சரியில்லை. நான் இப்ப அவளோட கதைக்கிறதில்ல, அவளக் காய்வெட்டிற்றன்” என்று ஆட்களுக்குச் சொல்லி இருக்கிறான். சம்பவத்தைக் கேள்விப்பட்டு ஒருநாள் ஆச்சியும் குமாரியும் என்னைப் பிடித்து அடித்துத் துன்புறுத்த ஆரம்பித்தார்கள். ஆச்சிக்கும் குமாரிக்கும் சரியான தலைகுனிவாகிவிட்டது.

அன்று நான் மனம் கசிந்து அழுதது போல ஒருநாளும் அழுததில்லை. இரண்டு நாட்கள் எதுவும் உண்ணாமல் அறைக்குள் முடங்கிக் கிடந்தேன். என்னுடைய அம்மாவை நினைத்து அழுதேன்.

## 2

**நா**ன் என் பெற்றோரை நான்கு வயதில் இழந்துவிட்டேன். வன்னி யுத்தம் என்னையும் அநாதையாக்கிவிட்டது. வேரவில்லுக்கு அருகில் உள்ள சிறிய கிராமத்தில் நீண்டு வளர்ந்த தென்னந்தோப்புக்குள் சிறிய குடிசை அமைத்து அதில் எங்கள் சின்னக் குடும்பம் வாழ்ந்து வந்தது. இரண்டு முறை என் பெற்றோருக்குக் குழந்தைகள் இறந்து பிறந்திருக்கின்றன.

“என் மகள் எமனுக்குத் தப்பிப் பிறந்த குழந்தை. அருள்மிகு வேரவில் காமாட்சி அம்மனின் சாயலிலே பிறந்திருக்கிறாள்” என்பார் அம்மா.

எப்போதும் என் நெற்றியில் திருநீறு பூசி இருக்கும். அம்மா, அப்பாவுக்கு நான் என்றால் உயிர். அப்பா மரமேறி, கள் இறக்கி, அதை விற்று எங்களைக் காப்பாறிக்கொண்டிருந்தார். அம்மா வீட்டுக்கு முன்னால் தென்னங்கிடுகினால் பத்தி இறக்கி மளிகைக் கடை வைத்தும், மேலதிகமாக காட்டுத் தேன்,

பனங்கிழங்கு, பனம்பழம், பனாட்டு போன்றவற்றையும் விற்று வந்தார். அப்பாவின் உடல் வைரம் பாய்ந்த உடல். விரல் சுண்டுவதற்குள் இரண்டு மரம் ஏறி நுங்கு வெட்டிச் சீவிக் கொடுப்பார். நானும் அம்மாவும் அதை சுவைத்துக் குடிக்கும்போது, நுங்கின் சாறு எங்களுக்குள் தெறிக்க அம்மா தன் சேலைத் தலைப்பால் துடைத்துவிட்டு தன் கையால் நுங்கின் கண்களை நோண்டி எடுத்து ஊட்டுவாள். எப்போதும் கறுத்து வியர்த்துக் கொட்டிக்கொண்டிருக்கும் உடலை நான் தொட்டுப் பார்ப்பேன்.

அப்பா கடும் உழைப்பாளி. தேகம் முழுவதும் காய்த்து மரத்துப்போய் இருக்கும். பார்க்கவே சில வேளைகளில் கவலையாக இருக்கும். அப்பா ஒருநாளும் சோர்ந்து வியாதியில் படுத்ததே இல்லை. அப்பா கள்ளுக் கொட்டிலில் கள்ளைக் கொடுத்துவிட்டுப் பணம் வாங்கிவருவார். தினமும் தான் பருகுவதற்காக மட்டும் ஒரு முட்டியில் இரண்டு கிண்ணமளவுக்குக் கொண்டுவருவார். நான் ஒரு 'சில்வர் கப்'பில் கொஞ்சம் திருடிப் பருகிவிடுவேன். அப்பா அதைக் கண்டுபிடித்துவிட்டு, அம்மாவுக்குத் தெரியப்படுத்தாமல் செல்லமாகத் தண்டிப்பார். அம்மாவுக்கும் அப்பாவுக்கும் சண்டை ஏற்பட நான்தான் வழி வகுப்பேன். வீட்டுக்கு அருகில் தமிழீழக் கல்விக் கழகம் நடாத்திய பாலர் பாடசாலை ஒன்று இருந்தது. நான் அங்கே கல்வி கற்றேன். எல்லாம் நன்றாகப் போய்க் கொண்டிருந்தது. இரண்டாயிரத்து ஒன்பதாமாண்டு வன்னி யுத்தத்தின் நடுவில் சிக்கிக்கொண்டோம். எங்கள் இருப்பிடங்களை விட்டு வெளியேறினோம். நாங்கள் கிராஞ்சிப் பகுதியால் சிரமப்பட்டு வெளியேறி, குமுளமுனையில் தற்காலிக முகாமிட்டு இருந்தோம்.

அங்கு இருந்த பாலர் பாடசாலையின் அருகில் அதிகாலை மூன்று மணியளவில் உலங்குவானூர்தி பொழிந்த குண்டு வீச்சில் ஏராளமானோர் அந்த இடத்திலேயே பரிதாபமாகக் கொல்லப்பட, அப்பாவுக்கு கழுத்திலும் அம்மாவின் நெஞ்சுப் பகுதியிலும் பலத்த காயம். நான் அப்பா, அம்மாவுடைய கைப்பிடியைத் தளர விடவில்லை. அப்பாவுடைய கழுத்திலிருந்து இரத்தம் சீறி முகம் முழுவதும் நனைத்துவிட்டது.

ஒரு கட்டத்தில் அப்பாவால் நடக்கக்கூட முடியவில்லை. அம்மாவையும் என்னையும் இறுகக் கட்டிப்பிடித்துக்கொண்டு அப்பா மண் தரையில் சரிந்துவிட்டார். இரத்தம் பூமியை நனைத்தபோது, பொழுது கூட புலரவில்லை. நான் சோர்விலிருந்து கண்களைத் திறந்தேன். நாங்கள் ஒதுங்கிக் கிடந்தது ஒரு வீச்சு ரொட்டிக் கடையில். இரவு ரொட்டி வீசிய வெக்கையும் அடங்கவில்லை. மாவு, முட்டை, மரக்கறிகளின் துணிக்கைகள் அடுப்புக்கு அருகில் சிந்திக் கிடந்தன. நெருப்புத் தணல் அணைந்து வெறும் புகையைக் கக்கிக்கொண்டிருந்தது. அப்போதுதான் வயிற்றில் பசி இருந்ததை உணர்ந்தேன். வயிறு எரிந்து புகைந்துகொண்டிருந்தது. எவருடைய முகமும் சரியாகத் தெரியவில்லை. என்னைப் போலவே பல குழந்தைகள் கதறி அழுதுகொண்டு இருந்தனர். பெற்றோரைத் தவற விட்ட பிள்ளைகளும், குடும்பத்தைத் தவற விட்ட வயோதிபர்களும் என்ன செய்வதென்று தெரியாமல் திகைத்துக் கொண்டிருந்த வேளையில், எங்கிருந்தோ அம்புலன்ஸ் வண்டியின் சிவப்பு வெளிச்சம்.

அப்பாவுடைய குரல் அடங்கி உடல் குளிர ஆரம்பித்துவிட்டது. நாங்கள் என்ன செய்வதென்று தெரியாமல் ஒருவரை ஒருவர் கட்டியழுதுகொண்டிருந்தோம். அப்பாவைத் தூக்கி அம்மா மடியில் வைத்து அடைத்த குரலில் தலைவிரி கோலமாகக் கத்தி அழுதது இப்பவும் என் காதுகளில் ஒலித்துக் கொண்டிருக்கும்... மரண வேதனையடைவேன். அம்மாவுக்கும் நிறைய இரத்தம் உடலில் இருந்து வெளியேறிவிட்டது. அந்த நேரம் "தண்ணீர்... தண்ணீர்" என்று விரல்களால் சைகை செய்து அம்மா முனக, நான் என்ன செய்வதென்று தெரியாமல் அருகில் பாலை மரத்துக்குக் கீழிருந்த, தடித்த மையினால் சிவப்பு நிறக் குருசு இட்ட கொட்டகையை நோக்கி ஓடினேன். அங்கு செத்த உடல்கள் கும்பமாகக் குவிக்கப்பட்டிருந்தன. நான் பயத்தில் போன வேகத்தில் வெளியே ஓடி வந்துவிட்டேன். மீண்டும் அம்மாவைத் தேடி வேகமாக வந்தேன். அம்மா இருந்த இடத்தில் இல்லை. அப்பாவுடைய உடல் மட்டும் கிடந்தது. அப்பாவை விட்டுவிட்டுத் தனியாகப் போக மனமில்லாமல் தேம்பி அழுதேன்.

அம்மாவைக் காணவில்லை. தேடினேன்... தேடிக் கொண்டிருந்தேன். தலையில் உடுப்பு மூட்டையுடன் தாண்டித்தாண்டி வந்த சுந்தரி ஆச்சியும், குமாரியும் தண்ணீர் எடுக்க ஓடிப்போன போது, தேவாலயத்தின் மீது விழுந்த செல்லில் அம்மா செத்துப் போனார் என்று சொன்னார்கள். என் தலையில் குண்டு விழுந்தது போல இருந்தது. என்னால் தாங்க முடியவில்லை. கத்திக் கூச்சலிட்டேன். தொண்டை வறண்டு சத்தம் வெளியில் வரவில்லை. ஒரு சொட்டுத் தண்ணீர் அம்மா கேட்டார்... நான் கொடுக்க முடியாத பிள்ளை ஆகிவிட்டேனே என்று வேதனைப்பட்டேன். தொடர்ந்து குண்டு மழை பொழிந்துகொண்டு இருக்க என்னை ஒரு கையில் பிடித்துக்கொண்டு, மறு கையில் குமாரியையும் அழைத்துக்கொண்டு சுந்தரி ஆச்சி வேகமாக நடந்து போனார். எங்கு போகிறோமென்று தெரியாமல் மணல் மேடுகளில் கால்கள் புதைய ஏதோ இடத்துக்கு வந்து சேர்ந்தேன்.

இறுதிச் சண்டையில் தன் மகனும் செத்துபோய்விட்டதாக ஆச்சி சொன்னார். அது ஆச்சியின் குடும்பத்தைச் சரியாகப் பாதித்துவிட்டது. ஆனாலும் அன்றிலிருந்து இந்த நிமிடம் வரை கஞ்சியோ கூழோ இந்த வீட்டில் வேளை தவறினாலும் கிடைக்கும். இடையிடை மனம் நொந்து அம்மா, அப்பாவை நினைத்துத் தனிமையில் கண்ணீர் விடுவேன். சுந்தரி ஆச்சி என்னைத் தேற்றுவார். ஆச்சி இல்லையென்றால் நானும் என்றோ செத்துப் போயிருப்பேன். குமாரி அக்காவும் என்னுடன் பாசமாகவும் அக்கறையாகவும் நடந்துகொள்வாள். குமாரிக்கு நிரந்தர வேலை கிடையாது. குடும்ப வறுமையால் பள்ளிக்கூடப் படிப்பை இடையில் நிறுத்திவிட்டு, சில மாதங்கள் அருகில் இருந்த ஊறுகாய் தொழிற்சாலையில் வேலை செய்தாள். பின்னர் உடுப்புக்கடை, இறுதியாக நகரில் இருந்த லொட்ஜில் வேலை செய்தாள். குமாரியின் உழைப்பிலே எங்கள் வாழ்க்கையும் நகர்ந்துகொண்டிருக்கிறது. எனவே என்ன தவறு செய்தாலும் குமாரியைத் திட்ட ஆச்சிக்கு மனம் வராது. அவள் எங்கு போகிறாள், வருகிறாள் என்று எதுவும் கேட்கமாட்டார்.

எனக்கும் குமாரியைப் போல ஒரு சுதந்திரப் பறவையாக வாழ வேண்டும் என்ற எண்ணம் தோன்றும். அவள் குட்டைப் பாவாடையும் டீ சேர்ட்டும் அணிந்தால் எடுப்பாக

இருக்கும். சில வேளைகளில் அவளைப் போலவே தலைவாரி உடையணிந்து இடுப்பு நெளித்து நடந்து பார்ப்பேன். அப்போது குமாரி கண்டுவிட்டால் என்னைக் கண்டிப்பது போல "முதலில் போய் படிக்கிற அலுவல பாரு என்ன மாதிரி கஸ்ரப்படாமல்" என்று சொல்லிச் செல்லமாகத் துரத்திவிடுவாள். ஒருநாள் குமாரி தனது அறையை மூடாமல் சென்றுவிட, நான் சமயம் பார்த்து அறைக்குள் நுழைந்து கட்டிலில் துள்ளியும் புரண்டு புரண்டு படுத்தும் பார்த்தேன். எங்களது வீட்டில் இருந்த கட்டிலும் அம்மா, அப்பாவுக்கு நடுவில் நான் படுத்துக்கொண்டு அவர்களை உறங்கவிடாமல் தொந்தரவு செய்ததும் நினைவுக்கு வந்தது. குமாரியின் மேசை மீது தங்க நிறத்தாலான ஒரு பெட்டி எப்போதும் இருக்கும். அதைத் திறந்து பார்க்க வேண்டும் என்ற என்னுடைய நீண்ட நாள் ஆசை அன்று நிறைவேறியது. ஆவலோடு பெட்டியைத் திறந்தேன். இதுவரை நான் கண்டிராத பல பொருட்கள் உள்ளே இருந்தன. நகம் கத்திரிக்கும் கருவி, இமைகளைச் சமப்படுத்தும் கருவி, மேலும் நான் அறிந்திராத பல பொருட்கள் இருந்தன. தேன் நிறத்தில் மூடி இட்ட சிவப்பு நிற உதட்டுச்சாயத்தை எடுத்துப் பூசி, ரோசாப்பூவின் நறுமணத்தையுடைய வாசனைத் திரவியத்தையும் உடல் முழுவதும் தெளித்து, அவளது கட்டிலின் முன்னால் இருந்த நிலைக்கண்ணாடியின் முன் நின்று அழகு பார்த்தேன். ஆச்சி வீட்டுக்குள் வரும் சத்தம் கேட்க சடபுடவென்று வெளியே வந்தேன். நான் வந்த கோலத்தைப் பார்த்து ஆச்சி சிரிக்க நான் தலையைச் சொறிந்துகொண்டு விரல்களால் தரையில் படம் வரைந்தேன். ஆச்சி என் செவியைத் திருகி பின் செல்லமாகக் கோபித்தார். என்னைக் கிணற்றடிக்கு அனுப்பிவிட்டார். உடலில் பூசிய நறுமணம் போகும்வரை குளித்துவிட்டு உள்ளே வந்தேன். குமாரி வீட்டுக்கு வந்து கூச்சலிட்டாள். பாட்டி, தான் அறைக்குள் நுழைந்து துப்புரவு செய்யும் போது வாசனைத் திரவியம் கொட்டிவிட்டதாகப் பொய் சொன்னார். குமாரி சமாதானம் ஆகவில்லை. அன்று முழு நாளும் தீயாய் சுட்டெரித்துக் கொண்டிருந்தாள்.

வருடங்கள் உருண்டோடின. குமாரி சவூதி அரேபியாவுக்கு விமானமேற எனக்கும் வயது பதினாறாகிவிட்டது. குமாரி விமான நிலையத்தில் பயணிகளின் வரிசையில் நின்று, பொன்னிறத்தில் அருகு தைத்த கருப்பு நிற பர்தாவுக்குள்

மறைந்து எங்களைப் பார்த்துக் கைகளை அசைத்து 'பாய்.. பாய்' என்று சத்தம் வராமல் நளினமாக உதட்டை அசைத்தபோது, பாட்டியின் கண்கள் பனித்தன. மை பூசிய கண்களில் நிறைந்திருந்த கருணையோடு குமாரி என்னிடம் ஏதோ சொல்ல எத்தனித்தாள். ஒலிபெருக்கியில் அறிவித்தல் கேட்டது. அவள் உள் நுழையும் நேரமும் வந்துவிட்டது. குமாரியை வழியனுப்பிவிட்டு, நீர்கொழும்பில் இருந்து வீட்டுக்கு வர நள்ளிரவு கடந்துவிட்டது. ஆச்சி உடல் அசதியால் வந்த வேகத்திலேயே உடுப்புக்கூட மாற்றாமல் அப்படியே படுத்துவிட்டார். அடுத்த நாள் காலையில் நான் எழுந்து கோழிகளுக்கு தீனி வைத்துவிட்டு, பிரதான வாசலில் தலையை குனிந்து நிமிர்ந்த போது ஆச்சி என் கண் எதிரே நின்றார்.

திடுக்கிட்டு உடலை சற்றுப் பின்தள்ளி விலக முற்பட்டேன். ஆச்சி சிரித்தபடியே கைகளில் இருந்த தங்க நிறப் பெட்டியை என் கண் முன்னே நீட்டினார். என் கண்கள் ஆச்சரியத்தால் விரிந்தன. அடக்க முடியாத ஆனந்தம்.

"அடி கள்ளப் பொட்ட... இதுக்குத்தானே ஆசைப்பட்டாய் எடுத்துக்கொள்" என்று மங்கிப்போன கண்களைச் சிமிட்டியபடி எனது கைகளில் திணித்தார். நான் அதை ஆர்வத்தோடு திறந்தேன். குமாரி பயன்படுத்திய அத்தனை ஒப்பனைப் பொருட்களும் உள்ளே இருந்தன. என் கண்கள் அவள் பயன்படுத்திய சிவப்பு நிற லிப்ஸ்ட்டிக்கைத் தேடின. ஒரு சிறிய வெண் காகிதத்தில் லிப்ஸ்ட்டிக் சுற்றப்பட்டு கேசத்தில் மாட்டிவிடும் கிளிப் கோர்வையின் அடியில் கிடைத்தது. விரல்களால் பொருட்களை அகற்றிவிட்டு, அந்தக் காகிதத் துண்டை ஆர்வத்தோடு எடுத்துப் படித்துப்பார்த்தேன்.

*என் செல்லக்குட்டி நிஷாவுக்கு அக்காவின் அன்புப் பரிசு. நீதான் இப்போது வீட்டுக்கு பெரிய ஆள். வீட்டை வடிவா கவனி. ஆச்சியைக் கவனமாக பாரு. என்னுடைய அறை நான் திரும்பி வரும்வரை உனக்குத்தான். நீ கன தரம் என்ர அறைக்குள்ள வந்து பார்த்து இருக்கிறாய். எனக்கு எல்லாம் தெரியும். பயப்பிடாத. இப்போ உனக்குத்தான். வடிவா சுத்தமாக வைத்திரு. அலுமாரிக்குள்ள சில உடுப்புகள் உனக்கு வைத்துவிட்டு வந்தனான். எடுத்துப்போடு.*

ஆச்சியிடம் வங்கிக் கடன் அட்டை உண்டு. வாங்கி வைத்துக்கொள். ஓகே.

-அக்கா

காகிதத்தைப் படித்துவிட்டு பின்னால் இருந்த பிரம்புக் கதிரையில் அமர்ந்துவிட்டேன். என் கண்களில் இருந்து கண்ணீர் அருவியாக ஓடிக் கொண்டிருந்தது. கண்களை மறைத்த கேசத்தை எடுத்து விட்டு ஆச்சி என் தலையைத் தடவி என்னைத் தழுவிக்கொண்டார். எனக்குள் எதிர்காலம் குறித்து நம்பிக்கை மலர்ந்தது. இப்போது என் அருகில் என்னுடன் இருக்கும் சொந்தம் ஆச்சி மட்டும் தான். குமாரி எங்களை விட்டு நெடுந்தூரம் சென்று விட்டாள். குமாரி குறித்து நான் வைத்திருந்த விம்பம் சில நிமிடங்களில் நொருங்கியது. அன்று இரவு, விருப்பம் போல குமாரியின் கட்டிலில் படுத்துப் புரண்டு எழும்பினேன். இனி நான் யாருக்குப் பயப்பட வேண்டும். எதைச் செய்தாலும் முழு சுதந்திரத்தோடு செய்தேன். தினமும் பாடசாலையால் வந்தவுடன் எனது அறையைத் துப்புரவு செய்வேன். விடுமுறை நாட்களில், கூரையின் உட்பகுதியில் படிந்திருந்த தூசிகளைத் தென்னையோலையால் தட்டிச் சுத்தப்படுத்தினேன். விருப்பம் போல முகத்தை ஒப்பனை செய்து, கடைகளுக்கு நானே சென்று பொருட்களை வாங்கி வந்தேன்.

குமாரி சவூதிக்கு போன அடுத்த வருடம் டிசம்பரில் நான் பூப்பெய்தினேன். அன்று பாடசாலை நாள். அதிகாலை வழமையான மாணவர்களின் ஒன்றுகூடலிலே வரிசையில் நிற்கும்போது, என் அடிவயிற்றில் ஏதோ பிரளயம் ஏற்படுவது போல வயிறு கலங்கிக் குத்தெடுத்தது. தலை சுற்றியது. கண்கள் இருட்டிக்கொண்டு வந்தன. சோர்வடைந்து போனேன். என் யோனித் துவாரம் திறந்து வெண்நிறச் சட்டையில் குருதி வடிந்து வெளியில் கசிய ஆரம்பித்தது. அன்று வகுப்பு பெடியள், பெட்டைகள் என்னைக் கிண்டலாகப் பார்த்துக் கொண்டிருந்தனர். என்னுடைய மேல் வகுப்பு அண்ணன்களும் என்னை ஒருமாதிரிப் பார்த்துச் சிரித்தார்கள். தங்களுக்குள் ஏதோ குசுகுசுத்தார்கள். நான் புத்தகப் பையால் என்னுடைய சட்டையை மறைத்துக்கொண்டிருந்தேன். எனக்கு ஒன்றும் புரியவில்லை. சிலர் நான் குண்டடித்து விட்டேன் என்று

என் காதில் கேட்கும்படியாகச் சொன்னார்கள். பாடசாலை முழுவதும் சம்பவம் பரவியது. அதிபர் உடனடியாக என்னை, வகுப்பாசிரியையிடம் அனுப்பினார். சசிகலா மிஸ் "இது பெண்ணாய் பிறந்தால் காலா காலத்துக்கு நடக்கிற விசயம் தானே. கண் கலங்காதே ஒண்டும் பிரச்சினையில்ல" என்று சொல்லி வீட்டுக்கு அனுப்பிவைத்தார்.

அங்கு போனபோது, ஆச்சி சிரித்த முகத்துடன் "நேற்றுத்தான் கனவு கண்டேன். உனக்கு தண்ணீர் ஊத்தி சடங்கு செய்து ஊருக்கே சோறு போட வேண்டுமெண்டு" என்று சொல்லி என் கையைப் பிடித்து வரவேற்றார். பின் என் ஆடையைக் கழற்றி, நீண்ட பாவாடை ஒன்றை மார்பில் இறுக்கிக் கட்டிவிட்டு கிணற்றடியில் வைத்துத் தலையில் தண்ணீரை ஊற்றினார். நான் சுத்தமானேன். "நீ இப்ப குமர் ஆகிவிட்டாய்" என்று சொல்லி ஆச்சி என் நெற்றியில் முத்தமிட்டார். அப்போது என் கண்கள் பனித்தன. என் அம்மாவை நினைத்துக் கலங்கினேன். இந்த நேரம் பார்த்து குமாரி இல்லையே என்று பாட்டி கவலைப்பட்டார். குமாரி இரண்டு வருடம் கழிந்த பின்னர்தான் ஊருக்கு வரலாம் என்று அரபிக்காரன் சொல்லிவிட்டதாகக் குமாரி கடிதம் எழுதியிருந்தாள்.

குமாரி சில மாதங்கள் தொடர்ச்சியாகப் பணம் அனுப்பிக் கொண்டிருந்தாள். பின்னர் மூன்று மாதங்களுக்கு ஒரு முறை. பின்னர் பணம் அனுப்பாமல் விட்டு விட்டாள். வீட்டில் உணவுக்கே திண்டாட்டம். நானும் ஆச்சியும் கோழி முட்டைகளை விற்றுச் சமாளித்துக்கொண்டிருந்தோம். குமாரியின் சம்பளத்தை மொத்தமாக அரபிக்கு கீழ் இருக்கும் மலையாளி பிடித்து வைத்திருக்கிறானாம். எங்கள் வாழ்க்கை கேள்விக்குறியாகிவிட்டது. நான் வேலைக்குப் போயே ஆகவேண்டிய சூழ்நிலை. உயர்தரப் பரீட்சையும் நெருங்கியது. ஒழுங்காகப் படிக்க முடியவில்லை.

பள்ளிக்கூட காசு கட்டுவதற்குக் கூடப் பணம் இல்லாததால் ஒழுங்காகப் பள்ளிக்கூடம் போகவில்லை. இந்தக் கஸ்ரத்துக்குள் எப்படி டியூசன் போவது? இப்படிக் காலம் சென்று கொண்டிருக்கும் போது, எங்களது தெரு மூலையில், கோழிகளுக்கான தீவனம் விற்கும் கடை ஒன்று புதிதாகத் திறந்தார்கள். அதில் வேலைக்கு ஆட்கள் வேண்டும் என்று

விதானை மூலம் ஆச்சிக்கு தகவல் வர உயர்தரப் பரீட்சை எழுதி முடிந்த கையோடு அந்த வேலைக்குப் போனேன்.

அந்தக் கடையைத் தினமும் திறக்க கணேசன் என்ற பெடியன் வருவான். அவன் முதலாளியின் மகன். குட்டி யானை போல பெயருக்கேற்ற உருவம். ஆனால் முகம் அப்படியல்ல. நல்ல முகவெட்டு. காதல் தேசம் அப்பாஸ் மாதிரி. எப்போதும் துருதுருவென்று கண்ணில் படுவான். என்னிலும் சில வயதுகள் கூட இருக்க வேண்டும். பொது நிறம். எப்போதும் தொடை தெரிய அரைக் காற்சட்டையுடன் கடைக்கு வருவான். சரியான சினிமாப் பைத்தியம். அவனது தகப்பனுக்குச் சொந்தமாக இரண்டு மூன்று கடைகளும் ஒரு சினிமா அரங்கும் நகருக்குள் இருக்கின்றன. தினமும் என்னுடன் கதைப்பான். சாப்பிடக்கூட தன் வீட்டுக்குப் போக மாட்டான். என்னையும் வீட்டுக்குச் சாப்பிடப் போகவிடாமல் தடுத்து, கடையில் இருந்து கட்டுச் சோறு எடுத்து வருவான். எங்கள் கடைப் பழக்கம் நட்பாகி நாளடைவில் காதலாகிக் கனிந்துவிட்டது. ஒரு நாள் என்னை சினிமாவுக்கு அழைத்துப் போனான். இரவுக்காட்சி என்பதால் நல்ல கூட்டம். அவர்களது சொந்த அரங்கு. தன் விருப்பத்துக்கு நொறுக்குத் தீனிகளையும் குளிர்பானங்களையும் வாரி இறைத்தான். திரையில் காட்சிகள் ஓடும்போது அவனது கால்களும், கைகளும் சும்மா இருக்கவில்லை. அன்று இரவுதான் நான் அவனை இறுதியாகச் சந்தித்த நாள். பின் நாட்களில் அவனும் கடைக்கு வருவதில்லை. விடயம் முதலாளிக்குத் தெரியவர என்னையும் பணியில் இருந்து நிறுத்திவிட்டார். வறுமை மீண்டும் தலைவிரித்தாடியது.

கோழி முட்டைகளைப் பனங்கிழங்கோடு வேகவைத்தும் பொரித்தும் பசி போக்கிக்கொண்டு இருந்தோம். ஆச்சியின் உடல் நிலை இன்னும் மோசமாகி வருவதை உணர்ந்தேன். நான் முழு நேரமும் வீட்டிலே இருப்பதனால், கோழி முட்டைகளை சேகரித்து வைக்கோல் பெட்டிக்குள் பக்குவமாக எண்ணி அடுக்கும் பணியை மாத்திரம் ஆச்சிக்கு விட்டுக் கொடுத்தேன். ஒரு நாள் அடித்தது லொத்தர். வாட்ஸப்பில் கிடைத்த விளம்பரத்தைப் பார்த்துவிட்டு, நடுத்தர வயதுடைய ஒருவர் தொலைபேசியில் அழைத்து எங்களது முட்டைகளை மொத்தமாகத் தமது ஆசிரமத்துக்கு கொள்வனவு செய்வதாகச்

சொன்னார். நாங்கள் மகிழ்ச்சியோடு சம்மதித்தோம். அடுத்த நாள் காலை அந்த நபரை வரவேற்பதற்குத் தயாராகினோம். நேரம் வந்தது. ஒரு மோட்டார் சைக்கிள் உறுமிக்கொண்டு எங்கள் வீட்டு தெரு முனையில் வந்து நின்றது. நான் வெளியே வந்து பார்த்தேன்.

அவர் முட்டை கேட்டு அழைத்த மகேசன் என்ற வாடிக்கையாளர்தான் என ஊகித்து அவரை உள்ளே அழைத்து, கதிரையில் அமருமாறு சொன்னேன். நீண்ட காலம் வீட்டுக்கு வந்து பழகியவர் போல அவரது நடவடிக்கைகளிருந்தன. பார்க்க நல்ல கண்ணியமான, படித்தவர் போல தோன்றினார். சுருண்ட கேசம். உரோமம் மணிக்கட்டு வரை கறுத்துத் திரண்டிருந்தது. நீல நிறத்தில் டெனிம் ஜீன்சும் கருப்பு நிறத்தில் மேல் சட்டையும் அவருக்கு எடுப்பாக இருந்தது. பொதுவான நிறம். கண்களை வெட்டி வெட்டிப் பேசினார். நான் பேசும்போது என்னை விழுங்குவது போலப் பார்த்தார். அதற்கு இடையில் ஆச்சி தேநீர் கொண்டுவந்து பரிமாறினார். நாங்கள் எங்களை அறிமுகம் செய்து கொண்டோம். ஈறு தெரியச் சிரித்துச் சிரித்துப் பேசுகிறார், அவரிடம் பொய்மை இருக்காது என்று பாட்டி என் காதுக்குள் குசுகுசுத்தார். தமக்கு உடனடியாகத் தேவையான முட்டைகளைக் கையோடு எடுத்துச் செல்வதாக அவர் சொன்னார். அதற்கான பணத்தையும் கொடுத்துவிட்டு நன்றி கூறினார். நாங்கள் தான் நன்றி கூறவேண்டும் என்று சொல்லி சில கட்டுப் பனங்கிழங்குகளையும் கையோடு ஆச்சி கொடுத்தார். “சாப்பிட்டுப் பாருங்க...ருசியில திரும்பத் திரும்ப வருவீங்க” என்று பாட்டி பற்கள் தெரிய சிரித்தபடி சொல்ல, மகேசன் கண்கள் விரியச் சிரித்தார். பின்னர் விடைபெற்றுச் சென்றார். நான் வாசல் வரை சென்று மகேசனை வழியனுப்பி வைத்தேன்.

அன்று இரவே அவரது தொலைபேசியில் இருந்து அழைப்பு வந்தது. பனங்கிழங்கு மிகவும் சுவையாக இருக்கிறது... மீண்டும் உண்ண வேண்டும் கொடுப்பீர்களா? என்று அவர் கேட்க நான் மறுத்துப் பேசவில்லை. வாருங்கள் வீட்டுக்கு என்று அழைத்தபோது தொடர்ந்து பேசத் தொடங்கினார். எங்கள் பேச்சு முட்டை வியாபாரத்தைத் தாண்டி பொதுவான விடயங்களைப் பற்றி விரிந்தது. பின்னர் இருவரும் எங்களை

அறியாமலே ஏதோவெல்லாம் பேசினோம். என்னுடன் பேசுவதற்காகத் தினமும் தொலைபேசியில் அழைத்தார். நான் மகேசனுடன் பேசுவதற்காக விடயங்களை மனதுக்குள் சேமித்து வைத்திருந்தேன். மகேசன் வீட்டுக்கு வந்து பாட்டிக்குச் சின்னச் சின்ன உதவிகள் செய்து கொடுத்தார். நாளடைவில் அவரது அன்பைப் புரிந்துகொண்டு அவரிடம் என்னுடைய மனதைப் பறிகொடுத்துவிட்டேன்.

ஒருநாள் அவர் என்னை வவுனியா பூந்தோட்டத்தில் உள்ள சுவையருவி சிற்றுண்டிச்சாலைக்கு அழைத்து உபசரித்தார்.

அன்று நான் அணிந்திருந்த சுடிதார் தான் நினைத்த மாதிரியே அழகாக உள்ளதாகவும் தன்னைக் கவர்ந்துவிட்டதாகவும் இன்று வழமையை விட நான் அழகாக இருப்பதாகவும் கூறி மகேசன் என்னை ஆச்சரியப்படுத்தினார். நான் அவரது பேச்சுக்கு சற்று மயங்கித்தான் போனேன். பேச்சைத் தொடர்ந்தார். பின் எதிர்பார்க்காத நேரத்தில் சிவப்பு நிற ரோசா பூச்செண்டை என்னிடம் கொடுத்து என்னை மணம் முடிப்பதாகச் சொன்னார். நான் அவருக்கு உடனே பதில் தரவில்லை. மகேசனும் வற்புறுத்தவில்லை. சில நாட்கள் சென்றன.

எங்களது சந்திப்பு தேநீர் சாலையிலும் சினிமா அரங்குகளிலும் நீடித்தது. அன்று வெள்ளிக்கிழமை. வழமை போலல்லாது எழுந்து வீட்டைச் சுத்தம் செய்து அழகுபடுத்தினேன். பின் கிணற்றுக்குச் சென்று மஞ்சள் பூசி தலைக்கு சிகைக்காய் கொண்டு முழுகிவிட்டு வந்தேன். அதற்குள் ஆச்சி சமைத்து வைத்துவிட்டார். நான் உள்ளே வந்து தலையை துடைத்து உலர்த்திக் கொள்ள நேரம் மதியம் ஒருமணியைக் கடந்துவிட்டது. வேகமாக என் அறைக்குள் சென்று தங்க நிறப் பெட்டியை எடுத்து சிவப்பு நிற உதட்டுச்சாயத்தை உதட்டில் மென்மையாக பூசினேன்.

உடலும் மனமும் புத்துணர்ச்சியடைந்தன. முகத்துக்கு அளவான ஒப்பனை செய்து தலையை வாரி உச்சி மண்டையில் கொண்டையிட்டேன். தேவையான வாசனைத் திரவியத்தை உடலுக்குப் பூசினேன். சில ஊதுபத்திகளை எடுத்துப் பற்றவைத்து அதன் புகையை அறை தொடங்கி வீட்டின் அனைத்துப் பாகங்களுக்கும் செல்லும்படி படரவிட்டேன்.

ஆச்சி குளித்துவிட்டு வீட்டுக்குள் வந்து விட்டார். தூரத்தில் மோட்டார் வண்டியின் உறுமல் சத்தம் கேட்டது. நான் வாங்க வேண்டிய பொருட்களின் பட்டியலைத் தயார் செய்து மேசையில் வைத்தேன். ஆச்சி இரண்டு உரப் பைகளை எடுத்து உதறி பின் பக்குவமாக மடித்துக் கைக்குள் அடக்கிக் கொண்டார். நான் நெஸ்டமோல்ட் பேணியில் இருந்த சில பண நோட்டுக்களை எடுத்து ஆச்சியிடம் கொடுக்க, ஆச்சி அதைப் பெற்றுகொண்டு, ரவுண் செல்வதற்காக தலைமன்னாரில் இருந்து வரும் பேருந்தைப் பிடிக்க ஊன்று கோலின் உதவியுடன் மெதுவாக நடக்க ஆரம்பித்தார்.

சில நாள்கள் கழிந்தன. தைப்பொங்கலுக்கு முதல் நாள். ஓர் ஆச்சரியம் காத்திருந்தது. அன்று அதிகாலை எங்கள் வீட்டுப் படலை திறக்கும் சத்தம் கேட்டு நாய்கள் குரைக்கத் தொடங்கின. போலீஸ், இராணுவத்தினரைக் கண்டால் குரைப்பதுதான் நாய்களின் வேலை. அன்று அப்படியல்ல. குரைத்த நாய்கள் திடீரெனச் சமாதானமாகிக் குழையும் சத்தம் கேட்டது. சில நிமிடங்களில் வீட்டுக் கதவு தட்டும் சத்தம். "மகேசன்தான் இந்த நேரம் வந்திருக்கிறேர்" என்று சொல்லியவாறே குலைந்து கிடந்த கேசத்தை வழித்துக் கொண்டை போட்டுக்கொண்டு, சேலையைச் சரி செய்தபடி சென்ற ஆச்சி கதவை மெதுவாகத் திறந்தார்.

எதிரே குமாரி. ஆச்சி பெரிய சத்தமாகக் குமாரி என்று கத்தினார். நான் எழுந்து ஆச்சிக்குப் பின்னால் ஓடினேன். அது குமாரிதான். மகிழ்ச்சியை அடக்க முடியவில்லை. மீண்டும் வீட்டுக்கு வசந்தம் வந்துவிட்டது. சந்தோசத்தில் துள்ளிக் குதித்தோம். இந்த மகிழ்ச்சியான செய்தியைச் சொல்வதற்காக மகேசனுக்கு ஒரு குறுஞ்செய்தியை உடனடியாக அனுப்பினேன். பின்பு, குமாரி கொண்டுவந்த பொருட்களை விரித்துக்கிடந்த பாயில் அடுக்கி வைத்தேன். குமாரி வேறு பாசையில் யாருடனோ ஏதோ தொலைபேசியில் பேசிக்கொண்டிருந்தாள். ஆச்சி மதியம் கோழி அடித்துக் குழம்பு வைத்தார்.

மகேசனையும் மதிய உணவுக்கு அழைப்பது திட்டம். மகேசனை தொடர்ந்து அழைத்தேன். பதில் இல்லை. அடுத்த நாளும் ஓயாமல் அழைத்தேன். பதில் இல்லை. ஒரு வாரம், மாதம் ஆகியும் அவர் என்னைத் தொடர்பு கொள்ளவே

இல்லை. தினமும் எங்கள் தெருவைத் தேடி மோட்டார் வண்டி உறுமிக்கொண்டு வருகிறதா எனப் பார்ப்பேன். ஒருநாள் வெளி வாசலில் நின்று நீண்ட நேரம் தெருவைப் பார்த்துக்கொண்டிருந்தேன். திடீரென வெம்மையான இரண்டு கைகள் என் தோளைத் தொட்டன. வெடுக்கென்று திரும்பினேன். பின்னால் குமாரி. நெற்றியில் வழிந்த முடிகளை வழித்துச் சரிப்படுத்தியபடியே கருணை நிறைந்த கண்களால் என் கண்களை நோக்கி "அவன் பொறுக்கி இனி வர மாட்டான். கச்சடா. அவனை விடு குட்டி. உள்ளே வா!" என்றழைத்தாள். சற்றுத் தயங்கி கண்ணில் கசிந்த நீரைத் துடைத்தபடி தலையை உயர்த்திப் பார்த்தேன். நிர்மலமான ஆகாய வெளியில் கரும் முகில்கள் நகர்ந்து கொண்டிருந்தன. பெருமூச்சு விட்டபடி குமாரியின் அடியையொற்றி நடக்க ஆரம்பித்தேன்.

# எட்டுக் கிழவர்கள்

### தமயந்தி

இலம்பங்குடா கிராமத்தின் முகட்டில் மூப்படைந்த ஒற்றைக் கருடன் வட்டமடித்துக்கொண்டு திரிந்தது. இலம்பங்குடாவின் தென்மேற்குத் திசையில், பாக்குத்தொடுவாயின் அலைகள் வந்து அடைக்கலம் கொள்ளவென மடி விரித்திருக்கும் வலம்புரித்தீவைத் தனது நிரந்தர வாழ்விடமாகக்கொண்ட கருடன்தான் அது என்பது இலம்பங்குடாச் சனங்களின் நம்பிக்கையாகும். ஆயிரம் வருடங்களுக்கு மேலாக வலம்புரித்தீவில் இந்தக் கருடன் வாழ்வதாகவும் இவர்கள் சொல்லிக்கொள்கிறார்கள். தீவுகளின் தாய்வழிச் சமூக காவல் மிடுக்கியான இலம்பநாகம்மாதான் கருடன் உருவில் வலம்புரித்தீவில் வாழ்வதாக சந்ததி சந்ததியாக நம்பி வருகிறார்கள் இலம்பங்குடா மக்கள்.

மூன்று நாட்களாக இராப்பகலென இந்தக் கருடன் இலம்பங்குடா வானவெளியில் வட்டமடித்துப் பறந்து திரிகிறது. வழமையாக இயற்கை அனர்த்தங்கள் இலம்பங்குடாவைத் தாக்குகிற சமயங்களில்தான் இந்தக் கருடன் இப்படிக் கிராமத்தின் மேலாகப் பறந்து திரியும். அல்லது கிராமத்தின் பெருவிழா, கொண்டாட்ட காலங்களில் சில தடவைகள் மட்டும் வானவெளி வலம் வந்துவிட்டுப் போய்விடும். ஆனால் இம்முறை மூன்று நாட்களாக இரவு பகலாக வானவெளியில் சுற்றித் திரிவது சனங்களுக்குப் பெரும் ஆச்சரியமாக இருக்கிறது.

கருடன் மட்டுமல்ல, அதற்கு அனுசரணையாகச் சற்றுத் தாழ்வாக, கூட்டம் கூட்டமாக குய்யோ முறையோவெனக் கத்திக்கொண்டு காகங்கள் பறந்து திரிந்தன. எக்காலத்திலுமே இந்தக் காகங்களோடு ஒற்றுமை பாராட்டாத ஊர்நாய்களும் அன்றென்னவோ காகங்களுக்கு ஆதரவாகக் கிராமத்தின் எட்டுத் தெருக்களிலும் அங்குமிங்குமாக ஓடியோடிக் குரைத்துக்கொண்டும், ஊளையிட்டுக்கொண்டும் திரிந்தன.

மூன்று நாட்களாக இலம்பங்குடா மிக்கேல் ஆலயத்தின் திருப்பணியாளரான சொக்கட்டான் சுவாமியாரைக் காணவில்லை. முப்பத்தெட்டு வயதுத் துறவியான கொலின்ஸ் மத்தேசு சுவாமியாரை 'சொக்கட்டான் சுவாமியார்' என்றுதான் அந்தப் பகுதி மக்கள் அழைத்து வந்தார்கள். அது அவருக்கு ஊரில் யாரோ ஒரு அப்பாவிக் குடிமகன் சூட்டிய பட்டப் பெயராகவோ, காரணப் பெயராகவோ இருக்கலாம்.

மூன்று நாட்களாக சுவாமியாரைக் காணவில்லை என்ற தகவலை சுவாமியாரின் அறைவீட்டில் வேலை செய்யும் சமையற்காரக் கிழவன் மொடுதாம்பிள்ளை சீனிக்குட்டி ஊருக்குள் ஓடிவந்து சொல்லித்தான் தெரிய வந்தது. அதன் பின்னர்தான் திருச்சபையின் தலைமைப் பீடத்துக்கும் ஆள்சொல்லி அனுப்பப்பட்டது. இலம்பங்குடாக் கிராமத்தின் குஞ்சு குருமானுகளிலிருந்து, இளசுகள், பெண்டுகள், கிழடு கட்டைகள் என எல்லோருமே காணாமற்போன சுவாமியாரை திக்குத் திக்காய் ஓடியோடித் தேடித் திரிந்தனர்.

காடு கரம்பை, குளம் குட்டை, கடல் கழிமுகம், கிணறு வாய்க்கால், பறுகு பற்றை, தோட்டம் துரவு, தோப்புக் கீப்பு என அலக்கலக்காகப் புரட்டிப்போட்டுச் சனங்கள் தேடிக்கொண்டிருந்தனர். காலகாலமாக 'சடையன் ஈச்சங்காடு' எனப் பெயர்பெற்ற இலம்பங்குடாச் சிறுகாடு இப்போது சீமைக்கருவேலங் காடாய் உருமாறிப் போயிருந்தது. ஒரு ஈச்சைமரம் கூட மருந்துக்கும் இல்லை என்ற நிலையாகிப் போயிருந்தது. பனைமரங்கள் தரக்கூடிய நன்மைகள் போல, கரையோரச் சனங்களுக்கு ஈச்சைமரம் ஒரு உபரி ஆதார நற்தரு மரமாகும். இதுபற்றி பிறகிட்டுக் கதைக்கலாம். ஏனென்றால் இது ஈச்சைமரம் பற்றிய கதையல்ல.

மூன்று நாட்களாக இலம்பங்குடா மிக்கேல் ஆலயத்தின் சுவாமியார் கொலின்ஸ் மத்தேசுவைக் காணவில்லை. கதை இதுதான்.

இலம்பங்குடாவின் பரபாஸ் மண்டாடியாரின் குடும்பமும், ஏரோது சக்கிடுத்தார் குடும்பமும் 'சாவன் கெடுவன், சாமத்தியப் படுவன்' என்ற கணக்காகக் கிராமத்தின் தெருக்களில் உருண்டு புரண்டு ஒப்பாரி வைத்துத் தம்மை வருத்திக்கொண்டு திரிந்தனர். அந்தளவுக்கு சொக்கட்டான் சுவாமியாரோடு பெரும் வாரப்பாடாக இருந்துவரும் குடும்பங்கள் இவை இரண்டும்.

சொக்கட்டான் சுவாமியாரைக் காணவில்லைத்தான். அவர் காணாமற் போனதன் காரணமோ, காணாமல் ஆக்கப்பட்டதன் சூட்சுமமோ, ஆரெவர் அலாக்காக அவரைத் தூக்கிப் போனார்களென்ற துப்புத்துலக்கலோ, தெளிவோ தற்சமயம் எவரிடத்திலும் இல்லை என்று சொல்லிக் கொண்டாலும்கூட, சொக்கட்டான் சுவாமி கடத்தப்படுவதற்கான காரணங்களாகக் கருதக்கூடிய பல சம்பவங்கள் இலம்பங்குடாச் சனத்தின் மத்தியில் மட்டுமல்ல, மொத்த தீவகச் சனங்கள் மத்தியிலும் இருக்கத்தான் செய்கின்றன. ஆனால்... அவற்றை யாரெவரும் வெளிமாந்திரமாகச் சொல்வதற்கு முன் வரார். ஏனென்றால் தொன்றுதொட்டு இந்த வேதக்கார வலைப்பின்னலின் படுமுடிச்சுகளின் கட்டமைப்பும், சட்டகமும், வடிவமும் அத்தகையன. கட்டாக்காலி மாடுகளைப் பிடிக்கும் தேட்டாவளையச் சுருக்கின் படுமுடிச்சுகளைப்போல வல்லமை மிக்கது. ஆனாலும் கொலின்ஸ் மத்தேசு என்ற சொக்கட்டான் சுவாமியாரைக் காணவில்லை என்பது இலம்பங்குடாவின் காக்கை குருவிகளிலிருந்து அனைத்து உயிரிகளாலும் அறியப்பட்ட உண்மை.

○○○

இலம்பங்குடா.

ஒரு நூற்றாண்டுக்கு முன் ஐம்பதுக்கும் குறைவான குடியிருப்புகளையும், எட்டுத் தெருக்களையும் கொண்ட கிராமம்.

ஊருக்கு மத்தியில் வடக்குப் பார்த்த வாசலாக நிமிர்ந்து நின்றது புனித மிக்கேல் தேவாலயம். அருகிலேயே ஆரம்பப்

பாடசாலையும், எட்டுத் தூண்களை இணைத்துக் கட்டிய சனசமூக நிலையமும். சொல்லிக்கொள்ளும் அளவிற்கு வேறேதும் பெரும் கட்டடங்களோ, மண்டபங்களோ இல்லை.

தீவகத்தின் கிழக்கிலிருந்து வரும் பச்சையாற்றுக் கடலின் அலைகளும், தெற்கிலிருந்து படமெடுத்துவரும் நாகபடுகைத் திடலின் அலைகளும் கரையேறி இளைப்பாறும் ஒரு குடாக்கரை இது. பெருவெண்மணலும் இடையிடையே ஊரிமணற் திட்டுகளும், சிந்திவிட்டாற்போல் ஆங்காங்கே சிறுமுருகைக் கற்களும் கொண்ட அழகிய கறுப்புவெள்ளைக் கரையிது.

இலம்பமரம், திருக்கொன்றை, திப்பிலி, பன்னை, பொன்நொச்சி, புங்கு, புல்லாந்தி, புளிச்சங்கிழங்கு, காரை, கற்றாளை, காட்டுமல்லி, குண்டுமணி, கிளாச்சி, கருமுருக்கு, இசங்கு, ஈஞ்சு, சடக்கு, வீளி, வீச்சுளாத்தி, தாழை, குமரிக் கற்றாழை, மஞ்சனத்தி, நாகதாளி, கள்ளி போன்ற இன்னும்பல மரஞ்செடிகொடி தாவரங்களைக் கொண்ட சிறு காடு. காட்டுக்கோழி, முயல், நரி, கீரி, நல்லபாம்பு ஆகியன அச்சமின்றி வாழும் திடல். இலம்பங்குடா மக்களால் காலகாலமாக சாபக்கேடான விஷச்செடி என வெறுத்து ஒதுக்கப்பட்ட செங்காந்தள் (*Gloriosa superba*) கார்த்திகையில் மட்டுமல்ல, எல்லாக் காலமும் பூப்பூக்கும் காடு இதுவாகத்தான் இருக்கும்.

எல்லா மரங்களை விடவும் இலம்பமரம் அதிகமாக இருப்பதால் எப்போதும் இந்த இலம்பங்காடு பச்சை அலைகள் தவழும் கடல்போலவே காட்சி தரும். ஏனெனில் இலம்பமரத்தின் பசிய இலைகளைப் போலவே அதன் பூக்களும் காய்களும் பச்சை நிறமானவை.

முயல்களும் உடும்புகளும் கீரிகளும் பாம்புகளும் காட்டுக்கோழிகளும் கல்புரட்டிக் குருவிகளும் கவுதாரிகளும் கரிக்குருவி, காடை, குயில், செம்பகம், ஆக்காண்டிகளும் அச்சமின்றி நடமாடும் இந்த இலம்பங்காடு எப்போதும் எதையாவது பாடிக்கொண்டேயிருக்கும். குடியிருப்புக்குள்ளும் அப்படித்தான். எக்கணமும் ஏதாவதொரு குடிசையிலிருந்து பெண்குரலிலோ ஆண்குரலிலோ கூத்துப் பாட்டோ அல்லது அம்பாப் பாடலோ ஒலித்துக்கொண்டேயிருக்கும்.

கடந்த அரை நூற்றாண்டு காலமாக அவ்வப்போது வேகரம் கொண்டு உருவேறிய கொண்டல், கச்சான்சுழி சூறாவளிகள் இந்தக் கிராமத்தையும் கடந்து போனதுண்டு. இலம்பங்காட்டின் பெரும்பகுதி அழிந்து போனதோடு, இதனுள் வாழ்ந்து விளையாடிய சிற்றுயிர்களும் கிட்டத்தட்ட இல்லாமலே ஆக்கப்பட்டுவிட்டன. அந்தந்தப் பருவ காலங்களில் இந்தக் குடாக்கரைக்கு வந்து தங்கிப் போகும் கூழக்கடா, செம்பவள நாரை, தோடைவாத்து, சீமைக்கிடாரி, செங்காவாய், மஞ்சட்புள்ளு, அட்லண்டிக் கடல் தாரா போன்ற சீமைப் பறவைகளின் வருகைகளும் வேட்டோசைகளின் மீதான அச்சம் காரணமாக தொப்பென்று நின்று போயின.

நாலாபக்கங்களிலிருந்தும் எத்தனைதான் புயற்காற்றும், காரான் சுழல்களும், ஆழிக் குமுறல்களும் கிராமத்தின் சிரசைப் பிடித்து உலுப்பிவிட்டுக் கடந்து போனபோதும், சனங்கள் மட்டும் இலம்பங்குடாவை விட்டு அசையாமல், அகலாமல்தான் இருந்தார்கள்.

1995 ஒக்டோபர் 17-இல் வடக்கின் பிடரியைப் பிடித்து உலுப்பிய சூரியக்கதிரின் சூடு தாங்கமுடியாமல் பதின்மூன்றாம் நாள் வடக்கு மக்களெல்லாம் வன்னியைத் தேடி அடைக்கலமாகினர். இலம்பங்குடா மக்களும் தம்மை வேரோடு பிடுங்கிக்கொண்டு வன்னிக் கரைகளை நோக்கி அடையலாகினர். பல உயிரிழப்புகளையும் சந்தித்து, பதினைந்து வருடங்களின் பின்பே மீண்டும் தமது இலம்ப மண்ணுக்கு அதன் மக்கள் வந்து சேர்ந்தனர்.

இலம்பங்குடாக் கிராமத்தில் இந்த மக்களோடு நூற்றாண்டுக்கும் மேலாகப் பரம்பரை பரம்பரையாகக் கூடி வாழ்ந்துவரும் குடும்பமொன்று ஹாஸிக் காக்காவின் பூட்டன் நளீம் காக்காவின் குடும்பம். நாகூர் அடிப்பரம்பலின் மூலப்பரம்பரையினர். எத்தகைய கடும் புயல்கள், சூறாவளிப் பிரளயங்கள் வந்தபோதும் இலம்பங்குடாவை விட்டு அகலாமல் இருந்து வரும் குடும்பம். வடக்கிலிருந்து சோனகர்கள் துடைத்தெறியப்பட்ட போதும், இவர்கள் கர்வத்தோடு தமது வேரும் விழுதுமான நிலம் இலம்பங்குடாதான் என்று இறுமாப்போடு இருந்தவர்கள். வன்னி இடப்பெயர்வில் இந்த மக்களோடு மக்களாக நளீம்காக்கா

குடும்பமும் வெளியேறி நாச்சிக்குடாவில் குடியிருந்துவிட்டு, பத்து வருடங்களின் பின் மீளக் குடியமர்ந்திருக்கிறார்கள்.

இப்போதும் இலம்பங்குடா எட்டுத் தெருக்களைக் கொண்டதாக இருந்தாலும், குடியிருப்புகளோ தெருவுக்கு இருபத்தியிரண்டு என நூற்றி எழுபத்தாறு குடிகளாக வளர்ந்துவிட்டிருந்தது. இதில் வியப்பான ஒரு விடயம் என்னவென்றால், இலம்பங்குடாவின் மூத்த குடிகளான கடலோடிகள், கூத்தர்கள், பரிகாரிகள், மருத்துவிச்சிகள் எனப் பலர் முதுமை காரணமாகவும் யுத்தம் காரணமாகவும் மறைந்துதான் போனார்கள் ஆயினும்; தண்டையல் சூசையப்பு, சுக்கானி சுவக்கீன், சம்மாட்டி தேவசகாயம், நளீம் காக்கா, எம்பரதோர் இம்மானுவல், கயித்துக்காற அம்புரோசு, அந்தோனிப் பரியாரியார், பவூன் இன்னாசித்தம்பி, ஆகிய எட்டுக் கிழவர்கள் இன்னமும் வாழ்கிறார்கள். இந்த எட்டுக் கிழவர்களும் எண்பது, தொண்ணூறு வயதுகளைத் தாண்டியும் வாழ்கிறார்கள் என்பதல்ல வியப்பு, ரேஷன்கடை முறையில் வழங்கப்படுவதுபோல், இலம்பங்குடாவின் எட்டுத் தெருவுக்கும் ஒவ்வொருத்தராக வாழ்கிறார்கள் என்பதுதான் இயல்பாகவே அமைந்துவிட்ட வியப்பான சங்கதி.

○○○

**2024** ஆம் வருடம் புரட்டாதி 29-ஆம் திகதி, புனித மிக்கேல் ஆலயத் திருவிழாவுக்கு வழமைப்பிரகாரம் வருடாந்தக் கூத்து மேடையேற்றம் எனத் தீர்மானமாகியிருந்தது. காலகாலமாக விவிலியக் கதைகளின் திவ்வியர்களும், புனிதர்களும், வேதசாட்சியர்களும் என கோலோச்சிவந்த கூத்தரங்கு இம்முறை மாற்றம் கண்டது. ஃபரீனா அஹமட் எழுதிய 'இலம்ப நாகம்மாள்' கூத்துப் பிரதிதான் இம்முறை அரங்காடல் என முடிவானது.

நளீம் காக்காவின் பேத்திதான் ஃபரீனா அஹமட். நளீம் காக்காவின் மகள் வயிற்றுப்பிள்ளை. யாழ்.பல்கலைக்கழகத்தின் இரண்டாம் ஆண்டு கலைப்பீட மாணவி.

ஃபரீனாவின் 'இலம்ப நாகம்மாள்' என்ற கூத்துப் பிரதி, இந்த இலம்பங்குடாக் கிராமத்தில் ஆதிக்குடிகளின் காவல் மிடுக்கியாக, தாய்வழித் தலைமையாக வாழ்ந்திருந்த இலம்ப நாகம்மாள் சரித்திரத்திலிருந்து வன்னி இறுதி யுத்த அனர்த்தம்வரை வாழ்ந்த,

வாழும் மனிதர்களைச் சித்தரிக்கும் ஒரு கூத்துப் பிரதியாகும். எட்டுக் கிழவர்கள் உட்பட கிராமத்தின் பெரும்பான்மை மக்களின் விருப்பாக இம்முறை ஃபரீனாவின் கூத்துப்பிரதி அரங்கேற்றம் என முடிவாகியிருந்தது.

கொலின்ஸ் மத்தேசுச் சுவாமியாருக்கும், அவரது சகபாடிகளான சில இளசுகளுக்கும் இதில் உவப்பில்லாதிருந்தது. இலம்பங்குடாவின் ஏனைய எல்லாச் சனங்களைப் போலவும் முதலில் பரபாஸ் மண்டாடியாரின் குடும்பமும், ஏரோது சக்கிடுத்தார் குடும்பமும் விருப்பம் கொண்டவர்களாகத்தான் இருந்தார்கள். பின்பு சுவாமியாருக்கு விருப்பம் இல்லை என்று கண்டதும் பரபாஸ் மண்டாடியார் வகையறாக்களும், ஏரோது சக்கிடுத்தார் வகையறாக்களும் தமது ஆதரவைச் சுவாமியாரின் பக்கமே திருப்பியிருந்தனர்.

'ஒரு கத்தோலிக்கக் கிராமத்தில், கத்தோலிக்க மரபற்ற மாந்தரைப் பாடுவதும், ஒரு சோனகத்தி எழுதிய கூத்தை மிக்கேல் திருவிழாவில் அரங்காடுவதும் கர்த்தருக்கே அடுக்காத செயல்' எனப் பொருமி முணுமுணுக்கத் தொடங்கினர். ஆனாலும் சனங்களின் இறுதித் தீர்மானமாக ஃபரீனாவின் 'இலம்ப நாகம்மாள்' கூத்துத்தான் மேடையேற்றம் என முடிவானது. இன்னும் சொல்லப்போனால் எட்டுக் கிழவர்களின் அதீத விருப்பமும், தீர்க்கமானதும்தான் இந்த முடிவு எனலாம். எட்டுக் கிழவர்களும் இலேசுப்பட்டவர்களல்ல. கடந்தகால இலம்பங்கிராமத்தையும், இலம்ப நாகம்மாவையும் அறிவார்கள், இலம்பங்குடாக் கடலையும் அதன் வளங்களையும் அறிவார்கள், யாழ்ப்பாணத்து, கரம்பொன் பிஷப்மார், சுவாமி சிஸ்டர்மாரையும் அறிவார்கள், கத்தோலிக்கச் சாதிய ஒடுக்குமுறையின் குத்தீட்டியையும், உழைப்புச் சுரண்டலையும் அறிவார்கள், அரை நூற்றாண்டுகால யுத்தத்தையும் யுத்த காயங்களையும் அறிவார்கள்.

பெரும்பாலும் தற்போதைய இலம்பங்குடாவின் சோலிசுரட்டுகள் எதிலும் இந்த எட்டுக் கிழவர்களும் தங்கள் தங்கள் ஆயுதங்களை மவுனிக்கப் பண்ணியிருந்தாலும், குரலெதுவும் சங்கை காட்டாமல் மவுனமாக இருந்தபோதும், இத்தகைய சில முக்கிய சம்பவங்களில் முன்னுக்கு வந்து தமது கருத்துகளை 'எறிடா மண்டாவ' என்ற கணக்காக, கறாராக முன்வைத்து விடுவார்கள்.

இவர்கள் வாய்மொழிந்தால் யாரும் மறுப்புச் சொல்லவும் முன் வர மாட்டார்கள். துரும்பளவும் இவர்களை அறிந்திராத இளவட்டங்கள்கூட பொத்தி என்ற தூமைக்கணவாய் போல சர்வாங்கமும் பொத்திக்கொண்டு இருந்து விடுவார்கள்.

○○○

**பு**ரட்டாதி மாதம் 15-ஆம் நாள் ஞாயிற்றுக்கிழமை 2024-ஆம் வருடம்.

புனித மிக்கேல் தேவாலய ஞாயிறு திருப்பலி முடிந்து, குருவானவரின் கட்டளைப்படி ஆண்கள் எல்லோரும் ஆலய வலக்கை மண்டபத்தில் கூடினர்.

இம்மாதம் 22-ஆம் திகதி கோயிலின் கொடியேற்றம். 29-ஆம் திகதி ஊரைச் சுற்றி மிக்கேலரின் சொரூபச் சுற்றுப்பிரகாரமும், பெருவிழாவும். அதைத் தொடர்ந்து இரவு கூத்து மேடையேற்றம். இவை பற்றிய பொதுக்கூட்டம்தான் இன்று.

இனி வரப்போகிற வாரத்தில் கிராமத்தார் அனைவரும் தமது ஒருநாள் உழைப்பின் வரும்படி முழுவதையும் திருவிழாக் காணிக்கையாக ஆலயப் பரிபாலனசபையிடம் ஒப்படைக்க வேண்டும் என்பது ஏகமுடிவாயிற்று. இதுதான் தொன்றுதொட்டு நிகழ்ந்துவரும் வழமையும்கூட. அந்த எட்டுக் கிழவர்களும்கூட 'இது மெத்தச் சரிதானே எனதாசை அம்புரோசு' என்ற கணக்காக ஆமோதித்து விட்டார்கள். இனி மாற்றுக் கருத்து, மறுதலிப்பு, ஒவ்வாமை, ஒண்டாமை, சேராமை, கூடாமை என்பது எதற்குமே இங்கு இடமில்லை.

"எட்டுக் கிழவர்கள் என்னவாம்..."

"அவக சங்கதி அதுதானாம்"

"அப்ப சரிதான். சங்கதி நடக்கட்டும்"

"நாங்க அவகளோடதான்"

பின்ன, நாங்கென்னவாம்...? அவக என்னவெண்டாலும் நாங்களும் வாறம் பின்னால."

ஆலயப் பரிபாலனசபையில் இந்த எட்டுத் தெருக்களிலிருந்தும் ஒவ்வொருவர் தேர்வு செய்யப்பட்டு இடம் பெறுவர்.

இறுதிப் பெருவிழாவின் உச்சமாக அமையும் கூத்து மேடையேற்றத்துக்கான செலவுகளை வழமைப்பிரகாரம் நளீம் காக்காவின் குடும்பத்தாரே பொறுப்பேற்றுக் கொண்டனர். அதனை யாராலும் மறுக்கவும் முடியாது. தொன்றுதொட்டு இந்த உரிமம் ஹாஸிக்காக்கா, நளீம் காக்கா வாரிசுகளுக்கேயானது. எந்தக் கொம்பாதி கொம்பனும் மறுதலிக்க முடியாத ஆணிக்கால் உரிமம்.

கூட்டம் முடியும் தருணத்தில் சபையை அமைதிப்படுத்திய கொலின்ஸ் மத்தேசு சுவாமியார் பேசத் தொடங்கினார்.

அவரது பேச்சின் சாராம்சம் 'இலம்ப நாகம்மாள் கூத்தை அரங்கேற்றம் செய்ய முடியாது' என்பதையே குறியாகக் கொண்டிருந்தது. புனித மிக்கேல் சம்மனசானவரின் பெருவிழாவில் கத்தோலிக்கரல்லாத நபரின் சரித்திரத்தைப் பாடுவதையும், பிறமதப் பெண்ணால் எழுதப்பட்ட கூத்தை அரங்கேற்றுவதையும் மேலிடம் ஏற்காது என்று மட்டுமல்லாமல், கர்த்தரின் சாபத்துக்குக் கிராமமும் மக்களும் உள்ளாக நேரும் என்ற அச்சம் தனக்கு இருப்பதாகவும் சொன்னார். மாற்றாக, வெளியிடத்திலிருந்து ஒரு புனிதரின் கூத்தை தான் ஏற்பாடு செய்திருப்பதாகவும், அதனையே அரங்கேற்றலாம் என்றும் தெரிவித்தார்.

தனது இந்த முடிவுக்குச் சனங்கள் ஒத்துப்படவில்லை என்றால், வழமைபோல் இலம்பங்குடாவில் நடைபெறும் வெள்ளிக்கிழமை திருப்பலியை முற்றிலுமாக நிறுத்தவேண்டி ஏற்படலாம் என்பதையும் வலு நாசூக்காகச் சொல்லி வைத்தார்.

அன்றைய கூட்டம், இலம்பங்குடாச் சனத்தின் பிடரி மசிரைக் கொத்தாகப் பிடித்துப் பிடுங்கிக்கொள்ளும் அளவுக்கு குழப்பத்தோடும், கடுப்போடும் கலைந்தது. இலம்பக்குடாக் கூத்து இந்த வருடம் இல்லை என்றும், சுவாமியார் ஏற்பாடு செய்யும் கூத்துத்தான் மேடையேற்றப்படும் என்றும் கதைகள் எல்லா இடமும் பரவி விட்டது.

நகரத்தின் கரையோரக் கிராமங்களிலிருந்து துக்கம் விசாரிக்க வந்ததுபோல் கூத்துக் கலைஞர்களும் அண்ணாவிமாரும் இலம்பங்குடாவுக்கு வந்து சென்றவண்ணம் இருந்தனர். தொன்றுதொட்டு வருடாவருடம் இலம்பங்குடாக்

*கலைஞர்களால் மேடையேற்றப்படும் கூத்துகள் மிகப் பிரசித்தமானவை. சாரிசாரியாக வெளியூர் மக்கள் படையெடுத்து வந்து பார்த்து மகிழ்ந்து செல்லும் அரங்காடல்கள் அவை. வரலாற்றில் முதன்முறையாக இலம்பங்குடாப் பெருவிழாவில் வெளியூர்க் கூத்து இந்த வருடம் அரங்கேறும் என்ற உண்மையை யாதொரு தீர்க்கதரிசிகளும் எவ்வித ஆகமத்திலும் எழுதி வைக்கவில்லை என்பது தெளிவாகலாயிற்று.*

ooo

இவ்வாறுதானே..., கொலின்ஸ் மத்தேசு சுவாமியார் காணாமற்போய் நான்காவது நாளின் பொழுதும் எழுந்து உச்சத்துக்கு வந்துவிட்டது. ஊர்களுக்குள்ளும், கடலிலும், தீவுகளிலும் என முப்படையும் தேடுதலில் இறக்கிவிடப்பட்டும், எந்தத் திசையிலிருந்தும், எந்தத் தரப்பாரிடமிருந்தும் ஒரு முன்னேற்றமான பதிலோ தகவலோ கிடைக்கப் பெறவில்லை. ஆனால் வதந்திகளும் அனுமானங்களும் ஊர்களுக்குள் பல்கிப் பெருகித் திரியலாயின.

மனித நடமாட்டமில்லாத தீவுகளில் ஒன்றான வலம்புரித்தீவில் ஆவியாக நிலைகொண்டுள்ள இலம்ப நாகம்மாதான் சொக்கட்டான் சுவாமியைத் தூக்கிப் போய்விட்டாள் என்பது ஒரு கதை.

சோனகப் பேய் சுவாமியாரை அடித்துக் கடலில் எறிந்துவிட்டது என்பது இன்னொரு கதை.

இலம்பங்குடாக் கடலில் பாசி வளர்ப்புத் திட்டம் மேற்கொள்வதை ஆதரிப்பதற்காக சுவாமியார் NGO ஒன்றிடம் அதிக லஞ்சம் கேட்டதால், ஆத்திரமான பாசி கொம்பனி இரவோடு இரவாக அவரை வெள்ளைவானில் கடத்திக்கொண்டு போய் விட்டது என இன்னொரு கதை.

சொக்கட்டான் சுவாமி திருச்சபை மேலிடத்துக்கு நெருக்கமான செல்லப்பிள்ளையாக இருந்துகொண்டு, சாதிரீதியாக சில சுவாமிமாரை வஞ்சம் தீர்க்கிறார் என்பதற்காக அந்த ஒடுக்கப்பட்ட சுவாமிமார் ஆட்களை வைத்துக் கடத்திவிட்டார்கள் என்று இன்னொரு கதை.

இப்படிப் பல கதைகள் ஒன்றன் பின் ஒன்றாக உருவாகிக்கொண்டிருந்தன. இலம்பங்குடாக் கிராமத்துச் சனங்களும் ஊர்களுக்குள் சுவாமியாரைத் தேடுவதை விடுத்து கடற்கரையை நோக்கிப் படையெடுத்து வந்து கரை நீளத்துக்கும் காத்துக் கிடந்தனர்.

துறைமுகத்திலிருந்து இருபது, இருபத்தைந்து தோணிகளும் நூற்றுக்கும் அதிகமான கடலோடிகளும் கடல் கடலாகச் சுவாமியாரைத் தேடித் திரிந்தனர். சுவாமி தொலைந்து போனதிலிருந்து இலம்பங்குடாத் துறைமுகத்திலிருந்து எந்தவொரு தோணியும் மீன்பிடிக்கச் செல்லவில்லை.

இலம்பங்குடாவின் நான்காம் நாளும் இப்படித்தானே துக்க சமுத்திரத்தில் மூழ்கியதெனவாயிற்று.

ஐந்தாம் நாள்.

அதிகாலைக்குச் சற்று முன்னதாக இலம்பங்குடாவின் நாய்களெல்லாம் தெற்குத்திசையாகக் கடற்கரையை நோக்கிக் குரைத்தபடியே ஓடிச் சென்றன. நாய்களின் அல்லோலகல்லோலத்தில் விழித்துக்கொண்ட இலம்பங்குடாவும் கடற்கரையில் வந்து கூடிக்கொண்டது. இலம்பங்குடாக் கடல் அலைகளின் இரைச்சலை மொத்தமாக விழுங்கியடி கரை முழுவதும் காகங்களின் கத்தல்கள். கருடன் இப்போது எங்கும் தென்படவில்லை. அது தனது வலம்புரித்தீவுக்குப் போயிருக்கக்கூடும்.

தீவகக் கடற்படையின் ரோந்துப் படகு இலம்பங்குடாத் துறைமுகத்தில் வந்து தரைதட்டியது.

இலம்பங்குடா புனித மிக்கேல் ஆலயத்தின் வளவு சனத்திரளால் நிரம்பி வழிந்தது.

சம்பவ தினத்தன்று, மாலை தான் உலாத்துவதற்காகக் கடற்கரைக்குச் சென்றதாகவும், இலம்பங்குடாவின் கிழக்குக் கரையின் சடக்குமர ஒதுக்கில் சோனகத் தொப்பிகள் அணிந்த எட்டுப் பேய்கள் குந்தியிருந்ததைத் தான் கண்டதாகவும், உடனே தான் அங்கிருந்து அகன்றுவிட எத்தனித்தபோது, அவை வந்து தன்னைச் சூழ்ந்துகொண்டதாகவும், பின் அவை ஒன்றாகச் சேர்ந்து தன்னை நிலத்தில் மடக்கிப்போட்டுக் கைகளையும்

*கால்களையும் கயிற்றால் கட்டி, கண்களையும் துணியால் கட்டி படகில் ஏற்றிக்கொண்டு, படகை நீண்ட நேரம் கடலில் வலித்துச் சென்றதாகவும் சொல்லிக் கொண்டிருந்தார் கடத்தலால் மீட்கப்பட்ட கொலின்ஸ் மத்தேசுச் சுவாமியார்.*

அவர் மேலும் சனக்கூட்டத்தாரை நோக்கித் தொடர்ந்து பிரசங்கிக்கையில் இவ்வாறுதானே கூறினார்:

"எட்டு சோனகப் பேய்களும் நீண்ட நேரப் படகுப் பயணத்தின்பின் என்னை ஒரு கரையில் இறக்கிவிட்டு இருட்டில் மறைந்து கொண்டன. எனது கை கால் கட்டுகளிலிருந்து மிகுந்த பிரயத்தனத்தின்பின் மீண்டுகொண்டேன். அதன் பிறகு கண் கட்டுகளை அவிழ்த்தபோது இருட்டாக இருந்தது. ஒரு கடற்கரையில் என்னை அந்தப் பேய்கள் இறக்கிவிட்டு மறைந்து போயின. அந்த இடத்தில் காட்டுப்பூச்சிகளின் சத்தமும், இன்னும் வேறு இனந்தெரியாத மிருகங்கள் பறவைகளின் சத்தங்களும் கேட்டுக்கொண்டே இருந்தன. அதுவொரு மனிதர்களற்ற பிரதேசம் என்பதை என்னால் புரிந்துகொள்ள முடிந்தது. விடியும்வரை அந்தக் கரையோரத்தில் ஒரு புதருக்குள் பதுங்கியிருந்தேன். விடிந்ததும் அந்தக் கரையோரத்தால் நடக்கலானேன். சில நிமிடங்களிலேயே மீண்டும் தொடங்கிய இடத்துக்கே வந்து சேர்ந்தேன் என்பதால் அதுவொரு சிறிய தீவு என்பதை என்னால் உணர முடிந்தது. அந்தத் தீவின் நடுப்பகுதி அடர்ந்த காடாய் இருந்தது. தீவின் நடுப் பகுதிக்குச் சென்று பார்க்கலாமெனச் சென்றேன். அங்கே ஒரு பெரிய மரத்தின் கீழ் ஒரு சூனியக் கிழவி அமர்ந்து எதையோ நெருப்பிலிட்டு எரித்துக்கொண்டிருந்தாள். அவளைச் சுற்றிவரப் பல மண்டையோடுகள் சிதறிக் கிடந்தன. மிகுந்த அச்சத்தோடு மீண்டும் பழையபடி கரையை நோக்கி வந்துவிட்டேன். மூன்றாம் நாள் நடுச்சாமத்தில் மிக்கேல் சம்மனசானவர் எனக்குக் காட்சி தந்து சொன்னார், விடிவதற்குள் தனது சைனியங்களை அனுப்பி என்னை மீட்டுக் கரை சேர்ப்பதாக. அப்படியே அவர் செய்தும் முடித்தார் மக்களே!"

சொக்கட்டான் சுவாமியாரின் பிரசங்கத்தைக் கேட்டு முடித்த இலம்பங்குடா மக்கள் தங்கள் தங்கள் வீடுகளுக்குக் கலைந்து சென்றனர்.

“பேசாமல் சொக்கட்டான்ர இந்த கதயவே ஒரு முசுப்பாத்திக் கூத்தாப் போடலாம் போல இருக்கு மச்சான்” என்று சில இளசுகள் கிண்டலடித்தபடியும் கலைந்து சென்று கொண்டிருந்தனர்.

வலம்புரித்தீவை இலம்பங்குடா மக்கள் நன்கு அறிவர். காலகாலமாக இலம்பங்குடாவுக்கும் வலம்புரித்தீவுக்கும் அப்படியொரு நெருக்கமான பிணைப்பு இருந்து வருகிறது. வலம்புரித்தீவு இப்போது ஒரு சூனியப் பிரதேசமாகக் கணிக்கப்பட்டு வந்தாலும், வெகு காலத்துக்கு முதலே அதனைப் பறவைகள் சரணாலயமாக அரசு அறிவித்து விட்டது என்பதை இன்றும் பலர் அறியார். அரசியல் தலைவர்கள் உட்பட அறிந்திருக்கவில்லை. ஆனால் இலம்பங்குடா மக்களுக்கு வலம்புரித்தீவு இன்னொரு இலம்பங்குடா தான்.

இந்தமுறை இலம்பங்குடா புனித மிக்கேல் ஆலயப் பெருவிழாவின்போது ஃபரீனா அஹமட் எழுதிய ‘இலம்ப நாகம்மாள்’ கூத்து அரங்கேறுவதற்கான ஏற்பாடுகள் தடபுடலாய் நடக்கத் தொடங்கின. கூத்து அரங்கேற்றத்துக்கான முழுச் செலவு சித்தாயங்களும் ஹாஸிக் காக்காவின் வம்சமான, நளீம் காக்காவின் குடும்பத்தாரினதுதான்.

இம்மாத்திரம்தானே சொக்கட்டான் சுவாமியாரின் கூத்துக்கதை யாவும் புனைவாகச் சடனாக முற்றிற்று.

◇ ◇

# செவ்வாத்தை

தர்மு பிரசாத்

1

**சா**யம் உதிர்ந்து வெளிறிய துணியில் பொதிந்து வைத்திருந்த கல், சிவந்த தணல் துண்டு போல கனன்று எரிந்தது. நொடியில், துணியைப் பொசுக்கிவிடுவது போன்ற மூர்க்கமான தணல். துணியைப் பிரித்து கல்லை எங்கள் முன்னால் வைத்த வைரன், அமைதியாகவும் தீர்க்கமாகவும் அப்பாவின் முகத்தைக் கூர்ந்து பார்த்தார். அப்பா, ஒரு நொடி தயக்கத்தின் பின் அதைக் கையிலெடுத்து உள்ளங்கையில் வைத்து மேல் கீழாகத் தூக்கிப் பார்த்தார். அது, அவருடைய கையில் ஒட்டாமல் பாதரசத்துளி போல அங்கும் இங்குமாக அலைந்தது. கல்லை ஒளிபடும் வாக்கில் திருப்பியதும் சின்னி விரலின் தடிப்பில் வைரத்தின் துல்லியத்துடன் ஒளிர்ந்தது. இரத்தச் சிவப்பு நிறத்தில்.

அப்பாவின் முகத்தில் நின்றாடும் ஆச்சரியக்குறியை வைரன் உணர்ந்திருக்க வேண்டும்.

"ஆத்தையோட சிவப்புக் கண்" என்றார். அவரது கண்களிலும் உதட்டிலும் ஒளியின் பிரகாசிப்பு தெரிந்தது. அப்பாவின் முகத்தில் மெல்லிய ஏளனம் நுரைத்து அழிந்தது. ஒரு கடைவாய் இழிப்புப்போல. அது அவருடைய இயல்போ என்று தோன்றும்படி இருந்தது.

“அப்படி நினைக்கக் கூடாது... உடையதே, மாட்டுத் தலையை மான் தலையாக்கிய பரோபகாரி பரிந்து பிடுங்கிக் குடுத்த வலக் கண். எல்லோருக்கும் சொரியும் கருணையின் ஒரு துளி அது. இனி அது அம்மன் காலடியிலோ அவள் நெற்றியிலோ இருப்பதுதான் நல்லது” என்றார் வைரன். அவருக்கு நல்ல இறுக்கமான திரேகக் கட்டு. அதிலொரு கரிய மினுக்கமும் இருந்தது.

அப்பா வற்றிச் சுருங்கிய தாடை தொங்க நிமிர்ந்து ஐயரைப் பார்த்தார். ஐயர் கரிய உடலில் வியர்வை வழிய தோள்த் துண்டை உதறியபடி நின்றிருந்தார். சற்றே மிதந்த காவிப்பல்லை நாவால் உரசியபடி “இருக்கட்டும் செட்டியர், அவளும் அம்மனுடைய பொட்டைதான்” என்றார். அருகில் நின்றிருந்த மாஸ்டர் ஆமோதிப்பது போல தலையாட்டி, அப்பாவிடமிருந்து ஆத்தையுடைய கண்ணை வாங்கிக் கவனமாகச் சோதித்துப் பார்த்தார். அவரது மெலிந்த கூனல் உடலில் தலை சற்றும் பொருந்தாமல் தனியாகச் செய்து வைத்தது போலப் பெருத்து இருந்தது. வெளித் துருத்திய குரல் நாண் திரட்சி மேல் கீழாக அசைந்தது. ஏதோ சொல்ல வாய் உன்னுவது போன்ற தோரணை.

மாஸ்டர் ஏதும் சொல்லாமலே, ஓரமாக இருந்த காஞ்சூரம் பெட்டியுள் ஆத்தையோட கண்ணைக் கவனமாக வைத்தார். அது நல்ல கனமான பெட்டி. வழமையாக மருத மரத்திலேதான் பெட்டிகள் செய்வார்கள். கனமும் பெரிதாக இருக்காது. ஆனால் இதைக் கறையான் ஏறாத காஞ்சூரை மரத்தில் செய்திருந்தார்கள். அது போதாதென்று தேன் மெழுகு பூசிக் கரிய பளபளப்பாக்கியிருந்தார்கள். அதன் ஓரங்களில் இரும்புப் பட்டங்கள் வைத்து வெள்ளி ஆணிகளால் அறைந்திருந்தார்கள். இருபக்கக் கைப்பிடிகளிலும் பூத் தீற்றல். பூட்டுக் கொழுவும் இருப்பு வளையம் பெரிதாக இருந்தது. தூக்கிச் செல்லும் போது அது அடித்து ஒலி எழுப்பாமலிருக்க அதில் பழந்துணி சுற்றிப்பட்டிருந்தது. பெட்டி உள்ளே நகைகள் மண்புழு நெளிவுபோலக் குவிந்து கிடந்தன. இடையிடையே மெல்லிய ஒளித் தெறிப்புகள் தெரிந்தன.

நகைகளைச் சரி பார்த்துக் குறித்து வைக்க விநாசி வருவார். அவரை இன்னும் காணவில்லை. அவர் எப்போதும்

தாமதமாகவே வருவார். தாமதமாக வயிறு குலுங்க ஓடி வந்து, சறத்துள் சுருட்டோடு பொதிந்து வைத்திருக்கும் ஆட்டுப் புழுக்கை பென்சிலின் - அதில் கூர் இருக்கவே இருக்காது - நுனியைப் பல்லால் நெரித்து 'காத்தைக் ஓழி' என்று சினத்துடன் காறி உமிழ்ந்தபடி, சிறிய கொப்பியில் எழுதுவார். ஆயிரத்து ஐநூறு வருடப் பழைய நகைகளுக்கு ஒரே மூலாதாரம் எச்சில் தொட்டு எழுதிய விநாசியின் ஆட்டுப் புழுக்கை எழுத்துகள். யாராலும் அதைப் படித்தறிய முடியாது. ஊகித்தறிய அபாரமான கற்பனைத் திறன் வேண்டும். வட்டெழுத்துப் போல அல்ல, வட்டெழுத்துக்கே முன் தோன்றிய மூத்த குடியின் ஆதி லிபி போல கோணலாக நீண்டு கிடக்கும் ஆப்பு எழுத்துகள். சுழியும், வளைவும் சொற்பம். குற்றுகளில் அவருக்கு ஆர்வம் இல்லை. அதற்கு இன்னும் ஆயிரம் வருடங்களைக் கடந்து பண்பட்டு வர வேண்டும்.

அவர் பழைய வெங்காய யாவாரி. நகைகளைப் பென்சிலால் புரட்டிக் கண்களை உயர்த்திப் பிடித்து வெயில் படும்படியாக வைத்துச் சோதிப்பார். சந்தேகமிருந்தால் விரலால் நசித்தும் பார்ப்பார். "மோனை உந்த எலிப் புழுக்கை ஏன் அதுக்கை கிடக்கு? எப்பன் அதை எடுத்து அங்காலை போடு" என்று சுற்றி நிற்கும் பொடியன்களை அதட்டுவார். "இது புழுக்கை இல்ல ஐசே அடியல் சுரை" என்பார் மாஸ்டர். விநாசி அதைக் கண்டு கொள்ளாமல் வெற்றிலை வாயைச் சற்றே உயர்த்தி, கருநீல வைர அட்டியலை விரலால் நீவியபடி மாஸ்டரின் காதில் "சிங்கப்பூரான் போட்ட பவுண் அட்டியல் உம்மானை அவன்ரை மனிசிட பாச்சி போல சூம்பினது" என்றபடி வெற்றிலைச் சிவப்புத் தெறிக்க வெடித்துச் சிரிப்பார். மாஸ்டரின் கண்கள் சிங்கப்பூரானின் மனிசியின் சூம்பின பாச்சியைக் கற்பனையில் கண்டுவிட்டிருப்பது தெரியும்.

அம்மன் கோயிலை எடுத்துக் கட்டும் வேலைகள் தொடங்கிவிட்டிருந்தன. உயர்ந்த முகப்புடன் கூடிய, தாழ்வான கருங்கல் கருவறையுள்ள சிறிய கோயில். உள்ளே இருளில் மஞ்சள் பொட்டிட்ட, தூய விசுவாசிகளுக்கு மட்டுமே காட்சி தரக்கூடிய உக்குறுணி அம்மன் பிரதிட்டை. வெளியே சிறு கொடிக்கம்பம் உள்ள முக மண்டபம். அதன் ஓட்டுக் கூரை வேய்ந்த முகப்பைத் தாங்கி நிற்கும் ஆறு பெரிய

தூண்களும் தூறல் மழைக்கு ஒதுங்கி நின்றால் கூட தொப்பலாக நனைந்து விடக்கூடிய அளவுக்கு மிக உயரமானவை. ஓட்டுக் கூரை முகப்பைக் கவனமாகப் பெயர்த்தெடுத்து நிலத்தில் வைத்திருந்தார்கள். அதைத் தாங்கி நின்ற தூண்கள் ஆறும் கவனிப்பாரின்றி வான் நோக்கி வாய் பிளந்து நின்றிருந்தன. அவற்றின் நிழல்கள் கரிய இராட்சதக் கைகள் போல கோயில் முற்றத்தில் நீளமாக விழுந்து கிடந்தன. தூணின் அடி நிழலுள் நின்றிருந்த இருவர் இரும்பு ஆப்பு போன்ற கம்பிகளை வைத்துத் தூணின் அடிப்பகுதியை அறைந்து கொண்டிருந்தனர். தூணில் கட்டியிருந்த கயிறு நீட்டங்களை சுற்று மதிலுக்கு அப்பால் நின்ற கருங்காலி மரத்தில் கட்டியிருந்தனர்.

இரண்டு ஆள் நடந்து செல்லக் கூடிய அகலமான கரிய மதில், கருங்காலி மரத்தை ஒட்டி உடைக்கப்பட்டிருந்தது. மதில் என்பதை விடச் சின்னக் குந்து என்றுதான் சொல்ல முடியும். உள்ளங்கை பருமனான சப்பைக் கற்களை மேலே அடுக்கி அதன் இடைவெளிகளில் சுதைச் சாந்து பூசி மெழுகிக் கட்டிய பழைய பாணி மதில். மாரி காலங்களில் ஈரலிப்பாக அதன் உடலில் பச்சைக் கம்பளிப் போர்வையால் போர்த்தியது போல திட்டுத் திட்டாக மெல்லிய பாசி பிடித்திருக்கும். கஞ்சிவார்வை நாட்களில் மடப்பள்ளியில் பொறுக்கிய நல்ல பெரிய சிரட்டைகளை பளபளப்பாக உரஞ்சி எடுக்கத் தோதான மதில். மினுங்கும் சிரட்டைகளை விரல்களால் மெல்ல வருடியபடி உதடுகளுள் பாடியபடி கஞ்சி வரும்வரை குந்து மதிலில் அமர்ந்திருப்பார் விநாசி. பச்சை மிளகாய் மிதக்கும் சுடு கஞ்சியைப் பெரிய அகப்பையால் அள்ளி பளபளக்கும் சிரட்டையில் ஊற்றினால் மெல்லிய கப்பிப்பால் வாசனையில் ஆவி எழுந்துவரும். அதை ஆழ முகர்ந்து "அமிர்தம்" என்றபடி சப்புக்கொட்டிக் குடிப்பார்.

விநாசி தோட்ட வரப்பில் 'அரக்கப் பறக்க' ஓடி வந்துகொண்டிருந்தார். அவர் நேர் பின்னால், தோட்டத் தறைகளுக்கு அப்பால் நீண்ட கரிய கோடாக பிரதான தார் வீதி வெயிலுள் கலங்கலாகத் தெரிந்தது. மினி பஸ் வந்து சடுதியாக நின்று, சின்ன உலுப்பலுடன் புழுதி கிளப்பிச் சென்றது. புள்ளியாய் ஓர் அசைவு தோட்ட வரம்பில் இறங்குவது தெரிந்தது. அந்த ஒற்றை நொடியே நான் ஊகித்து விட்டேன்.

நிச்சயமாக அது அக்காதான். அந்தப் புள்ளியின் எந்த அம்சம் அக்காவின் நினைவை கிளர்த்தியதோ தெரியவில்லை. அந்த உள்ளுணர்வை எண்ணி எண்ணி, பின் வியந்தேன்.

அக்கா வரம்பின் இரு பக்கமும் விரிந்து கிடக்கும் செம்பாட்டு மண் தறைகளை வேடிக்கை பார்த்தபடி வந்தாள். மண்டலவர் தறையிலிருந்து ஏதோ பிடுங்கி -வெண்டிப் பிஞ்சோ -இருமுறை முகர்ந்து பார்த்துத் தூர வீசிவிட்டுக் கைகளைச் சட்டையில் அழுந்தித் துடைத்தாள்.

நான் அக்காவையே ஆர்வமாகப் பார்த்துக் கொண்டிருந்தேன். மெள்ள அவள் உடலும், முகமும், கத்தி நுனி போன்ற கூர் கண்களும் துலங்கியபடியே வந்தன. அக்கா முற்றிலும் மாறியிருந்தாள். ஹிப்பியாக வெட்டி மேவி இழுத்த தலைமுடி. நினைவில் இருந்ததை விடக் கூடுதலாகவே கறுத்திருந்த உதடுகள். கன்னக் கதுப்பில் நுரைத்த மயிர் பிசுறுகள். புதிதாகச் சேர்ந்திருந்த ஒருவித மிடுக்கு. அவள் தன்னுடைய குறுமுலைகளை தூக்கி நடப்பதால் அப்படித் தோன்றவில்லை.

மடிப்புக் குலையாத மென் நீலநிறக் காற்சட்டையைக் கால் பக்கமாகச் சிறிது மடித்துவிட்டிருந்தாள். கோடுபோட்ட சட்டை வியர்வை ஊறி நனைந்திருந்தது. இடுப்பில் பெரிய பச்சை நிறப் பட்டியை சற்றே இறுக்கமாக இழுத்துக் கட்டியிருந்தாள். தோளில் துணிப்பை தொங்கியது. அது மிகச் சிறிதாக இருந்தது. இறுகக் கட்டியிருக்கும் இடுப்புப்பட்டியே அவளது புது மிடுக்கின் காரணமென்பதை ஊகித்தபோது சிரிப்பு வந்தது.

அப்பாவுக்குக் கண்ணில் பழுதில்லை என்றாலும் கைக்கெட்டும் தூரத்தில் வந்த பின்னரே அக்காவை அடையாளம் கண்டுகொண்டார். அப்போது அவர் உடலில் மெல்லிய நடுக்கம் எழுந்தது. தளர்ந்த உடலோடு அக்காவைச் சேர்த்து அணைத்து, அவள் தோள் மூட்டில் கைவைத்து லேசாக அழுத்தினார். அப்போது அவர் கண்களிலும் அந்த நடுக்கம் ஓடியது. ஆழமாகச் சிந்திக்கும் பாவனையில் கண்களைச் சுருக்கித் தாடையை அசைத்துக்கொண்டார். அந்தச் சூழ்நிலையைத் தவிர்க்க விரும்புவது போன்ற பாவனை. அதில் கொஞ்சம் கர்வமும் இருந்தது. அக்கா கைகளை வீசியபடி என் அருகில் வந்தபோது மருந்து வாசனையும் வியர்வை வாசனையும் அவள் முன்னால்

வந்தன. அது நாசியைக் கரகரக்கச் செய்யும் 'மலத்தியோன்' வாசனை என்பதை உடனேயே ஊகிக்க முடிந்தது.

அக்காவைப் பார்த்து "பிள்ளை" என்றுவிட்டு உதடுகளைக் குவித்துச் சொண்டை நீட்டி "உம்மானை அசல் ரத்தினம்" என்றார் விநாசி. அவருடைய கையில் ஆத்தையுடைய கண் இருந்தது. ஆர்வமாகக் கண்களை இடுங்கி மேல் வைத்துப் பார்த்தபடி "நல்ல உள்ளோட்டமும் உண்டு" என்றார். பின் அதைக் கவனமாகப் பெட்டியினுள் வைத்தார். ஆத்தையுடைய கண்ணின் ஒளிப் பிரவாகத்தில் கருஞ்சூரைப் பெட்டி ஒரு நொடி இரத்தச் சிவப்பில் தகதகத்து விட்டு அணைந்தது. அருகே குவிந்திருந்த நகைக் குவியல்கள் பொலிவிழந்து தகரச் சிலும்பல்கள் போலத் தெரிந்தன. விநாசி நிலத்துடன் ஒட்டி மடங்கியிருந்து எல்லாவற்றையும் கவனமாகச் சோதித்துக் குறித்துக்கொண்டார். அவரது பென்சில் ஆதிக் கோடுகளை இழுத்தும் வளைத்தும் கொண்டிருந்தது. முடிந்ததும் பெட்டியை மூடி ஆமைப் பூட்டைக் கொழுவிப் பூட்டிவிட்டு, சாவியை அப்பாவிடம் தந்தார். அப்பா "ம்" என்றபடி திரும்பி தூண்களின் அடியைக் கொத்துபவர்களுக்கு ஏதோ சொன்னார்.

அக்கா கோம்பையிலிருந்த விபூதியை இருவிரலாலும் அள்ளி நெற்றியில் இட்டார். இடும்போது வழமையாக உதடுகளுள் ஏதாவது முணுமுணுப்பர். இன்று அது அசையாமல் இறுகிக் கிடந்தது.

படலையைத் திறந்தபோது, அம்மா தலை நிமிர்த்திப் பார்த்துவிட்டு, பொச்சுத் தும்பில் ஈரச் சாம்பலை எடுத்து இரும்புச் சட்டியைத் தேய்த்துக் கழுவியபடி இருந்தார். அவர் அக்காவைக் கவனிக்கவில்லை. யாரோ என்னுடைய நண்பன் என்று நினைத்திருப்பார். அருகே வந்த போது "கொப்பா பெட்டியை பெரிய அறேக்கை வைக்கச் சொன்னவரடா தம்பி" என்றபடி நிமிர்ந்தவர் அப்படியே உறைந்து விட்டார். பின் படாரென்று "பிள்ளை" என்றபடி எழுந்துவிட்டார். காலடியில் இருந்த தண்ணிச் சருவம் சரிந்தது. கண்களில் நீர் கோர்த்துத் ததும்பியது. உதடுகள் துடித்தன. அசையாமல் சிறிதுநேரம் அக்காவையே உற்றுப் பார்த்துக்கொண்டு நின்றார். அவரது நினைவுகள் எங்கோ ஆழத்தில் அலைந்து திரிவதான பாவனை. அனிச்சையாகக் கையைச் சட்டையில் துடைத்தார்.

பின் எப்போதும் போல, கடுமையான சூழ்நிலைகளில், நிர்க்கதியின் முள் நெருடுகையில் செய்வது போல கோயில் முகப்பை நிமிர்ந்து பார்த்தார். அங்கு வானம் மட்டும் இருந்தது. நீல வெறுமை. முடிவே இல்லாத நீலம். தூண்களின் கம்பி நீட்டங்கள் முகில்களை நோக்கி நெளிந்தபடி இருந்தன. ஒரு தூணின் உச்சியில் ஏதோ குருவிக் கூடு இருந்தது. திடீரென சின்ன உலுப்பலுடன் இறைஞ்சும் தூண் அப்படியே சரிந்தது. பொடியன்களின் கூச்சல் வானைப் பிளந்தது. குருவிக் கூட்டின் மரக்குச்சிகள் சிதறிப் பறந்தன. இலவம் பஞ்சுப் புழுதி எழுந்தது. படார் என்ற பெரும் சத்தத்துடன் இராட்சதத் தூண்கள் ஒன்றன் பின் ஒன்றாக நிலத்தில் அதிர்வுடன் வீழ்ந்து நொருங்கின.

## 2

**அ**க்கா கால் முகம் கழுவி சட்டை மாற்றி வந்து, அம்மாவுடன் கிணற்றுக் கட்டில் அமர்ந்துகொண்டாள். சட்டென்று சுருங்கிச் சிறு பெண்ணாகத் தெரிந்தாள். அவளிடமிருந்த விலக்கம் நீங்கி இணக்கமானவளாகத் தோன்றினாள். அம்மாவின் 'நைற்றி' அவளுக்குப் பொருந்தாமல் இறுக்கமாக இருந்தது. அவளது உடலை அருவருப்புடன் இறுகிக் கௌவிக் கொண்டிருப்பதாகத் தோன்றியது. இடை பெருத்தது பிதுங்கித் தெரிந்தது. முழங்கை மூட்டு சற்றே கோணலாகத் துருத்திப் பெரிதாக இருந்தது.

அக்கா இயக்கத்தில் இருந்து திரும்பி வந்த பின்னர் ஆரம்பக் கிளர்ச்சியும், பரபரப்பும் வற்றி என்னுள் ஓர் ஆழ்ந்த இறுக்கம் கவிந்தது. கண்ணின் கீழ் இருக்கும் கருமைபோல அது கூடவே தங்கி நின்றது. இரகசியமாக அடைகாத்து வைத்திருந்த பெருமிதத்தின் குமிழ் உடைந்து பரிகசிப்பது போல இருந்தது. எவ்வளவு யோசித்தும் அதன் ஆதி ஊற்றை என்னால் இனம் காண முடியவில்லை. அக்காவின் அருகில் அம்மா மிகவும் தளர்ந்து வயதாகிவிட்டவர் போலத் தெரிந்தார். அரிதாக என்றாலும் அக்காவிடம் சிரித்துப் பேசுவதையும் பார்க்க முடிந்தது. ஆனால் நான் எதிர்பார்த்திருக்காத திடீர் நெருக்கமும் இரகசியத்தனமும் அவர்களுக்குள் குமிழ் விட்டிருந்தது ஆச்சரியமாக இருந்தது.

நான் அக்காவிடமிருந்து விலகி நின்றிருந்தாலும், அவளிடம் நெருங்கிச் செல்ல முயன்றபடியே இருந்தேன். அவளது ஒவ்வொரு செயலையும், அசைவையும், உதட்டுச் சுழிப்பையும்

தீவிரமாகக் கவனித்தபடியே இருந்தேன். எனக்கே இது வியப்பாக இருந்தது. அவளிடம் நான் எதை எதிர்பார்க்கிறேன். அவளிடம் வெளிப்படும் எந்த அம்சத்தைத் தேடிக் காத்திருக்கிறேன். அவள் அசாதாரணமானவள் என்றும் இந்தச் சலிப்பூட்டும் அன்றாடத்திலிருந்து விலகி அசாதாரணத்தின் பயங்கரத்துள் வீழ்ந்து விட்டவள் என்றும் சற்றே பிரமிப்புக் கலந்த விலக்கம் முன்னர் மேலோங்கியிருந்தது. அவள் திரும்பி வந்ததும் சட்டென்று இருள் கவிந்தது போன்ற வெறுமை படர்ந்தது. விடுமுறையில் வந்திருக்கிறேன், இன்னும் ஓரிரு நாளில் திரும்பச் சென்று அணியில் சேர்ந்துகொள்வேன் என எந்தக் கணமும் சொல்லிவிட வேண்டும் என எதிர்பார்த்தேன்.

அக்கா இயக்கத்தில் இருந்த காலங்களில், போர் முனை வன்னிக்கு நகர்ந்துவிட்டிருந்தது. வன்னி எங்கோ தூரத்தில் இருப்பதான எண்ணமே என்னிடம் இருந்தது. பலாலியில் இருந்து இராணுவம் அடிக்கும் ஷெல் எங்களுடைய தலைகளின் மேலே கூவியபடி அக்காவிடம் செல்லும். நிலம் அதிர நெஞ்சுக்குள் வெடிப்பது போன்ற உறுமலுடன் அறுபது ஷெல்கள் முழங்காத நாள்கள் இல்லை. கட்டில்கள் கூட அதிரும். ஷெல் கூவத் தொடங்க அம்மா, அம்மன் கோயில் முகப்பை வெறித்துப் பார்ப்பார். இருளில், பகல் வெளிச்சத்தில், மழையில் ஆறு இராட்சதத் தூண்களிலும் சலனமற்று நின்றிருக்கும் முகப்பு. ஒவ்வொரு ஷெல்லும் தூரத்தே இருமுறை வெடித்து அடங்கும். அம்மாவில் சலனமோ, அசைவோ இருக்காது. உதடுகளுள் வேண்டுதலோ, முணுமுணுப்போ இருக்காது. வான் நோக்கி நீண்டிருந்த சிறு கூர் முனை அவருக்கு எந்த ஆறுதலைக் கொடுத்திருக்க முடியும்? வெறும் உறைந்த பார்வை மட்டும்தானா? அப்போது திடீரென்றே எனக்கு அக்காவின் நினைவு வரும். வெட்கமும், தாழ்வுணர்வும் கூடவே எழும். அதைக் கலைக்க அக்காவை முன்னணிப் படை வீராங்கனையாக நினைத்துக்கொள்வேன். அகன்ற தோள்களும், தரையில் ஊன்றி நிற்கும் வலிமையான கால்களும் உள்ள விடுதலைப் போராளி அவள். அவள் அசுர பலமும் ஆக்ரோசமாகச் சிலும்பிய தலையுமாக முன்னேறிக்கொண்டிருப்பவள். தரையோடு ஒட்டி ஊர்ந்தபடி எதிரிகளை வேவு பார்த்துக்கொண்டிருப்பவள். குண்டடிபட்ட தன் தோழியின் இரத்தக் காயத்தை சாரத்தைக் கிழித்துக் கட்டுப் போட்டுவிட்டுத் தோள்களில் சுமந்து

செல்பவள். பெருங் கூட்டத்தின் முன் ஆக்ரோசமாக உரை நிகழ்த்திக்கொண்டிருப்பவள். சோர்ந்திருக்கும் தோழர்களுக்கு புத்துணர்வூட்டி போர்க்களம் அழைத்துச் செல்ல வீரஞ் செறிந்த கதைகளை வேடிக்கையாகச் சொல்லக் கூடியவள். அந்த கற்பனையின் வெம்மை இரவுகளை நீண்டதாக்கும்.

அவள் இயக்கத்துக்கு போனபோது என்னவகையான மனநிலையில் இருந்தேன்? சுத்தமாக நினைவில்லை. அந்த நாளில் கனதியான ஏதும் நிகழ்ந்ததா தெரியவில்லை. ஆனால் அவள் இங்கிருந்து போவதற்குத் தன்னைச் சிறுகச் சிறுகத் தயார்படுத்திக்கொண்டிருந்தாள் என்று இப்போது தோன்றுகிறது. இங்கிருந்து இயக்கத்திற்குத்தான் போக விரும்பினாளா? என்னைச் சீண்டாத எந்த அம்சம் அவளைத் தூண்டி நிம்மதியிழக்கச் செய்து துரத்தியிருக்கக் கூடும். எதன்மீது சலிப்புற்று அவள் சென்றாள். துல்லியமாகத் திட்டமிடவில்லை என்றாலும், அது ஒரு தற்செயல் இல்லை என்பது மட்டும் நிச்சயம். அவள் போன பின்னர் வீடு கழுவித் துடைத்தது போன்றிருந்தது. அம்மா சட்டென்று கோபமும், சிடுசிடுப்புமானவராக மாறினார். அவரில், எப்போதும் துப்பத் தயாரான விசக் கொடுக்கு முளைத்திருந்தது. வெறுமையான இருள் சூழ்ந்த வீட்டினுள் அவர் தன்னைக் குறுக்கிக்கொண்டார். ஏதோ அது தன் தவறு என்பது மாதிரியான பாவனை. தன்னை அக்காவில் கண்டு கொள்கிறாரா? அல்லது அவளைக் கண்டு அஞ்சினாரா? இரவுகளில் காடுகளில் தனித்திருப்பதையும், போர்க்களங்களின் முன்னணியில் துப்பாக்கியுடன் நின்றிருப்பதையும் கற்பனையில் பார்த்திருப்பாரா தெரியவில்லை. ஆனால் அவரைக் கனத்த மௌனம் சூழ்ந்தது. அப்பா தோட்டத்தில் பழியாகக் கிடந்தார். கடுமையான உழைப்பு அவரைத் தளர்வுறச் செய்தது. ஆவேசமாக தெருவலை மண்வெட்டியால் ஆயிரம் கண்டு தறைகளையும் தனி ஆளாகக் கொத்திச் சீர்படுத்தினார். முன்னர், கோரைப் புற்களில் முத்துப்பரவல் போல சிலும்பியிருக்கும் பனித் துளிகளை மிதித்துச் சென்றே கொஞ்சமாகக் கொத்துவார். வெயில் ஏற வியர்வை வழிய வந்துவிடுவார். ஆனால் இப்போது, தோட்டம் கொத்திக் களைத்து மண்வெட்டியைக் கால்களுக்கு இடையில் இடுக்கியபடி அமர்ந்திருக்கும் அப்பாவை அரிதாகவே பார்க்க முடிந்தது. அப்போது அவருடைய கண்களில் தளர்ச்சி தெரியும். வெறும் தேத்தண்ணியைக் கையில் கொட்டிய

சீனியை துளியாக நக்கிக் குடித்துவிட்டு ஆவேசமாக எழுந்து திரும்பவும் தறையைக் கொத்துவார். மண் சிதம்பிப் பறக்கும். அழுத்தமான கால்களுக்கிடையே தெருவலை மண்வெட்டியின் சதுரமான மண் துண்டுகள் சேரும். ஈர மண்வாசம் எழும். தறைக்குத் தண்ணீர் கட்டும் போது உடைக்கும் பாத்திகளில் வேகமாக மண் அள்ளி உடைப்பைச் சீர் செய்துவிட்டுப் பெருமூச்சு விடுவார். சில சமயம் உடைத்துப் பெருகும் பாத்திகளை வெறுமையாகப் பார்த்துக்கொண்டிருப்பார். கைவிடப்பட்டிருந்த போதி தோட்டத்தைக் கூட கொத்திச் சீர்படுத்தி, தக்காளிச் செடிகள் நட்டார். தக்காளிச் செடிகள் துளிர்த்து வளர்வதைப் பொறுமையாகக் கவனித்தபடி இருந்தார். அதன் பொன் மஞ்சள் பூ குமிழ் விரிந்து, பாசிப்பச்சைக் காயாகி, பச்சையை ஆக்கிரமித்துப் படரும் சிவப்பு பழங்கள் நிலத்தோடு சரிந்துவிடாமல், மரவள்ளித் தடி ஊன்றி, நீரில் ஊறப்போட்ட வாழை நாரால் கோர்த்துக் கட்டுவார். தக்காளிப் பழங்களில் அடிப்பக்கமாக -தக்காளி குண்டி என்பார் விநாசி- அழுகல் பிடித்தால் -போதி தோட்டத்தில் எப்போதும் அழுகும்- முட்டைக் கோதுகளை அரைத்து நீர் விட்டுத் தெளிப்பார். ஆச்சரியமாக தக்காளி அழுகல்கள் மறைந்து செம்பழமாகப் பழுத்ததும் அச்சுவேலிச் சந்தைக்குக் கொண்டு செல்வார். அக்காவின் நினைவுகளில் இருந்து முதலில் மீண்டதும் அவர்தான்.

அக்கா இன்னும் ஓரிரு வருடங்களில் திருமணமாகி வெளிநாடு சென்று விடக்கூடும். தன் கடந்த கால வாழ்வை நினைவுறுத்த எந்த அடையாளங்களும் இல்லாத ஊரில் அவள் வாழ்வு கரைந்துவிடவும் கூடும். ஒருவேளை அதையே அவள் விரும்பியிருக்கவும் கூடும். எப்போதாவது அரிதாக ஃபோனில் அழைத்து, தன் மகளை “மாமா சொல்லு.. மெ இல்லை மா” என்று திருத்தி விட்டு “பார்த்தியா மருமகளை” எனச் சிரிக்கவும் கூடும். சட்டென்று எனக்கொரு எண்ணம் வந்தது. பின் அதைத்தான் நான் விரும்பினேனா என்ற சந்தேகமும் தலை தூக்கியது. நான் அங்கிருந்து வெளியேறி இயக்கத்துக்குச் சென்றுவிட விரும்பினேன் என்றென்றைக்குமாக. ஒருபோதும் திரும்பிவராமல். அக்காவை விரும்பி நெருங்குந்தோறும் அவளிடம் ஆழமான விலகலையே உணர்ந்தேன். நாள்பட்ட வடுபோல அதை அந்தரங்கமாக வருடிக் கொண்டேன்.

என்னுள் கூசிச் சுருங்கினேன். அவளுடையே இருப்பே என்னை அச்சுறுத்துவதாக மாறியது. நான் மிகவும் சோர்வும் படபடப்புமானவனாக ஆனேன். இரவுகளில் தூக்கம் குறைந்துகொண்டு வந்தது. இப்போதே இந்த நொடியே இங்கிருந்து விலகி ஓடிவிட விரும்பினேன்.

அப்போது இயக்கத்துக்கும் படையினருக்கும் சமாதான காலம் தொடங்கிவிட்டிருந்தது. யாழ்ப்பாணத்தின் தொண்டைக் குழி இறுக்கம் சற்றே நெகிழ்த்தப்பட்டு வெளிக்காற்று கலாதியாக வீசத் தொடங்கியிருந்தது. இயக்கம் தன்னுடைய அரசியல் துறை அலுவலகங்களை ஊருக்கு ஒன்றாகத் திறந்திருந்தது. பள்ளி விளையாட்டுப் போட்டிகளில், கோயில் திருவிழாக்களில் மிக நேர்த்தியாகச் சட்டை அணிந்த இயக்கப் பொறுப்பாளர்கள் வெள்ளைச் சிரிப்பில் நின்றிருந்தார்கள். சின்னப் பெட்டைகளும், பெடியளும் வெட்கம் கலந்த விலகலுடன் அவர்களிடம் கதை கேட்டார்கள். அவர்களிடம் சொல்வதற்கு பொறுப்பாளர்களிடம் ஆயிரம் கதைகள் இருந்தன. ஊரின் சில்லறைச் சண்டைகளில் கூட பொறுப்பாளர்களின் பிரசன்னம் இருந்தது.

கரிய பல்ஸர் வண்டியில் வந்து என்னை ஏற்றிச் செல்லும் பொறுப்பாளரிடம் அக்காவிற்கு பெரிய மதிப்பில்லை என்பதை நான் உள்ளூர அறிந்திருந்தேன். அந்தப் பல்ஸர் வண்டியைக் கருவண்டு என்று பழிப்பாள். கருவண்டு வரும் போது அவள் தன்னுள் சுருங்கி வீட்டுள் மறைந்து விடுவதை உவகையுடன் கவனிப்பேன். அருவருப்பூட்டும் கொடூர சத்தத்துடன் சந்தியில் திரும்பி வீட்டுப் படலையடியில் தலைகுத்தி நிற்கும் கருவண்டிற்காக ஏங்கினேன். அதன் கட கட ஒலி தூரத்தில் கேட்டதும் - பனிக்காலத்தில் அது பிரதான வீதியில் வரும் போதே வீட்டிற்குக் கேட்கும் - கிளர்வுடன் அக்காவைப் பார்ப்பேன். அவள் சினந்து மூக்குத் துடிக்க “தம்பி பேசாமல் படித்து முடிக்கிற வழியைப்பார்” என்பாள்.

யாழ்ப்பாணத்துக்கே உரிய பங்குக் கிணற்றுப் பிரச்சினை. சொரியல் காணியின் பங்குக் கிணறு. இன்னும் பத்துத் தலைமுறை போனால் கூட தீராத சிக்கலும், கொடும் பகையுமான சண்டை. அலவாங்கு, பிக்கான், கொலை விழுந்தால் புதைக்கத் தேசிமரத்தின் கீழ் அளவான கிடங்கு கூட வெட்டிவைத்து, பல வருடங்களாகக் குளிப்பு முழுக்கே இல்லாமல் பெருஞ்

சண்டைக்குத் தயாராக இருந்திருக்கிறார்கள். கருவண்டிலே நானும் பொறுப்பாளரும் சென்று இறங்கினோம். இல்லை, வண்டியில் சடுதியாக பிரேக் அடித்துக் குதித்து இறங்கினார் பொறுப்பாளார். நான் கருவண்டைக் கவனமாகப் பிடித்துக்கொண்டேன். மடிப்புக் கலையாத பொக்கற்றிலிருந்து குட்டித் துவக்கை உருவித் துணியால் துடைத்தபடி "ம் சொல்லுங்கம்மா உங்கடை பிரச்சனையை.. அதையுமொருக்கா வடிவாக் கேப்பம்... அதுக்கு பிறகு விடுதலைப் போராட்டத்துக்கு வருவம்... அங்க பாவம் தலைவர் காட்டுக்கை இருந்து சிங்களவனை கலைக்க..." என்று தொடங்கினார் பொறுப்பாளர். அவ்வளவுதான். அதற்கு மேல் அவர் ஏதும் சொல்லவில்லை. சொல்ல வேண்டிய தேவையும் இருக்கவில்லை. கதிரைகளை மாமர நிழலில் இழுத்துப் போட்டு பகையாளிகள் எல்லாம் ஒன்றாக அமர்ந்து, வெறுந்தேத்தண்ணி குடித்தபடி பொறுப்பாளரிடம் கதை கேட்டார்கள். ஆனால் பங்குக் கிணற்றில் பின்னும் கூட இருவீட்டாரும் குளிக்கவில்லை. "அசல் யாழ்ப்பாணத்தான்" என்றார் மாஸ்டர். கிணற்றின் ஊற்று எப்போதோ தூர்ந்து சவர்க்காரம் நுரைக்க முடியாத கடும் சவர் ஆகிவிட்டிருந்தது ண்ணீர். "சவர் எண்டாலும் உருத்து உருத்துத்தானே" என்றார் விநாசி. பொறுப்பாளர் கருவண்டில் ஏறியபோது 'கவனம் அப்பன் பார்த்துப் போங்க' என விநாசி வாசல்வரை வந்து வழியனுப்பி வைத்தார் என்றேன் அக்காவிடம். அவள் மாறாத புன்சிரிப்புடன் "அரசியல் துறைக்காரரர் இயக்கத்தில் சேர்ப்பு இல்லை" என்றாள். என்னுள் ஏதோ ஒன்று படீர் என்று அறுந்து வீழ்ந்தது.

## 3

**சு**ட்ட சுண்ணாம்பாக வெளிறிய ரஷ்யனின் தலையில் மாட்டியிருந்த அடையாள மின் விளக்கு, பனிப்புயலினூடே கலங்கிய மெல்லிய நீலக் கீறலாகவே தெரிந்தது. அது குன்றின் உச்சியில் அப்படியே அசையாமல் நிலைகுத்தி நின்றிருக்கிறது. நாங்கள் கீழே இறங்கிச் செல்வதையே நோக்கிக்கொண்டிருக்கிறான். சுற்றிலும் இடைவெளியே இல்லாத அடர்த்தியாகப் பனி பொழிந்துகொண்டிருந்தது. தாரையாக நின்று கொட்டும் மழை போன்ற பொழிவு. ஆனால் கனத்த துளிகளாக இல்லாமல் மிக மிருதுவான பனிச்சிறகுகள்

போன்றிருந்தன. எனக்கு நேர் கீழே தூனகையின் வழிகாட்டு விளக்கு மெல்லிய சிவப்புக் கோடாகக் கலங்கித் தெரிந்தது. அவள் மின்விளக்கைத் தளர்த்தி பிடரியில் கட்டியிருக்க வேண்டும். தன்னைத் தொடரச் சொல்லும் சமிக்ஞை. நான், அடுத்த நொடியில் அவள் பனிக்குள் மறைந்து விடக் கூடும் என்ற இடைவெளியில் அவள் பாதங்களைக் கவனமாகப் பின்தொடர்ந்து கொண்டிருந்தேன். அவள் கால்களை அழுத்தமாக ஊன்றி மெதுவாக நடந்து கொண்டிருந்தாள். வாத்து அரக்கிச் செல்வது போல இருந்தது. நான் அவளை விட இன்னும் மிக மெதுவாக. என்னுடைய முழு ஆற்றலையும் திரட்டி ஒவ்வொரு அடியையும் எடுத்து வைத்தேன். கால்கள் ஈரமூறி சப்பாத்துகள் பாரமாக இருந்தன. கனமான ஒவ்வொரு அடியும் புதுப் பனிக்குள் புதைந்தன. தூனகையுடைய கால் தடங்கள், அவள் கால்களை தூக்கியதுமே மூர்க்கமான பனிச் சொரிவால் நிரம்பி அழிந்தன. உடலை மெள்ளக் குனிந்து, தலையை ஒரு பக்கமாகத் திருப்பி மூர்க்கமாக அறையும் பனிக்காற்றை உள் வாங்கியபடி கீழ் நோக்கி நடந்தேன். சுற்றிலும் வெண்கம்பளம் விரித்தது போன்ற கண்கள் கூசும் வெண்மை. மெதுவாகக் கடந்து செல்லும் மரங்கள் மேல் விளிம்பில் வெண்பனிச் சேகரம் நீளத் தொப்பி போல இருந்தது. கீழே கரும்பச்சை இலை நீட்டங்கள்.

கனத்த கழுத்துப்பட்டியை நெகிழ்த்தி மறுபடியும் பின்னால் திரும்பிப் பார்த்தேன் அதே வெண்சொரிவு. அதை மீறி ஏதும் கண்ணில் தட்டுப்படவில்லை. கண்களை இடுக்கி ஏதும் அசைவு தெரிகிறதா எனப் பார்த்தேன். வெண்பனி திரட்சி நீண்டிருந்தது. என்னுடைய பாதச் சுவடுகளைப் பனி உண்டு செரித்திருந்தது. மெல்ல "தூனகை" என்று குரல் கொடுத்துப் பார்த்தேன். அதைப்போல மடத்தனமான செயல் குளிரில் வேறு இல்லை. உதடுகள் தனியே இருப்பது போன்று உணர்விழந்து இருந்தன. வெடித்த உதடுகளில் குளிர்ந்த மெல்லிய புளிப்புச் சுவை. மேலே ரஷ்யன் நின்றிருப்பதற்கான எந்த அறிகுறியும் தெரியவில்லை. மேற்சட்டையில் கொழுவியிருந்த ஊதலை உதடுகளில் பொருத்தி இருமுறை விட்டு விட்டு ஊதினேன். பனித் துகள்கள் சிதறிப் பறக்க மெல்லியதாகவே ஒலி எழுந்தது. ஈரச் சாக்கால் மூடி ஒலிப்பதுபோல மிக அடங்கின ஒலிச் சிதறல். புளிப்பும் குளிரும் நாவில் இறங்கின. பதில் ஊதல்

கொஞ்ச நேரம் கழித்தே கிடைத்தது. காற்றின் திசையில் இருந்து வந்ததால் நன்றாகக் கேட்க முடிந்தது. தூனகை புரிந்துகொண்டு வேகத்தைச் சற்றே குறைத்தாள். குன்றின் கீழ் விளிம்பு வெகுதூரத்தில் இருக்க வேண்டும். சரிவு குறைந்துகொண்டே வந்தது. பனிமூடிய வெள்ளைக் குறும்புதர்கள் அடர்த்தியாக வரத் தொடங்கின. அவற்றை விலகி நடப்பது சிரமமாக இருந்தது. குப் என்று குளிராடையுள் வியர்த்தது. இனிமையாகக் கதகதப்பு வெப்பத்தைக் குளிராடையுள் உணர்ந்தேன். கால் இடறி அப்படியே பனிக் குவியல்களுக்குள் சரிந்தேன். ஊதலை எடுக்க முடியவில்லை. அது எங்கோ சிக்குண்டு கிடந்தது.

இந்தக் குன்று, மரவீட்டிலிருந்து பார்த்தபோது சிறிதாகவே தெரிந்தது. மதியத்துள் ஏறிக் கடந்துவிட முடியும் என நினைத்திருந்தேன். ஆனால் குன்றின் அருகில் வரவே நெடுநேரம் நடக்க வேண்டியிருந்தது. அப்போது தூனகையின் முகத்தில் சீறி எழும் மூச்சுக்காற்றையும், பெரிதாகச் சுருங்கி விரியும் மூக்குத் துவாரங்களையும், சிவந்த நுனி மூக்கையும் கவனித்தேன். காலையில், கைகளை உரசிவிட்டு தடித்த மென்மயிர்க் கையுறைகளை அணிந்தபடியே "மூச்சைப் பிடிச்சு ஓராச்சல்லை ஏறிட்டம் எண்டா.. இறங்குறது ஈஸி பிறகு பொன் உலகம்தான்..." என்ற போதிருந்த தூனகையின் முகம் அல்ல அது. குன்றின் அப்பால் விடியலின் மெல்லிய பொன்னொளிப் பொசிவு தெரிந்தது. அப்படிப் பொசிந்து பரவுவது போன்ற கதிர்ப் பரவலை பனியில் மட்டுமே பார்க்க முடியும். நீரால் ஒற்றி எடுத்த ஓவியம் போல இருந்தது. ஆனால் குன்றில் ஏறத் தொடங்கியதும் அவள் ரஷ்யனுக்கு இணையாகவே நடந்தாள். பல இடங்களில் இருவரும் எனக்காகக் காத்திருக்க வேண்டியிருந்தது. பனிச்சிகரத்தில் காத்திருப்பதுபோல மடைத்தனம் வேறு இல்லை என்றான் ரஷ்யன்.

குன்றின் கீழ் இருக்கும் மரவீட்டிற்கு வந்த போது, உள்ளே தூனகை இருந்தாள். என்னைப் பார்த்ததும் அனிச்சையாகக் கால்களை ஒடுக்கிக்கொண்டு, கணப்பில் கைகளை நீட்டி வெப்பத்தை வாங்கினாள். ரஷ்யாவில் பார்த்த வீடுகள் போல் அல்லாமல் வட்ட வடிவில் கூம்புக் கூரையுடன் நடுவே கணப்புடன் இருந்தது. கணப்புள் மரக்கட்டைகள் கடலை பொரிவது போல ஓசையெழுப்பி எரிந்தன. அதிலிருந்து ஒரு வித

தைல வாசனை வந்தது. அதன் மேல் பித்தளைப் பாத்திரத்தில் நீர் கொதித்துக்கொண்டிருந்தது. மென்மயிர் பாவிய தடித்த விலங்குத் தோல்கள் சுற்றிலும் தொங்கின. ஆனால் மாமிச நெடி இல்லை. இருந்த ஒரேயொரு மேசையும் குட்டையாக இருந்தது. பீங்கான் கோப்பைகள் எல்லாம் மிகக் குட்டியாக விளையாட்டுப் பொருட்கள் போலவே இருந்தன.

தூனகையும் அப்போதுதான் வந்திருக்க வேண்டும். அவளது ஈரக் காலுறைகள் கணப்பின் அருகில் இருந்தன. அவளது கால்கள் குறண்டிச் சுருங்கியிருந்தன. அதைக் கைகளால் மெல்ல நீவி விட்டுக்கொண்டிருந்தாள். சுற்றிலும் உறைய வைக்கும் கடுங்குளிர். மூவர் கதகதப்பான சிறு குமிழுள் அமர்ந்திருந்தோம். அந்த நினைப்பே புத்துணர்வூட்டக் கூடியதாக இருந்தது. குமிழுள் எழும் இதமான கதகதப்பு. “ஃபிரான்ஸுக்கா?” என்றேன். புன்னகைத்து “இல்லை வெளிநாட்டுக்கு” என்றாள். பின்னிரவில் ஓசை கேட்டு விழித்தபோது, அருகே தூனகையின் மெல்லிய குறட்டை கேட்டது. ரஷ்யன் கணப்பை சிறு கம்பியால் கிளறி, உடைத்த சிறு மரக் குற்றிகளைச் சொருகிவிட்டு, மென்மயிர் கதகதப்புக்குள் புதைந்துகொண்டான். காலையில் எழவே விரும்பமில்லாத இனிய சோம்பல் பீடித்திருந்தது. அப்படியே சோம்பிப் படுத்திருந்தேன். தூனைகை எழுந்து குளிராடைகள் அணிந்து பளிச்சிடும் சிரிப்பில் முன்னால் நின்றிருந்தாள்.

ஆவியெழும் வெறும் தேத்தண்ணியும், சாப்பிட பாணும் இருந்தன. ஊரின் அச்சுப் பாண் போல அச்சு அசலான நீள் சதுரப் பாண். ரஷ்யன், இறைச்சி வத்தல்களை சிறு கத்தியால் சீவி, வெட்டிய இரு பாண் துண்டுகளுக்கும் இடையில் பொதிந்து தந்தான். தூனகை அதில் இரண்டு கேட்டு வாங்கிச் சாப்பிட்டாள். எனக்கு அதன் வாசம் குமட்டியது. பாணை மட்டும் தேத்தண்ணியில் தோய்த்துச் சாப்பிட்டேன். கணப்பின் வெப்பத்தை குளிராடையுள் நன்றாகத் தேக்கியபடி “தோழர்களே ஆண்டவரின் அருள், இன்று பனிப்புயலுக்கு சாத்தியம் குறைவு. பொழுது சாயமுன்னர் குன்றின் உச்சிக்குச் சென்றுவிடலாம், உச்சி வரையே நான் வருவேன், கீழே உங்களுக்கு ஆண்டவருடைய துணையிருக்கும், இறங்குவதில் சிரமம் இருக்காது” என்றான். அப்போது பனி மிக மெல்லிதாகத் தூவியது. புதிதாகத் துருவிய மிருதுவான தேங்காய்த் துருவல்

போல அவ்வளவு மென்மை. வீட்டுக் கூரை விளிம்பில் ஏராளம் குத்தூசிகள் பூத்திருந்தன. உறைந்த நீராலான ஊசிப் பூக்கள். ஒடித்துப் பார்த்த போது எதிர்பார்த்ததை விடக் கடினமாக இருந்தது. தலையில் மின்விளக்கைப் பொருத்த தோல் வாரினால் இழுத்து இறுக்கிக் கட்டிவிட்டு, குன்றை நோக்கி நடக்கத் தொடங்கினோம்.

என்னால் எழுந்திருக்கவே முடியவில்லை. அப்படியே மல்லாந்து கிடந்தேன். அப்படியே உருண்டு பிரதட்டை போல கீழ் விளிம்பைத் தொட்டுவிடலாமா என்று கூட விசித்திரமாக யோசித்தேன். குளிர் என்மேல் ஊறி மெல்ல ஏறி வருதை உணர முடிந்தது. கை நுனி மெல்ல மரக்கத் தொடங்கியது. அச்சத்துடன் கீழே நோக்கினேன். தூனகையின் ஒளிப்பொட்டை எங்கும் காணவில்லை. சூடான மூத்திரம் பிரிந்து உள் சட்டையை நனைத்தது. கீழே ஆழத்தில் வெறும் வெண்படுதா விரிப்பு. இடையிடையே பெரிய வெண்காளான் போன்ற குட்டைப் புதர்கள். என்னுடைய நினைவுகள் கலங்கி மார்புக்கூடு விம்மித் துடித்தது. என்னுடைய பயணத்தின் திசையை மாற்றிய அந்த இறுதி இரவை ஏனோ நினைவுகூர விரும்பினேன்.

அன்று, வழமையைவிடப் புழுக்கமாக இருந்தது. மேற்சட்டையைக் கழற்றி, தலையணையைச் சுவரோடு சரித்து ஒருக்களித்துப் படுத்திருந்தேன். மனதில் வெறுமையான கனத்த இறுக்கம் கவிந்திருந்தது. வயிற்றுள் அசௌகரியமான சிறு புரளல். நாளை அதிகாலை இங்கிருந்து புறப்பட்டுச் செல்கிறேன். கருவண்டுப் பொறுப்பாளர் அனைத்து ஏற்பாடுகளையும் செய்துவிட்டார். அம்மா என்னுடைய இலட்சியபூர்வமான கடிதத்தைப் படித்துவிட்டுக் கோயில் முகப்பை வெறித்துப் பார்ப்பார். அங்கே புதுப் பெயிண்டின் பளபளப்பில் வெண்கலசம் வைத்த சிமெண்ட் முகப்புத் தெரியும். அக்கா தன்னுள் நொறுங்கி... சட்டென்று கதவிடுக்கில் ஓர் ஒளி அசைவைப் பார்த்தேன். கவனித்தபோது அசைவு அல்ல ஒளி வேறுபாடு எனப் புரிந்தது. ஓசையே எழுப்பாமல் மெல்ல எழுந்து சென்றேன். பெரியறையுள் காஞ்சூரைப் பெட்டி திறந்திருந்தது. புகைபோன்ற அடர்த்தியான சிவப்பு ஒளி வெள்ளம் அறை முழுவதும் நிறைந்திருந்தது. பெட்டியின் எதிரே அக்கா கால்களை மடித்து ஒருபக்கம் சரிந்து ஒயிலாக

அமர்ந்திருந்தாள். சிவப்பு ஒளியில் கூர் விழிகள் இன்னும் கூர்மை கொண்டிருந்தன. அவளுடைய அம்மண உடல் முழுவதும் பொன்னொளி தககதகத்தது. பொன்னாலான சதை உடல் போல. குரும்பை போன்ற கூரான சிறு முலைகளை அட்டியல் வளைந்துத் தழுவியிருந்தது. ஆத்தையுடைய சிவப்புக் கண்ணை எடுத்து இரு கூர் விழிகளுக்கும் இடையில் நெற்றிச் சுட்டி போல வைத்தாள். அப்படியே எழுந்து யன்னலூடாக இருளை நோக்கியபடி நின்றாள். அவளது தளர்ந்த புட்டம் சிறு மேடு வளைவாகத் தெரிந்தது. அவளையே அப்படியே உற்றுப் பார்த்தபடி நின்றேன். ஒளியாலான சிவந்த புகை வெள்ளத்துள் அவள் உருவம் மெல்ல அமிழ்ந்தது. கண்களைக் கூசச் செய்யும் சிவந்த ஒளிப்பிரவாகம் பெரியறைக் கதவிடுக்கின் வழியாக என்னை நோக்கிப் பேய் வேகத்தில் பாய்ந்து வந்தது.

சிக்கியிருந்த ஊதலை ஆவேசமாக இழுத்து, முழு விசையையும் திரட்டி ஊதினேன். உயிர் மூச்சை ஊதி விடுவது போன்ற வேகம். காற்றின் திசை மாறிக் குளிர்ந்த காற்று சுழன்று கீழ் நோக்கிச் சென்றது. சிறிது நேரத்தின் பின் மெல்லிய பதில் ஊதல் ஒலியைச் சன்னமாகக் கேட்டேன். கீழிருந்து சிவந்த குறு ஒளிப்பொட்டு மிக மெதுவாக என்னை நோக்கி அந்தரத்தில் மிதந்தபடியே வந்து கொண்டிருந்தது.

◇◇

# கொலைத் தருணம்

### தாட்சாயணி

**ம**லைச்சாரலில் மலர்கள் பூத்திருந்தன. முகில்கள் பட்டுக் குவியலெனத் திரண்டன. அதை இரசிக்கும் அழகுணர்ச்சி எனக்குப் போலவே உனக்கும் பூச்சியமாகவே இருந்திருக்க வேண்டும். அந்த முகில்கள் சிவந்து குருதி தெறிப்பதற்கு நானே காரணமாக இருந்திருக்கக் கூடும். திடீரென்று வானத்தில் கருநிழல் பரவத் தொடங்கியது. மெல்லிய தூறல் சடுதியாகக் கனத்த துளிகளாக மாறிக் கீழ்நோக்கிச் சரிய ஆரம்பித்தது. அடர்ந்த நீர்ப் பொழிவினிடையே வெள்ளி போல பளிச்சிட்டு ஒரு கோடு. நான் தடுமாற ஆரம்பித்தேன். நீ ஒரு கரிய நிழலாய்த் தெரிந்தாய்.

போரில் நீ தனியாக என்னிடம் அகப்பட்டிருந்தாய். நான் உன்னைத் துரத்த ஆரம்பித்திருந்தேன்.

நீ என் எதிரி என்பதைத் தவிர உனக்கும், எனக்கும் என்ன மனபேதம் இருந்திருக்கப் போகிறது?

முதன்முதலாக அந்த மலை மீது நீ என் முன் நிலைகுலைந்த போது எனக்குப் பரிதாபம் ஏற்பட்டது.

ஆனால், ஒரு யுத்தகளத்தில் பரிதாபத்திற்கு இடமேது? அந்த ஒரு கணத்தை நீ பயன்படுத்திக்கொண்டு என் மீது உன் ஆயுதத்தைப்

பிரயோகித்தாய். அதற்குப் பிறகு என்னிடம் ஏற்பட்ட வெறியை நானே எதிர்பார்த்திருக்கவில்லை.

சடுதியான குலுக்கலோடு என் உடல் அதிர்ந்தது. திடுக்கிட்டு விழிக்கிறேன். சுற்றுச் சூழலைப் பார்க்கும் போது அது ஒரு மருத்துவச்சூழல் எனத் தெரிகிறது. விட்டத்தைப் பார்த்தபடி படுத்திருக்கிறேன். ஒரு விபத்து என்னை இங்கே கொண்டுவந்து சேர்த்திருக்க வேண்டும். அடிக்கடி வெண்ணுடை அணிந்த தாதியர் எனக்கருகே வந்து என்னையும் மேலே தொங்கும் 'சேலைன்' குப்பியையும் பரிசோதித்துவிட்டுச் சென்றனர். என் கூட எவருமில்லை. இன்னும் வீட்டுக்குத் தகவல் சொல்லவில்லைப் போல. என்னுடைய அடையாள அட்டையிலிருந்து என்னை அவர்கள் ஊகித்து என் உறவுகளுக்குத் தகவல் சொல்லி அவர்கள் இங்கு வருவதற்கு இன்னும் நேரம் இருக்கிறது. வந்தவுடன் ஐ.சி.யூ-விற்குக் கொண்டுபோயிருக்க வேண்டும். நான் ஒரு யானை மல்லாந்து விழுந்தது போல அகோரமான ஓர் அடியை வாங்கியிருந்தேன். இப்படி ஓர் அடி யாருக்கும் வாய்க்கக் கூடாது. இப்போது ஒரு பிள்ளைப் பூச்சி போலக் கட்டிலில் ஒடுங்கியிருக்கிறேன்.

யார் வரப் போகிறார்கள்? யாராவது வரட்டும்.

சில நொடி முன்பான அந்தக் கனவில் என் எதிரியாகவிருந்த நீ யார்?

உன் முன் கொதித்துக் கிடந்த என் அகங்காரம் ஏன் இன்னமும் குளிர்ந்தடங்கவில்லை? நெருப்பை அள்ளி எடுத்து என் மேல் போட்டுக்கொண்ட மாதிரி என்னைக் கொளுத்தியிருக்கிறேன். எனது ஆன்மா உலைக்களத்திலிருப்பது போல எரிந்து கனன்றது.

எனக்கு என்ன நடந்தது? எப்படி இங்கு வந்தேன் என அறிய விரும்புகிறேனா? அல்லது அந்தக் கனவின் பின்னணியில் என்ன இருக்கிறதென அறிய விரும்புகிறேனா? கனவிலிருந்த நீ யார் என்பது யாருக்குமே தெரியப் போவதில்லை. ஆனால் நான் யார் என்பதும், என் உறவுகள் யாவர் என்பதும் சற்றைக்குள் என்னைப் பார்க்க வருபவர்களிடமிருந்து ஊகித்து விடுவேன். அப்படியானால் என் மூளையில்தான் பலத்த அடியா?

ஆடைகள் கிழிந்து சிதைந்து ஒரு கரிசலாகிக் கிடக்கிறேன்.

நிமிஷங்கள் கரைகின்றன. மயக்கம் ஒரு துளியாகி விழிகளின் மீதொரு படலமாக என்னை மூடுகிறது.

ஒவ்வொரு தருணத்திற்கும் ஒவ்வொரு பெறுமதி உண்டு. அந்தந்தத் தருணங்களின் பெறுமதியை நாங்கள் அறிந்துகொள்ள மறந்து விடுகிறோம். அதனாலென்ன? அதன் பெறுமதி மறந்து போய்விடுமா என்ன?

நானும், நீயும் ஒரு மலை முகட்டருகில் வந்து விட்டோம்.

நாங்கள் என்றால் நண்பர்கள்.

நீ சொன்னது என் மனச்சாட்சிக்கு ஏற்றதல்ல.

அதை நீ உனக்குள் வைத்திருக்கலாம். எனக்கு ஏன் சொன்னாய்? எனக்கு ஏன் வெறி ஏற வேண்டும்?

உனது தலைவன் பற்றிய உன் எண்ணம் என் சிந்தனையைக் குறுக்கறுப்பதாய் நான் ஏன் எண்ண வேண்டும்?

இப்படியும் இருக்கலாம். எனது சிந்தனையை நீ மேவியது எனக்குப் பிடிக்காமல்....

நீ எங்கிருந்து வந்தாய்?

எதைக் கொண்டு வந்தாய்?

உனது வாழ்க்கை உனது தேர்வு, உனது வீடு எல்லாமே உனக்கென ஒதுக்கப்பட்ட பிறகு தனியே எனது சிந்தனை உன்னை மாற்ற வேண்டுமென்று நான் எங்ஙனம் நினைத்தேன்?

சிரசுக்குள் பாம்புகள் ஊர்ந்தன.

‘சிஸ்டர்...’

கத்தி விட்டேன்.

என் தலைக்குள் ஏதோ ஊர்ந்து கொண்டிருக்கிறது. அதை எங்கேனும் கொண்டு சென்று முட்ட வேண்டும் போலிருக்கிறது. கடைசியில் வெண்ணுடை அணிந்த தேவதை ஒருத்தி அருகில் வந்து என்னை ஆற்றுப்படுத்தினாள். அருகில் மருத்துவர் வந்திருக்க வேண்டும்.

என் மூளை குழம்புகிறது. எது உண்மை? நீ என் நண்பனாயிருந்தாய் என்பதா? இல்லாவிட்டால், எப்போதுமே என் எதிரி என்பதா? எப்படியோ? நாங்கள் ஒருவருக்கெதிராக ஆயுதம் தூக்கினோம் என்பதில் மட்டும் சந்தேகமில்லை. சூடான குருதி என் கைகளில் கொழகொழத்தது என்பது என் கனவில் கூட அத்தனை சூட்டோடு என்னை உணர வைக்கிறது.

மனிதமென்பது என்ன? அருகிலிருப்பவன் மீதான திராவகத்தை எப்போது அது ஊற்ற ஆரம்பிக்கிறது? பொறாமையின் சுடர் எரிய ஆரம்பிக்கிற போது அதன் திரி கருகும் வாடை காற்றை நிறைக்கிறது. அது யாருடைய மனதில் புகையத் தொடங்குகிறது என்பதுவே கேள்வி. அதை என் மனதுள் நான் வளர்த்தேன் என்பது எனக்கு எத்தனை பெரிய அவமானத்தைத் தருகிறது. ஆனால், அது புகையத் தொடங்கியது உன் மனதில் என்பதையும் அதனை என் மனதில் தொடங்கியது என நீ மெல்ல மடை மாற்றிவிட்டாயென்பதையும் என்னால் இப்போது உணர முடிகிறது.

போர்க்களத்தின் புகையும், நெருப்பும் மருத்துவமனை அறையெங்கும் வியாபிக்கிறது. 'சேலைன்' குப்பிகள் பற்றியெரிகின்றன. ஓர் அந்தத்தில் நீயும், இன்னோர் அந்தத்தில் நானுமெனப் படுத்திருக்கிறோம். இந்தக் கணத்திலும் எனக்குப் போர்த்தியிருக்கும் சுவாச வாயுவை நீ பிடுங்கி விடலாம், அல்லது தலையணையால் என் கழுத்தை நெரிக்கலாம். நீ இவற்றைச் செய்யாத போது நான் உனக்கு அவற்றைச் செய்யலாம். ஏனென்றால் நாம் எதிரிகள். காஸாவில் ஒரு குழந்தையை நீ துரத்திச் சென்றிருந்தாய். அதற்காக நான் உன்னைப் பழி வாங்குகிறேன். நீ சொல்வதோ வேறு. சிரியாவில் நான் ஒரு பெண்ணைக் கொன்றதாக என் மீது பழி சுமத்துகிறாய். அதற்கு வாய்ப்பே இருந்திருக்காது. நான் ஒரு சுதந்திரப் போராளி. சுதந்திரப் போராளியால் ஒரு போதும் அவ்வாறு செய்ய முடியாது.

சுதந்திரப் போராளி ஒழுக்க நெறிக்காகத் தண்டனை விதிப்பவன் என்பதற்கு நீ உதாரணம் கூறுகிறாய். துரோகிகள் கொல்லப்பட வேண்டும் என்கிறாய். அது யார் செய்தாலும் தவறே என்கிறேன். என் முன் தூக்குக் கயிறோடு நீ நிற்கிறாய். நீ என் எதிரி என்கிற போது உன்னை எப்படி, என்னைக் கொல்ல அனுமதிப்பேன்?

எண்ணங்கள் சகிக்க முடியாதவையாக மாற, கண்களை மூடுகிறேன். இனியேனும், சஞ்சலங்களைத் துறந்து விட வேண்டும்.

இப்போது உன்னைக் காணவில்லை. நானோ, நீதிமன்றின் முன் நிற்கிறேன். குருதி படிந்த விரல்கள். என் பற்கள் கோரைப் பற்களாகக் கடைவாயில் குருதி கசிகிறது.

இதற்கு மேலாகக் குற்றவாளி ஏதும் சொல்வதற்கு உண்டோ?

சொல்வதற்கென்ன இருக்கிறது. கொலை என்னை வார்த்தைகள் அற்றவனாக்கியிருக்கிறது.

அத்தருணத்தில் என் மீது ஏறிய சாத்தானின் உரு என்னிலிருந்து இன்னும் விலகிப் போகவில்லை.

மலைப்பகுதியில் என்னிடம் ஒரு மிருகம் வெளிப்படுவதை நானுமே எதிர்பார்த்திருக்கவில்லை.

எனது கடைவாய் இரத்தம் சற்றைக்குள் நூல் போலிறங்கி நீதிமன்ற நிலத்தில் ஆற்றின் கிளை வழிகளெனப் பிரிந்தது. அங்கிருந்த ஒவ்வொரு குற்றவாளியினதும் கால்களை நனைத்து அவர்கள் மீதேறியது.

சாவித்துளைகளினூடு அந்த உதிரம் என் வீட்டில் முதன் முதல் இறங்கியபோது, கிஞ்சித்தும் எனக்குச் சந்தேகம் வரவில்லை. அது என்னை அழைத்தது. என்னை விரல் பற்றி அழைத்த குழந்தையென மலைப் பாதையெங்கும் நகரச் செய்தது.

உனக்குப் பசிக்குமில்லையா? இதோ உனக்கென மரவள்ளியை நெருப்பில் போட்டு வாட்டியிருக்கிறேன். அதன் கமகம வாசம் உனக்குப் பசியைத் தூண்டவில்லையா?

உன்னை விருந்தோம்பிய போதே உனக்கான மரண ஒத்திகையை எனக்குள் நான் நிகழ்த்தியிருந்தேனா?

எதற்காக நான் உன்னைக் கொல்ல வேண்டும்?

உனது சிந்தனை முறை என்னை மீறி அப்பால் போய் விட்டதற்காகவா? என்னிலிருந்து பிரிந்த ஒன்றை நீ கைப்பற்றி விட்டதாய் அல்லது கைப்பற்றி விடக் கூடும் என்பதற்காகவா?

நெருப்பின் நுனியில் சுடர்ந்த இனிப்பை நாவினால் சுழற்றித் தொண்டைக்குள் உறிஞ்சினேன். இனிப்பதான உணர்வு. கடைசியில் நெஞ்சை எரித்தது.

நீ கனிந்துருகிப் பாடினாய். பருவப் பெண்கள் யாரும் தொலைவில் இருந்தாலும் அவர்களை ஈர்த்திழுக்கும் குரல்.

நான் உன்னுடையதை நடிப்பு என்கிறேன்.

உண்மையில் உனது குரல் இரக்கத்தைக் காவியிருக்கிறது என்றாய் நீ.

இரக்கத்தைக் காவியிருப்பதற்கான அடையாளங்கள் எவை?

ஒரு பறவை என்று சொல்வதைப் போல இரக்கத்திற்கு ஒரு வடிவம் உண்டா

பருப்பொருள் போல?

இரக்கம் மட்டுமென்ன? கவலை, கோபம், குரூரம் இவற்றையெல்லாம் சின்னச் சின்ன வித்தியாசங்களுடன் சிறிய, சிறிய காகிதப் படகுகளாக செய்து போடலாம். யாரும் வந்து வாங்கலாம். ஏழைகள் காசு கொடுக்கத் தேவையில்லை. பஞ்ச காலத்தில் வீட்டு வாசலில் அரிசியை நிரப்பி வைப்பது போல நான் இந்த எதிர்மறைப் பண்பு கொண்ட உணர்வுகளை வாசலில் வைக்கிறேன். யாராவது எடுத்துக் கொள்ளலாம்.

இனியும் தாங்க முடியாது கண்களைத் திறக்கிறேன். எனது துயர்ப்பை நிரம்பி விட்டது. மூத்திரப்பையின் கனம் என்னை உறைய வைக்கிறது.

அருகில் இன்னொரு கட்டில் தயார்ப்படுத்தப்படுகிறது.

புதிய நோயாளியின் வரவு எல்லோராலும் எதிர்பார்க்கப்படுகிறது.

நானும் எதிர்பார்த்தேன். என்னோடு நான் பிதற்றுகிறதைக் காட்டிலும் அது பரவாயில்லை.

வந்தாய் ஒரு பொட்டலமாக. உன்னை வெளிப்போர்வை சுற்றிக் கிடத்தியிருந்தார்கள்.

அது நீ தான். எனது வீச்சில் உலைந்த உனது மண்டை பிளந்திருந்த போது, உன் உச்சியில் தெரிந்த வெடிப்பு. ஆனால், குருதி கசியவில்லை.

நீ ஒரு குழந்தை போல என்புறம் திரும்பிச் சிரித்தாய்.

யாருமற்ற அந்தகார வெளியில் என்னை மட்டுமே நீ கண்டிருந்தாய் போல.

அயல் கட்டில் நண்பன் ஓர் எதிரியாய் எப்போது மாறுகிறான். அல்லது ஓர் எதிரி மருத்துவமனையின் எதிர்க் கட்டிலில் படுத்திருந்தால் அதை எதிர் கொள்ளும் மனநிலை என்ன?

அவனுக்காக ஓர் ஆய்வினைச் செய்து முடிக்க எண்ணினேன்.

பசி வயிற்றைப் பீடித்தது.

யாரும் எந்த மருந்தையும், மாவையும் கரைத்துத் தர அருகிலில்லை.

சட்டென்று உடைவு. உள்ளே ஏதோ ஒரு நரம்பு வெடித்து விட்டது போல. சூடாக உள்ளே குருதிக் கலன்கள் பரவி ஓடுவதை உணர்ந்து சில்லிடுகிறேன்.

இறந்து போகலாம் அல்லது இறந்து விட்டேன்.

அயல் கட்டிலில் இருப்பவனின் பெயர் என்ன?

அவன் எப்போது வந்தான்? எனக்கு முதலா? பிறகா?

ஏன் நான் அவனது நினைவுகளைச் சுமக்கிறேன்?

போன பிறப்பிலிருந்து நான் அவனைச் சுமக்கிறேனா? நான் கர்ணனாய் இருந்தபோது அவன் அர்ச்சுனனா?

அல்லது நான் அர்ச்சுனனாயிருக்க அவன் கர்ணனா?

எந்தத் திரௌபதிக்காக, அல்லது எந்த அஸ்தினாபுரிக்காக நாங்கள் அடிபடத் தொடங்கினோம்?

ஓ, அவன் முனகுவது சிங்களத்தில்.

அவனது மொழி எனக்கு ஒரு காலத்திலும் பரிச்சயத்தில் இருக்கவில்லை.

இந்த மருத்துவமனைக் கட்டிலில் அவனது சலனமற்ற முகத்தைக் காணும் வரை அவன் பற்றி எதுவுமே நான் அறியேன்.

அவனது பின்புலம் எங்கோவிருந்தது. அங்கிருந்து தொடங்குவதற்கான எந்த முகாந்திரமும் என்னிடம் இல்லை.

எல்லாம் வெறும் நினைப்பு. கடந்த எட்டு மணி நேரமாக மருத்துவமனைக் கட்டிலில் கிடந்து புரண்டு சுய பிரக்ஞை இன்றி உலைந்ததன் வெளிப்பாடு.

படுக்கை விரிப்புகள் தூய வெண்மையில் ஒளிர்கின்றன. அவன் சிங்களம் பேசுகிறான். அவனது உடல் காற்றின்றி சில வேளை அவனது ஊருக்குப் போகிற போது வெண்ணுடைகள் அணிந்தபடி அந்த ஊர் அவனுக்காகத் திரண்டு வரும். அவனை மனதில் சுமந்த ஒருத்தி அங்கு இருக்கக் கூடும். அவளும் வருவாள்.

நான் இங்கிருந்து அவனது ஊர்வலத்தை வேடிக்கை பார்க்கலாம்.

யாரது, எனது கட்டிலை ஒதுக்க இன்னும் எவ்வளவு நேரம் இருக்கிறது?

இன்னும் சில கணங்களுக்குப் பின் எனக்குச் சுண்ணமிடிக்கலாம். எனக்கென இருக்கிற உறவுகள் யார்?

அவர்களுக்கெல்லாம் எப்போது சுண்ணமிடிக்கப்படும்?

ஓர் எறும்பு போலச் சுழன்று மோதிய வாழ்க்கை. எனக்கென நான் எதைச் சேமிக்க முடியும்? எல்லாவற்றையும் உதறலாம். கசட்டு நினைவுகள் எதனையும் அடுத்த பிறவிக்குக் காவிச் செல்ல முடியாது.

உன்னை நினைத்துக்கொள்கிறேன். கடைசியில் நாங்கள் அந்தப் பாறையில் நின்றோம்.

அந்தச் சூரியப் பழத்தைப் பிடுங்கி உண்ணலாம் என்றேன்.

உண்பதை விட ரசமாய்ப் பருகுவது சிறப்பு என்றாய்.

பருகுவதைப் பற்றியும், உண்ணுவதைப் பற்றியும் என்ன வந்தது?

அந்த ரசம் எங்கள் உடற்சுரப்புகளோடு உள்ளூறிக் கொண்டிருப்பதை நீயும், நானும் எப்படி மறந்தோம்?

இளமைக்காலம் இளகி, இளகி இதமான நீர்ப்படுகையாய் இருந்திருக்க வேண்டியது. எங்களை நாங்களே தாக்கிக் கொண்ட மிருகத்தனத்தில் இறுகிக் கடினமான திண்மமாகி உடைந்து சிதிலமாகியது.

நினைவழிந்தவன் போல நான் யார்? நான் யார் எனப் பிதற்றுகிறேன்.

நீ யாருமல்ல. நீ தான் நான். நான் தான் நீ என்கிறாய்.

இருக்கலாம். அப்படித்தான் இருக்க வேண்டும்.

அப்படித்தான் இருக்கும்.

ஒருபோதும் அழிய மாட்டாத இந்தக் கொலைத் தருணம் அப்படித்தான் வேர் விட்டிருக்கும்.

யாரும், யாரையும் பார்த்துக் கொள்வதற்கில்லை என்ற மகா வாக்கியத்தினடியில் கடைசியாய் இளைப்பாறுகிறேன். இயற்கை ஒரு பெரிய ஓவியத் திரை. அதன் மீது உனதும், எனதும் எண்ணங்களை நான் வரைவேன். அந்த ஓவியத்தின் கிழக்கு முகமாக சிவப்புத் தீப்பந்தமென நீ நிற்கிறாய். நான் மேற்கில் அணைந்துகொண்டிருக்கிறேன். அந்த ஒளி புகும் நாளை மெல்லத் திருப்பினால் நீ மேற்குக்கு ஏக, நான் கிழக்கில் ஜுவாலித்துக்கொண்டிருப்பேன்.

# கௌரவம்

## திருக்கோவில் கவியுகன்

**நி**னைவின் சிதிலங்களில் சில விசித்திரமான சம்பவங்கள் அவ்வப்போது வந்து நம்மை அலைக்கழித்துக் கொண்டேயிருக்கும். ஆழ் மனதில் உறங்கு நிலையில் அது நம்மை விட்டு விலகிப்போனதாக ஒரு தோற்ற மயக்கம் கொடுத்தாலும் கூட, அது போன்ற சின்னதொரு சம்பவத் தெறிப்பிலும் கூட அது எழுந்து வரக் காத்துக் கிடக்கும். என் வரைக்கும் அப்படியொரு விசித்திரம்தான் என் 'வக்கர்' அக்காச்சி. அம்மாவின் இரண்டாவது தங்கையின் ஒரேயொரு மகள். அவளின் சொந்தப் பெயர் எனக்குத் தெரியாது. இந்தப் பெயர் அவளுக்கு எப்படிப் பட்டப் பெயராக வந்தது என்பதும் தெரியாது.

நான் பிறந்திருந்த காலத்தில் அவளுக்கும் ஒரு தம்பி பிறந்திருந்தான். நான் நல்ல சிவப்பாகவும் மொளு மொளுவென்றும், அவன் அட்டைக் கறுப்பாகவும் மெலிந்தவனாயும் இருந்ததால் தன் சொந்தத் தம்பியை விட என்னையே அதிகம் அவள் தூக்கித் திரிந்ததாக என் நேரடி அக்காமார் நான் சிறுவனாயிருந்த போது என்னிடம் அடிக்கடி சொல்வார்கள். இதன் பொருட்டோ என்னவோ அக்காச்சியின் மீது எனக்கோர் தனிப் பாசம், கனிவு.

எத்தனையாம் வகுப்பு வரை அவள் படித்தாள், என்னை விட எத்தனை வயது மூத்தவள் என்ற விபரமெல்லாம் என்னிடம் கேட்காதீர்கள். சுத்தமாக எனக்கு நினைவில்லை. தோராயமாக என்னை விட 10 அல்லது 12 வயது அதிகமாய் இருக்கலாம் என்பது என் கணிப்பு.

அப்போது நான் ஐந்தாம் வகுப்பில் படித்துக்கொண்டிருந்தேன். இரண்டு சம்பவங்களுக்காக அந்த நாள் இன்னும் என் நினைவில் அழியாது இருக்கின்றது. முதலாவது, எங்கள் பாடசாலையின் அதிபர் முதன்முதலாக எங்கள் வீட்டிற்கு வந்தது. இரண்டாவதை கதையின் முடிவில் நீங்களே புரிந்துகொள்வீர்கள். அவர் வருவார் என்று நான் நினைத்தே இருக்கவில்லை.

பள்ளிக்கு கள்ளம் போட்டுவிட்டு, அதற்கு முந்தைய நாளிரவு ‘கூட்டுறவு’ பற்றிப் பேச்சுப் போட்டியில் பேசி முதலாம் பரிசைத் தட்டி அதன் மூலம் கிடைத்த பதினைந்து ரூபாயை குண்டு விளையாட்டிற்குக் கிடைத்த மிகப் பெரிய மூலதனமாகக் கொண்டு, அதியுச்ச மிதப்புடன் அடிக்க வேண்டிய குண்டைக் குறி வைத்து அடித்துவிட்டு நிமிர்ந்தேன். எதிரில் அனல் கக்கும் உருண்ட பெரிய முட்டைக் கண்களுடன் பெரிய சேர். மேலங்கி இல்லாமல் வெற்று மேனியுடன் நான்.

“சேர்ட் எங்கடா?”

“அந்தா கிடக்கு சேர்”

“எடு சேர்ட்ட! போ போய்க் குளிச்சிற்று பள்ளிக்கு வந்து சேரு!”

மறுபேச்சில்லாமல், ஓடும் ரயிலில் காதலியைப் பிரிந்து எட்டி எட்டிக் கை காட்டிப் போகும் காதலனைப் போல என் குண்டுகளைப் பிரிந்து திரும்பத் திரும்பப் பார்த்துக் கொண்டே மனதுக்குள் பெரிய சேரை நன்றாகத் திட்டிக்கொண்டு வீட்டிற்குப் போய் குளிக்கத் தொடங்கினேன். பெரிய சேர் அம்மாவிடமும் கோகிலா அக்காவிடமும் பள்ளிக்கு என் ஒழுங்கீனம் பற்றிக் குறையாகப் பேசிக்கொண்டிருந்தார்.

“இங்க பாருங்க. இவன் சரியான மண்டையன். இப்பிடி குண்டு விளையாட்டில காலத்தக் கழிக்காமல் ஒழுங்கா பள்ளிக்கு வந்து அக்கறையாப் படிச்சானெண்டால் பெரிய ஆளாய் வருவான். இப்ப பாருங்க ஒரே ஒரு நாள் பாடமாக்கிக் கொண்டு போய்

பேசி பெர்ஸ்ட் பிறைஸ் அடிச்சிருக்கான். இவனில கொஞ்சம் அக்கறை எடுங்க…” தொடர்ந்து பெரிய சேர் பேசிக்கொண்டே போக பதில் சொல்லத் தெரியாது எச்சிலை மென்று விழுங்கிக் கொண்டிருந்தார்கள் அம்மாவும் அக்காவும்.

காத்திருந்து கையோடு என்னைக் கூட்டிச் சென்றார் பெரிய சேர். பள்ளிக்கு வந்ததுமே மணியடித்து எல்லோரையும் விசேட ஒன்றுகூடலுக்கு அழைத்தார்.

“நேற்றிரவு பேச்சுப் போட்டியில என்ன தந்தவங்க?”

“பதினஞ்சு ரூபா சேர்”

“அது மட்டும்தானா?”

“இல்ல சேர், அதோட ஒரு மட்டையும் தந்தவங்க”

“அதச் சொல்லு முதல்ல. அதுதான் முக்கியம். அது மட்டையில்ல. அதுதான் சான்றிதழ். எங்க இப்ப அது ?

“வீட்ட கிடக்கு”

“வீட்ட கிடக்கோ …போ போய் முதல்ல அத எடுத்திட்டு வா”

நான் சான்றிதழுடன் திரும்பி வரும்போது, மாணவர்கள் ஒன்றுகூடல் முன்றலில் ஒன்றியிருந்தார்கள். பெரிய சேர் என்னை முன்னுக்கு வரும்படி அழைத்தார். என் கையிலிருந்த சான்றிதழை வாங்கி உயர்த்திப் பிடித்தபடி பேசத் தொடங்கினார்.

என் கண்கள் D.K சேரின் மகள் சுதர்சினி என்ன செய்கின்றாள் என்று மட்டும் தேடியது. சேர் என்னைப் பாராட்டிப் பேசப் பேச அவளின் குண்டு குண்டுக் கண்கள் அகல விரிந்து என்னை நோக்கின. எல்லாப் பிள்ளைகளும் என்னை நோக்கியிருக்கலாம். ஆனாலும் அவள் நோக்குகின்றாள் என்பதை மட்டுமே என் கண்கள் நோக்கின. ஆம், அந்நாட்களில் அவள்தான் எங்கள் பள்ளியின் பிஞ்சுத் தேவதை. கொள்ளை அழகு.

காதல், நேசம், கனிவு, ஈர்ப்பு இதெல்லாம் என்னவென்று தெரியாவிட்டாலும் அந்தப் பிஞ்சுத் தேவதையின் ஓரப் பார்வையும், அவளோடு பேசிப் பழகுவதும் ஒலிம்பிக் மெடல் போல் அநேகமானவர்களுக்குத் தோற்றிய காலம். சேர் பேசப் பேச அவள் மனதில் நான் பெரிய பேச்சாளானாய் கதிரை

போட்டுக் கொலுவிருப்பேன் என எண்ணிக்கொண்டு நான் புளகாங்கிதத்தில் மிதந்துகொண்டிருந்த நேரத்தில்தான், எங்கள் உறவுக்காரர் ஒருவர் நேரே பெரிய சேரிடம் வந்து காதிற்குள் ஏதோ முணுமுணுத்துவிட்டுப் போனார்.

இயங்கிக் கொண்டிருக்கும் தொலைக்காட்சி மின்சாரம் போக திடீரென நிற்பதுபோல சேரின் பேச்சு நின்றது.

என்னைத் திரும்பிப் பார்த்தார். பிள்ளைகளைக் கலையும்படி சைகை செய்தார். குனிந்து என் தோளைத் தடவி, தயங்கித் தயங்கி என் காதிற்குள் அவர் அந்தச் செய்தியைச் சொன்னபோது, திடீரென்று ஒரு பாறாங்கல் நெஞ்சைத் தாக்கியது போலிருந்தது.

வக்கர் அக்காச்சியின் வீடு எங்கள் பாடசாலையின் எதிரே தெற்காய் செல்லும் ஒழுங்கையில் ஒரு எழுபத்தைந்து மீற்றர் தூரத்தில் இருக்கும். மூன்று அறைகள், நடு மண்டபம் அப்பால் ஒரு இறவாணம் என களிமண்ணிற்கு சுண்ணாம்புச் சாந்து பூசிய கிடுகுக் கூரை வீடு. குசினி தனியாக ஒரு சிறு குடிலாக அமைந்திருக்கும். அந்நாட்களில் நெல்லுக்குள் அங்கொன்றும் இங்கொன்றுமாய் புல்லுக் கிடப்பது போல கிடுகுக் கூரை வீடுகளின் இடையே எங்காவது ஒன்றிரண்டு ஓட்டு வீடுகள் இருக்கும் எம்மூரில். ஓட்டு வீடாக இருத்தலே வசதியானவர்கள் என்பதன் குறியீடாய் இருந்த காலம் அது.

அக்காச்சியின் வீட்டில் இருந்து எழுந்த ஒப்பாரிச் சத்தம் பாடசாலையில் இருந்து என்னைக் கூட்டிச் சென்றது. வீடு நெருங்க நெருங்க மனதில் ஒரு பதைபதைப்பு. என்னைக் கண்டதும் "உன்ர அக்காச்சி நம்மள எல்லாம் விட்டிற்றுப் போயிற்றாள்ரா" என்று ஏக காலத்தில் என்னைப் பார்த்து எல்லோரும் அழத் தொடங்கியிருந்தார்கள். குஞ்சாத்தையைப் பார்த்தேன். காலை நீட்டிக்கொண்டு சுவரோடு சாய்ந்திருந்து பிரமை பிடித்தவள் போல் விட்டத்தை வெறித்துப் பார்த்துக்கொண்டிருந்தாள். அழுது ஓய்ந்ததற்கான எந்த அடையாளமும் தெரியவில்லை. தாங்க முடியாத அதிர்ச்சியில் முகம் உறைந்து போய்க் கிடந்தது. குஞ்சப்பு எங்கேயென்று தெரியவில்லை. கண்ணிலேயே படவில்லை. அக்காச்சி பாயில் கிடந்தாள். இல்லை கிடத்தப்பட்டிருந்தாள். அமைதியாய் ஆழமாய் உறங்குவது போல்தான் முகம் பொலிவாய் கிடந்தது.

உப்பித் தெரியும் அவள் கன்னங்கள் இப்போதும் அதே பளபளப்புடன் மினுங்குவதாய். நான் விம்மி விம்மிக் குமுறத் தொடங்கினேன். மண்டபத்தில் அவ்வப்போது ஒப்பாரியும் இடையிடையே விசும்பலும் மற்ற நேரங்களில் ஒருவித மயான அமைதியுமாய் ஒலியின் செறிவு எழுந்தமான விதத்தில் கூடிக் குறைந்துகொண்டிருந்தது.

வளவின் தெற்கு மூலையில் சாய்ந்த பூவரச மரத்தின் கீழிருந்து, சாவுக்கு வந்திருந்த ஆண்கள் கூடிக்கூடி குசுகுசுத்தார்கள்.

"வெள்ளாமைக்கு அடிக்க வச்சிருந்த எண்ணெயை பிள்ளை எடுத்துக் குடிச்சுப் போட்டுது"

"குமர்ப்பிள்ளை ஏதும் லவ்வு கிவ்வோ தெரியாது"

"ஓமோம் பிள்ளையும் நல்ல வாட்டசாட்டமாய் வடிவாய்த்தானே இருக்கு. இருக்கும் இருக்கும்"

மரண வீட்டிற்கு வந்திருந்தவர்கள் திரும்பிச் செல்லும் வரையான நேரத்தைக் கடத்த ஏதேனும் பேசத்தானே வேண்டும்.

இறவாணத்தில் அக்காச்சி வழமையாகப் படுக்கும் கட்டிலைப் பார்க்கச் சென்றேன். முதிரைக் கட்டிலில் மஞ்சள் நிறமான பலகையில் திட்டுத் திட்டாகக் கறுப்புக் கறைகள் பரவிக் கிடந்தன. கிட்டப் போக வேண்டாம், நஞ்சு சுவாசிக்கக் கூடாது என யாரோ என்னைப் பிடித்திழுத்தார்கள். கட்டிலின் தலை வைக்கும் பக்கம் முழுவதும் திட்டுத் திட்டாய் திரவம் காய்ந்த தடங்கள். அக்காச்சி ஏன் நஞ்சு குடித்தாள்... ஏன் நஞ்சு குடித்தாள் என்பதே என் பிஞ்சு மண்டைக்குள் சுற்றிச் சுற்றி குதிரையாய் ஓடிற்று.

யோசிக்க யோசிக்க அக்காச்சியின் நடத்தை, கோலங்களில் ஏற்பட்ட விசித்திரங்களும் வித்தியாசங்களும் மட்டுமே நினைவுக்கு வந்து தொலைத்தன. குறிப்பாக அவர்களின் கச்சான் சேனைக்குள் நடந்தேறிய அந்தச் சம்பவம் காரணமே இல்லாமல் என் நினைவில் வந்துகொண்டேயிருந்தது.

தாமரைக்குளத்திற்கும் தாண்டியடிக்கும் இடைப்பட்ட ஓரிடத்தில் பிரதான வீதியோடு சேர்ந்தாற்போல் அவர்களுக்கு ஒரு கச்சான் சேனை இருந்தது. சேனையின் தெற்குப் புற

மூலையில் ஒரு முப்பதுக்கு முப்பது சதுர அடியில் சோளனும் போட்டிருந்தார்கள்.

வார இறுதியானால் என் வாசம் அங்குதான் இருக்கும். இப்போதுள்ள பிள்ளைகளுக்கு இருப்பது போல் ரியூசன் தொல்லை எல்லாம் இல்லாத காலம். விடுமுறை என்றால் அது உண்மையில் விடுமுறைதான். அன்றும் அப்படியான ஒரு வார இறுதி வெள்ளிக்கிழமைதான். மறுநாள் சேனையில் புதிர் எடுப்பதற்கான சாமான்களை வாங்கி வருவதற்காக குஞ்சப்புவும் குஞ்சாத்தையும் ஊருக்கு வந்திருந்தார்கள். நானும் அக்காச்சியும் மட்டுமே சேனைக்குக் காவலாய் இருந்தோம். செக்கச் சிவந்த சூரியன் அடிவானத்திற்குள் முகம் புதைக்கத் தொடங்கிய பின் மாலைப் பொழுது. கிளிக்கூட்டம் ஒன்று இரைச்சலை எழுப்பியபடி சோளப் புதருக்குள் வந்திறங்கியது.

கிளிகளை விரட்டுவதற்காக தகரப்பேணி கோர்வையை எடுத்துச் சுழற்றியபடி அக்காச்சி சோளப் புதரை நோக்கி ஓடிப் போனாள். சேனைக் குடிலுக்கு முன்னால் போட்டிருந்த மரக்குற்றியில் உட்கார்ந்து, கொண்டு சென்றிருந்த அம்புலிமாமாவை நான் வாசிக்கத் தொடங்கினேன். புத்தகத்தினுள் நுழைந்தால் எப்போதுமே எனக்கு வெளி உலகமோ நேரம் கடப்பதோ தெரிவதில்லை.

ஆளுக்கு ஆள் அடையாளம் காண முடியாத இருளாய் இருட்டு சேனைக்குள் கவிந்து, புத்தகத்தின் எழுத்துகள் கண்ணுக்குப் புலப்படாத போதுதான், சோளப் புதருக்குள் போன அக்காச்சி நீண்ட நேரமாய் திரும்ப வரவில்லை என்பது மண்டையில் உறைத்தது. குப்பி விளக்கைக் கொளுத்தி எடுத்துக்கொண்டு அக்காச்சியைத் தேடிப்போனேன். சோளப் புதரை நெருங்க நெருங்க அங்கிருந்து வினோதமான சத்தங்கள் கேட்கத் தொடங்கின. நான் அருகே செல்லும் சமயம் பார்த்து ஒரு முரட்டுக் கருப்பு உருவம் என்னை இடித்துக்கொண்டு ஓடி மறைந்தது. அக்காச்சியின் அருகில் சென்றேன். மலங்க மலங்க என்னைப் பார்த்தாள். தலைமுடி கண்ட மேனிக்குச் சிதறிக் கிடந்தது. கழுத்துப் பகுதி வியர்வையில் குளித்திருந்தது. சோளப் புதரின் நடுப்பகுதியில் சில சோளச் செடிகள் முறிக்கப்பட்டு தரையில் போடப்பட்டு திடீரப் படுக்கையாக மாறி இருந்தது.

"என்ன அக்காச்சி? என்ன நடந்த? என்ன நடந்த?"

அக்காச்சி மௌனமாய் நின்றாள். திரும்பத் திரும்ப நான் கேட்கவும் ஒரு கட்டத்தில் "எனக்கும் என்ன நடந்தது எண்டு தெரியாடா தம்பி. ஒரு பெரிய பாம்பு வந்து என்னப் புடிச்சி சுத்தி இறுக்கி அப்பிடியே கீழ என்ன விழுத்தாட்டிற்று. சின்னவா...சின்னவா என்று உன்னைக் கூப்பிடிறன் வாயில இருந்து சத்தமே வருகுதில்ல" என்றாள்.

அக்காச்சி சொல்வது பொய் என்று எனக்குத் தெரிந்தது. ஆனால் அது அவள் கண்களில் தெரியவில்லை. தான் நம்பும் ஒரு விடயத்தை ஒருவர் இன்னொருவரிடம் சொல்லும்போது எப்படி அந்தக் கண்களில் ஒரு தெளிவு தோன்றுமோ அப்படியே அவள் கண்களிலும் அந்தத் தெளிவு தெரிந்தது. பயத்தில் அவள் உடலில் ஒருவித உதறல் எடுத்ததையும் நான் கவனிக்காமல் இல்லை.

சிறிது நேரத்தில், கடைசிப் பேருந்தில் குஞ்சப்புவும் குஞ்சாத்தையும் வந்து சேர்ந்தார்கள். சேனைப் பூவலில் போய் குளித்துவிட்டு வந்து அக்காச்சி சாப்பிடத் தொடங்கினாள். மாலையில் நடந்த எதையும் நான் குஞ்சப்புவிடமோ குஞ்சாத்தையிடமோ சொல்லவில்லை. குறிப்பாய் என்னைத் தள்ளி விட்டு ஓடிய முரட்டு உருவத்தைப் பற்றி எதையும் நான் சொல்லக் கூடாது என்பதில் குறியாய் இருந்தேன். முரட்டு உருவம் என்னைத் தள்ளிவிட்டு ஓடியது அக்காச்சிக்குத் தெரியுமா தெரியாதா என்பதும் எனக்குத் தெரியவில்லை.

அன்று இரவு முழுவதும் அக்காச்சி அடிக்கடி "பாம்பு பாம்பு" என்று கத்திக்கொண்டு துணுக்குற்று எழுந்தாள். ஒவ்வொரு முறையும் அவள் எழுகையில் குஞ்சாத்தையின் வாயிலிருந்து வசமாக வசவை வாங்கிக் கட்டிக் கொண்டாள்.

இந்த நாளுக்குப் பின்னர்தான் அக்காவின் நடத்தையில் பெரிய பெரிய மாற்றங்களை அவதானிக்கத் தொடங்கினேன். தனக்குள்ளே அடிக்கடி கதைத்துக்கொண்டாள். நான் அவளைக் கூப்பிட்டாலும் உடனடித் துலங்கல்கள் எதுவும் கிடையாது. கூட்டிய வாசலையே திரும்பத் திரும்பக் கூட்டிக்கொண்டிருப்பாள். சேர்ந்தாற்போல் நாலைந்து நாள் யாருடனும் பேசாமல் இருப்பாள். பிறகு எந்த நேரமும்

தொடர்பே இல்லாமல் கதைத்துக்கொண்டேயிருப்பாள். வயதுக்கு வந்த எந்தப் பெண் பிள்ளையும் செய்யத் துணியாத வேலையாய் தெற்கு மூலையில் சாய்ந்திருக்கும் பூவரச மரத்தில் சிறு குழந்தையைப் போல ஏறி இறங்கத் தொடங்கினாள். நடுச் சாமங்களில் திடீரென எழுந்து "பாம்பு பாம்பு" என்று கத்திக்கொண்டு போட்டிருக்கும் சட்டையின் நுனியைக் கடித்துக் கிழித்தபடி ஒழுங்கைக்குள் ஓடத் தொடங்கினாள். சாமங்களில் ஓடத் தொடங்கிய இந்த ஓட்டம் நடு மத்தியானத்திற்கும் மாற்றமடையத்தான் குஞ்சப்புக்கும் குஞ்சாத்தைக்கும் பயமும் மானக்கேடும் தொண்டையைக் கவ்வத் தொடங்கின.

எனது மூத்த அண்ணாமாரின் ஆலோசனையின் பிரகாரம் ஒரு மனோதத்துவ டொக்டரிடம் முதலில் கூட்டிச் சென்றார்கள். நடந்தவை எல்லாவற்றையும் அவர்கள் சொல்லி முடித்ததும், டொக்டர் "இது இந்த வயசில சில பெண் பிள்ளைகளுக்கு வரும் பொதுவான ஹார்மோன் பிரச்சினைதான். கூடிய விரைவில் கல்யாணம் செய்து வைத்தீர்கள் என்றால் சரியாகி விடும்" என்று தீர்வு சொன்னார். ஹார்மோன் என்பது என்னவென்று குஞ்சப்பிற்கும் குஞ்சாத்தைக்கும் விளங்கவில்லை. ஆனால் கல்யாணம் செய்து வைத்தால் மகள் பழைய மாதிரி ஆகி விடுவாள் என்று மட்டும் நம்பினார்கள்.

அன்றிலிருந்தே அக்காச்சிக்கு மாப்பிள்ளை பார்க்கும் படலம் ஆரம்பமாகியது. திருமணம் முடித்திராத எந்தவொரு இளைஞனும் அக்காச்சியைப் பெண் பார்க்க முன் வராதபோதுதான் அக்காச்சியின் கதை ஊரில் எந்த வீச்சிற்குப் பரவி இருக்கின்றது என்று அவர்களுக்குத் தெரிய வந்தது. அடுத்த முயற்சியாக விபத்தொன்றில் மனைவியை இழந்த ஒருவரை ஒருவாறு பேசிச் சமாளித்துக் கூட்டி வந்தார்கள். மனிதருக்கு 35-40 வயதிருக்கும். முன் நெற்றி கோள மேற்பரப்பில் ஒளியைத் தெறிக்க விட்டுக்கொண்டிருந்தது. கண்கள் நெற்றியில் இருந்து ஒரு முப்பது பாகை சரிவில் உள்வாங்கியிருந்தது. குழந்தைக்குச் சோறூட்டும் ஒரு தாய் பயம் காட்டப் பயன்படுத்திக் கொள்ளும் ஓர் உருவ அமைப்பு. எனக்கே அந்த மனிதரைப் பிடிக்கவில்லை. அவரைப் பார்த்த அன்று அக்காச்சி ஓர் உச்சஸ்தாயில் ஓவென்று கத்தினாள். மிரண்டு போன மனிதர்; ஓடிய ஓட்டம் இருக்கே, சந்திரமுகி படத்தில் மனோபாலா ஓடிய அதே ஓட்டம்தான்.

அக்காச்சியைக் குணப்படுத்த கலியாணப் பாதை கைகூடப் போவதில்லை என்றான பின் அவர்கள் ஒவ்வொரு பூசாரியாய் அழைத்து வந்தார்கள். "பாம்பு பாம்பு" என்று கத்திக்கொண்டு ஓடுவதால் அக்காச்சிக்கு நாகதோஷம் இருப்பதாக முதலாவது வந்த பூசாரி கண்டுபிடித்தார். சேனையில் இருக்கும்போது ஏதேனும் நாகத்தை அக்கா அடித்திருக்கக் கூடும் அல்லது இணை நாகங்கள் சல்லாபித்திருக்கும் போது அக்காச்சி அதைக் கலைத்திருத்தல் கூடும் என்பதாய் அவர் வாதம் இருந்தது. கோபத்தில் நாகம் இட்ட சாபத்தில் இருந்து மீள்வதாயின் பரிகாரப் பூசை -அதுவும் சேனைக்குப் பக்கத்தில் இருக்கும் புற்றருகே- செய்ய வேண்டும் என்று சொன்னவர் அதற்கான ஏற்பாடுகளை அவரே செய்வதாயும் செலவை மட்டும் கொடுத்தால் போதும் என்று முத்தாய்ப்பு வைத்தார். சேனைப் புற்றைச் சுற்றி சாம்பிராணிப் புகையும் சந்தனக்குச்சி வாசமும் பரவ, ஒரு தட்டு நிறைய முட்டையும் வெள்ளிக் கிண்ணத்தில் பாலும் புற்றுக்கருகில் வைக்கப்பட்டு, மந்திரங்கள் ஓதப்பட்டு, முடிவில் எல்லோரையும் புற்றைத் திரும்பிப் பாராது அங்கிருந்து அகன்று செல்லுமாறு கட்டளையிடப்பட்டது. நாகராஜா பாலையும் முட்டையையும் குடிக்க வரும்போது, மனித வாடை அடித்தால் திரும்பிப் போய்விடுவார் என்பதே காரணமாம். எல்லோரும் கலைந்த பின்னும் நான் மட்டும் சோளப் புதருக்குள் ஒளிந்திருந்து நாகராஜா எப்படி வந்து முட்டையையும் பாலையும் குடிக்கின்றார் என்று பார்க்க ஆவலுடன் காத்திருந்தேன். நீண்ட நேரமாகியும் எந்த நாகராஜாவும் வரவில்லை. நான் ஆரம்பத்தில் சொல்லிய அக்காச்சியின் கறுப்புத் தம்பியின் பெயர் நாகராஜன். ஒருவேளை ஒரு நாகராஜன் இருக்கும் இடத்தில் இன்னொரு நாகராஜன் வருவது சரியில்லை என்று வராமல் விட்டாரோ? ஆனால் கொஞ்ச நேரத்தின் பின் பதுங்கிப் பதுங்கி பூசாரிதான் வந்தார். புற்றுக்கருகில் வந்தவர் 360 பாகை கோணத்திலும் தலையைத் திருப்பிப் பார்த்து விட்டு, கொண்டுவந்திருந்த போத்தலில் பாலை ஊற்றி விட்டு, வேட்டி மடிப்பிற்குள் முட்டையை அமத்திவிட்டு நேரே குஞ்சப்புவிடம் சென்று நாகம் முட்டையையும் பாலையும் குடித்துவிட்டது என்று கதையளந்தார். முட்டையை கோதுடன் எப்படி நாகம் குடிக்கும் என்று யாரும் குறுக்குக் கேள்வி கேட்க மாட்டார்கள் என்ற

தைரியம் அவருக்கு. இந்த நாடகம் முடிந்த பின்னும் அக்காச்சி வழமைக்குத் திரும்பியபாடில்லை.

அடுத்து வந்த பூசாரி, அக்காச்சியில் இறங்கியிருப்பது 'மோகினிதான்' என்ற தன் அபூர்வ கண்டுபிடிப்பை வெளியிடுவதற்கு, அவள் அடிக்கடி சட்டையைக் கிழித்துக்கொண்டு ஓடுவது போதுமான ஆதாரமாயிற்று. அந்த நாட்களில் அக்கா கொஞ்சம் அதிகமாகவே சாப்பிட்டாள். அதிலும் மீன், இறால், நண்டு முதலானவற்றை மிக அதிகமாகவே சாப்பிட்டாள். இந்தத் தகவலை எப்படியோ பெற்றுக்கொண்ட இன்னுமொரு பூசாரி வீட்டுக்கு வந்தவுடன் எடுத்த எடுப்பிலேயே "இது மோகினியும் இல்ல, நாகதோசமும் இல்ல, வேற எந்த மசிருமில்ல. இது அந்த நாறப்பயல் கரையாக்கண்ட வேலதான். இவங்கப்பன் இறால் வீசிற்று வரக்குள்ள இறால் கூடைக்குள்ள குந்திக்கொண்டு வந்து பிள்ளையில இறங்கிற்றான். நான் வேணுமெண்டால் இப்ப நிரூபிப்பன். பிள்ளைக்கு இப்ப மீனும் இறாலும் படையல் வையுங்கோ" என்றார்.

அக்காச்சிக்குப் படையல் நடந்தது. அன்று பார்த்து அக்காச்சி மிக நிதானமாய் கொஞ்சமாய் சாப்பிட்டாள். 'நமது இராஜ தந்திரங்கள் அனைத்தும் வீணாய்ப் போனதே' என்பதுபோல் பூசாரியின் முகம் தொங்கிப் போனது. அவர் பார்த்துக் கொண்டிருக்கும்போதே, சாப்பிட்டுக்கொண்டிருந்த அக்காச்சி திடீரென எழுந்து சட்டையைக் கிழித்துக்கொண்டு ஒழுங்கைக்குள் ஓடத் தொடங்கினாள். அக்காச்சியின் ஓட்டத்தை உற்றுப் பார்த்தால் ஒரு விடயம் புலப்படும். அவள் எப்போதுமே எங்கள் பள்ளியை நோக்கித்தான் ஓடிக்கொண்டிருப்பாள்.

சில தசாப்தங்களின் முன் எங்கள் பள்ளியில், பெரிய கல்லாற்றைச் சேர்ந்த எனது அப்பாவின் ஒன்றுவிட்ட தங்கையொருவர் அதிபராகக் கடமையாற்றி ஏதோவொரு மனக்கசப்பில் தூக்குப் போட்டுத் தற்கொலை செய்துகொண்டாராம். அந்த சம்பவத்தின் பின் எங்கள் பள்ளியில் சில அமானுஷ்யங்கள் தென்பட்டதாகவும், பள்ளியின் முன்றலில் சடைத்துப் பெருத்திருந்த நாவல் மரத்தில் அவரின் ஆவி குடிகொண்டிருப்பதாகவும் ஒரு கதை உலாவித் திரிந்தது. மிக அண்மித்த காலத்தில் கூட உயர்தரம் படிக்கும் சில

மாணவர்கள் அமானுஷ்யத்தை உணர்ந்ததால் காய்ச்சல் வந்ததாக என்னுடைய மாணவர்கள் சிலர் என்னிடம் கூறியிருந்தார்கள்

இது எல்லாவற்றையும் கூட்டிக் கழித்து பூசாரிமார் உறுதியான முடிவிற்கு வந்தனர். 'அக்காச்சியில் இறங்கியிருப்பது ஏதோ ஒரு பேய்தான்.'

வெட்டிக் கழித்தல், வளவு காவல் பண்ணல், பேய் விரட்டல் என்று மாறி மாறி பூசாரிமாரின் பட்டியல்களும் படையல்களும் நிறைவேறியதே தவிர அக்காச்சி இயல்பு நிலைக்குத் திரும்பியதாய் தெரியவில்லை.

சகித்துக்கொள்ள முடியாதளவில் செலவினங்கள் தாண்டவே இனி எந்தப் பூசையும் செய்வதில்லை என முடிவெடுத்தார் குஞ்சப்பு. அவர் முடிவெடுத்த இரண்டாம் நாளில்தான் அக்காச்சி நஞ்சருந்தித் தற்கொலை செய்துகொண்டாள்.

○○○

**அ**க்காச்சியைக் கிடத்தியிருந்த மண்டபத்திற்கு வெளியே, குசினிக்குப் பின்புறமாய் வேலியோடு சேர்ந்திருந்த வேப்பை மரத்தின் கீழ் பொலிசாரின் விசாரணை தொடங்கிற்று. எல்லாக் கேள்விகளுக்கும் குஞ்சப்பு, குஞ்சாத்தைக்குப் பதிலாக எனது மூத்த அண்ணாமார்தான் பதில் சொல்லிக்கொண்டிருந்தார்கள். இரண்டு பேருமே ஊரில் செல்வாக்கான புள்ளிகள். துக்க மிகுதியால் குஞ்சப்புவாலும் குஞ்சாத்தையாலும் அதிகம் பேச முடியவில்லை என்று தமக்கிருந்த செல்வாக்கால் சமாளித்துக்கொண்டிருந்தார்கள். இரண்டாவது அண்ணாவுடன் பேச எனக்கு எப்போதுமே ஒரு தயக்கமும் பயமும் இருக்கும். ஆனால் மூத்தண்ணாவுடன் அப்படியல்ல. எனவே நான் மூத்தண்ணாவின் கையைப் போய் சுரண்டினேன். திரும்பினார்.

"கொஞ்சம் வாங்களன் அண்ணாச்சி"

"எங்கடா?"

"கொஞ்சம் வாங்களன்"

பொலிசாருடன் பேசிக்கொண்டிருக்குமாறு இரண்டாவதண்ணாவிடம் சொல்லிவிட்டு, என் பின்னால் வந்தார். நான்

நேரே அக்காச்சி நஞ்சு குடித்ததாய் சொல்லும் கட்டிலுக்குக் கிட்டே போய், கட்டிலைப் பார்க்கச் சொன்னேன்.

"என்னடா?"

"நல்லா பாருங்க அண்ணாச்சி"

"எதடா?"

"இங்க பாருங்க கட்டில் தலைமாடு முழுக்கச் சொட்டுச் சொட்டாய் நஞ்சு பரவிக் கிடக்கு. அவளாய் நஞ்சைக் குடித்திருந்தால் அது ஏன் கட்டில் எங்கும் பரவிக் கிடக்கப் போகுது? அக்காச்சி நஞ்சைக் குடிக்கல்ல. இது ஆரோ அவள் திமிறத் திமிற அவளுக்கு பருக்கியிருக்கோணும்."

இதை நான் சொல்லி முடிக்க அண்ணாவின் கண்களில் அதிர்ச்சியினதும் பிரமிப்பினதும் ஒருவகை அச்சத்தினதும் உச்சத்தைப் பார்த்தேன். பாய்ந்து வந்து என் வாயை பொத்திக்கொண்டார்.

"டேய் ஒண்டும் பேசாதடா" என்று காதிற்குள் ரகசியமாய் உறுக்கியபடி என்னை அப்படியே இழுத்துக்கொண்டு பின் வளவால் மற்றக் குஞ்சாத்தையின் வீட்டினில் கொண்டுவிட்டார். பொலிசாரின் விசாரணை முடியும் வரை செத்த வீட்டிற்குள் நான் போகக் கூடாது என்று கண்டிப்பான கட்டளை.

பொலிசாரின் விசாரணையெல்லாம் முடிந்து 'மனநிலை தெளிவில்லாத நிலையில் இடம்பெற்ற தற்கொலை' என முடிவுரை எழுதி விசாரணையை மூடிச் சென்ற பின் மாலையில் இடுகாட்டை நோக்கி அக்காச்சியின் இறுதி ஊர்வலம்.

அன்று இரவு, சா வீட்டில் அக்காச்சியை மறந்து கடதாசிக் கூட்டத்தில் எனக்கு மிகவும் பிடித்தமான Run விளையாட்டை விளையாடிக்கொண்டிருந்தபோது, பந்தலின் ஒரு மூலையில் மூத்தண்ணா அம்மாவிடம் பேசிக்கொண்டிருந்தது அரையும் குறையுமாய் என் காதில் விழுந்தது.

"நான் கொஞ்ச நேரம் ஆடிப்போனன் அம்மா. இந்தப் பத்து வயசில எப்பிடியெல்லாம் அவண்ட மூளை யோசிக்குது பாருங்க. நானே அதைக் கவனிக்கல்ல. தம்பியும் கவனிக்கல்ல. வந்த பொலிசும் கவனிக்கல்ல ஆனா இவன் மட்டும்."

அக்காச்சியின் மரண வீட்டின் எட்டு நாளும் இரவில் Run விளையாட்டிலும், பகலில் கரம் போர்ட்டிலும் நேரம் தொலைய அக்காச்சியைப் பற்றிய நினைவுகள் தூரமாகிப் போயின. வீடு முழுவதும் எந்த நேரத்திலும் ஆட்கள் நிரம்பியிருந்ததால் ஒரு வகையான உற்சாகம் கூட எனக்குள் தொற்றியிருந்தது எனலாம்.

ஆனால், எட்டு முடிந்து உறவுகளின் வருகை கொஞ்சம் கொஞ்சமாய் குறையத் தொடங்கிய போதுதான் அக்காச்சியின் வீட்டில் மிகப் பெரிய ஒரு வெறுமையை உணர்ந்தேன். திரும்பும் பக்கமெல்லாம் அக்காவின் கொளு கொளு கன்னமே தோற்றம் காட்டியது. என்னை அவள் குளிப்பாட்டுவது, சோறு ஊட்டுவது, அவர்கள் வீட்டு வாசலின் சமதரையில் நான் குண்டு விளையாடும்போது நிலையடியில் வந்து சாய்ந்திருந்துகொண்டு நான் குறிவைத்து அடிக்கும் அழகை ரசிப்பது, வகுப்பில் நான் முதலாம் பிள்ளையாய் வரும்போது அதைச் சொல்லியே தன் தம்பிக்கு ஏசுவது, இப்படி ஏகப்பட்ட நினைவுச் சரங்கள் தொடர்ச்சியாயும் தொடர்பற்றும் வந்துகொண்டேயிருந்தன. என்னை இடித்துத் தள்ளிவிட்டு ஓடிப்போன அந்த முரட்டு உருவமும் இடையிடையே கண்ணில் நிழலாடிற்று. திட்டுத் திட்டாய் நஞ்சு பரவியிருந்தது பற்றியோ முரட்டு உருவம் பற்றியோ நான் எதுவுமே குஞ்சாத்தையிடமோ குஞ்சப்புவிடமோ மூச்சு விடவில்லை.

இந்த அவஸ்தைகளைத் தவிர்ப்பதற்காக அக்காச்சியின் வீட்டிற்குச் செல்வதை நிறுத்தியிருந்தேன். உண்மையில் என்னைப் பொறுத்தவரை அந்த வருடமே ஒரு துரதிர்ஷ்டமான வருடம்தான். அந்த வருடத்தில்தான் நான் அப்பாவை இழந்திருந்தேன். அக்காச்சியை இழந்திருந்தேன். பார்க்கும்போதெல்லாம் மனசைக் குறுகுறுக்கும் பார்வைக்காரி சுதர்சினியும் ஊரை விட்டு பெரிய கல்லாற்றுக்குக் குடி பெயர்திருந்தாள். இந்த நினைவுகளின் தாக்கங்கள் மனசை முழுவதுமாய் ஆக்கிரமிப்பதிலிருந்து தப்பித்துக்கொள்ள குண்டு விளையாட்டில் நான் முழுவதுமாய் சரணாகதி அடைந்திருந்த ஒரு கட்டத்தில்தான், அடுத்த போக கச்சான் விதைப்பிற்கு கச்சான் உடைக்க வேண்டும் என்று குஞ்சாத்தை என்னை வருமாறு வியளம் அனுப்பியிருந்தார். எனக்கு அங்கு போக

விருப்பம் இல்லையென்றாலும், கச்சான் உடைக்கும்போது கிடைக்கும் புச்சிக் கச்சான்களின் ருசி என்னை உந்தித் தள்ளியது.

நாங்கள் கச்சான் உடைத்துக் கொண்டிருக்கும்போது குஞ்சப்புவிற்கும் குஞ்சாத்தைக்கும் ஏதோ ஒரு பிரச்சினையில் பெரிய வாய்த் தர்க்கம் உருவாகிற்று. அது வலுப்பெற்று பெரிசாக, குஞ்சப்பு குஞ்சாத்தையை அடிப்பதற்காக வார்த்தடியைத் தூக்கிக்கொண்டு ஓடி வரும்போது, நான் அங்கு இருப்பதையும் மறந்து குஞ்சாத்தை கத்தினார்.

"வா வந்து கொல்லு. வாயும் வயிறுமாய் இருந்த என்ர புள்ளைக்கு நஞ்சைப் பருக்கிக்கொண்ட மாதிரி என்னையும் கொல்லப் போறயோ? வந்து கொல்லு!"

# காத்திருப்பின் புதிர்வட்டம்

**தேவகாந்தன்**

கூடிருந்த மரத்தையும் மரமிருந்த நிலத்தையும் குருவி நிரந்தரமாய் விட்டகன்றதுபோல், அவர் நாடு நீங்கிப்போய் நீண்ட காலம். ஒருமுறை வந்து தன் நிலம் பார்த்துப்போக அத்தனை காலத்தில் அவர் எண்ணியதில்லை. அதில் ஏதோ அவருக்குத் தடையிருக்கிறது.

இப்போது ஓய்ந்துபோயிருக்கிறார். உடலாலும் மனத்தாலும் அந்தச் சோர்வு அவரில் இறுகி விழுந்திருக்கிறது. அவரது தனிச் சோபா அந்த இரண்டு பாரங்களையும் சேர்த்துத் தாங்கிக்கொண்டிருக்கிறது.

அப்போது மனத்துள் அவர் வாழ்ந்துகொண்டிருப்பது தன் இறந்த காலத்தின் ஞாபகங்களைத்தான். பவானந்தன் அதை அறிவான்.

அவரது சொல்லிலும், அவரது அனுக்கங்களின் ஒலியிலுமாய் பெரும்பாலும் அவர் சோகம் முழுதும் அவன் அறிந்துகொண்டிருக்கிறான். எனினும் அவர் கதையில் அவன் விளங்காத மிகப்பெரும் கூறும் இருந்தது.

இன்னும் சில நாட்களில் தன் நாடு செல்லவிருக்கும் பயணத்தில் அவன் அதை விளங்கிக்கொள்ள முந்திய பயணத்தைப்போலவே முயல்வான். அது அவனுக்கு அவசியமாயிருக்கிறது. ஒரு கதையின் ரகசியக் கூறுகளைப் புரிந்துகொள்ளும் ஆர்வத்தை

அவன் எப்போதும் கொண்டிருக்கிறான். மட்டுமில்லை. அவர் பற்றிய அக்கறை, சிற்றப்பாவென்ற உறவுமுறையுடன், நன்றிக்கடனென்ற இன்னொரு வளையத்தையும் பின்னியிருக்கிறது.

ஊரிலிருந்து முதன்முதலில் புலம்பெயர்ந்து வெளிநாடு வந்தவர் அந்தக் குடும்பத்தில் அவராகவேயிருந்தார். அவர்தான் தன் அண்ணன்கள் இரண்டுபேரையும், தன் அக்காள் அரியமலரையும் 'வெளியில் எடுப்பித்து' விட்டவர். நாட்டைவிட்டு வெளிக்கிடுவதன் முன்னும் சகோதரங்கள் படிப்பு ரியூஷன் என பறந்து திரிந்த காலத்தில், அந்தக் குடும்பத்தின் ஆதாரமாய் இருந்தது கடைசிப் பிள்ளையான அவர்தான். நாட்டைவிட்டு நீங்கிய பிறகும் அந்த பொறுப்புகளின் பிடியை அவர் தவற விட்டுவிடவில்லை.

உள்ளில் ஒரு போரைச் சந்தித்துக்கொண்டு இருக்கையில் வெளியில் ஒரு போரைச் சந்தித்த பலருக்கு அவ்வாறே நடந்தது.

பவானந்தனுக்கு அவர் திருமணமே செய்யாததின் காரணம் தெரியாக் குறையொன்று இன்னும் இருந்துகொண்டிருக்கிறது. எத்தனை தடவைகள் எண்ணியிருந்தாலும் இன்னும் அவன் மனஞ்சலிக்காத நினைவின் பயணப் பாதை அது.

தன் சிற்றப்பாபோல் அவனும் எல்லாம் எண்ணிக்கொண்டுதான் இருக்கிறான். எனினும் அவரின் அந்த தரிசுபட்ட வாழ்க்கைக்கு அவனொரு பதில் கண்டதில்லை. ஒருவேளை அவரது அந்நிலையை, ஒரு காத்திருப்பெனக் கருத முடிந்தாலும் அவனுக்கு அப்பதில் போதுமானதாக இருந்திருக்கும். அவன் அவ்வாறும் கருத முடியாதவனாகவே இருந்தான்.

சூரியன் மேற்கில் வட்டமாய் கீழிறங்கும் புள்ளிவரை வெளிநிலமும் வயல்நிலமுமான பிரதேசம் அவனது. தன் ஒருபக்கத்தே வண்ணான்துறையையும், தொடர்ந்த சதுப்பு நிலத்தையும், அருகோடிய வாய்க்காலையும் அது கொண்டிருந்தது. ஒருகாலத்தில் செட்டியார் வளவெனப் பெயர்கொண்டிருந்த இடமும் அங்கேதான் இருந்தது.

தனக்கான வாரிசுகளாய் ஆறு பெண்களை அஞ்சுகத்துக்கு கொடுத்துவிட்டு செட்டியார் மறைந்துபோன பின்னால் அது

செட்டிச்சி வளவென்றாகியிருந்தது. ஆகியிருந்ததல்ல, அஞ்சுகமே அவ்வாறு ஆக்கினாள்.

செட்டியார் மரணத்தின் அந்தியேட்டி முடிந்த மறுநாள் அவரது மூத்த தாரத்து மகன் சிவசம்பு திடீரென ஒரு காலம்புறமாய் அங்கே வந்தான். 'செட்டியாருக்கு ஒரே பெண்சாதி. அது என்ர அம்மா மங்களம்தான். அவர் செத்தாப் பிறகு சொத்தெல்லாம் அம்மாவின்ர பேரில வந்திட்டுது. செட்டியார் இருக்கும்வரை எல்லா வசதியளும் அனுபவிச்சியள்தான, இனி அது நடக்காது. இண்டைக்கு புதன்கிழமை. அடுத்த புதன்கிழமை சரியா இந்தநேரத்துக்கு வருவன் இருந்த தடயமும் காணியில இருக்கப்படா, எல்லாரும் வெளிக்கிட்டுப் போயிட வேணும். இல்லாட்டியோ வைரவர் சாட்சியாய் சொல்லுறன் உன்னையும் உன்ரை பெட்டையளையும் தோட்டத்துக்க துண்டுதுண்டாய் வெட்டித் தாட்டுப்போடுவன்.'

சொல்லிவிட்டு சிவசம்பு போய்விட்டான்.

வீட்டுக்குள் எல்லாம் கேட்டபடி நின்ற அஞ்சுகம் சேலையை அவசரமாய் ஒழுங்குபடுத்திக்கொண்டு வந்து, அவனைத் துரத்தியபடி பின்னால் ஓடினாள். 'டேய், தம்பி, கொஞ்சம் நில்லடா வாறன்' என்றவள் அவன் நிற்க தானும் நின்றுகொண்டு நிதானமாய்ச் சொன்னாள்: 'உந்தமாதிரியெல்லாம் என்னை வெருட்டியிடேலாது, சிவசம்பு. இந்த விதை வேற. இப்ப சொல்லுறன் கேளு. செட்டியாருக்கு பிள்ளைப் பெத்தபடியா நானும் செட்டிச்சிதான். அவற்ர சொத்தில எனக்கும் என்ர பிள்ளையளுக்கும் உரித்திருக்கு. பிள்ளையளோட இஞ்சதான் இருப்பன். ஏலுமெண்டா வந்து வெட்டித் தாட்டிட்டுப் போ. தப்பிச்சுதெண்டா, லேசில உன்னை விடமாட்டன்; உன்ர வீடுவரைக்கும் வருவன்; கொல்லையிலயும் வந்து தேடுவன். அதைமட்டும் மறந்திடாத.'

அதன் பிறகு எதிர்ப்படுகிறவர்களிடம் எல்லாம் சொன்னாள், இனிமேல் அது செட்டிச்சி வளவென்று. அவளது ஆக்ரோஷம் கண்டவர்கள் அவளைப் பணிந்தனர். அன்றிலிருந்து அது செட்டிச்சி வளவு எனப் பெயர்கொண்டது.

தன் சின்னம்மா அன்று நின்றிருந்த கோலத்திலும் வெடித்த வார்த்தைகளின் பயங்கரத்திலும் பொழுதெல்லாம் நரி

வெருட்டுகிற நிலையாகிப் போனது சிவசம்புக்கு. காலையில் கொல்லைக்குப் போகவும் அச்சமாகிப் போனான். நிலைமையின் தீவிரம் கண்ட தாயின் ஆலோசனைப்படி, ஒரு இரண்டாந்தரப்பு மூலம், செட்டியார் வளவை அஞ்சுகத்தின் பேருக்கு உறுதிமுடித்துக் கொடுத்தனுப்பி அவன் கலக்கம் தெளிந்தான்.

அவ்வாறான கதைகள் கொண்ட செட்டிச்சி வளவைச் சுற்றிய, அதன் உரித்தாளி அஞ்சுகத்தைச் சுற்றிய, அவளது கடைசி மகள் கொஞ்சுங்கிளியைச் சுற்றிய கதைகளுள் ஊடாடியிருக்கிறது குமாரவேலுவின் புதிர்க் கதையும். ஒருவகையில் அது பவானந்தனையும் சுற்றியுள்ள கதையே.

○○○

**ச**ரவணமுத்துச் செட்டியாருக்கு கொழும்பிலே ஒரு பெரிய கடையிருந்தது. காலத்தில் கடனாளியாகிப் போய் கடையை விற்றுவிட்டு ஊரோடு வந்துவிட்டார். கப்பலையே விற்றுவிட்டு செட்டியார்கள் கடனடைத்த கதைகள் ஊரில் அடிபட்டிருந்ததால், சரவணமுத்துச் செட்டியார் கடையை விற்றது பற்றி யாரும் அதிசயப்பட்டுக்கொள்ளவில்லை.

ஆனால் வரும்போது கைப்பிடியில் அவர் கூட்டிவந்த அஞ்சுகத்தைக் கண்டு ஊர்க்காரரர் பேரதிசயம் பட்டார்கள். அக்கம்பக்கமாய் அவளது இரட்டை மூக்குத்திகளும் காதுக் கடுக்கன்களும் வளையங்களும், அந்தளவு நீண்ட கூந்தல் யாவுமே அவர்களைத் திகைக்க வைத்துவிட்டன.

ஆயினும் அவர்கள் நூறு கதைகள் இரகசியத்தில் பேசினார்கள். அவளுக்கு ஏற்கனவே கல்யாணமாகி இரண்டோ மூன்றோ குழந்தைகள் இருந்தார்களென்றும், அவர்களையும் புருஷனையும் கைவிட்டுத்தான் களவில் செட்டியாருடன் ஓடிவந்தாளென்றுமான கதைகள் அவை. அவற்றுள், தனது கடையை புருஷனுக்கு எழுதிக் கொடுத்துவிட்டுத்தான் செட்டியார் அவளை வாங்கி வந்ததாகவும் ஒரு கதை உலா வந்தது.

செட்டியாருக்கும் அஞ்சுகத்துக்கும் ஒரு குழந்தை பிறந்த பின்னால் எப்படியோ மெல்ல மெல்ல அவள்மீதான அபவாதப் பேச்சுகள் வலுக்கெட்டுவிட்டன.

அஞ்சுகத்தை ஊருக்கு கூட்டிவந்து பராமரிப்பின்றிக் கிடந்த தனது ஒரு பெரும் தோட்டக் காணியில் மண்வீடு கட்டி அவளைக் குடியிருத்தினார் செட்டியார்.

பிள்ளைகள் பிறக்கப் பிறக்க மண்வீட்டை பெருப்பித்து இருமுகடு வீடாக்கினாரே தவிர, கல்வீடாய்க் கட்டிக் கொடுக்கவில்லை செட்டியார். அஞ்சுகம் கேட்கத்தான் செய்தாள், 'கிட்டடியில குளமிருக்கிறதால எப்பவும் ஈரமாயிருக்கு நிலம். அதால பிள்ளையளுக்கு அடிக்கடி வருத்தமும் வருது.'

'அடுத்த கோடையில பாப்பம். நிலத்துக்கு மட்டுமெண்டாலும் சீமெந்து போட்டுத்தரப் பாக்கிறன்.'

செட்டியார் தனக்குள்ள ஆயிரம் தொல்லைகளில் பிறகு கோடை வரும்போது தன் சொல்லை மறந்தேபோவார்.

ஆனால் தோட்டக் கிணற்றை மட்டும் கல்லில் கட்டிக்கொடுத்தார், தோட்டம் செய்ய வசதியாயிருக்குமென்று.

காலத்தில் எவ்வளவோ மாற்றங்கள் ஏற்பட்டன. சரவணமுத்துச் செட்டியார் காலமாகியிருந்தார்; அஞ்சுகத்தின் ஆறு பெண்களில் மூத்த மூன்று முதிர் கன்னிகளுக்கு தத்தம் விருப்பப்படி குடும்பங்கள் அமைந்திருந்தன. அவர்களும் எங்கெங்கோவுள்ள புருஷன்மாரின் குடியேற்றத் திட்ட நிலங்களில் போய், குழந்தைகள் பெற்று வாழ்ந்துகொண்டிருப்பதாய் ஊரில் பேசிக்கொண்டார்கள். பின்னால் அவர்களுக்கிளையதாய் வெளியுலகம் தெரியாதிருந்த இரண்டு பெண்களும்கூட வளவிலோ வீட்டிலோ காணப்படாதிருந்தார்கள். இரகசியமான செய்தியொன்று மெல்ல உலவிற்று, அவர்கள் யாருடனோ ஓடிப்போய்விட்டதாக.

கோலமே மாறிப்போனாள் செட்டிச்சி. சின்னவிக் கிழவி, தான் கண்டதாய்ச் சொன்ன ஊத்தைப் பேயின் வடிவத்தை அவள் நிகர்த்துப்போனாள். திடமும் சீணித்துப்போனது. ஊர்ப் புறணியின் அவமானம் இன்னொருபுறமாய் அழுத்த, வீட்டுள் முடக்கமும் ஆகிவிட்டாள்.

செட்டியார் மரணத்தின் பின் தனக்கு ஆதரவாய் இருந்திருக்க வேண்டிய தன் பிள்ளைகள், தப்பிவிடுவதற்கான தருணம்

பார்த்திருந்ததுபோல் ஓடினதில்தான் அவள் உடைந்தது. அது எவரையும் உடைக்கும்தான்.

வேய்ச்சலுக்கு இருநூற்றைம்பது மட்டை கிடுகுகளாவது குறைந்தபட்சம் தேவைப்படும். பீலி வைத்துத் தொடுத்த பெரிய இருமுகடு வீட்டின் கூரை பொத்தல்கள் விழுந்து, மாரி ஒழுக்கில் சுவர்கள் கரையத் துவங்கியிருந்தன.

ஒருகாலத்தில் கத்தரி, மிளகாய், வெண்டி, வாழை, ஈரவெங்காயமெனப் பசுமைபற்றி நின்ற தோட்டம் மருந்துக்குச் சில வாழைகள் நிற்குமிடமாய் வறட்சிபட்டுப் போனது. வேம்பு, இலுப்பை, அன்னமுன்னா, ஆடாதோடை, கிலுகிலுப்பை, நாயுருவியெனவும் பனை வடலிகளென்றும் செடிகளும் மரங்களுமாய் எல்லைகள் மண்டிப்போயின.

வெளியில் போர் நடந்துகொண்டிருக்கையில், அவர்களுக்குள்ளும் வறுமையுடனும் துயரத்துடனுமான போர்.

எதுவும் பேசாமல் அழுகிற அம்மாவுடன் சேர்ந்து தானும் அழுதுகொண்டிருந்தாள் கொஞ்சுங்கிளி.

பார்த்துவிட்டு, கண்களைத் துடைத்தபடி அம்மா கேட்டாள், 'நீ எப்ப ஓடப்போற?'

அது செவியேற மேலுமாய் அழுதாள் அவள்.

ஆறு பிள்ளைகளுக்கும் பெயர்களிருந்தன. ஒன்று சரஸ்வதி, ஒன்று பார்வதி, இன்னொன்று ஈஸ்வரி, மற்றது லட்சுமி, அடுத்தது துர்க்கை, கடைசியாய் மீனாட்சி என்பனவாக. ஆனால் வீட்டிலே எல்லாம் கிளிகள். மூத்தது செல்லக்கிளி, அடுத்தது பவுண்கிளி, மற்றது அருமைக்கிளி அடுத்து நேசக்கிளி, ஐந்தாவது பசுங்கிளி என ஐந்து கிளிகள் வந்துவிட்டிருந்தன. ஆறாவது பள்ளி செல்ல ஆரம்பித்தும் அதற்கொரு கிளிப்பெயர் கிடைக்காதிருந்தது. ஆறு கிளிகளும் தாய்க் கிளியுடன் ஒன்றுகூடி ஒரு பெயர் பலனேதுமின்றி யோசித்தன.

ஒருநாள் பள்ளிக்கூடம்விட்டு ஓடிவந்த கடைக்குட்டி சொன்னது, 'நான் கொஞ்சுங்கிளி, அம்மா. என்னை கொஞ்சுங்கிளியெண்டு கூப்பிடுங்கோ.'

எல்லாக் கிளிகளும்போல் அதுவும் பறந்து போய்விடுமென்றுதான் அஞ்சுகம் எண்ணினாள். ஆனால் இறுகிய அதன் முகம் அளித்தது வார்த்தைகளற்ற நம்பிக்கைப் பிரகடனம். 'சாகிறமட்டும் உங்களவிட்டுப் போமாட்டன்.'

ஊர் நெசவு சங்கத்தில் தறியடித்து தாயைப் பராமரித்துக்கொண்டு கூடவிருந்தாள் கொஞ்சுங்கிளி.

காலம் நகர்ந்துகொண்டிருந்தது.

○○○

வண்ணான்துறையையொட்டி வாய்க்காலுக்கு அந்தப் பக்கமாயுள்ள சதுப்பு நிலத்தில் செம்மாலை கறுப்படிக்கத் துவங்கும் வேளையில் மின்மினிப் பூச்சிகள் அம்பாரமாய் எழும்பிப் பறக்கும். கோடி வெளிச்சக் கண்கொண்ட ஒரு தேவதையாய் காட்சி சிறக்கும்.

அந்த நேரத்தில் ஊத்தைப் பேயின் அலைவு இருக்குமென்ற பயம் எவரும் அந்த இடத்தை அணுகுவதைத் தடுப்பதாயிருந்தது. இருந்தாலும் அதையும் மீறிய ஆவலில் அவ்வப்போது இரகசியத்தில் அங்கே வந்துபோகிறவனாய் இருந்தான் சின்ன பவானந்தன்.

அவ்வாறான ஒருநாளில்தான், கிணற்றில் குளித்துக்கொண்டிருந்த அஞ்சுகத்தை முதன்முதலில் அவன் கண்டான்.

இரண்டு பக்க மூக்குத்தி, காதுச் சோணையில் தோடும், தண்டில் வளையங்களுமென கிராமத்திலே சாஸ்திரம் சொல்ல வரும் குறத்தியின் சாயல்கொண்ட தோற்றம். நல்ல உயரமான, தண்டுதரமான ஆனாலும் மெலிந்த, கபில நிறமுடையவளுக்கு நீண்ட கூந்தலிருந்தது. லேசாய்ச் சுருண்டு கருகருவென்றிருக்கும். பராமரிக்க சிரமமான அந்தக் கூந்தல் அழகுபோல் பவானந்தன் ஊரில் எந்தப் பெண்ணிடத்திலும் கண்டிருக்கவில்லை.

தோள்வரை மறைத்த தடுப்பு வேலிக்கு மேலாக, அவள் குளித்து முடித்து உடைமாற்றுவதும், பின் முடிந்திருந்த கொண்டைத் திரணையை அவிழ்த்து உலுப்பிவிடுவதும், கட்டில் வைத்திருந்த சின்ன வட்டக் கண்ணாடி பார்த்து திலகமிடுவதும் எல்லாம் அவன் கவனித்தான்.

நிழலில் நிற்க அவன் கண்ணுக்கு மறைந்திருந்த திலகம், அவள் நகர்ந்து வெய்யிலுக்கு வர பிரகாசிப்பது கண்டு பவானந்தன் அதிசயப்பட்டான். ஆயினும் அந்தளவு பெரிய பொட்டு, அந்தளவு பெரிய கண்களையுடைய அவளுக்கு வடிவில்லையென எண்ணினான் அவன்.

பெருமழை பிடித்த ஒருநாள் வாய்க்காலில் வீழ்ந்து அதிர்ஷ்டவசமாய் குமாரவேலுச் சின்னையாவால் காப்பாற்றப்பட்டதற்குப் பிறகு, வண்ணான்துறை வர வீட்டில் அவனுக்குத் தடை விழுந்துபோயிற்று. அவனும் வேறு பராக்குகளில் மின்மினிகளின் வெளிச்சப் பறத்தலை மறந்துபோனான்.

மாரி காலம் முடிந்த ஒரு மாலைக் காலத்தில் மறுபடி மின்மினி பார்க்க ஆசை கிளர்ந்த பவானந்தன் வண்ணான்துறைபோய் எரிவண்டுப் பறப்பில் கண்கள் எரிந்து அவதிப்படுகையில், சைக்கிளை வாய்க்கால் கரையில் உருட்டியபடி போய்க்கொண்டிருந்த குமாரவேலுச் சின்னையாவை கண்டான்.

அவர் அங்கே வருவது புதுமையாய்த் தோன்ற பவானந்தன் கண்ணைக் கசக்கியபடி அதுபற்றியே யோசித்தவண்ணம் இருந்தான்.

குமாரவேலு சைக்கிளை உருட்டியபடி நடந்துகொண்டே அஞ்சுகத்தின் வீட்டுப் பக்கத்தை அடிக்கடி திரும்பிப் பார்த்தார். அப்போது கடைசிப் பெண் கொஞ்சுங்கிளி வாய்க்காலுக்கு முதுகு காட்டிநின்று மேற்குக் கிடங்குள் அமிழும் சிவப்புச் சூரியன் பார்த்தபடியிருந்தாள்.

அவள் பக்கம் திரும்பித் திரும்பிப் பார்த்து நடந்ததில் வரப்பில் சறுக்கி சைக்கிளோடு வாய்க்காலுக்குள் விழவும் பார்த்தார் அவனது சின்னையா.

அதுபோல் தன் சின்னையாவை பல தடவைகள் அங்கே அவன் கண்டுவிட்டான்.

துறையுலவு ஊத்தைப் பேய்களுக்கு தன்னை எச்சரித்து அவ்விடம் அணுகாதிருக்கச் சொன்னவர், தான்மட்டும் அங்கே வருவதேனென அவனுக்கு யோசனை பிடித்தது.

கொஞ்சுங்கிளி வேலையால் வந்து கிணற்றடியில் குளிக்கும் வேளையிலோ, குளித்துவிட்டு மேற்குக் குழியிறங்கும் செஞ்சூரியன் காணும் வேளையிலோ சம்பவிக்கும் தனது சின்னையாவின் வருகைகள்பற்றி அவனால் ஓரளவு ஊகிக்க முடிந்தது. ஆனால் வாய்க்கால் கரையில் போவது யாரென்று பார்க்கக்கூட முகம் திருப்பாமல் ஏதோ ஆத்திரத்தில்போல் கொஞ்சுங்கிளி நின்றிருந்ததைத்தான் அவன் விளங்கமுடியாது போனான்.

ஒருநாள் அதை அவரிடமே கேட்க எண்ணி ஒரு உரையாடலை பவானந்தன் துவக்கினான். 'உங்கள வாய்க்கால் கரையில சைக்கிள உறுட்டிவர கனதடவை கண்டிருக்கிறன், சின்னையா.'

'உந்தக் கல்லுக்குள்ளால ஓடிவந்து சில்லுக்கு காத்துப் போகப் பண்ணுறதவிட, வரம்பில உறுட்டிக்கொண்டு வாறது வலு வசதியெல்லோ. அதோட அது குறுக்குப் பாதையும்தான...'

அவரது சமாளிப்பில் நியாயமிருந்தது.

ஊரின் மேட்டுநில வடிநீரெல்லாம் வாய்க்கால் வழி வயலுக்குள் பரவும். அந்த நீர் தாழ்பூமி செல்லும் வாய்க்காலூடு ஓடி பரவைக் கடலை நிறைக்கும். பின் அங்கிருந்து பயணப்பட்டு ஆழக் கடலுள் போய்க் கலக்கும்.

வாய்க்கால்கள் மதகுகளுடன் கூடிய கல் றோட்டுகளாய் மாறிக்கொண்டிருந்தாலும், ஊர் வெள்ளம் வயல்வெளியில் வடிவதற்கும், அங்கிருந்து கடலுக்குள் பாய்வதற்குமான வாய்க்கால்களின் தேவை அப்பகுதியில் இன்னும் இருந்துகொண்டே இருக்கிறதுதான்.

அஞ்சுகம் ஏன் அவ்வாறு முடக்கமானாள் என்பதோ, கொஞ்சுங்கிளியின் திரும்பிப் பார்ப்பதற்குமான மறுப்பு ஏனென்பதோ, சைக்கிளை உருட்டிச்செல்லும் அத்தனை இடைஞ்சல்களையும் தாங்கிக்கொண்டு அவன் சின்னையா ஏன் இன்னுமே வாய்க்கால் கரை வழி செல்கிறாரென்பதோ பதில் கிடைக்காத கேள்விகளாயிருக்கையிலேயே 1983 ஜுலை வந்து சின்னையாவும் ஜேர்மனி போய்ச் சேர்ந்துவிட்டார். பிறகு மற்ற குடும்பத்தவர்களும். கடைசியாகப் பவானந்தனும்.

OOO

போன வருஷம் பவானந்தன் ஊர் சென்றபோது, செட்டிச்சி வளவு சென்று நிலைமையை விசாரிக்கும் எண்ணத்தோடுதான் சென்றான்.

அதன்படி விசாரித்ததில் செட்டிச்சி இறந்துபோனதும், கொஞ்சுங்கிளி இன்னும் அங்கேதான் தனியாய் இருப்பதும், ஆனால் பெரும்பாலும் வெளியில் காணப்படுவதில்லை என்பதும் அறிந்தான்.

அது அவனுக்குப் புதினமாயிருந்தது. தனிமனுஷி ஆகியிருந்தாலும் அத்தோட்டப் பெருநிலத்தின் சொந்தக்காரியாய் இருக்கிறவள் கல்யாணம் செய்யலாம்; விரும்புகிறவனை இழுத்துக்கொண்டு ஓடலாம்; வெளிநாடுகூட போகலாம். ஏனதில் எதுவுமே செய்யாதிருக்கிறாள் கொஞ்சுங்கிளி?

தன் புதிர் இன்னும் விடுபடாமலே அப்பயணம் அவனுக்கு முடிவடைந்தது.

இரண்டொரு நாளில் ஊருக்குக் கிளம்பவிருக்கின்ற இப்போது, இரவு தூங்காமல் கிடந்து மனத்தை அலைய விட்டிருக்கையில், தான் ஜேர்மனி வருவதன் முன்பான ஒருநாளில் குமாரவேலுவினதோ கொஞ்சுங்கிளியினதோ புதிர் நிலைமைகளோடு தொடர்புற்றதென அதுவரை தோன்றியிராததான கொஞ்சுங்கிளியின் சிநேகிதி கமலா சொன்ன கதையொன்று அவனுக்கு ஞாபகம் வந்தது.

அன்று ஒரு சனிக்கிழமையாக இருந்ததாம்.

நெசவு சங்கத்தில் மாலை நான்கு மணிக்கு வேலை முடிந்து லூமிலிருந்து இறங்கிய கொஞ்சுங்கிளியும் கமலாவும் வெளியேவர மழை தூறத் துவங்கியது.

கமலாவின் வீட்டடிக்கு வந்தபோது, ஏற்கனவே பாதி நனைந்துவிட்டதில் மேலே அற நனையப் பின்னிற்காத கொஞ்சுங்கிளி, நண்பியிடம் சொல்லிக்கொண்டு மேலே ஓடத் துவங்கியிருக்கிறாள்.

சிறிது நேரத்தில் சைக்கிளில் குடைபிடித்துக்கொண்டு பின்னாலே குமாரவேலு போவதைக் காண முடிந்தது கமலாவால்.

படலையில் அவள் நின்றிருக்க, றோட்டு முகரியில் சைக்கிளை மறித்துக் காலூன்றியபடி நின்றுகொண்டு கொஞ்சுங்கிளியுடன் குமாரவேலு ஏதோ பேசுவதும், சிறிதுநேரத்தில் சைக்கிளில் முன்னால் பாரிலே கொஞ்சுங்கிளி ஏறிக்கொள்ள சைக்கிள் நகர்ந்துவிடுவதும் மழைத் தாரைகளினூடு மங்கலாய்த் தெரிந்தது.

அதிலொரு பாதகமுமில்லை.

கமலாவும் வீட்டுக்குள் போய்விட்டாள்.

மறுநாள் வேலையில்லாத ஞாயிற்றுக்கிழமை கழிய, திங்கட்கிழமை காலை சந்தித்தபோது கொஞ்சுங்கிளி இயல்பாயில்லை. கமலா காரணம் கேட்க, மழையில் நனைந்ததில் முதல்நாள் முழுக்க உடம்புளைவோடு காய்ச்சல் குணமாயும் இருந்ததென்றாள்.

‘இண்டைக்கு எப்பிடியிருக்கு உடம்பு?’

‘இண்டைக்கும் ஒரே அலுப்பாய்த்தான் கிடக்கு’ என அவள் பதிலளித்ததைத் தெரிவித்து, பிறகு அவள் என்றைக்கும் சிரித்து தான் கண்டிருக்கவில்லை என்றிருந்தாள் கமலா.

அதிலிருந்து பவானந்தனால் எதையும் திண்ணப்பட முடியவில்லை. ஆனால் குமாரவேலுவினதும் கொஞ்சுங்கிளியினதும் அந்த நிலைமைகளுக்கு ஏதாவது எங்காவது பதிலிருக்குமானால் அதை அங்குதான் கண்டடையமுடியும் என்பதான ஓர் எண்ணத் தீவிரம் அப்போது அவனுள் முளைத்தது.

அதன் இன்னொரு வடிவம் அவன் குழம்புவது என்பதுதானே?

அக்குழப்பம் அவன் பயணத்திலும், பின் செட்டிச்சி வளவை அடைகிறவரையிலும் அவனில் நின்றிருந்தது.

முந்தியமுறை வந்திருந்ததைவிட இம்முறை நிறைய காணியில் புல் பூண்டுகளும், செடி கொடிகளும் பெரிது பெரிதாய் முளைத்திருந்தன. இருமுகடுக் குடிசையிலொன்று கழற்றப்பட்டிருந்தது. அவ்விடம், செம்மண் சரிந்த மேடாய் இருந்தது. இடையிருந்த பீலி வேலியோரமெங்கிலும் காணப்படவில்லை. கொத்தி விறகாய் எரிக்கப்பட்டிருக்கலாம்.

குடிசையைச் சுற்றி மானஞ்சம்புப் புல் நிறைய வயலில் நெல்போல் இடுப்பளவு உயரம் வளர்ந்திருந்தது.

பவானந்தன் அதை எண்ணி முடிகிறவரையில் மேற்குப் பார்த்து நின்றிருக்கும் கொஞ்சுங்கிளியின் உருவம் ஒரு திடுக்காட்டத்தோடு கண்ணில் பட்டது.

ஏறக்குறைய அவள் தாயாரே அந்தவிடத்தில் நின்றிருப்பதான தோற்றம். ஆனாலும் அதில் ஒரு வெறுமைதான் பிரகாசமாய்ச் சுடர்ந்துகொண்டிருந்தது.

அதிலிருந்து காத்திருப்பு, அவமானகரம், அமானுஷ்யத்தின் பாதிப்பென அவன் என்ன பதிலைக்கொள்ள?

அவனது சிந்தனை புதிர்வட்டப் பாதையில்போல் சுழன்றது.

அவன் சூழலை உணர்ந்தபோது இருள் சூழ விழுந்திருந்தது.

அவன் வாய்க்காலோரத்தில் அவதானமாய் நடக்கத் துவங்கினான்.

நிச்சயமாய் அவனுக்கு அங்கே வரும் தேவை இனி இருக்கவில்லை.

# வடக்கத்தியான்

### தொ. பத்திநாதன்

**1**

இலங்கையின் வடமாகாணத்தில் இரண்டாவது பெரிய குளமான கட்டுக்கரை வரண்ட பிரதேசமான மன்னாரின் பெரும்பகுதி விவசாயத்தை உயிர்ப்புடன் வைத்திருக்கிறது. மாதோட்டம் என்று அழைக்கப்படுகிற மாந்தைக்கும் கட்டுக்கரை குளத்துக்கும் தொடர்பு இருப்பதாக அகழ்வாய்வு அறிஞர்கள் சொல்கிறார்கள். தாதுசேனனால் கட்டுக்கரை கட்டப்படும்போது, அதன் உட்பகுதியில் வாச்சாங்குளம் என்ற ஊர் இருந்ததாகவும் அவர்கள் குளத்துக்கு வடக்குப் பக்கம் குடியமர்த்தப்பட்டதாகவும் வாய்மொழியாகச் சொல்லப்படுகிறது. திட்டமிடப்பட்ட நீர் வழங்கல் அமைப்புடைய சிறுசிறு குளங்களும் அதனைத் தொடர்ந்த குடியிருப்புகளும் வயல்வெளிகளுமாக அமைந்திருக்கும் இவ்வூர் காலபோகம், சிறுபோகம் செய்யப்படும் நிலையில் இன்று முதல்தலைமுறை அரசு உத்தியோகத்தாலும் செழித்திருக்கிறது என்றாலும் கூலி வேலை செய்பவர்களின் அன்றாடப் பாடு பெரும் திண்டாட்டம்தான்.

கட்டுக்கரை பெரியவுடைப்பு துலுசு அளக்கட்டு வழியாக வடக்குப் பக்கமாக ஒரு கிலோ மீற்றர் தொலைவில்

அமைந்திருக்கிறது வட்டக்கண்டல். இதனைச் சுற்றிச் சிறுசிறு கிராமங்கள் அமைந்திருக்கின்றன.

வட்டக்கண்டலில் கடைகள் முடியும் தெற்குப் பக்கமாக திரும்பும் கிறவல் பாதையில் கொஞ்சத் தூரம் போனால் குளக்கட்டு ஓரமாக நிற்கும் மதுர மரத்தடியில் நிறுவனம் ஒன்றால் கட்டிக் கொடுக்கப்பட்ட, தகரத்தால் அடைக்கப்பட்ட சிறிய கோழிக்கடை இருக்கிறது. இந்தக் கடை எப்போது திறந்திருக்கும் எப்போது மூடியிருக்கும் என்பது அதன் வாடிக்கையாளர்களுக்கே சரியாகத் தெரிந்திருக்க வாய்ப்பில்லை. சில வேளைகளில் அந்த இடத்தைக் கடந்து செல்லும் போது சாராய நெடியடிக்கும். பலத்த குரலில் சிலர் பேசிக்கொண்டிருப்பார்கள்.

கோழிக்கடை அருகில் இருக்கும் கலிங்கடிக்குச் சற்றுத் தள்ளி நாகலிங்கத்தின் வீடு இருக்கிறது. நாகலிங்கம் 1970 -களில் இங்கு வந்து குடியேறியவர். இந்தியாவைப் பூர்வீகமாகக் கொண்டவர். 2009 போர் முடிவிற்குப் பின் அவருடைய பேரன் மோகன் தற்போது அந்த இடத்தில் இந்தியன் வீட்டுத் திட்டத்தில் கட்டிக் கொடுத்த வீட்டில் குடும்பத்துடன் வசிக்கிறான்.

அந்தக் கடை முன் தூண் மாதிரி நட்டு வைத்திருந்த கட்டையில் பழைய சைக்கிள் டயரால் பின் பக்கமாகக் கைகள் கட்டப்பட்ட நிலையில் தலையைத் தொங்கப்போட்டபடி முருகேசன் நின்று கொண்டிருந்தார். ஒரு வாரம் மழிக்காத தாடியுடன், சீவாத தலைமுடியுடன் இருந்த அவர் பெனியனும் அரைக்கால் சட்டையும் அணிந்திருந்தார். கூலி வேலைக்கு போடும் அதே உடைதான் வீட்டிலுமாக இருந்தது. சிரிப்பதை மறந்த அவர் முகம் வெளிறிப்போய் பார்ப்பவர்களுக்குப் பரிதாபத்தை ஏற்படுத்தியிருந்து. இந்த நிலையில் அவருடை ஊராக இருந்திருந்தால் உறவுகள் மட்டுமின்றி, அவருடைய சாதி சனமும் அவர் பக்கம் நின்றிருக்கும்.

மதுர மரத்தடியில் கோடையிலும் நிறைந்திருந்த குளத்துத் தண்ணீருக்கு வெளியே தலையை நீட்டி வேடிக்கை பார்த்துக்கொண்டிருந்தது ஒரு தண்ணிப்பாம்பு. தெருவில் போய்கொண்டிருந்தவர்கள் சிலர் நின்று வேடிக்கை பார்த்தார்கள்.

“பாவம் என்று வேலைக்கு கூட்டிப்போனால் எங்களுக்கே இப்படிச் செய்வானா? தப்பு செய்தவனுக்கு தண்டனை

கொடுத்தாத்தான் இனிமேல் செய்யமாட்டான்" என்று முப்பது வயது மதிக்கத்தக்க மோகன் தடித்த குரலில் எச்சில் பறக்கக் கத்திக்கொண்டிருந்தான். "எதுவானாலும் அவிழ்த்து விட்டுட்டு கதைப்பா... அவர் எங்கயும் ஓடிடமாட்டார்" என்று வேடிக்கை பார்த்த பர்னாந்தின் குரல் வந்தது. "உங்கட வீட்டுல இப்படி செய்தால் நீங்க சும்மா இருப்பிங்களா?"

"ஏப்பா தப்பு செய்தால் போலிஸ்ல சொல்லுங்க. நீங்களா இப்படிச் செய்யக்கூடாது."

"அது எங்களுக்குத் தெரியும் நீங்க உங்கட வேலையப் பாருங்க." மோகனின் ஆக்ரோசத்திற்கு முன்னால் பர்னாந்து குரல் மௌனித்துப்போனது. இப்படி வாய்த்தர்க்கம் நடந்துகொண்டிருக்கும்போது, அவ்வழியாக ரிவிஎஸ் 50-ல் வந்த சந்தியாகு மோட்டார் சைக்கிளை ஓரமாக நிறுத்திவிட்டு சண்டிக்கட்டு கட்டிக்கொண்டு, முருகேசனை அவிழ்த்துவிட முயன்றான். மிதமான வெறியிலிருந்த மோகன் "இங்க பாருங்க சந்தியாகண்ணே உங்க காலமெல்லாம் 2009 தோட முடிஞ்சிருச்சு. இதுல நீங்க தலையிடாதீங்க" என்றான்.

"அடேய் எல்லாக் காலமும் எங்கட காலந்தாண்டா"

"அண்ணே உங்கட கையில துப்பாக்கி இருந்தவரைதான் உங்களுக்கெல்லாம் மரியாதை. இப்ப எங்களை எல்லாம் முன்னமாதிரி ஆட்ட ஏலாது"

சந்தியாகுக்கு உச்சந்தலைமுடி நட்டுக்கொண்டு வந்தது. நிதானமாக "எங்கட ஊருக்குள்ள இருந்துகொண்டு சண்டித்தனமா செய்கிறாய்" என்றான்.

"இல்லண்ணே நீங்க இதுல தலையிடாதீங்க" என்று மோகன் சொல்லிக்கொண்டே சந்தியாகுவை நெருங்கி வந்தான். சந்தியாகு அவனைப் பிடித்துத் தள்ளி விடவும் வேடிக்கை பார்த்தவர்கள் மோகனைப் பிடித்துக்கொண்டார்கள். "புண்டையாண்டி உன் ஊர்த் திமிரை எங்கிட்ட காட்டுறியா" என்றதும், முருகேசனின் கட்டை அவிழ்த்துக்கொண்டிருந்த சந்தியாகு, மோகனை முறைத்துக்கொண்டு அடிக்கப்போகவும் ஏனையவர்கள் தடுத்துவிட்டார்கள். "அவன் வெறியில கதைக்கிறான் விடுங்க மருமகன்" என்று அந்தனி மாமாவின் குரல் கேட்டது. வேலை செய்துகொண்டிருந்த குணசீலனுக்கு யாரோ போன் மூலமாகத்

தகவல் சொல்லவும் அவன் சைக்கிளில் கோழிக் கடையடிக்கு வந்தான்.

கோழிக்கடையில் களவெடுத்ததாகச் சந்தேகத்தில் கட்டிவைத்து அடித்த மோகனுக்குத் தானும் ஒரு இந்தியாக்காரன் என்று தெரிந்திருக்குமா எனத் தெரியவில்லை.

காலை ஏழு மணியிருக்கும். சந்தியாகு தனது தோட்டத்திலிருந்து வந்துகொண்டிருந்தான். குளத்துக்கட்டில் இடைமறித்த தேவராசா "தோட்டம் என்ன சொல்கிறது?" என்று சிரித்துக் கொண்டே நக்கலாகக் கேட்டான். அவன் சீண்டலைப் புரிந்துகொண்ட சந்தியாகு "ஓம் தோட்டத்துக்கு என்ன குறை நல்லாத்தான் இருக்கு." நல்லா இல்லை என்றாலும் அவன் அப்படித்தான் சொல்வான் என்பது தேவரசாவுக்குத் தெரியும். தான் எதுவும் செய்யமாட்டான் அடுத்தவன் செய்தாலும் பொறாமைப்படுவான் என்பது சந்தியாகுக்கும் தெரியும். "உனக்கு என்னப்பா அரசாங்க உத்தியோகம், நாங்கதான் மண்ணோட கிடந்து சாகிறம்" இப்படி யாராவது சொல்லும்போதெல்லாம் தேவராசா பெருமிதமாகச் சிரித்து வைப்பானே தவிர வேறு எதுவும் சொல்லமாட்டான். உத்தியோகம் என்னவோ அலுவலக உதவியாளராக இருந்தாலும் அரசு உத்தியோகம் என்ற கர்வம் அவனுக்கு எப்போதும் இருக்கும். "சந்தியாகு வடக்குத் தறைய குத்தகைக்குக் குடுக்கப் போறன், நீ எடுக்கிறியா?" என்றான் தேவராசா. "இல்லப்பா எனக்கு வேணாம் இருக்குற காணியவே என்னால செய்ய முடியல." இவன் கொடுக்கமாட்டான் சும்மா பெருமை பேசுகிறான் என்று அவனுக்குத் தெரிந்ததால் 'வேணாம்' என்று சொன்னான். "சரி மகள் கல்யாணம் நாள் வச்சிட்டியா?" "ஓம் இருபத்தேழாம் திகதி நாள் வச்சிருக்கு." உறவினர்களான இவர்கள் கதைத்துக்கொண்டிருப்பதைக் கேட்டுக்கொண்டிருந்த முருகேசன் 'கட்டுக்கரை தண்ணி இவர்கள் உடம்பெல்லாம் கொழுப்பா அப்பி இருக்கு' என்று நினைத்துக்கொண்டார்.

இப்படிக் கதைத்துக்கொண்டிருக்கும்போது குளக்கட்டு ஓரமாக நின்ற பனையிலிருந்து தொப் என்று பச்சை மட்டை ஓலை வந்து பக்கத்தில் விழவும் சந்தியாகு நிமிர்ந்து பனை மரத்தைப் பார்த்தான். ஒல்லியான ஒருவர் பனை மரத்திலிருந்து ஓலைகளை வெட்டிக்கொண்டிருந்தார்.

“யாருடா அது பனை மரத்தில புது ஆளா இருக்கு?” “ஓமடா யாரோ இந்தியாவாம், குணசீலன் வீட்டுக்கு வேலைக்கு வந்திருக்கிறார். கல்யாணம் வருதில்லையா வேலி அடைக்கனும் அதான் ஆள கூப்பிட்டு ஓலை வெட்டுறன்.” “என்ன வேலைக்காக குணசீலன் வீட்டுக்கு வந்திருக்கிறான்?” “அவன் இருக்கிறது தெற்க. அங்க வேலையில்லாததால குணசீலன் வீட்டுல தங்கியிருந்து இங்க ஏதாவது கூலி வேலைகள் செய்றானாம் பாவம்.” “குணசீலனுக்கு எப்படிப் பழக்கம்?” “அவன் இந்தியாவுக்கு அகதியாப் போனப்போ பழக்கமாம்.” சந்தியாகு மறுபடியும் நிமிர்ந்து பனை மரத்திலிருந்து ஓலை வெட்டும் ஆளை நன்றாகப் பார்த்துகொண்டான். அய்ம்பது வயது என்று மதிக்க முடியாது. பார்வைக்கு பொடியன்மாதிரியே தெரிந்தார். ‘போர் நடக்கிற காலமா இருந்தால் இந்தியாக்காறனை எங்கட ஆக்கள் நம்பவும் மாட்டார்கள், ஊருக்குள்ள விடவும் மாட்டார்கள். இப்ப பாரு வேலை தேடி நம்ம ஊருக்கு இந்தியாக்காரனே வந்திருக்கிறான்’ என்று சந்தியாகு நினைத்துக்கொண்டான்.

இந்தியன் வீட்டுத் திட்டத்தில் கட்டப்பட்டு, சுவருக்குப் பூச்சுப் பூசாமல் தரையும் சீரில்லாமல் வீடு அரைகுறையாகக் கிடந்தது. இந்தியாவில் இருந்து வந்து வைத்த தென்னை மரங்களில் இப்போதுதான் ஒன்றிரண்டு பாளைகள் வர ஆரம்பித்திருந்தன. பத்தாவது படிக்கும் மகள் ‘போன்’-ல் படித்துக்கொண்டிருந்தாள்.

காலைச் சாப்பாடு செய்துகொண்டிருந்த குணசீலனின் மனுசி சகாயராணி தேயிலை டப்பாவிலிருந்து அய்ந்நூறு ரூபாவை எடுத்து மகனிடம் கொடுத்து “ஜெனி மாமா கடையில அரைக்கிலோ சீனியும் ஒரு தேங்காயும் வாங்கிட்டு வாடா” என்றாள்.

மூன்று வருடங்களுக்கு முன்பு இந்தியாவில் இருந்து வந்ததால் ‘டாபர்’ தொண்டு நிறுவனம் இலவசமாகக் கொடுத்த பசு மாட்டில் பால் கறந்துகொண்டிருந்த குணசீலன் “சீனி மட்டும் வாங்கிட்டு வா! தேங்கா அம்மா வீட்டுல ஆயலாம்” என்றான். “அதெல்லாம் தேவையில்லை நீ தேங்காயும் வாங்கிட்டு வாடா” என்று கொஞ்சம் அழுத்தியே சொன்னாள் சகாயராணி. குணசீலன் அதற்குமேல் எதுவும் பேசவில்லை. மகன் சைக்கிளை எடுத்துக்கொண்டு புறப்பட்டான். இதையெல்லாம் அமைதியாக

தென்னை மரத்தடியில் கிடந்த பிளாஸ்ரிக் கதிரையில் இருந்து கவனித்துக் கொண்டிருந்தார் முருகேசன். இலங்கை வந்து பதினைந்து வருடங்கள் கடந்திருந்தது. அவருக்கு ஊர் ஞாபகம் வந்து தொண்டையை அடைத்தது. இங்கு வந்தால் அங்கு போகமுடியாது, அங்கு போனால் இங்கு வரமுடியாது. என்னடா வாழ்க்கை இது என்று நினைத்துக்கொண்டார். சலிப்பாகவும் சோர்வாகவும் இருந்தது.

முருகேசனின் சொந்த ஊர் சேலம் மாவட்டம் தம்மம்பட்டி தாலுகாவில உள்ள சோப்புமண்டி அகதிகள் முகாமுக்குப் பக்கத்தில் இருந்தது. முருகேசனின் குடும்பம் பெரிய வசதியானது இல்லைத்தான். ஆனாலும் சொந்த வீடு, கொஞ்சம் மஞ்சள் தோட்டம் செய்வதற்கு இடமிருந்தது. அவருக்கு இரண்டு அண்ணன்களும் ஒரு அக்காவும் இருந்தார்கள். முருகேசன் கடைசி என்பதால் பொறுப்பில்லாமல் படிக்காமல் திரிந்த நிலையில், குணசீலன் சோப்புமண்டி முகாமில் இருந்தபோது வேலை செய்த இடத்தில் அறிமுகமாகி, பின் இருவரும் ஒன்றாக வேலைக்குச் சென்ற நேரத்தில், ஒருநாள் சோப்புமண்டி அகதிகள் முகாமிலிருந்த குணசீலனின் வீட்டுக்கு வேலை தொடர்பாகப் பேசுவதற்காக அவசரமாகத் தனது 'ஹீரோ ஹொண்டா' மோட்டார் சைக்கிளில் புறப்படும்போது குளிர் காற்று வீசிக்கொண்டிருந்தது. சேலம் - தம்மம்பட்டி பிரதான சாலை ஓரமாக மலையடிவாரத்தில் இருந்த முகாம் முன்பாகயிருந்த வேப்பமரத்தடியில் வண்டியை நிறுத்தும்போது செக்கலான நேரத்தில் லேசாக மழை பெய்ய ஆரம்பித்திருந்தது. குணசீலனுடன் சேர்ந்து வேலை செய்த ஆரம்ப நாட்களாக இருந்ததால் ஒருவிதத் தயக்கத்துடன் கதவைத் தட்டினார் முருகேசன். மழைக்கு தூவானம் அடிக்குமென்பதால் கதவு சாத்தப்பட்டிருந்தது. சித்திரா கதவைத் திறந்தாள். மழை அதிகமாகப் பெய்ய ஆரம்பித்திருந்தது. "மழை பெய்யுது உள்ள வாங்க" என்றாள் சித்திரா. "பரவாயில்லைங்க... குணசீலன் அண்ணன் வீடு?" என்று தயக்கத்துடன் கேட்டார். முருகேசன் முழுவதும் நனைந்திருந்தார். "குணசீலன் அண்ணா வீடு இங்கிருந்து இரண்டு வீடு தள்ளியிருக்கு. கதவில 36 நம்பர் போட்டிருக்கும் பாருங்க" என்றாள் சித்திரா. "எல்லா வீடும் வரிசையா ஒரேமாதிரி இருக்கா அதனாலதான், தப்பா நெனச்சிராதீங்க..." முருகேசனுக்கு வார்த்தைகள்

முற்றுப்பெறத் தயங்கின. வெளியே வரும்போது 'இனிமேல் வேலைக்கு போடும் உடுப்புடன் இங்கு வரக்கூடாது' என்று நினைத்துக்கொண்டார். "மழை பெய்யுது உள்ள வாங்க" என்பதுதான் முருகேசனின் வாழ்க்கையை இன்றுவரை இழுத்துப்பிடித்து வைத்திருக்கிறது.

2001-ல், 23 வயதில் சித்திராவைப் பதிவுத் திருமணம் செய்துகொண்டார்.

அப்படி இலங்கைப் பெண்ணை தாய், தகப்பன், சகோதரங்களின் எதிர்ப்பையும் மீறிக் கல்யாணம் செய்வதற்குக் காரணங்களாக தலைவர் பிரபாகரன் மீதான ஈர்ப்பும் அவர் மீதிருந்த பற்றும் இலங்கைத் தமிழருக்கு ஏதாவது செய்யவேண்டும் என்ற உந்துதலுமாக இருந்தன. இலங்கைத் தமிழருக்கான போராட்டங்கள் தமிழகத்தில் எங்கு நடந்தாலும் கலந்துகொள்பவராக இருந்தார். முருகேசன் பதிவுத் திருமணம் செய்தபின் அவருடைய குடும்பத்திலிருந்து எந்த ஆதரவும் அவருக்கு இருக்கவில்லை.

அவரை அவர்கள் ஒதுக்கிவிட்டர்கள். முகாமில் அவருக்குப் பதிவு தரமாட்டார்கள். ஆனாலும் முகாமில் மனைவியுடன் தங்கியிருக்க அதிகாரிகள் அனுமதித்திருந்தார்கள். சித்திரா கெட்டிக்காரி. 'அம்மா பெயரில் கொஞ்சம் காணி இருக்கு. நாம இங்கயே இருந்தால் அதைப் பக்கத்தில் இருப்பவர்கள் எடுத்துவிடுவார்கள். அதனால் அம்மாவைக் கூட்டிக்கொண்டுபோய் அந்தக் காணிப் பிரச்சினையை முடித்துவிட்டு திரும்பவும் இந்தியா வந்திரலாம்' என்றுதான் திட்டமிட்டிருந்தாள். அப்படிச் சொல்லித்தான் முருகேசனையும் சம்மதிக்க வைத்திருந்தாள். முருகேசனைக் கை கழுவி விடும் திட்டம் அவளுக்கு இருந்ததா அல்லது சந்தர்ப்பவசம் அப்படி அமையுமா என்பது குழப்பம்தான். முகாம்களில் இவ்வாறான சம்பவங்கள் நிறையவே நடந்திருக்கின்றன. வாழ்க்கை போற போக்கில் வாழும் மனிதர்களாகத்தான் அவர்கள் இருந்தார்கள். இரண்டாவது மகனுக்கு ஒரு வயது இருக்கும்போது, 2004-ல், வயதான அம்மா, அப்பாவைக் கூட்டிக்கொண்டு 'யுஎனெச்சார்' மூலமாகப் பதிவு செய்து இலங்கைக்கு வந்துவிட்டள். முருகேசனுடைய தாய் தகப்பனும் கைவிட்ட நிலையில், மனைவி பிள்ளைகளும் இல்லாத

நிலையில் முருகேசன் தவித்துப்போனார், பிள்ளைகளின் ஏக்கம் அவரைக் கடைந்து கொண்டிருந்தது. குணசீலன்தான் அவருக்கு ஆறுதலாக இருந்தான்.

சித்திராவுக்கு காணிப் பிரச்சனை அவள் நினைத்தமாதிரி சுலபமாக முடியவில்லை. அப்பா காடு வெட்டி வெளியாக்கிய காணி. அதனை முறையாகப் பதிவு செய்யாமல் விட்டுவிடவில்லை. அவர்கள் இந்தியாவைப் பூர்வீகமாகக் கொண்ட மலையகத்தைச் சேர்ந்தவர்கள் என்பதால் அப்போது அவர்களுக்கு இலங்கைக் குடியுரிமை கொடுக்கப்படவில்லை. அதனால் அவர்களுக்குக் காணி உரிமம் கொடுக்காமல் ஒரு கைத்துண்டு மட்டுமே கொடுத்திருந்தார்கள். மலையகத்தில் ஏற்பட்ட கலவரங்கள் மற்றும் சிறிமா - சாஸ்திரி ஒப்பந்தப்படி இந்தியாவுக்குப் போக விரும்பாதவர்கள் வன்னியில் வந்து குடியேறி காடுகளை வெட்டி கொட்டில்கள் போட்டுக் குடியிருந்தார்கள். அவர்கள் அனைவருக்குமான காணிப் பதிவு அப்படித்தான் நடைமுறையில் இருந்தது. அதனைக்கொண்டு கிராம சேவையாளர் மூலமாக அதிகாரிகளிடம் போனால் அதை மட்டும் வைத்து அரச காணிக்கு உரிமம் தர முடியாது, நீங்கள் அந்தக் காணியில் தொடர்ந்து குடியிருந்து பாதுகாத்து, பராமரித்து, பயனடைந்து வந்தால் அய்ந்தாண்டுகள் கழித்து உங்களுக்கு உரிமம் தருவோம் என்றார் அரச காணிக்குப் பொறுப்பான பிரதேச செயலர். சித்திரா தனது நிலையை அதிகாரிக்கு எடுத்துச் சொல்லியும் கெஞ்சியும் அழுதும் பார்த்தாள். அதிகாரி சட்டம் அப்படி இருக்கிறது நான் ஒன்று செய்ய முடியாது என்று கூறிவிட்டார். இதைத் தெரிந்துகொள்வதற்கே பல மாதங்கள் அலைய வேண்டியிருந்தது. சட்டங்கள் குறித்து அவர்களுக்குப் பெரிய புரிதல்கள் இருக்கவில்லை. வாழ்வதற்கு, பக்கத்தில் இருக்கும் வாய்ப்பு என்ன என்பதை மட்டுமே பார்க்க முடிந்தது. ‘இப்போதைக்கு நாங்கள் வருவதற்கு வாய்ப்பில்லை, முடிந்தால் நீங்க வாங்க.’ சித்திரா விபரமாகக் கடிதம் எழுதியிருந்தாள் முருகேசனுக்கு.

இந்தச் சூழலில்தான் குணசீலன் ஒரு யோசனை சொன்னான் “ஏப்பா இலங்கையாவது இந்தியாவாவது எல்லாம் நம்ம நாடுதாப்பா. நீ சரின்னா சொல்லு உன்னைய நான் இலங்கைக்கு அனுப்புறேன்.” முருகேசன் தயங்கி நின்றார். என்ன முடிவு செய்வதென்றே அவருக்குத் தெரியவில்லை.

"என்னப்பா யோசிக்கிறே?"

"எப்புடி அனுப்புவீங்க?" என்று தயக்கத்துடன் கேட்டார் முருகேசன். "அதெல்லாம் இப்ப சொல்ல முடியாது. உன் புள்ளைய மனுசிய பாக்க ஆசையிருந்தா சொல்லு" என்று பிடிகொடுக்காமல் குணசீலன் கூறினான். எப்படிப் போவது என்பதைவிட தாய், தகப்பன், சகோதரங்களை எப்படி விட்டுப்போவது. ஒட்டு உறவு இல்லாவிட்டாலும் பக்கத்தில் இருக்கிறார்கள் என்ற தைரியம் இருந்தது. மனுசி, பிள்ளைகள் ஒருபக்கம். என்ன செய்வதென்று தெரியாது கொஞ்ச நேரம் யோசித்த முருகேசனுக்கு தலைவர் பிரபாகரனை நேரில் பார்க்கலாம் என்ற ஆசையும் எட்டிப்பார்க்க "சரி நான் இலங்கை போறேன், நீங்க ஏற்பாடு செய்ங்க" என்றார். ஏற்கனவே மனுசியும் பிள்ளைகளும் போவதற்காக, இருந்த காசு எல்லாம் செலவாகிவிட்டது. கட்டியிருந்த சீட்டுக்காசையும் எடுத்துக்கொண்டு மனுசி பிள்ளைகளைக் கூட்டிக்கொண்டு போய்விட்டாள். காசுக்கு பெரும் யோசனையாக இருந்தது. கடைசிவரை எப்படிப் போவதென்பதை குணசீலன் சொல்லாமலே இருந்தான். எப்படியாவது கொஞ்சம் காசு சேர்த்திடலாம் என்று சொந்தக்காரன்கள், நண்பர்களிடமெல்லாம் முருகேசன் முயற்சி செய்தார். பெரிதாக எதுவும் கிடைக்கவில்லை. பத்து நாள் கழித்து குணசீலன் பத்தாயிரம் ரூபாவை முருகேசனின் கையில் கொடுத்து, மண்டபம் முகாமில் உள்ள தனது மச்சான் உதயனைப் போய்ப் பார்க்கச் சொன்னான். இப்படித்தான் படகு மூலமாக முருகேசன் 2004 கடைசியில் இலங்கை வந்து சேர்ந்தார்.

சந்தியாகு, குணசீலன் வீட்டுக்குத் தனது ரிவிஎஸ் 50 மோட்டார் சைக்கிளில் சென்றான். முருகேசன், ஜெனி கடையில ஒருகட்டு தோரா பீடியும் ஒரு நெருப்பெட்டியும் வாங்கிக்கொண்டு தெருவோரமாகத் தலையைக் குனிந்தபடி ஆழ்ந்த யோசனையில் நடந்துகொண்டிருந்தார். மேசனுக்கு உதவியாளர் வேலை செய்வதால் அவர் கை, கால்களில் சீமெந்துக் காவி படிந்திருந்தது. சந்தியாகு தனது மோட்டார் சைக்கிளை முருகேசன் அருகில் நிறுத்தி "ஏறுங்க" என்றான்.

"இல்லண்ணே... நீங்க போங்க நான் நடந்து போறேன்."

"இல்ல, ஏறுங்க நான் குணசீலன் வீட்டதான் போறேன்."

தயங்கியபடியே முருகேசன் மோட்டார் சைக்கிளில் ஏறினான். சந்தியாகு தனது புலனாய்வுப் புத்தியைக் கூர்மையாக்கினான். முருகேசன் படகு மூலமாக வந்ததால், அவரை அவருடைய மனைவியின் குடும்ப அட்டையில் இந்தியன் என்று பதிவு செய்துவிட்டார்கள். போர்க்காலத்தில் இராணுவக் கட்டுப்பாட்டுப் பகுதிக்குள் அவர்கள் வாழ்ந்தார்கள், போர்க்காலம் முழுதும் ஆடு மேய்க்கப் போனதால் அடையாள அட்டை தேவைப்படவில்லை. எங்கேயும் பயணம் போகாமலே பதினைந்து வருடங்களாக இப்படித்தான் வாழ்ந்து வருகிறார் என்ற தகவல்கள் சந்தியாகுவிற்குக் கிடைத்தன. எப்போதுமே தன் காரியத்தில் குறியாக இருக்கும் சந்தியாகு நேரடியாகக் கேட்டான்.

“சரி என் வீட்டுல இரண்டு பனைமரம் நிக்கிறது. அதனால் பெரும் தொல்லையாக இருக்கிறது. அதில் ஏறி குருத்துக்குள் மண்ணெண்ணை ஊத்திவிடணும். ஒரு பனைக்கு எவ்வளவு காசு வாங்குறீங்க?”

எப்போதும் அதிகம் பேசாத முருகேசன் “பனை ஓலையை வெட்டினால் மறுபடியும் தழையும், நான் எந்த மரத்தையும் கொல்வதில்லை” என்றார்.

‘வடக்கத்தியானுக்கு திமிரப் பாத்தியா’ என்று நினைத்த சந்தியாகு, சென்றுகொண்டிருந்த பாதையிலிருந்து வடக்குப் பக்கமாகப் பிரியும் சந்தியில் மோட்டார் சைக்கிளை நிறுத்தினான். மோட்டார் சைக்கிளின் பின் இருந்த முருகேசனின் முகத்தைத் திரும்பிப் பார்த்தான். முருகேசன் அவன் முகத்தை பார்க்க விரும்பாது தன் முகத்தை வேறு பக்கமாகத் திருப்பிக்கொண்டார்.

“இறங்குங்க நான் இந்தப் பக்கமாகப் போகிறன்.”

முருகேசன் நிதானமாக இறங்கி வடக்குப் பக்கப் பாதையின் ஓரமாகத் தலையைக் குனிந்தபடி நடந்துகொண்டிருந்தார்.

சந்தியாகு நேராகச் சென்று தெற்குப்பக்க வளைவில் திரும்பும்போது, எதிர்பாராத விதமாக எதிரில் வந்த குணசீலனின் சைக்கிளுடன் மோதுப்பட்டதில் கழன்று விழுந்த சந்தியாகுவின் உயிரற்ற செயற்கைக் கால் ஒன்று தனியாக ஆடிக்கொண்டிருந்தது.

◇ ◇

# ஆகிதம்

**நவமகன்**

**எ**ன்ர நீண்டகாலச் சிநேகிதன் சத்தியநாதனைக் கூட்டிவரத்தான் நானிப்ப ஒஸ்லோவிலயிருந்து ஹர்டமூன் விமானநிலையத்துக்குக் கார்ல போய்க்கொண்டிருக்கிறன். அவனொரு வட நோர்வே வாசி. அங்கயிருந்துதான் வாறான். நாட்டிலயிருந்து வந்த காலந்தொட்டே அவன் அங்கதான் வாழுறான். நானும் கொஞ்சக்காலம் அங்கதான் வாழ்ந்தனான். நள்ளிரவுச் சூரியன் நடமாடும் தேசத்தின்ர வட பகுதியானது உலகப் பந்தின் உச்சியில இருக்குதெண்டதையும், அது கடுங்குளிர்ப் பிரதேசமெண்டதையும் பள்ளிக் காலத்திலேயே சமூகக்கல்விப் பாடப் புத்தகத்தில படிச்சிருந்தாலுங்கூட நானிங்க வந்த பிறகுதான் கடுங்குளிரின்ர தாக்கத்தை அனுபவிச்சு உணர்ந்தனான்.

என்னை மட்டுமில்ல, என்னைப்போல கனபேரைப் புலம்பெயர்ந்த தேசத்துக்குள்ளேயே புலம்பெயர வைச்சதும் இந்தக் கடுங்குளிர்தான் எண்டால் அது பொய்யில்ல. ரெண்டாம் உலகப்போரில ஹிட்லற்ர நாஜிப்படைகளே கூட வட நோர்வேயிலதான் பெரும் இழப்புகளைச் சந்திச்சுப் பின்வாங்கினவையாம். அதுக்குக் காரணமும் அவங்களுக்குப் பழக்கப்படாத இந்தக் கடுங்குளிர்தானாம் எண்டும் கேள்விப்பட்டிருக்கிறன். நாஜிப்படைகளையே விரட்டியடிச்ச

அந்தக் கடுங்குளிரால கூடச் சத்தியநாதனை விரட்டியடிக்க முடியாமல் போச்செண்டால் பாருங்கோவன்.

முப்பத்தஞ்சு வருசமா அந்தக் கடுங்குளிருக்குச் சவால் விட்டபடி சத்தியநாதன் அங்கேயேதான் வாழ்ந்துகொண்டிருக்கிறான் எண்டால், அதுக்கு அவன்ர நினைவுமனத்தில ஒட்டிக்கொண்டிருக்கிற ஒரு மணம் தான் காரணம். மணம் எண்டால் சும்மா சாதாரண மணமில்ல, மனித மூளையின் துர்நாற்றமது. அதுவும் தமிழ் மூளையின் நாற்றமெண்டால் நம்பவா போறியள்? ஆனால், அதுதான் உண்மை.

நோர்வேக்கு வந்த ஆரம்பகாலத்தில அகதி முகாம்களில அறிமுகமில்லாத தமிழ் ஆக்களைக் காணுறபோதும், சத்தமாத் தமிழ்க் குரல்களைக் கேட்கிறபோதும் தன்ர நாசியைச் சிதைந்த மூளையின் துர்நாற்றம் நிறைத்துவிடுகிறதெண்டு அவன் புலம்புவான். அதனாலயவன் அமைதியை இழந்து பெருத்த மன அழுத்தத்துக்கு உள்ளாகியிருந்தான்.

நல்ல உயரமும், உயரத்திற்கேற்ற திடகாத்திரமான உடலுமாய் வசீகரமான முகத்தோட பார்க்கிறவையைச் சுண்டியிழுக்கிற அழகனா இருந்தாலுங்கூட அவனுக்குள்ள இப்படியொரு மனச் சிக்கல் இருக்கிறதெண்டது எனக்கு மட்டுந்தான் தெரிஞ்ச விசயமா இருந்தது. அதனால அப்பயெல்லாம் நான்தான் அவனுக்கு ஆறுதலா இருந்தனான். ஆனால், அவனிப்ப எனக்கெல்லே ஆறுதல் சொல்ல வந்துகொண்டிருக்கிறான்.

ரெண்டு வருசத்துக்கு முன்னமே என்ர மகன்ர கலியாணச் சாட்டில அவனிங்க வந்திற்றுப் போகத்தான் இருந்தவன். ஆனால் கலியாணமெல்லே பிசகிப்போச்சுது. அதென்னெண்டால் என்ர மகன் நல்ல குணமான பெடியன்தான். ஆனால் படிப்பெல்லே அவனுக்கு ஏறமாட்டன் எண்டுபோட்டுது. சரியெண்டுபோட்டு எலெக்ரிக் கடையொண்டில வேலை செய்துகொண்டிருந்தவன் திடீரெண்டு கடைக்கு வந்த ஒரு தமிழ்ப் பெட்டையில மயங்கி அவளைப் பின்னும் முன்னுமாய் கலைச்சுக்கொண்டு திரிஞ்சான். ஆரம்பத்தில நெளிப்புக் காட்டிக்கொண்டு திரிஞ்ச பெட்டையும் சாதி, சமயமெல்லாத்தையும் விசாரிச்சுப்போட்டு அதெல்லாம் சரியாத்தானிருக்குது. ஆனாலும், படிப்பும் வேலையும் காணாதெண்டு சொல்லிப்போட்டாள்.

பிறகவன் அவளுக்காக வேலையையும் விட்டுப்போட்டு திரும்பவும் கொம்பியூட்டர் இஞ்சினியரிங் படிக்கவெண்டு வெளிக்கிட்டுட்டான். அவன் படிக்கவெண்டு வெளிக்கிட்டதுமே பெட்டையும் பச்சைக்கொடியைக் காட்டிக்கொண்டு அவன்ர வழிக்கு வந்திட்டாள். ஆனால், அந்தச் சரஸ்வதிக் கள்ளி மட்டும் அவனுக்குக் கிட்டவே வரமாட்டன் எண்டுபோட்டாள். அதனாலதான் ரெண்டு வருசம் கழிச்சுக் கலியாணம் வரைக்கும் வந்த காதலும் கடைசியில கைவிட்டுப் போச்சுது.

ஆனால், என்ர பெடியன்ர கழுத்தில பச்சை குத்தின அந்தப் பெட்டையின்ர பேர் மட்டும் இன்னும் அப்பிடியேதானிருக்குது. அழியடா அழியடா எண்டாலும் கேக்கிறானில்ல. பெட்டையிப்ப தாய் தகப்பன்ர விருப்பத்துக்கு ஏத்தமாதிரி சாதி சமயத்தோட டொக்டரையோ இஞ்சினியரையோ தேடிக்கொண்டிருக்குதாம். எப்ப கண்டுபிடிச்சு எப்ப கலியாணமோ தெரியாது. சரி, அந்த எள்ளுத்தான் எண்ணெய்க்குக் காயுதெண்டால் இந்த எங்கட எலிப்புழுக்கையும் என்னத்துக்குக் காயுதெண்டுதான் தெரியயில்ல. முப்பது வயசுமாப்போச்சுது கலியாணக் கதையை எடுத்தாலே தலை தெறிக்கவல்லே ஓடுறான். சொந்தமா வீடு வாங்கி வாடகைக்கு விட்டுப்போட்டு எங்களோடயேதான் இருந்தவன். இப்ப எங்கட கலியாணக் கரைச்சலைத் தாங்க ஏலாமல் வாடகைக்கு இருந்தவனை எழுப்பிக் கலைச்சுப்போட்டுத் தன்ர வீட்டிலயேபோய்த் தனிய இருக்கிறான்.

சரி மகன்ர கலியாணந்தான் பிள்ளையாற்ற கலியாணம் மாதிரி இழுபடுகுதே, மகளுக்காவது செய்து வைப்பமெண்டு வெளிக்கிட்டால் போன மாசம் நடக்கவெண்டிருந்த மகளின்ர கலியாணமுமெல்லே குழம்பிப்போச்சுது. அதனாலதான் மனம் குழம்பிப்போயிருக்கிற எனக்கும் என்ர மனிசிக்கும் ஆறுதல் சொல்லி எங்களத் தேத்துறதுக்கெண்டு மினக்கெட்டு அவன் அங்கயிருந்து வந்துகொண்டிருக்கிறான். நன்மையா இருந்தாலென்ன, தீமையா இருந்தாலென்ன எங்கட குடும்ப விசயங்களைப் பயமில்லாமல் கதைக்கிறதுக்கு எங்களுக்கிருக்கிற நம்பிக்கையான ஒரே ஜீவன் அவன்தான். முகமன் பாராமல் சரியோ, பிழையோ நெத்திப்பொட்டில அடிச்சமாதிரிச் சொல்லிப்போடுவான். ஆனால், இங்கையும் சிலதுகள் இருக்குதுகள்... மூஞ்சிக்கு முன்னால

ஒண்டும், முதுகுக்குப் பின்னால இன்னுமொண்டுமாய் கதைக்கக்கூடியதுகள். அதுகளிட்ட எங்கட சந்தோஷங்களைச் சொன்னால் துக்கப்படுங்கள். துக்கங்களைச் சொன்னால் சந்தோஷப்படுங்கள். இப்பகூட என்ர மகளின்ர கலியாணம் குழம்பிப்போன கதையைத்தான் கண், காது, மூக்கெல்லாம் வைச்சுக் கதைச்சுக்கொண்டு திரியுதுகளாம்.

அட, எனக்கும் அதுக்கிடையில அறளை பேந்திட்டுதுப்போல. சத்தியநாதன்ர கதையச் சொல்லவெண்டு வந்துபோட்டு என்ர குடும்பக் கதையச் சொல்லிக்கொண்டிருக்கிறன். அங்க நாட்டில நானும் சத்தியநாதனும் ஒரே ஊர்தான். ரெண்டுபேரும் நல்ல ஒட்டு. சத்தியநாதன், கேசவநாதன் எண்டு பேர்லயும் நல்ல பெருத்தம். எனக்கும் அவனுக்குமான கூட்டு அரிவரியில தொடக்கி அகதியான நாடு வரையிலும் நீண்டிருந்தாலுங்கூட நடுவில கொஞ்சப் பக்கத்தக் காணயில்ல எண்டு சொல்லுற அளவுக்கு எங்கட சிநேகிதத்தில ஒரு இடைவெளியும் விழுந்துதான் இருந்தது. அதுக்குக் காரணம் நான் ஓ.எல். ரிசல்ட் வாறதுக்கு முன்னமே கொழும்புக்கு வந்ததுதான். அங்க நான் மொத்த விற்பனைக் கடையொண்டில குச்சி பிடிச்சுக்கொண்டு நிண்டாலுங்கூட, எண்டைக்கோ ஒரு நாளைக்குப் பிளைட்டைப் பிடிச்சுக்கொண்டு ஏதாவதொரு வெளிநாட்டில அகதியாய்ப்போய் இறங்கிவிடுறதுதான் என்ர குறிக்கோளா இருந்துச்சு.

அதுக்குப்பிறகு ரெண்டு வருசத்தால ஊரில ஏ.எல். படிச்சுக்கொண்டிருந்த சத்தியநாதனும் ஈழம் பிடிக்கவெண்டு இயக்கத்திற்குப் போயிட்டான். அப்பிடி ஈழம் பிடிக்கப் போனவன்தான் நாசியில மூளையின்ர மணத்தப் பிடிச்சுக்கொண்டு நோர்வேயில வந்து நிண்டான்.

ஒரு நாள் அவன்ர இந்தப் பிரச்சினையை நான் அகதி முகாம் பொறுப்பதிகாரியிட்டச் சொன்னதுமே, அவர் சத்தியநாதனைப் பரிசோதிக்கிறதுக்கெண்டு ரீட்டா அன்டெர்சன் எண்டவொரு மனநல மருத்துவரை ஒழுங்கு செய்துவிட்டார்.

நாங்கள் அந்தக் காலத்திலதான் நொஸ்க் மொழியைப் படிக்கவெண்டு வெளிக்கிட்டிருந்தனாங்கள். ஆங்கிலம் வேற அரைகுறை எண்டதால மனநல மருத்துவரிட்டப் போகேக்க ஒரு மொழிபெயர்ப்பாளரோட போறதுதான்

நல்லதெண்டு நான் அவனுக்குச் சொன்னன். ஆனால் அவனோ "தேவையில்லயடாப்பா... நான் அகதியாப் பதியைக்க என்ர பிரச்சினைகள் எல்லாத்தையுமே மொழிபெயர்ப்பாளர் மூலமா பொலிசில சொல்லிப்போட்டன். அதின்ர நொஸ்க் கொப்பி ஒண்டு என்னட்டக் கிடக்குது. அதைக் கொடுத்தாலே போதும், மருத்துவருக்கு எல்லாமே விளங்கும்" எண்டான்.

சரியெண்டு குறிப்பிட்ட நாளில குறிப்பிட்ட நேரத்துக்கே மனநல மருத்துவரிட்டப் போய்ச் சேர்ந்திட்டம். நாங்கள் நினைச்சுக்கொண்டு போனதுபோல மருத்துவர் ரீட்டா அரைக் கிழவியா இல்லாமல் வடிவான இளம் பெட்டையா இருந்தது எங்களுக்குப் பெருத்த ஆச்சரியந்தான். வந்த விசயத்த மேலோட்டமா ஆங்கிலத்தில சொன்ன சத்தியநாதன் கையில வைச்சிருந்த அகதிப் பதிவு வாக்குமூலக் கொப்பியை நீட்டினான். அத வாங்கி விரிச்சு வைச்சு ஊர், பேர் குடும்ப விபரங்கள் போன்ற கேள்வி பதில்களைத் தாண்டி விரிவாக வாசிக்க ஆரம்பிச்ச மருத்துவர் ரீட்டாவின் கண்களுமெல்லே அகலமா விரிய ஆரம்பிச்சிட்டுது.

○○○

**வி**சாரணை அதிகாரி: ‹என்ன காரணத்தையிட்டு நீ இங்கு அரசியல் தஞ்சங்கோரி வந்திருக்கிறாய்?›

சத்தியநாதன்: ‹இலங்கையில் இருந்தால் எனது உயிருக்கு ஆபத்து.›

விசாரணை அதிகாரி: ‹சண்டை நடந்துகொண்டிருக்கின்ற ஒரு நாட்டில் பொதுவாக எல்லோருடைய உயிருக்குந்தான் ஆபத்து. அதை விடுத்து உன்னுடைய தனிப்பட்ட பிரச்சினை என்ன என்பதை விரிவாகக் கூறமுடியுமா?›

சத்தியநாதன்: ‹ஆம், நான் 1984-ம் ஆண்டின் இறுதியில் தனிநாடு கோரிப் போராடிய ஆயுத இயக்கமொன்றில் என்னை இணைத்துக்கொண்டேன். இந்தியாவுக்கு அனுப்பப்பட்டு ஒரு வருட இராணுவப் பயிற்சியின் பின் 1985-ன் இறுதியில் மீண்டும் யாழ்ப்பாணத்தில் வந்திறங்கியபோது, முப்பத்தொன்பது போராளிகளைக் கொண்ட ஒரு சிறிய முகாமின் பொறுப்பாளனாக நியமிக்கப்பட்டிருந்தேன். கல்வியங்காட்டில் மக்கள்

குடியிருப்புகளுக்கு மத்தியில் இருந்த பெரிய வீடே எனது முகாமாக இருந்தது. யாழ்ப்பாணத்தைப் பற்றித் தெரிந்திராத இலங்கையின் கிழக்குப் பகுதியிலிருந்து வந்த போராளிகளே அங்கு அதிகமானவர்களாக இருந்தார்கள். வீட்டின் பின் பக்கத்திலிருந்த பெரிய தோட்டக்காணியையே உடற்பயிற்சி மைதானமாக உருவாக்கியிருந்தோம்.

1986-ம் ஆண்டின் ஏப்ரல் மாத இறுதியில், ஒருநாள் காலைப் பயிற்சி முடிந்து முகாமுக்குள் நுழைந்தபோது, கேற்றடியில் காவலுக்கு நின்ற போராளியுடன் ஒரு சிறுவன் கண்களைக் கசக்கியபடி கதைத்துக்கொண்டு நின்றான். பதினைந்து பதினாறு வயதுதான் இருக்கும். மிகவும் மெலிந்த ஒரு சிவலை அவன். அவனது பெரிய செவிகள் இரண்டும் குடைபோல் விரிந்திருந்தன. நான் போய் என்னவென்று விசாரித்தபோது, இயக்கத்தில் சேர வந்திருப்பதாகக் கீச்சிட்ட குரலில் கூறினான்.

"குரலே இன்னும் மாறவில்லை. சிறுவனாக இருக்கிறாய். உன்னை இயக்கத்தில் இணைக்க முடியாது. வீட்டுக்குப் போய்விட்டு பதினெட்டு வயது முடிந்ததும் வா" என்றேன்.

"வீட்டுக்குப் போக முடியாது. போனால் அண்ணன் அடிப்பான்" என்றபடி அழுவாரைப்போல நின்றவன் வயிற்றைத் தடவியபடியே "பசிக்குது அண்ணா" என்றான்.

உள்ளே அழைத்துச் சென்று அன்றைய காலை உணவான அவித்த கொண்டல் கடலையை கொடுத்துவிட்டு "சாப்பிட்டு முடித்ததும் வீட்டுக்குப் போ" என்றேன்.

"இப்ப வீட்டில அண்ணன் நிற்பான், மத்தியானத்துக்குப் பிறகு போறன்" என்றவன், ஆயுத அறையிலிருந்த ஒரு எஸ்.எல்.ஆர் துப்பாக்கியைக் காட்டி "இது என்ன ஆகிதம் அண்ணா?" என ஒரு போராளியைப் பார்த்துக் கேட்டான்.

"அடேய் தம்பி இது ஆகிதம் இல்லையடா ஆயுதமடா" என்று சொன்ன போராளி விழுந்து விழுந்து சிரித்தான்.

பின்னர் சுமார் மூன்று மணியளவில், அவனுடைய அண்ணன் எனக் கூறிக்கொண்டு அவனைத் தேடிவந்த ஒருவனிடம், "அவனை அடிக்காதீர்கள்" எனக் கூறி அனுப்பிவைத்தேன்.

அதே நாள் இரவு முகாமில் சக போராளிகளுடன் உணவு அருந்திக்கொண்டிருந்த வேளையில் திடீரென்று வெடிச்சத்தம் ஒன்று கேட்டது. அதிர்ச்சியுடன் சாப்பாட்டுக் கோப்பையும் கையுமாக வாசல்வரை சென்று எட்டிப் பார்த்தேன். கேற்றுக்கு வெளியே துப்பாக்கியுடன் காவலுக்கு நின்ற போராளி நிலத்தில் விழுந்துகிடந்தான்.

திகைப்புற்ற நான் ஏதோ அசம்பாவிதம் நிகழப்போகிறது என்பதை உணர்ந்துகொண்டு சட்டெனத் திரும்பி எனது போராளிகளை உசாரப்படுத்துவதற்கிடையில், பின் பக்கத்தினால் உள்ளே நுழைந்த ஆயுததாரிகள் நிராயுதபாணிகளாகச் சாப்பிட்டுக்கொண்டிருந்த எனது போராளிகளைச் சகட்டுமேனிக்குச் சுட்டுத்தள்ளத் தொடங்கினார்கள். ஆயுதங்களைத் தூக்கக்கூட எங்களுக்கு அவகாசம் கிடைக்கவில்லை. உடனேயே நான் குனிந்து கவரெடுக்க முனைந்தேன். எனக்கு முன்னால் இருந்த ஒரு போராளி சட்டெனக் கைகளை உயர்த்திக்கொண்டு எழ முயற்சித்தான். அப்போது என்னை நோக்கிவந்த குண்டொன்று அவனது நெற்றிக்குள் புகுந்த கணத்தில் அப்படியே என் மீது சாய்ந்தான். சதக்கென்று ஈரத் துணியால் என் முகத்தில் அடித்ததுபோல் இருந்தது. அவனின் உடலைத் தாங்கியபடியே நானும் சரிந்தபோது, எனது தோள்பட்டையிலும் வெடி விழ இரத்த வெள்ளத்தில் வீழ்ந்தேன். கண், மூக்கு, வாய் என எல்லாவற்றையுமே மூடி மறைத்தபடி என் முகத்தில் ஏதோ களிபோல் அப்பியிருந்தது. என்னால் கண்களைத் திறக்கவே முடியவில்லை. தோள்பட்டையிலிருந்து வடிந்த இரத்தம் முதுகுப் பகுதியில் சூடாகப் பரவிக்கொண்டிருந்தது.

சடசடத்த துப்பாக்கிகளின் ஒலிகள் அடங்கி முகாம் அமைதியான நொடியில் உடல்களிலிருந்து மூச்சுகள் பிரியும் முனகல் ஒலிகள் என் காதுகளில் கேட்டுக்கொண்டிருந்தன. அப்போதுதான், “குசினி இங்க இருக்கு. கக்கூசு அங்க இருக்கு, அங்க யாரும் பதுங்கியிருப்பாங்க பாருங்கோ” எனக் கீச்சிட்ட அந்தக் குரலை எங்கேயோ கேட்டதுபோல் இருக்கிறதே என நான் எண்ணிக்கொண்டபோதே, “அந்தா அதுதான் ஆகித அறை” என்றது அதே கீச்சிட்ட குரல். அதனைக் கேட்டதுமே அரை மயக்கத்தில் கிடந்த என் மூளை திடுக்கிட்டு விழித்துக்கொண்டது.

நெஞ்சு பதற காதுகளைக் கூர்மையாக்கி என்னருகில் யாராவது நிற்கிறார்களா என அறிய முயன்றேன்.

“ஒண்டு ரெண்டு மூண்டு” என எண்ணத் தொடங்கிய ஒருவன் “முப்பத்தொன்பது” என எண்ணிக்கையை நிறுத்திக்கொண்டபோது, எழுந்து நின்று ‘நானின்னும் சாகவில்லை, என்னையும் கொல்லுங்கடா’ என்று கத்தவேண்டும் போல் இருந்தது எனக்கு. மறுகணமே தமிழனைச் சாகடிக்க மட்டுமல்ல, தமிழனால் சாகடிக்கப்படவும் கூடாதென மனம் மறுக்க அப்படியே ஆடாமல் அசையாமல் செத்தவன் போலவே கிடந்தேன். இரத்த வெடிலுடன் கூடிய துர்நாற்றம் என் நாசியை நிறைத்துக்கொண்டிருந்தது. முகத்தில் அப்பியிருந்த களி போன்ற திரவம் வாய்க்குள் இறங்காமல் உதடுகளை இறுக மூடிக்கொண்டேன். ஆனாலும் அது வழிந்து மூக்குத் துவாரங்களுக்குள் மெல்ல இறங்கியபோது மூச்சு விடுவதும் சிரமமாக இருந்தது. யாராவது பக்கத்தில் நிற்பார்களோ என்ற பயத்தில் தும்மல், இருமல்களை அடக்கியபடியே அசைவற்றுக் கிடந்தேன்.

“அங்க பார்றா ஒருத்தன்ர வயித்துக்கால சோறு கொட்டுண்டு கிடக்குது” என்றதொரு குரல்.

“அட அதவிட்டிற்று இங்க பார், ஒருத்தன்ர மூளை இன்னொருத்தன்ர மூஞ்சியில கிடக்குது” என்றது என்னருகில் இன்னொரு குரல்.

சிறிது நேரத்தில் சற்றுத்தள்ளியே பேச்சுக் குரல்கள் கேட்டன. மெல்லக் கண்களைத் திறக்க முயன்றேன். திறக்க முடியாதபடி இமைமடல்கள் பசைபோட்டு ஒட்டியதுபோல் இருந்தன.

யாரோ ஒருவனின் வோக்கிடோக்கி அலறியது. பதிலளித்தவனுக்கு, எதிர் முனையிலிருந்து பச்சைத் தூசணத்துடன் கட்டளைகளைப் பிறப்பித்துக்கொண்டிருந்தவன், இடத்தைக் கிளியர் பண்ணுவதற்கு தான் ஆட்களை அனுப்புவதாகவும் இரண்டுபேரை மட்டுமே இங்கே காவலுக்கு நிறுத்திவிட்டு மற்றைய எல்லோரையும் உடனடியாக மானிப்பாய் முகாமைத் தாக்குவதற்குப் புறப்படும்படியாகவும் பணித்தான். அந்தக் குரலையும், பச்சைத் தூசணத்தையும் வைத்து கட்டளையிட்ட தளபதி யார், எந்த இயக்கம் என்பதை நான் புரிந்துகொண்டேன்.

மயான அமைதி. தாமதிக்கும் ஒவ்வொரு நொடியிலும் நான் மரணத்தை நோக்கி நகர்ந்துகொண்டிருப்பதை உணர்ந்தேன். தும்மல், இருமல்களை இனியும் அடக்க முடியாதெனத் தோன்றியது. மூக்கில் இறங்கிய திரவம் என் மண்டைக்குள் பரவிக்கொண்டிருக்க மூச்சு விடமுடியாமல் வாயை மெல்லத் திறந்துகொண்டபோது, நாக்கு இரத்தச் சுவையை உணர்ந்தது. காவலுக்கு விட்ட இருவரின் குரலும் தூரத்தே கேட்டன. வலது கையை மெல்ல அசைத்து கண்களில் அப்பியிருந்த களியைத் துடைத்துவிட்டுக் கண்களைத் திறந்தேன். முகாமினுள் வெளிச்சம் பரவியிருந்தது. வெளியே கசயிருட்டு. எனது நெஞ்சில் கிடந்த போராளியின் தலையைப் பார்த்தேன். பிடரிப் பக்கம் கோறையாகயிருந்தது. அதனுள்ளே இருந்தவையெல்லாம் என் முகத்தில் இருந்தன. முகத்தை வழித்துத் துடைத்தேன். என்மேல் கிடந்த உடலை அரக்கிவிட்டு, என் போராளிகளின் உடல்களுக்கிடையில் ஊர்ந்து பின்பக்க வழியாக மெல்ல வெளியேறி கக்கூசுக்கும் பக்கத்து வீட்டு மதிற்சுவருக்கும் இடையில் கவரெடுத்து நின்று பக்கத்து வீட்டை எட்டிப்பார்த்தேன். அங்கும் மயான அமைதி. வெடிச்சத்தம் கேட்டதுமே ஓடியிருப்பார்கள் என்பது புரிந்தது. சத்தம் கேட்காதவாறு மெல்ல மதிற்சுவரில் ஏறிப் பக்கத்து வளவுக்குள் இறங்கினேன். அதே கணத்தில், முகாமின் முன் வாகனம் ஒன்று வந்து பிரேக் போட்டு நிற்கும் சத்தமும் கேட்டது.

எத்தனை மதில்களை ஏறித் தாவினேன், எத்தனை வேலிகளைப் பாய்ந்து கடந்தேன், எத்தனை நாய்கள் குரைத்துக் கலைத்தன என்பதெதுவுமே தெரியாது. ஆனால், மயக்கம் தெளிந்து கண் விழித்தபோது அதிர்ந்துபோனேன். சுற்றிவர துப்பாக்கிகள் சகிதம் இளைஞர்கள் நின்றிருந்தார்கள். இந்த உயிரை இனியும் இழுத்துப்பிடித்து வைத்திருக்க முடியாதென உணர்ந்த மறுகணமே, என் கைக்கும்பக் காயத்திற்குக் கட்டுப் போட்டிருந்ததைக் கண்டதும், சுற்றி நின்றவர்களின் முகங்களில் கொலைவெறித் தாண்டவத்தைக் காணாததும் மீண்டும் என் மரணம் ஒத்திவைக்கப்பட்டிருப்பதை எனக்கு உணர்த்தியது.

“எங்கட இயக்க ஆதரவாளர் ஒருவற்ற பின்வளவில நீங்கள் மயங்கிக் கிடப்பதாக எங்களுக்கு வந்த தகவலையடுத்து உங்களை இங்கே கொண்டுவந்து காப்பாற்றியிருக்கின்றோம்.

ஒண்டுக்கும் பயப்பிடத்தேவையில்லை. நீங்கள் யார், என்ன நடந்தது என்பதெல்லாம் எங்களுக்குத் தெரியும்" என்றார் இடுப்பில் பிஸ்ரலோடு நின்ற அந்த இயக்க முகாம் பொறுப்பாளர்.

பின்னர் சில நாட்கள் அந்த இயக்கத்தவர்களின் முகாமிலேயே தலைமறைவாக இருந்துவிட்டு, அவர்களின் உதவியுடனேயே கொழும்புவரை வந்தேன். அதன்பின் பெற்றோரின் முயற்சியினாலும் ஒரு பயண முகவரின் உதவியினாலுமே இப்போது நான் நோர்வே வரை வந்து சேர்ந்திருக்கின்றேன். இலங்கையின் தென் மேற்கில் அரச பயங்கரவாதம் என்னைக் கொல்லும். வட கிழக்கில் இயக்கப் பாசிசவாதம் என்னைக் கொல்லும். ஆகவே இலங்கையின் எந்தப் பகுதியிலும் என்னால் வாழ முடியாது. அதனால்தான் நானிங்கு அரசியற்தஞ்சங்கோரி வந்திருக்கிறேன்.›

இப்படியாக அகதிப் பதிவு விசாரணைப் பிரதியில் எழுதியிருந்த சத்தியநாதனின் நீண்ட பதிலை வாசித்து முடித்துவிட்டு கலங்கிய கண்களால் அவனை நிமிர்ந்து பார்த்த மனநல மருத்துவர் ரீட்டா, சிகிச்சையின் முதற்கட்ட முயற்சியாக தமிழர்கள் நிறைந்திருந்த அந்த முகாமிலிருந்து சத்தியநாதனை வேறொரு தனி வீட்டிற்கு மாற்றுவதற்கான நடவடிக்கைகளை எடுத்தார்.

○○○

**அ**ன்றையிலிருந்தே அவன்ர வாழ்க்கையிலும் மாற்றங்கள் நிகழத்தொடங்கீற்றுது. அவன்ர நினைவு மனத்திலயிருந்த மூளை மணமும் நீங்கிப்போச்சு. இப்ப அவன் மனிசி, பிள்ளைகளோட தமிழ் ஆட்களே கண்ணில படாத வடதுருவக் கிராமம் ஒண்டில சுகதேசியாக வாழ்ந்துகொண்டிருக்கிறான். அதைவிடச் சுவாரசியம் என்னவெண்டால் அவனிப்ப கலியாணங்கட்டி வாழ்ந்துகொண்டிருக்கிறது அதே மனநல மருத்துவர் ரீட்டாவுடன்தான்.

சரி, இப்ப நான் விமாள நிலையத்துக்குக் கிட்டவா வந்திட்டன். சத்தியநாதனை வீட்ட கூட்டிக்கொண்டு போகவேணும். அவனோட நிறையக் கதைக்க வேண்டியிருக்குது. ஆனபடியால எனக்கினி ஒரு கிழமைக்கு நேரமிருக்காது. திரும்பவும் வாறதுக்கு

நேரமும், சொல்லுறதுக்குக் கதையும் இருந்தால் பிறகு வந்து சொல்லுறன்.

○○○

**சொ**ன்னமாதிரியே ஒரு கிழமைக்குப் பிறகு நேரமும், கதையும் இருந்தபடியால திரும்பவும் வந்திருக்கிறன். இப்பதான் சத்தியநாதனை வழியனுப்பிப்போட்டு விமான நிலையத்திலயிருந்து வீட்டுக்குப் போய்க்கொண்டிருக்கிறன். போன கிழமை அவனை நான் கூட்டிக்கொண்டு போக வந்தபோது காரில ஏறினவுடனேயே கேட்டான் "என்னடா கேசவா பிரச்சினை? ஏன்ரா மகளின்ர கலியாணமும் குழம்பிப்போனது?" எண்டு.

"அந்தக் கொரோனாக் காதலைப்பத்தி என்னத்தையடா சொல்ல" எண்டேன்.

"என்னது! கொரோனாக் காதலோ?"

"ஓமடா கொரோனா தொற்றுத் தொடங்கைக்க தொடங்கின காதல் கொரோனா தொற்று முடங்கைக்க அதுவும் முடங்கிப்போச்சு."

"அடேய் சும்மா அறுக்காமல் சீரியஸாக் கதையடா" எண்டானவன் எரிச்சலுடன்.

"அட மச்சான், நாங்க ஒஸ்லோ வந்த காலந்தொட்டே நல்லாப் பழகின, எல்லா விதத்திலும் எங்களுக்குப் பொருத்தமான நல்ல குடும்பமடா அது. ஒரேயொரு பெடியன் படிப்பிலும் கெட்டிக்காரன். என்ர மனிசிதான் தமிழ் படிப்பிச்சவள், அப்பயிருந்தே பெடியனில அவளுக்கொரு கண். எப்பிடியாவது மருமகனாக்கிப் போடவேணும் எண்டு சந்தர்ப்பம் பார்த்துக்கொண்டிருந்த மனிசி என்ர பெட்டை படிப்பை முடிச்சதுமே, சம்மந்தம் செய்வமோ எண்டு பெடியன்ர தாய், தகப்பனிட்ட நேரடியாவே வாய்விட்டுக் கேட்டுப்போட்டாள். ஏற்கனவே அதுகளும் என்ர பெட்டையில கண் வைச்சிருந்திருக்குதுகள் போலயிருக்கு... கேட்டதுமே அதுகளுக்கும் சந்தோஷந்தான். ஆனால் சிக்கல் என்னவெண்டால் பெடியன் எப்பவோ தாய், தகப்பனுக்குச் சொல்லிப்போட்டானாம் உங்கட காலம் மாதிரி இந்தப் பேசிக் கட்டுற விளையாட்டொண்டும் தனக்குச் சரிவராதெண்டும், தான்

காதலிச்சுத்தான் கட்டுவனெண்டும். அதனால பெடியன்ர தாய், தகப்பனே என்ர மனிசிக்கு ஐடியா குடுத்திருக்குதுகள் உங்கட மகளை லவ் பண்ணச் சொல்லுங்கோ எண்டு.

அவ்வளவுதான். வீட்டுக்கு வந்த மனிசி, லதாவின்ர பெடியன் அந்தமாதிரிப் பெடியன், அருமையான பெடியன், அவனக் கட்டுறவள் குடுத்துவைச்சவள் எண்டெல்லாம் எந்த நேரமும் அந்தப் பெடியன்ர புராணத்தையே பாடிப்பாடி மகளின்ர மண்டைக்க அந்தப் பெடியனை இறக்கி வைச்சுப்போட்டாள். பிறகென்ன எங்கட காலம் மாதிரி இல்லையே... இப்பதானே இன்ஸ்டாகிராம், வாட்சப், சினப்சட் அது இதுவெண்டு ஆயிரத்தெட்டு வழிகள் இருக்குது, அதுகளில ஒண்டால பூந்து என்ர பெட்டையும் ஒரு மாதிரியாப் பெடியனை மடக்கிப்போட்டாள்.

சரியெண்டு உடனயே கலியாணத்த முடிப்பமெண்டு பார்த்தால், கொஞ்சக் காலம் பொறுங்கோ படிப்புக்கேத்த நல்ல வேலை எடுத்துப்போட்டுத்தான் கலியாணமெண்டு பெடியன் சொல்லிப்போட்டான். அந்தக் கொஞ்சக் காலத்தை இந்தக் கொரோனா எண்ட கோதாரி வந்தெல்லே ரெண்டு வருசமாக்கிப்போட்டுது. இப்ப என்னவெண்டால் தங்களுக்குள்ள கெமிஸ்ட்ரி ஒர்க்கவுட் ஆகயில்லையாம் எண்டெல்லே பெடியன் சொல்லுறான்" எண்டு சத்தியநாதன் கேட்டமாதிரியே விஷயத்தச் சீரியஸாச் சொல்லி முடிச்சன்.

"என்னடாப்பா சொல்லுற, பழகி ரெண்டு வருசத்துக்குப் பிறகுதான் கெமிஸ்ட்ரியப் பத்தித் தெரிஞ்சதாமோ அவனுக்கு?" எண்டொரு வெறுப்புப் பார்வையோட கேட்டான்.

"சீ... அதில்லயடாப்பா, பழகி ஆறு மாசத்திலேயே அதுகள் குத்துப்பட வெளிக்கிட்டுதுகள். நாங்க ரெண்டு குடும்பங்களுமாச் சேர்ந்தெல்லோ இவ்வளவு காலமும் இழுத்துப்பிடிச்சுச் சேர்த்து வைச்சுக்கொண்டு இருந்தனாங்கள்" எண்டேன் நான்.

"ஓகோ.. அப்பிடியே விஷயம், அப்ப அதுகளிலயும் பிழை சொல்ல ஏலாது" எண்டு மண்டைய ஆட்டினான்.

"நீ என்னடாப்பா! தட்டெல்லாம் மாத்தி நிச்சயதார்த்தமெல்லாம் முடிஞ்சு பேஸ்புக்கிலயும் ஏத்தி ஊரெல்லாம் படங்காட்டிப்போட்டு கடைசியில கலியாணமெண்டு வரயிக்க

இப்பிடிக் காலைவாரிப் போட்டதை நீயும் சரியெண்டு சொல்ல வாறியே?" எண்டன் வந்த விசருக்கு.

"என்னடா! இந்தியா மாதிரி இங்கவும் நிச்சயதார்த்தமெல்லாம் நடக்குதே?" ஆச்சரியமாக் கேட்டான்.

"அட, வளைகாப்பு வரையும் நடக்குது. நீ வேற" எண்டு சலித்துக்கொண்டன்.

"சரி அதவிடு, இப்ப பெடியன்ர தாய், தகப்பன் என்ன சொல்லுகினம்?"

"ஐயோ, அதுகளுக்கும் சரியான கவலையடா. இப்பிடியொரு சோடிப் பொருத்தம் மட்டுமில்ல, குடும்பப் பொருத்தங்கூட அமையாதெண்டு நினைச்சுக்கொண்டிருந்தம். இனி நாங்களென்னத்தைச் செய்யிறது எண்டுதான் அதுகளும் அழுகுதுகள். என்ர பெட்டையும் முன்னும், பின்னுமாய் அலைஞ்சு திரிஞ்சு கெஞ்சிக் கூத்தாடிப் பார்த்துப்போட்டாள். பெடியன்ர தாய் தகப்பனும் அவனோட மல்லுக்கட்டிப் படாத பாடெல்லாம் பட்டுப் பார்த்திட்டுதுகள். ஆனால் அவன் பெடியனல்லே அசைய மாட்டனெண்டுபோட்டான். என்ர வீட்டில மனிசிக்கு விசர் பிடிக்காதகுறையடா. ஊருக்குள்ள தலைகாட்ட முடியாதபடி பரிசுகெட்டுப் போச்சேயெண்டு தலையில கைய வைச்சுக்கொண்டல்லே இருக்கிறாள்" எண்டு நானும் தலையில கைய வைச்சுக்கொண்டுதான் சொன்னன்.

"என்னடா சொல்லுற! உன்ர பெட்டையும் முன்னும், பின்னுமாத் திரிஞ்சு கெஞ்சுறாளோ?" நம்ப முடியாத ஆச்சரியத்துடன் கேட்டவனுக்கு 'ம்' எண்டு தலையசைச்சன்.

கொஞ்சநேரம் யோசனையோட இருந்தவன் "சரி அதிருக்கட்டும், இப்ப உன்ர பெடியன்ர பாடு என்ன மாதிரிப்போகுது?" எண்டு கேட்டான்.

"ஐயோ அதையேன் கேக்கிற, அவனுக்காவது ஒரு கலியாணத்தைப் பேசி முடிக்கலாமெண்டால், அவன் பாவி கழுத்தில பச்சை குத்தின அந்தப் பெட்டையின்ர பேரைக்கூட இன்னும் அழிக்காமலெல்லே சுத்திக்கொண்டு திரியிறான்" எண்டு எரிச்சலோட சொன்னன்.

“என்னது! பேசி முடிக்கப்போறியோ?” எண்டவன் ஒரு அசட்டுச் சிரிப்போட என்னைப் பார்த்தான்.

“ஏன்ராப்பா இங்க காதலிச்சதுகளெல்லாம் கலியாணத்துக்கு முதலே கம்பி நீட்டைக்க, பேசிச் செய்த நாங்கள் தானே இருபத்தைஞ்சு முப்பது வருசமாச் சேர்ந்து வாழுறம்” எண்டன் நான் பெருமிதத்தோட.

“அடேயப்பா நீங்கெளெல்லாம் எப்பிடிச் சேர்ந்து வாழுறியள் எண்டு எனக்கும் தெரியுமடா. நீங்கள் வாழ்ந்த மாதிரி உங்கட பிள்ளையளும் சமூகத்துக்காக வாழாதுகள். அதுகள் அதுகளின்ர வாழ்க்கையை அதுகளுக்காகத்தான் வாழுங்கள். இப்ப யாழ்ப்பாணமே மாறிப்போச்சடாப்பா, நீங்களின்னும் செக்குமாடு மாதிரி முப்பத்தைஞ்சு வருசத்துக்கு முந்தின யாழ்ப்பாணத்துக்கையே சுத்திக்கொண்டு நிக்கிறியள்” எண்டவனொரு விசப்பார்வை பார்த்தபோது வீட்டை வந்தடைந்திருந்தோம்.

“சைக்... கண்டறியாத இந்த வெளிநாட்டு வாழ்க்கையும் ஒரு வாழ்க்கையே! ஊரில நாங்கெளெல்லாம் பெத்ததுகளின்ர சொல்லுக் கேட்டுத்தானே வளர்ந்தனாங்கள். இங்க என்னவெண்டால் எங்களுக்குப் பிறந்ததுகளின்ர சொல்லுக்கெல்லே நாங்கள் ஆடவேண்டியிருக்குது. பெத்ததுகளின்ர விருப்பு, வெறுப்புகளை மதிக்கத்தெரியாத சரியான சுயநலம் பிடிச்சதுகளாயெல்லே இருக்குதுகள் இங்கத்தையப் பிள்ளையள்” எண்டு ஒப்பாரி வைக்காத குறையாகத் தன்ர ஆதங்கங்களையெல்லாம் சத்தியநாதனிடம் ஒப்புவித்துப் புலம்பினாள் என்ர மனிசி.

எல்லாத்தையும் கருசனையோட காது குடுத்துக் கேட்டுக்கொண்டிருந்த சத்தியநாதன், “எனக்கெண்டால் இங்க பிள்ளையள் சுயநலமா இருக்குதுகளா எண்டு தெரியயில்ல. ஆனால் சுதந்திரமா இருக்குதுகள் எண்டது மட்டும் நல்லாத் தெரியுது” எண்டான்.

“ஏனடா மச்சான் இவ சொல்லுறதும் சரிதானே. இங்கத்தையப் பிள்ளையளிட்ட தியாக மனப்பான்மை எண்டதே துண்டா இல்லையே” எண்டன் நானும் என்ர பங்குக்கு.

“ஓமடாப்பா...தியாகம், மரியாதை, பண்பாடு, கலாச்சாரமெண்ட பேர்களில நீங்கள் உங்கட உந்த மூடப் பழக்க

வழக்கங்களயெல்லாம் மூட்டை கட்டி அதுகளின்ர முதுகில ஏத்த நினைச்சால் அதுகள் சுமக்குதுகளே?" எண்டவன் என்னை ஒருமாதிரியாப் பார்த்தான்.

நான் சத்தம்போடாமல் நிற்க, "என்னயிருந்தாலும் எங்களப் பெத்ததுகளுக்கு நாங்கள் எவ்வளவோ செய்தம். அதில ஒண்டைக்கூட இதுகள் எங்களுக்குச் செய்யாதுகள்போல" எண்டு மூஞ்சியச் சுளித்தாள் என்ர மனிசி.

"நீங்கள் உங்களப் பெத்ததுகளுக்கு செய்ததையெல்லாம் நீங்க பெத்ததுகளும் உங்களுக்குச் செய்யவேணும் எண்ட இந்த எதிர்பார்ப்புத்தான் உங்களுக்குச் சிக்கலைக் குடுக்குது. நீங்க வாழ்ந்த காலமும், சூழலும் வேறவேற எண்டது உங்களுக்கு விளங்குதில்ல" எண்டவன் தலையைச் சிலிப்பினான்.

"நாங்கள் அதுகளிட்டக் காசு பணம் ஒண்டையும் எதிர்பார்க்கயில்லையே, எங்களுக்குப் பிடிச்சமாதிரி எங்கட சொல்லக்கேட்டு நடவுங்கள் எண்டுதானே சொல்லுறம்" என்ர மனிசியும் விடுறதாயில்லை.

"ஒண்டு சொல்லட்டே, நீங்க கையைக் காட்டுற ஆளைக் காதலிக்கிறதுக்குப் பேர் காதலில்ல, கிட்டத்தட்ட இதுவும் ஒருவகை புறப்போஸ் தான். இயல்பான ஈர்ப்பிலிருந்து வாறதுதான் உண்மையான காதல். இப்பிடிச் சாதி, சமயம் பார்த்துப் பிடிச்சுவிட்டு வாறதில்ல. சரி அத விடுவம், நீங்களிப்ப உங்களுக்கு நடந்தமாதிரியே அந்தந்த வயசில பிள்ளையளுக்கும் கலியாணம் நடக்கயில்ல எண்டுதானே கவலைப்படுறியள்?" எண்டு கேட்டவனைப் பார்த்து நாங்க ரெண்டுபேரும் கோயில் மாடுகள் மாதிரி மண்டைய மண்டைய ஆட்டினோம்.

"அப்பிடியெண்டால் பிள்ளைகள் தங்களுக்குப் பிடிச்சமாதிரி யாரைக் கட்டிக்கொண்டு வந்தாலும் உங்களுக்குப் பிரச்சினை இல்லையா?" எண்டு கேட்டுவிட்டு ரெண்டுபேரையும் ஏற இறங்கப் பார்த்தான்.

"ஐயோ அதென்னெண்டு! நாங்கள் தமிழ்க் கலாச்சாரம், பண்பாடெண்டு தமிழ்ப் பிள்ளையளா வளர்த்துப்போட்டுக் கண்டதுகளையும் கட்டிக்கொண்டு வரச் சம்மதிக்க முடியுமே?" மனிசி கேட்ட எதிர்க் கேள்வியால விவாதம் சூடு பிடிக்கப்போகுதெண்டு நினைச்ச எனக்கு, இவனென்ன

எங்களுக்கு ஆறுதல் சொல்லி அமைதிப்படுத்த வந்தவனா? இல்ல எரியிற நெருப்பில எண்ணெய்ய ஊத்திக் குளிர்காய வந்தவனா? எண்ட சந்தேகமே வந்திச்சு.

“அப்ப பிரச்சினை பிள்ளையளிட்ட இல்ல. உங்களிட்டத்தான் இருக்குது” எண்டு உடனேயே அவனிட்டயிருந்து வந்த பதிலும் நான் நினைச்சதை உறுதிப்படுத்தின மாதிரியே இருந்துச்சு.

“என்ன கதை கதைக்கிறீங்க?” எண்டு கொதிப்போட கேட்டாள் என்ர மனிசி.

“பிள்ளைகளின்ர காதலோ கலியாணமோ தடைப்படுறதுக்கும், தள்ளிப்போறதுக்கும் அதுகளின்ர தெரிவு வட்டம் குறுகிப்போனதுதான் காரணம். ஒரு நூறு பேர் உள்ள தெரிவு வட்டத்திற்குள்ள ஐம்பது பேரை வேற இனம், மதமெண்டு சொல்லி ஒதுக்கிப்போடுவியள். பிறகந்த ஐம்பதில இருபத்தஞ்சை வேற சாதி, சனமெண்டு சொல்லி ஒதுக்கிப்போடுவியள். பிறகந்த இருபத்தஞ்சிலையும் சாத்திர சம்பிரதாயம் பார்த்துப் பொருத்தம் இல்லையெண்டு சொல்லிப் பதினைஞ்சை ஒதுக்கிப்போடுவியள். கடைசியா மிஞ்சுற அந்தப் பத்துப் பேருக்குள்ள பிள்ளைகள் முக்கியமா எதிர்பார்க்கிற அந்த மனப்பொருத்தத்தோட சோடிகள் கிடைக்கிறதெண்டது லேசான காரியமில்ல, இங்கயுள்ள பிரச்சினையே இதுதான். நீங்க பிள்ளைகளை வட்டங்களுக்க நிறுத்தாமல், அதுகளின்ர சுதந்திரமான தெரிவுக்கு விட்டுப்பாருங்க... நாளைக்கே அதுகள் தங்களுக்கான சரியான சோடிகளோட வந்து நிக்குங்கள். ‘யாதும் ஊரே யாவரும் கேளிர்’ எண்டு பூங்குன்றனார் அப்பவே சொல்லிப்போட்டார் உங்களுக்கது இப்பவும் விளங்குதில்ல” எண்டவன் எரிச்சலுடன் எழுந்து குளியலறைக்குப் போக நானும் மனிசியும் இஞ்சி திண்ட குரங்குகளைப்போல ஆளையாள் பார்த்துக்கொண்டிருந்தம்.

அடுத்த நாளே என்ர மகனைச் சந்திச்சுக் கனநேரமாகக் கதைச்சுக்கொண்டிருந்தான் சத்தியநாதன். சினேகிதன்களைப்போல வலு கூலாக அவங்கள் சிரிச்சுச் சிரிச்சுக் கதைச்சுக் கொண்டிருந்ததைத் தூரத்திலயிருந்து பார்த்த எனக்குக் கொஞ்சம் பொறாமையாத்தான் இருந்திச்சுது.

அதுக்கடுத்த நாள் ரெண்டு பேருமாக வெளிய போயிற்று வந்தாங்கள். அப்பதான் பார்த்தன் மகன்ர கழுத்துப் பகுதி பொலித்தீனால சுத்திக் கட்டப்பட்டிருந்திச்சு. என்னவெண்டு கேட்டதுக்கு "உங்கட விருப்பப்படியே கழுத்தில பச்சை குத்தியிருந்த அந்தப் பெட்டையின்ர பேரை மறைச்சு அந்த இடத்தில் ஒரு பூவை வரைஞ்சிருக்கிறார்" எண்டு சத்தியநாதனே சொன்னான்.

நாலாம் நாள்தான் சத்தியநாதனுக்கு என்ர மகளோடயும் மனம்விட்டுக் கதைக்கிறதுக்குச் சந்தர்ப்பம் கிடைச்சது. அதுகும் வீட்டிலயில்ல, வெளிய ஒரு ரெஸ்ரூரண்ட்டுக்குக் கூட்டிக்கொண்டு போய்த்தான் கதைச்சவன். மகளும் அவனோட மனம்விட்டுக் கதைச்சிருக்கிறாள்.

அப்பதான் அவன் அவளிட்டக் கேட்டிருக்கிறான் "நீ இவ்வளவு அழகாயும், அறிவாயும் இருக்கிறாயே உன்னை வேற ஒருத்தனுமே விரும்பயில்லையா?" எண்டு.

"ஒராள் ரெண்டுபேர் இல்ல கனபேர் விரும்பினவை. ஆனால் அவை ஒருத்தரையுமே அம்மா, அப்பா விரும்பமாட்டினம் எண்டபடியால எல்லாரையுமே நான் நிராகரிச்சுப்போட்டன். அந்தப் பாவத்துக்குத்தான் இப்ப என்னை ஒருத்தன் நிராகரிச்சிருக்கிறான்" எண்டிருக்கிறாள்.

மீண்டும் சத்தியநாதன் "சரி அதிருக்கட்டும், எப்படி உன்னால உன்ர சுயமரியாதைய விட்டுப்போட்டு உன்னை நிராகரிச்சவனுக்குப் பின்னால அலைஞ்சு திரிஞ்சு என்னை ஏற்றுக்கொள்ளெண்டு கெஞ்சிக் கூத்தாட முடிஞ்சது?" எண்டு கேட்டிருக்கிறான்.

அதுக்கு அவள், "எனக்கு அவன்மேல இருந்த காதலெல்லாம் அவன் என்னை வெறுத்தப்பவே காணாமற்போயிற்று. அதுக்குப்பிறகும் நான் சுயமரியாதையையும் விட்டுபோட்டுப் பின்னால அலைஞ்சதெல்லாம் அம்மா, அப்பாவுக்காகத்தான்" எண்டு வேதனையோட சொல்லியிருக்கிறாள்.

உடனயே அவன், "சரி உன்ன விரும்பின அந்தக் கனபேரில எல்லா விதத்திலும் உனக்கு நல்லாப் பிடிச்ச யாராவது இருக்கிறாங்களா?" எண்டு வேற கேட்டிருக்கிறான்.

"ஓம் இருக்கிறார். ஆனால் அது சரிவராது. அம்மா அப்பா சாதி பார்ப்பினம்" எண்டிருக்கிறாள் தலையைக் கவுண்டபடி.

வீட்டுக்கு வந்த சத்தியநாதன் அண்டைக்கு இரவே என்னையும், என்ர மனிசியையும் வாங்கு வாங்கெண்டு வார்த்தைகளால வாங்கிப்போட்டான். முடிவில உறுதியான குரலில ரெண்டு விசயங்கள் சொன்னான்.

ஒண்டு; "உங்கட மகனுக்கு ஒரு நோர்வேஜிய காதலி இருக்கிறாள், நீங்க இனம், மதம் பாராமல் சம்மதிச்சால் அடுத்த மாசமே மகனுக்குக் கலியாணம் நடக்கும்."

அடுத்தது; " சாதி தான் சமூகம் எண்டால் வீசும் காத்தில விஷம் பரவட்டும் எண்டு ஒரு கவிதையிருக்கு. சாதிதான் உங்களுக்கு முக்கியமெண்டால் நீங்களே விஷத்தக் குடிச்சுச் செத்துப்போங்க. பிள்ளையளாவது நிம்மதியா வாழட்டும். இல்லை, இந்தச் சாதிச் சாக்கடையிலிருந்து நீங்கள் வெளிய வருவீங்களெண்டால் உடனேயே மகளுக்கும் கலியாணத்தைக் கட்டிவைக்க நல்ல வாய்ப்பிருக்குது. இனி நீங்களே முடிவெடுத்துக்கொள்ளுங்க."

அந்தநாள் முழுக்க இந்தப் போலிக் கௌரவங்களைச் சுமந்துகொண்டு சமூகத்துக்காக வாழுறதா? இல்லப் பிள்ளையளின்ர சந்தோஷத்துக்காக வாழுறதா? எண்டு எனக்கும், மனிசிக்கும் ஒரே மனப்போராட்டமா இருந்துச்சு. கடைசியில பிள்ளையளின்ர சந்தோஷமே முக்கியமெண்டு பட்டுது. அதுகளின்ர விருப்பத்துக்கே விடுவமெண்ட முடிவை நாங்கள் எடுத்துக்கொண்டதுமே வீடு எப்போதுமே இல்லாத மாதிரிப் பிரகாசமாச்சுது. எல்லாற்ற முகத்திலையும் மகிழ்ச்சியக் காண முடிஞ்சுது. அப்பதான் எனக்குப் புரிஞ்சுது சத்தியநாதன் குட்டையக் குழப்பினது தெளிய வைக்கத்தானெண்டு.

திங்கட்கிழமை சத்தியநாதன் பயணமெண்ட நிலையில, வெள்ளிக்கிழமை இரவு போன் எடுத்த சிநேகிதன் பாசிலன், "மச்சான் கேசவா நாங்களொரு கித்தைத்தூர் வெளிக்கிட்டிருக்கிறமடா. பதினாறுபேர் தங்கக்கூடிய கித்தை. அஞ்சு குடும்பமா பதின்மூண்டுபேர் சேர்ந்திருக்கிறம். சனி காலையில வெளிக்கிட்டால் ஞாயிறு இரவே திரும்பிடலாம். நீயும் மனிசியும் வாறியளே?" எண்டு கேட்டான்.

"இல்ல மச்சான் நோத்தில இருந்து பிரெண்ட் ஒருத்தன் வந்து நிக்கிறானடா" எண்டு இழுத்தன்.

"அதுக்கென்ன இடமிருக்குத்தானே... பிரெண்ட்டையும் கூட்டிக்கொண்டு வாவன் பம்பலா இருக்கும். எதுக்கும் யோசிச்சுப்போட்டுச் சொல்லு" எண்டான் பாசிலன்.

சரியெண்டு, சத்தியநாதனையும் மனிசியையும் நண்பர்களோட இப்படியொரு குடிசைப் பயணம் வெளிக்கிடுவமே எண்டு கேட்டன். அவையும் உடனயே சம்மதிக்க அடுத்த நாள் காலையே ஒஸ்லோவிலயிருந்து இருநூறு கிலோமீற்றர் தூரத்திலயிருந்த அந்தக் கித்தையை நோக்கி நாலு கார்களில வெளிக்கிட்டம். அதில நாலுபேர் மனிசிமாரோட வந்தாங்கள். ரெண்டு குடும்பத்திலயிருந்து நாலு பிள்ளைகளும், இன்னொரு தனியாளுமாக அவை பதின்மூண்டு பேரோடும் நாங்களும் இணைஞ்சுகொண்டம்.

மரங்கள், மலைகள், அருவிகளெண்டு நல்ல வடிவானவொரு காட்டுப் பிரதேசமது. கார்களில கொண்டுவந்திருந்த சாப்பாட்டுச் சாமான்களையும், குடி வகைகளையும் இறக்குறதிலயே எல்லாரும் மும்முரமாக இருந்தாங்கள். அவ்வளவு சாமான்களையும் பார்த்ததுமே "இவங்கள் என்னடா ரூர் வந்தவங்களே இல்லத் திண்டு குடிக்க வந்தவங்களே?" எண்டு சத்தியநாதன் என்ர காதுக்குள்ள இரகசியமாக் கேட்டான்.

சத்தியநாதன் ஒருவனே புதியவனானபடியால எல்லாருக்கும் அவனை அறிமுகப்படுத்திவைச்சன். நோத்தில இருந்தொருத்தன் காட்டான் மாதிரி வருவானெண்டு நினைச்சாங்களோ என்னவோ தெரியயில்ல, சத்தியநாதன்ர அறிவார்ந்த வார்த்தைகளையும் எடுப்புச் சாய்ப்பான தோற்றத்தையும் வியப்போட பார்த்தாங்கள். எல்லாருமே கிட்டத்தட்ட ஒரே வயசானவங்களா இருந்தாலுங்கூட எல்லாரையும்விடப் பத்து வயசு குறைஞ்சவன் போலயிருந்த சத்தியநாதனை, இங்க வாடி வதங்கிப்போய் நிண்டவங்கள் பார்த்த பார்வையில அவங்கட வயித்தெரிச்சலும் தெரிஞ்சுது.

வந்ததும் வராததுமா உற்சாக பானத்தை ஊத்தினவங்கள் மத்தியானத்துக்கு கூழ் காய்ச்சுறதுக்கான வேலைப்பாடுகளில இறங்கிவிட்டாங்கள். சத்தியநாதனுக்கு இடம் நல்லாப்

பிடிச்சிருந்திச்சு. அவன் வரும்போதே ட்ரெய்னிங் உடுப்புகளும், சப்பாத்துகளும் கொண்டுவந்திருந்தான். வந்ததுமே ஒரு நடைப் பயிற்சிக்குத் தயாரானவன் "நீங்களும் வாங்களன் நடையொண்டு போட்டிற்று வருவம்" எண்டு எல்லாரையும் பார்த்துக்கேட்டான்.

"ஐயோ அண்ணே நாங்களிங்க ஓய்வெடுக்கத்தான் வந்தனாங்களேயொழிய ஓட்டப்போட்டி வைக்கயில்ல. நீங்க வேணுமெண்டால் போயிற்றுவாங்க" எண்டான் சொக்கு ரெண்டும் உள்ளுக்குப் போற அளவுக்கு சிகரெட்டை உறுஞ்சி இழுத்துக்கொண்டு நிண்ட லோகு. இங்க உள்ளவங்களுக்க அவனுக்குத்தான் ஆறேழு வயசு குறைவெண்டாலும் தோற்றத்தில அப்பிடித் தெரியாது.

லோகு சொன்னதைக் கேட்டுச் சிரித்தபடியே "இந்தக் கல்லுக்க ஓடி இவர் சப்பாத்தைத்தான் தேச்சுக்கொண்டு வரப்போறார்" எண்டான் ரயர் தேய்ஞ்சிருமெண்டு தன்ர காரை கராச்சிக்க வைச்சுப் பூட்டிப்போட்டு மற்றவையின்ர கார்ல தொத்திக்கொண்டு வந்துநிண்ட கஞ்சப்பேர்வழி கனகு எண்ட கனகராஜன்.

"அட மச்சான் உடுப்புச் சப்பாத்துக் கொண்டுவந்திருந்தால் நானும் வந்திருப்பன்டா" எண்டு நானும் சும்மாவொரு பேச்சுக்குச் சொன்னதைக் காதில வாங்கினதும் வாங்காததுமாக நடையைக்கட்டினான் சத்தியநாதன்.

பொம்பிளையள் வட்டமேசை மகாநாட்டை கூட்டிக்கொண்டிருக்க, பிள்ளையள் செல்போன்களோட அறையளுக்க அடைஞ்சுபோச்சுதுகள். ஆம்பிளையள் வந்த வேலையளக் கவனிச்சுக்கொண்டு என்னட்டச் சத்தியநாதனப் பற்றி விடுப்புக் கேட்டுக்கொண்டிருந்தாங்கள். "அவன் என்ர ஊர்ச் சிநேகிதன், நோத்தில நொஸ்க் பொம்பிளையைக் கட்டிக்கொண்டு ரெண்டு பிள்ளையளோட அங்கயே செற்றிலாயிற்றான்" எண்டமட்டோட நான் கதையை நிப்பாட்டிப்போட்டன்.

"ஓ... அதுதான் ஆள் நொஸ்க் எடுப்பு எடுக்கிறார்போல" எண்டான் முகமும் ஒடுங்கிக் கழுத்தும் நீண்டு மூண்டு தரம் கொரோனா வந்து தப்பினவன்போல நிண்ட பாசிலன்.

கூழ்ப் பானை அடுப்பில ஏறினபோது, நடைப் பயணத்தால வந்த சத்தியநாதனைப் பார்த்து "என்ன ப்ரோ நாய் ஏதும் கலைச்சுதே? இப்பிடி வேர்த்துவடிய ஓடிவாறியள்" எண்டு கேட்டான் வந்ததிலிருந்தே மனிசிக்காரிக்குப் பக்கத்திலேயே முழங்காலைப் பிடிச்சுக்கொண்டு குந்தியிருந்த சுருட்டைக் கோபாலு. இப்ப அவன்ர மண்டையில ஒரு முடியும் இல்லயெண்டாலும் ஒரு காலத்தில இருந்த சுருட்டை முடியால வந்த பேர்தான் அது. அவன்ர இந்த நாறிப்போன பகிடிக்குச் சிரிக்காவிட்டால் கூழ்ப் பானைக்க தலைய விட்டுருவான்போல இருந்ததால எல்லாரும் கஸ்ரப்பட்டுச் சிரிச்சாங்கள். சத்தியநாதனும் அப்பிடித்தான் ஒரு சிரிப்புச் சிரிச்சுக்கொண்டு குளிக்கப்போனான்.

குளிச்சு முடிஞ்சு வெள்ளையும் சொள்ளையுமாக வெளிய வந்த சத்தியநாதனிட்ட "நீங்களென்ன எடுப்பியள் வோட்காவோ? விஸ்கியோ?" எண்டு கேட்டான் அங்க தனியாக வந்திருந்த மனோரஞ்சன். அவனுக்கும் ஒரு காலத்தில மனிசி பிள்ளையள் எல்லாம் இருந்ததுதான். ஆனாலிப்ப அவனுக்கு எல்லாமே விஸ்கியும், வோட்காவும்தான். எதெல்லாமும் பிரிஞ்சு போனாலும் வோட்காவும் விஸ்கியும் அவனைவிட்டுப் பிரியாது.

"நான் வைன் அல்லது பியர் தான். இல்லாட்டியும் பரவாயில்ல கட்டாயம் வேணுமெண்டில்ல" எண்டு நெளிஞ்சான் சத்தியநாதன்.

"ஏன் நோத்தில வோட்கா, விஸ்கி கூட இல்லையே?" கேட்டவாறே எழுந்துபோய் பியர் ரின்னை எடுத்துவந்து நீட்டினான் மனோரஞ்சன்.

"அப்ப எங்களயெல்லாம் கட்டாயக் குடிகாரர் எண்டு நினைச்சிட்டிங்க போல" எண்டான் கழனித் தண்ணிக்க வாய்வைச்ச மாடு மாதிரி மடக்கு மடக்கெண்டு நாலைஞ்சு பெக்கை அடிச்சுப்போட்டு நிண்ட பாசிலன். இவங்கட விசர்க் கதையளக் கேட்க ஏன்தான் சத்தியநாதனை இங்க கூட்டிக்கொண்டுவந்தன் எண்டிருந்திச்சு எனக்கு.

"சீச்சி... நான் அப்பிடியொண்டும் நினைக்கயில்ல" எண்டு மீண்டும் சத்தியநாதன் நெளிய, கதையை மாத்த நினைச்ச நான் "என்னடாப்பா முகமெல்லாம் காய்ஞ்சு வாடிப்போயிருக்கிற ஏதும் பிரச்சனையே?" எண்டு பாசிலனைப் பார்த்துக் கேட்டன்.

“பின்ன என்னடாப்பா இந்த நாட்டிலயிருந்தால் என்னதான் வாடாது. இதுவுமொரு நாடே? மனுஷர் இங்க நிம்மதியா வாழ முடியுமே?” எண்டு கடுமையாய் பாய்ஞ்சான் அவன்.

“ஏன்ராப்பா என்ன நடந்தது?” நானும் விடாமல் பிடுங்கினன்.

“அட முந்தநாள் லண்டன்ல இருந்து வரயிக்க ஆறு போத்தில் கொண்டுவந்தனான் மச்சான். தொள்லில வைச்சு முழுப் போத்திலையும் பறிச்சுப்போட்டு பைன் வேற அடிச்சுப்போட்டாங்கடா. சரி, பைன் அடிச்ச கள்ள நாயள் போத்திலையாவது தந்திருக்கலாந்தானே. எனக்கு வந்த ஆத்திரத்துக்கு எல்லாத்தையும் அடிச்சு உடைக்கவேணும் போலதான் இருந்திச்சு” எண்டவன் உதட்டைக் கடிச்சுக் கடுங்கோபத்தைக் காட்டினான்.

“சரியாச் சொன்ன மச்சான், இந்த நாட்டில நிம்மதியா வாழுறதெண்டால் முதல்ல இந்த ஸ்கத்தக் கொந்தோரை அடிச்சு உடைக்க வேணுமடா. கட்டின வரி காணாதெண்டு இந்த வருசம் எனக்கு இன்னும் ஆறாயிரம் குரோணர் திருப்பிக் கட்டச்சொல்லியல்லே வந்திருக்குது” எண்டு பாய்ஞ்ச சுருட்டைக் கோபாலு பாசிலனுக்குப் பக்கப்பாட்டுப் பாடினான்.

இவங்களின்ர கதைகளைக் கேட்டுக்கொண்டிருந்த சத்தியநாதன் என்னை ஒரு பரிதாபப் பார்வை பார்த்ததுமே, நான் மெல்ல எழும்பி வெளியே போனன். அவனும் பின்னாலயே வந்தான். நானொரு சிகரெட்டை எடுத்துப் பத்த வைச்சன். ஒரு கெட்ட பழக்கம் இன்னொரு கெட்ட பழக்கத்தையும் கூட்டிக்கொண்டு வந்திடும் எண்டது உண்மைதான். தண்ணியடிச்சால் மட்டுந்தான் எனக்கிந்தச் சிகரெட்டும் தேவைப்படுறது.

“என்னடா கேசவா, என்னெண்டடா நீ இவங்களோட காலந்தள்ளுற?” ஆச்சரியத்தோட கேட்டான் சத்தியநாதன்.

“அட மச்சான் இதுக்கெல்லாம் பக்குவப்படவேணுமடா. இதென்ன, இதவிட இரவுக்குப் பாரன் இன்னும் இருக்கு. சப்பாத்துத் தேஞ்சுபோயிரும் எண்டானே அவன் மகா கஞ்சனடா, குறுன்லாண்ட ஸ்ரேசனுக்க சுத்திக்கொண்டு நிப்பானடா. யாரும் தெரிஞ்ச ஆக்களைக் கண்டால் கொஞ்சம் பொறுங்கோ இந்தா வாறனெண்டு சொல்லி அதுகளின்ர பஸ் கார்ட்டைப் பிடிங்கிக்கொண்டு மூண்டாவது ஸ்ரேசன் தள்ளியிருக்கிற எலக்றிக்

கடையில ஓசிக் கோப்பி குடிக்கிறதுக்கு ஓடியிருவான்ரா. ஆனால் காசுக்கு மேல காசு வைச்சிருக்கிறான். மற்றவன் இருக்கிறானே வருமானவரித்துறையை உடைக்கவேணும் எண்டவன், அவன்ர மனிசி வந்த காலத்திலயிருந்தே வேலைக்குப் போனதில்ல, அவவின்ர வருமானத்தையே மற்றவை கட்டுற வருமான வரியில இருந்துதான் அரசாங்கம் குடுக்குதெண்டதையே அவன் மறந்துபோய்க் கதைக்கிறான்" எண்டு நான் சொன்னதையும் கேட்டுத் தலை விறைச்சுப்போய் நிண்டான் சத்தியநாதன்.

இரவு, குடும்பக் கதைகளோட ஊறிப்போன பொம்பிளையள் பிட்டு அவிக்க ஆயத்தமானதுமே, உற்சாகபானத்தில் ஊறிப்போன ஆம்பிளைகளின்ர பாட்டுக் கச்சேரியும் ஆரம்பமாச்சுது. எல்லாருமே ரீ.எம்.எஸ். ஆகவும், எஸ்.பி.பி. ஆகவும் மாறிப்போக காடு களைகட்டியது. "நல்ல காலம் இந்தப் பாட்டுகளப் பாடின ரெண்டுபேருமே இண்டைக்கு உயிரோட இல்ல" எண்டு சத்தியநாதன் என்ர காதுக்க கிசுகிசுத்தான்.

"என்ன ஐசே அப்பயிருந்தே ஒரு பியரையே வைச்சுச் சூப்பிக்கொண்டு இருக்கிறீர் எங்கள மாதிரிப் பெரிசில அடியுமன்" சத்தியநாதனைப் பார்த்துச் சொன்னபடியே கையில வைச்சிருந்த வோட்கா கிளாசுக்குள்ள கொக்கோகோலாவை விட்டு நிரப்பினான் பாசிலன்.

"அடேய்... அடேய்... வோட்காவுக்க கோலாவைக் கலந்துதான் குடிக்கிறதெண்டால் இதை வோட்கா கொம்பனிக்காரனே செய்து வித்திருப்பானேடா. இப்பிடிப் பச்சையா அடிக்கவேணுமடா" எண்டபடியே அரைக் கிளாஸ் வோட்காவை றாவாக அடிச்சான் சுருட்டைக் கோபாலு.

"அட, அப்ப நீ இறைச்சிக் கடையிலபோய் இறைச்சி வாங்கினால் பச்சையாவே சாப்பிடுறனி? வீட்ட கொண்டு வந்து உப்புத் தூள், புளி போட்டுச் சமைக்கிறதில்லையே?" கேலிச் சிரிப்போடு கேட்ட பாசிலனுக்கு, "அடேய் அதுவேற இதுவேற, நீ சும்மா விசர்க்கதை கதையாத" எண்டு மழுப்பிக்கொண்டு போனான் சுருட்டைக் கோபாலு.

நான் குசினிக்குள்ள போய் பிட்டும் கோழிக்கறியும் எடுத்துக்கொண்டுவந்து சத்தியநாதனுக்கு குடுத்ததைப் பார்த்த

லோகு "ஏன் தண்ணியடிக்க முன்னமே அண்ணைக்குச் சாப்பாட்டைக் குடுக்கிறீங்க?" எண்டு கேட்டான்.

"இரவில ஒன்பது மணிக்குப் பிறகு அவன் சாப்பிடமாட்டான், அதுதான் குடுத்தனான்" எண்டு நான் சொன்னது எல்லாருக்கும் உள்ளுக்க கடுப்பை ஏத்தியிருந்தாலும் ஒருத்தனும் வெளியில காட்டிக்கொள்ளயில்ல.

சத்தியநாதன் சாப்பிட்டு முடிஞ்சதும் நான் சிகரெட்டை எடுத்துக்கொண்டு வெளியபோக அவனும் பின்னாலயே வந்தான். இங்க வந்த நேரந்தொட்டே ரெலிபோனும் கையுமா மூலை முடுக்கெல்லாம் குந்திக் குந்தி எழும்பிக்கொண்டிருந்த தனியாளா வந்திருந்த மனோரஞ்சன் போனில குசுகுசுத்தபடியே நிண்டான். எனக்கொரு சந்தேகம் வர எட்டிப்பார்த்தன். வாட்சப் ஸ்கிரீனில வடிவானவொரு பெட்டையின்ர முகம் தெரிஞ்சுது. எங்களைக் கண்டதும் "ஓக்கே செல்லம் பிறகு கதைக்கிறன் பாய் பாய்" எண்டு சொல்லிப் போனைக் கட் பண்ணிப்போட்டு சிகரெட்டை எடுத்து மூட்டினான்.

"யாரடாப்பா அது, செல்லம் செல்லமெண்டு கொஞ்சுற?" எண்டு கேட்டன்.

"அடேயப்பா, நீங்க எல்லாரும் நினைச்சிட்டியள் போல சாகும்வரையும் நான் தனியாளாத்தான் இருப்பனெண்டு, பார் மூண்டு மாசத்தில வந்து இறங்கப்போறாள் என்ர செல்லம்" எண்டவாறே என்னை யாரெண்டு நினைச்சியள் எண்டதுபோல நெஞ்சை நிமிர்த்தினான்.

"அட, பிறகென்ன நல்லதுதானே. வாழ்த்துக்களடாப்பா" எண்டேன்.

"உஷ்... இங்க ஒருத்தனுக்கும் கதைய விட்டுறாத, எல்லாமே கெட்ட சாமானுகள் பொறாமையில குழப்பிப்போடுவாங்கள்" எண்டானவன்.

"என்னடாப்பா ஆள் சின்னப் பெட்டையாட்டம் இருக்கு?" நானும் கதையை விட்டுப் பார்த்தன்.

"பின்ன, நான் வெளிநாட்டு மாப்பிளையல்லே" எண்டவன் கொலரைத் தூக்கிவிட்டான்.

அந்த நேரம்பார்த்து போனைத் தூக்கிக்கொண்டு ஓடிவந்த கனகுவைக் கண்டதுமே வாயை மூடிக்கொண்டு உள்ளே ஓடினான் மனோரஞ்சன். வெளிய கிடந்த மரக்குத்தி ஒண்டில குந்தின கனகு போன் ஸ்கிரீனை தட்டித் தட்டி உற்று உற்றுப் பார்த்தபடியே இருந்தான்.

"என்ன அண்ணே போனில செய்தி ஏதும் பார்க்கிறீங்களே?" கேட்டபடியே அவனுக்குக் கிட்டவாப்போனான் சத்தியநாதன்.

"சீச்சி... ஊரில இருக்கிற வீட்டைப் பார்க்கிறன்?" எண்டான் கனகு.

"என்னது! ஊரில இருக்கிற வீட்டை இங்கயிருந்துகொண்டே வாச் பண்றீங்களா?" என்று கேட்டான் சத்தியநாதன்.

"பின்னயென்ன இவ்வளவு காசைக்கொட்டி வீட்டைக் கட்டிப்போட்டு சும்மாயிருக்க முடியுமே? அங்க ஒரே கள்ளரப்பா, போன கிழமைகூட ஒருத்தன் மதிலால குதிச்சு வளவுக்க விழுந்துகிடந்த தேங்காயக் களவெடுத்துக்கொண்டு போயிற்றான், இங்க கமராவில படமெல்லாம் வைச்சிருக்கிறன். வாற மாசம் ஊருக்குப்போய்தான் ஆளுக்கு இருக்கு விளையாட்டு" உதட்டைக் கடித்தபடி மண்டையை ஆட்டினான் கனகு.

அதைக் கேட்ட சத்தியநாதன் வாயைப் பிளந்தபடியே நிற்க, "அப்ப வீடில்லாத சனங்கள் ஆரையாவது அந்த வீட்டில இருத்தலாம் தானே" எண்டேன் நான்.

"சாச்ச... வீட்டைப் பழுதாக்கிப்போடுங்கள். அதவிட இருத்திப்போட்டு பிறகு எழுப்பிறதெல்லாம் சில்லெடுத்த வேலை" எண்டவாறே எழுந்து வீட்டுக்குள் புகுந்துகொண்டானவன்.

"என்னடா மச்சான் ஒரு தேங்காய்க்குக்கூட வழியில்லாதவன் தானே அதைக் களவெடுத்திருப்பான் எண்டுகூட நினைக்காமல் ஊருக்குப்போய் அவனுக்கு ஏதோ செய்யப்போறானாம். இவனெல்லாம் என்ன பிறவியடா?" என்று கேட்டான் சத்தியநாதன்.

“ம்... இவங்கள் இப்பிடித்தான்டா, சரி அத விட்டிற்று வா உள்ள போவம்” எண்டு அவனை இழுத்துக்கொண்டு உள்ள போனன். அங்க அரசியல் கதைகள் களை கட்டிக்கொண்டிருந்திச்சு.

“உக்ரைனுக்கு அடி காணாது, பூட்டின் இன்னும் நல்லாக் குடுக்கவேணும்” எண்டான் பாசிலன்.

“ஓ... எங்கட நாட்டில வந்து குண்டு போட்டவங்கள் எல்லே. அவங்கட நாட்டைத் தரைமட்டம் ஆக்கவேணும்” எண்டான் லோகு.

“உக்ரைனில மட்டுமில்ல; ரஷ்யன், நோர்வேயிலையும் கொண்டுவந்து குண்டுகளைக் கொட்டவேணும். இவங்களும் சேர்ந்துதானே எங்கள அழிச்சவங்கள்” எண்டான் நல்ல கணகணப்பாய் நிண்ட கனகு.

“எடேய் இந்தப் பூட்டினிட்ட முதல்ல அமெரிக்காவுக்கு அணுகுண்டை அடிக்கச் சொல்லவேணுமடா, அவங்கதான் எல்லாத்துக்கும் கால்” எண்டான் ரஷ்யன் வோட்காவை றாவா அடிச்சுப்போட்டு நிண்ட சுருட்டைக் கோபாலு.

சத்தியநாதன் அதிர்ச்சியோடு என்னைப் பார்த்தான். நான் பரிதாபத்தோடு அவனைப் பார்த்தன். இப்படியே இரவு பன்னிரண்டைத் தாண்டியும் கதைகள் களை கட்டியது. அதுக்குப்பிறகு சாப்பிடுறவன் சாப்பிட, சத்தி எடுக்கிறவன் சத்தி எடுக்க, நான் சத்தியநாதனைக் கூட்டிக்கொண்டுபோய் ஒரு அறைக்குள் படுக்கவைக்க முயற்சித்தன். ஆனால் அங்கயிருந்த எவனுமே அதுக்குச் சம்மதிக்கயில்ல. “நாங்க ஆம்பிளைகள் எல்லாருமே இந்தக் ஹாலுக்கையே பம்பலாக் கதைச்சுக்கொண்டு படுப்பம்” எண்டு அடம்பிடிச்சாங்கள்.

பொம்பிளைகளும், பிள்ளைகளும் மேல் அறைகளில படுத்துக்கொள்ள, நான் ரெண்டு மெத்தைகளைக் கொண்டுவந்து பக்கம் பக்கமாக போட்டுவிட்டு சந்தியநாதனையும் படுக்கச்சொல்லி நானும் அருகில படுத்துக்கொண்டன். மனோரஞ்சன் ஓங்காளித்தபடி கனநேரமாக டொய்லெட்டுக்கையே படுத்திருக்க, “அவனுக்கொரு போர்வையைக் கொண்டேக் குடுங்கடா அவன் அதுக்கையே படுக்கட்டும்” எண்டு சுருட்டைக் கோபாலு சொன்னதைக் கேட்டுச் சிரித்தபடியே, பின் கதவு முன் கதவு எல்லாமே வடிவாப் பூட்டியிருக்கா எண்டு

செக்பண்ணிக்கொண்டு வந்த லோகு யன்னலால் வெளியே எட்டிப் பார்த்துவிட்டு, "இடம் பயங்கரக் காடா இருக்கு, கள்ளன்கள் யாரும் வந்தாலும் வந்திருவாங்கள் எதுக்கும் ஆகிதம் ஏதாவது இருந்தா எடுத்துத் தலைமாட்டில வைச்சுக்கொண்டு படுங்கோ" எண்டான்.

'ஆகிதம்' எண்ட வார்த்தையைக் கேட்டதுமே சட்டெண்டு தலையைத் தூக்கிய சத்தியநாதன் லோகுவைத் திகைப்போட உற்றுப் பார்த்தான். குடை போல விரிந்திருந்த காதில் செருகியிருந்த குறைச் சிகரெட்டை எடுத்து மேசையில் வைத்துவிட்டு லோகு வந்து ஸோபாவில் படுத்துக்கொள்ள, வைத்த கண் வாங்காமல் மிரட்சியோடு அவனையே பார்த்தபடி படுத்திருந்த சத்தியநாதனைப் பார்த்தபோதும், போதை மயக்கத்திலும் தூக்கக் களைப்பிலும் எனக்கு எதுவுமே புலப்படயில்ல. படுத்த கொஞ்ச நேரத்துக்குள்ளயே நான் நித்திரையாகிப்போனன்

சாமம் ரெண்டு மணியிருக்கும். என்ர முதுகில யாரோ சுரண்டின மாதிரி இருந்துச்சு. கண் முழிச்சும் கனவாக இருக்குமெண்டு நினைச்சுக்கொண்டு திரும்பாமலேயே படுத்திருந்தன். திரும்பவும் அதே சுரண்டல். சட்டெண்டு திரும்பிப் பார்த்தன். முழுசியபடியே படுத்திருந்தான் சத்தியநாதன்.

"என்னடா மச்சான் நித்திரை கொள்ளயில்லையே?" எண்டு கேட்டதுக்கு பதில் ஒண்டும் சொல்லாமல் ஆட்காட்டி விரலாலும் பெருவிரலாலும் மூக்கைப் பொத்தியபடி முழுசினான்.

"என்னடா மச்சான்! என்ன நடந்தது? நித்திரை வரயில்லயே?" எண்டேன்.

"மணக்குதடா, மூளை மணக்குது. என்னால தாங்க முடியல்ல" எண்டு முனகினான். சட்டெண்டு எழுந்து குந்தின எனக்கு நித்திரையும் முறிஞ்சு வெறியும் முறிஞ்சு போச்சு.

"என்னால இங்க படுக்க ஏலாது, வெளிக்கிடு போவம்" எண்டான். எல்லாரும் குறட்டை விட்டுக்கொண்டு கிடந்தாங்கள், எனக்கெண்டால் என்ன செய்யிறதெண்டே தெரியயில்ல. சொல்லாமற் கொள்ளாமல் உடன வெளிக்கிட்டுப் போகவும் முடியாது. மனிசி வேற மேல படுத்திருந்தாள். சத்தியநாதனை மெல்ல எழுப்பிக்கொண்டு குசினிக்குள் போனேன். அவன்

மூக்கைப் பொத்திப் பிடித்த பிடியை விடவேயில்ல. நெஞ்சு விரிய வாயாலயே மூச்சு விட்டான். தேத்தண்ணி வைச்சுக் குடுத்தன், தேத்தண்ணிக் கப்பை மூக்குக்கு கிட்டக் கொண்டுபோனாவன் "சைக் நாறுதடா" எண்டபடி சடக்கெண்டு கீழே வைத்துவிட்டு, "வெளிக்கிடடா போவம்.. வெளிக்கிடடா போவம்" எண்டபடியே இருந்தான். ஒரு மாதிரியாக ஆறு மணி வரையும் அவனை வைச்சுச் சமாளிச்சுக்கொண்டிருக்க; பொம்பிளைகள் இறங்கிக் கீழ வந்திச்சினம்.

"நான் நினைச்சன் சத்தியநாதனுக்கு இரவு பத்து மணிக்குத்தான் பிளைட் எண்டு, ஆனா இப்ப அவன் காலமை பத்து மணிக்கெண்டு சொல்லுறான். அதனால நாங்க இப்பவே வெளிக்கிடப்போறம்" எண்டு அவைக்கொரு பொய்யைச் சொல்லிப்போட்டு மனிசியையும், சத்தியநாதனையும் கூட்டிக்கொண்டு அரக்கப் பரக்க வீட்டுக்கு வந்து சேர்ந்தன். வீட்ட வந்த பிறகுதான் சத்தியநாதன் மூக்கிலயிருந்து கையை எடுத்தான். ஆனால் இப்ப அவன் ஒரு பிரச்சினையும் இல்லாமல் வட நோர்வே நோக்கிப் பிளைட்ல பறந்துகொண்டிருக்கிறான்.

# அக்கி மரத்தின் மீது சத்தியமாக

நஸிகா முகைதீன்

மழை பெய்து விடுவது போல வானம் சாம்பல் பூத்துக் கிடந்தது. குசினிக்குள் உம்மா சோளம் அவித்த வாசனையும், அடுப்பில் கொதிக்கும் உப்புத் தண்ணீரின் சூடும் என்னை மிதப்பாக்கியது. வாப்பா மணிகூட்டைப் பார்த்தபடி இருந்தார். நான்கரை மணிக்கெல்லாம் நன்னா ராத்தாவின் வீட்டுக்குச் செல்லவேண்டும். நானும் சோட்டிக்கு மேலால் எனது நீண்ட நீலக்கற்கள் பதித்த கவுனைப் போட்டுக் கொண்டேன். தலையை இழுத்து வாரி, சிவப்புத் தாவணியால் முக்காட்டைப் போட்டபடி ஸெய்தாவை சத்தமாக அழைத்தேன். ஸெய்தா உம்மாவின் சாச்சியின் மகள். அவளுக்கு ஒரு தங்கை இருந்தாள். அவர்கள் இருவரும் வந்ததும் மூவருமாக தகர வேலியில் தெரியும் ஓட்டைக்கு அருகே போய் நின்றிருந்தோம். ஒழுங்கையிலுள்ள எல்லோரும் நன்னா ராத்தாவின் வீட்டிற்கு ஒவ்வொருவராக வந்து சேர்ந்தனர். ஸெய்தாவின் தங்கை சோகமாக இருந்தாள். அவளுக்குப் பத்து வயதாகிறது. அவள் குட்டி ஒழுங்கையில் கிடந்த கல்லொன்றின் மீது அமர்ந்தபடி அந்த அக்கி மரத்தைப் பார்த்துக் கொண்டிருந்தாள். அக்கி மரத்தின் காய்களில் கொளுத்திப் பூச்சிகள் பரவிக் கிடந்தன. அந்த மரத்திற்கும் அவளுக்கும் பெரிய ஈடுபாடு எதுவுமில்லை. ஆனால் நாங்கள் சில்லுச் சக்கரம் விளையாடும் நேரத்தில் அவள் வயதையொத்த

பிள்ளைகளோடு சோறு கறி ஆக்கும் போது அக்கி இலைகளைப் பொறுக்கி வைப்பாள். அவ்வளவுதான்.

நன்னா ராத்தா அவளின் கணவனின் அருகில் நின்று கொண்டிருந்தாள். அவளின் கண்களில் கற்றாழைக் கண்டினை உடைத்தால் வரும் சாற்றின் திரட்சியை ஒத்த நீர் கிடந்தது. பெரிய ஒழுங்கையில் சுமார் பத்து வீடுகள் இருந்தன. ஒவ்வொரு வீட்டில் இருந்தும் ஆண்கள் வந்திருந்தனர். பெண்கள் தங்களின் கதவின் இடுக்கின் வழியாகப் பார்த்தபடியும், பக்கத்து வீட்டுப் பெண்களின் கதவின் அருகேயுமாகச் சேர்ந்தும், பிரிந்தும் இருந்தனர்.

"இந்த அக்கி மரத்த வெட்டணும்"

ஜனூபா ராத்தாவின் மச்சான் ஆரம்பித்தார். மற்ற ஆண்களும் அது சரி என்பது போல தலையசைத்தனர்.

"மரத்தால பெரும் பிரச்சின. இது வெசப்பழம் காய்க்கிற மரமாம். சின்னப் பிள்ளைகள் விளையாடித் திரியிர ஒழுங்கையில சரிவரா" வாப்பா தொடர்ந்தார்.

அக்கி மரத்தைப் பார்க்கிறேன். தன்பாட்டிற்கு காற்றை மோதிக்கொண்டிருந்தது. என்னுடைய உம்மம்மா சிரிப்பதைப் போலவே அசைவு இருந்தது.

சொல்லப்போனால் அக்கி மரத்தைப் பற்றி யாருக்கும் தெரியாது. பெயர் மட்டும் அக்கியெனத் தெரிந்துவைத்திருந்தனர்.

நன்னா ராத்தாவின் வாப்பா கட்டாரில் வேலை செய்துவிட்டுத் திரும்பியபோது, அவர் கூடத் தங்கி இருந்த கேரளாக்காரர் கொடுத்த விதைகளைக் கொண்டுவந்து போட்டதில் முளைத்த மரம் அது. கேரள நண்பனின் சமையல் கொதிப்பையும், தனிமையில் அவர்கள் பேசிக்கொண்ட நினைவுகளையும் சுமந்த அக்கி மரம், நன்னா ராத்தாவின் வாப்பாவின் ஞாபகமாக இப்போது மாறி இருக்கிறது. அவர் மரத்தை பார்க்கும் போதெல்லாம் தன் நண்பனைப் பற்றிய கதைகளை அவளுக்குச் சொல்வார். நன்னா ராத்தாவின் வாப்பா கொரோனாவால் மௌத்தாகிப் போனார். அவரின் ஜனாசாவை யாரும் பார்க்காமலே எரித்துப் போட்டார்கள். எவ்வளவு கெஞ்சியும் உடலை அடக்கம் செய்வதற்கு அனுமதிக்கவில்லை. நன்னா

ராத்தா அப்போதெல்லாம் இம்மரத்தின் அருகே இருந்துதான் ஊதுபத்தி கொளுத்தி குர்ஆன் ஓதிக் கொண்டிருப்பாள். அது அவளின் வாப்பாவின் கபருக்கு குளிர் கொடுக்கும் என்று எண்ணினாள். நன்றாக முகர்ந்து பார்த்தால் மரம் முழுவதும் ஊதுபத்தி மணம் இருக்கும்.

மாம்புலியார் வீதியில் பெரிய ஒழுங்கை ஒன்றில் உள்ள இன்னொரு குட்டி ஒழுங்கையில்தான் எங்கள் வீடு அமைந்திருந்தது. அந்தக் குட்டி ஒழுங்கைக்குள் எங்களது வீடும், என் உம்மாவின் சாச்சியின் வீடுகள் இரண்டு மட்டுமே இருந்தன. ஒழுங்கையுடன் ஒட்டியதாக இடதும் வலதுமாக இருந்த வீடுகளில் வலது பக்கமாக இருப்பவர்கள் அந்த நாளில் நிலத்தை வாங்கி அடைக்கும் போது நீண்டு கிடக்கும் குட்டி ஒழுங்கையில் குறித்த அளவான நிலத்தைக் கூட்டி அடைத்திருந்தனர். அது பற்றி அப்போதே நாங்களும், சாச்சி குடும்பமும் தெரிவித்து இருந்தும் பழைய தகரங்களைக் கொண்டு அடைத்திருந்த தகர வேலியை மதில் சுவராக மாற்றும்போது விட்டுத்தருவதாக புதுவளவு மாமி கூறியிருந்தார். அவர்கள் அங்கு வந்ததில் இருந்து புதுவளவு மாமி என்றே அவரை அழைப்போம். அவருக்கு இரண்டு பெண் பிள்ளைகள் இருந்தனர். அந்தக் கூட்டியடைக்கப்பட்ட வளவில் இருந்த வீட்டினை அவரின் முதல் மகளுக்குக் கைக்கூலியாகக் கொடுத்துவிட்டு, பக்கத்து வளவிற்கு புதுவளவு மாமி இடம் பெயர்ந்திருந்தார். காலம் ஓடியபடி இருந்தும் புதுவளவு மாமியின் மகளின் தகர வேலி மட்டும் மாறவில்லை. எங்கள் தெருவில் உள்ள அனைத்து வீடுகளும் மாற்றம் அடைந்து விட்டாலும், இன்னும் என்னுடைய பால்யகாலத்தைக் காட்டும் சாட்சியமாக தகரவேலி நின்றிருந்தது. அந்தக் குட்டி ஒழுங்கையில்தான் ஸ்கூல் முடிந்த பிறகு நானும், எனது உம்மாவின் சாச்சியின் பிள்ளைகளும், பெரிய ஒழுங்கையில் இருந்த பிள்ளைகளும் கூடுவோம். குந்தி அடிச்சான், சில்லுச் சக்கரம், கப்பல் பொட்டி என ஒழுங்கை மண் முழுவதும் எங்கள் கைகளும் கால்களும் ஒன்றிக் கிடந்தன. பால் நேர்சரிக்கு சென்று பசுப்பாலையும், பிஸ்கட்டையும் வாங்கினாலும் பிஸ்கட்டை சாப்பிடாமல் அங்கர் பாலினைச் சுற்றி வரும் பொலித்தீன் பைக்குள் வைத்துக் கொண்டுவந்து குட்டி ஒழுங்கை ஓரத்தில் வைத்துத் தின்று முடிப்போம். எங்கள் குழுவில் இருந்த பொம்பிளைப்

பிள்ளை ஒருத்திக்கு சித்திரம் வரைந்து கதைசொல்லும் பழக்கம் இருந்தது. எங்கள் மத்தியில் பிரசித்தி பெற்றிருந்த ஒத்தைத் தென்னமரக் கிழவியின் கதையை அடுப்புக் கரியைக்கொண்டு தகரவேலியிலே படமாக வரைவாள். கதை முடிந்ததும் தகரவேலியில் படங்கள் அப்படியே இருக்கும். மழை வந்து அழித்தாலே தவிர அவை அழியாது.

புது வளவு மாமியின் மூத்த மகள் தான் நன்னா பரி. அவளை நன்னா ராத்தா என்று கூப்பிடுவோம். ஐந்தாறு முறை மாத்திரமே அவளின் வீட்டிற்குச் சென்றிருப்பேன். அவளுடைய ஹோலினையும், பிரதான அறையும் பிரிக்கும் கதவு நிலையில் மணியினாலான கேட்டின் தொங்கிக் கொண்டிருக்கும். ஹோலில் அவளது கணவர் சவுதி அரேபியாவில் இருந்து கொண்டுவந்த பச்சை விரிப்பு ஒன்று போடப்பட்டு, அதன் மேல் நான்கு மரக் கதிரைகள் இருக்கும். அழகான மரத்தாலான ரேஹான் பலகையின் மீது குர்ஆனும், தஸ்பமணியும் வைக்கப்பட்டிருக்கும்.

போகும் நேரமெல்லாம் "ரஹ்மத்துக்கு எடு" என பேரீச்சம் பழங்களும், கற்கண்டும் கிடைக்கும்.

நன்னா ராத்தாவிற்கு மரங்கள் மீது அதிக ஈடுபாடு இருந்தது. தகரவேலியை அண்டி நாட்டியிருந்த முருங்கை, மாதுளை, தோடை மரங்கள் குட்டி ஒழுங்கையை நீட்டிய வண்ணம் இருந்தன. கூடவே அன்னமுன்னா மற்றும் கொய்யா மரமும் இருந்தன. அவை குட்டி ஒழுங்கைக்கு நிழல் பரப்பின. தினமும் அவற்றிலிருந்து இலைகள் கொட்டிக்கொண்டிருந்தன.

வீட்டில் காலையில் எழுந்ததும் வாசற்கடையைக் கூட்டுவது வாப்பாவின் வழக்கமாக இருந்தது. ஆணொருவர் ஈர்க்குமாறு தூக்குவது எங்கள் ஒழுங்கையில் ஆங்காங்கே பேசுபொருளாக இருந்தும் வாப்பா நிறுத்துவதாக இல்லை. ஆனால் ஒவ்வொருமுறையும் குட்டி ஒழுங்கையைக் கூட்டும்போது அவருக்குச் சலிப்பும் கோபமும் ஒரு சேர எழுந்தன. நிலம் முழுவதுமாக பரவி இருக்கும் சின்ன இலைகள் அவரை வெறுப்பூட்டின. உம்மாவும், சாச்சியும் அடிக்கடி ஒழுங்கை நிலத்தைப் பற்றிப் பேசிக்கொண்டிருந்தார்கள். ஒரு மையத்தைக் கொண்டு போறதுக்குமா காணாது என விசனப்பட்டுக் கொள்கிறார்கள். உம்மா எப்போதும் உம்மம்மாவின் மையத்தைக்

கொண்டு போவது பற்றியே கவலை கொள்ளுவாள். உம்மம்மா வயது தளர்ந்து படுத்த படுக்கையாக இருந்தார். அவருக்கு நடக்க முடியாது என்பதால் ஆஸ்பத்திரிக்கு கொண்டு செல்லும் ஒவ்வொரு நேரத்திலும் இரண்டு மூன்று பேர் பிடித்துத் தூக்கிக்கொண்டுதான் செல்ல வேண்டும். ஒவ்வொரு முறை குட்டி ஒழுங்கையால் அவரைத் தூக்கிக் செல்கிற போதும் உம்மா முணுமுணுத்தபடி இருந்தாள்.

ஒரு வாரத்திற்கு முதல் உம்மாவின் தம்பி அப்துல்லா நீண்ட காலமாக வெளிநாட்டிலிருந்து, திரும்பி இருந்தார். வீட்டுக்கு வந்தவர் எதேச்சையாகக் கண்ட இந்த அக்கி மரத்தினை பற்றிச் சொன்னதிலிருந்து தான் எல்லாம் ஆரம்பித்து வைக்கப்பட்டது. உம்மாவிடம் இருந்து இக்கதை பெரிய ஒழுங்கை முழுவதும் ஸெய்தாவின் தங்கை கிழித்து விளையாடும் ரெஜிபத் துண்டுகள் பரவுவதைப் போல வேகமாகப் பரவியது. அது நன்னா ராத்தாவின் காதுகளுக்கும் தட்டாமல் இல்லை. அவள் மரக்கறிக்கார மாமாவிடம் கோவா வாங்கியபோது, அங்கு வந்த அவளின் நேர் எதிர் வீட்டைச் சேர்ந்த ஜுபைதா "அது நஞ்சுமரமாவே" எனக் கேட்டுவிட்டாள். நன்னா ராத்தா எதுவும் பேசவில்லை. மௌனமாகக் கடந்து போனாள். அவள் குட்டி ஒழுங்கையில் ஒரு மின்விளக்கினை கூட எரிய விடுவதில்லை. அவள் பெரிய கஞ்சத்தனம் பார்ப்பவள். அவளின் புகைக்கூட்டில் கேஸ் அடுப்பு இருந்தும் கொள்ளி அடுப்பில்தான் சமைக்கிறாள் என நன்னா ராத்தா பற்றி பின்னேரத்தில் கூடும் பெண்கள் பேசிக்கொண்டே இருந்தார்கள். கடைசியாக நேரடியாக இங்கேயே வந்து விட்டார்கள்.

"ஒரு கிழம தாரம். அதுக்குள்ள வெட்டி போட்றணும். இல்லாட்டி ஒபீசுக்குக் கடிதம் கொடுத்துட்டு நாங்க வெட்டுவம்"

தளர்ந்த சாரத்தினை இறுக்கிக் கட்டியபடி வாப்பா தன்னுடைய முழுக் கோபத்துடன் வெளியேறினார். ராத்தாவின் கண்களில் கண்ணீர் வழிந்து கைகளை நனைத்தது. மற்றவர்களும் ஒவ்வொருவராக வெளியேறினர். மிஞ்சி இருந்த ஜனூபா ராத்தாவின் மச்சான் "பிரச்சன படாம மரத்த தரிச்சிடுங்க. அல்லசல் வா நாளைக்கு மௌத்து கயாத்து இருக்கு"என்றபடி வெளியேறினார்.

அடுத்து வந்த நாட்களில் எல்லாம் நன்னா ராத்தா மரத்தின் அருகே இருந்தபடி ஓதும் சத்தம் கேட்டுக் கொண்டேயிருந்தது. அவளுடைய தழுதழுத்த குரலும், ஊதுபத்தி வாசனையும் குட்டி ஒழுங்கையால் செல்லும் எல்லோருக்கும் மிரட்சியையும், பயத்தையும் உண்டு பண்ணின. இரவில் கூட நீண்ட நேரம் அது கேட்டுக்கொண்டே இருந்தது.

நாளை வெள்ளிக்கிழமையோடு இந்த ஏழு நாள் முடிந்து விடும் என்றிருந்தது. மரம் இன்னும் அதே இடத்தில் காற்றோடு மோதிக்கொண்டே இருந்தது. வெள்ளிக்கிழமை இரவு என்பதால் உம்மம்மா பயந்தபடி அமர்ந்திருந்தார். ஒவ்வொரு வெள்ளிக்கிழமை இரவும் மரணத்திற்குரிய மலக்கு அருகே வருவதாகக் கற்பனை பண்ணிக் கொண்டிருந்தார். தனக்கு குர்ஆன் ஓதும் சத்தம் கேட்பதாகவும், தன்னை யாரோ கூப்பிடுவது போல இருப்பதாகவும் சொல்லிக் கொண்டே இருப்பார். ஆனால் அது அந்த வெள்ளிக்கிழமை இரவு மாத்திரம்தான். அடுத்த நாள் காலையில் அவர் வழமைபோல அக்கி மரத்தின் அசைவைப்போல சிரித்துக்கொண்டே இருப்பார்.

வாப்பா உம்மாவைக் கூப்பிட்டு "நாளைக்கு இந்த கடிதத்த ஒபிஸில் குடுத்துட்டு வாரன்" என்றபடி எழுதிய கடிதத்தை உறைக்குள் போட்டார். உம்மாவுக்கும் கொஞ்சம் பயமாகத்தான் இருந்தது. இருந்தாலும் அவள் எதுவும் பேசவில்லை.

கடிதத்தை வைத்த வாப்பா, இரவு பங்கு ஆட்டு இறைச்சி ஒன்று கிடைப்பதாக இருந்ததால் அதை வாங்குவதற்காக செருப்பைப் போட்டபடி வெளியேறினார். என்ன ஆகியதோ தெரியாது. அல்லாஹ் என்றபடி கீழே தடுமாறி அக்கி மரத்தின் நிழல்படும் இடத்தில் இடறி விழுந்தார். உம்மா பதறி அடித்தபடி ஓடிச் சென்று அவரைத் தூக்கினாள். அவருடைய கால் புரண்டு கீழே விழுந்திருந்தார். வலியால் அவர் துடிப்பது சத்தமாகக் கேட்டது.

ஓடிச் சென்ற நான் அழுதபடி அக்கி மரத்தைப் பார்த்தேன். அது இருளில் ஒளிர்ந்து கொண்டிருக்கும் மெழுகுவர்த்தியின் வெளிச்சத்தைப்போல மெதுவாக அசைந்தது.

வாப்பாவின் காலுக்கு வைத்தியங்கள் பார்த்தபடி இருந்தோம். அவர் சரியாக நடப்பதற்கு ஒரு மாதம் அளவில் செல்லும் என வைத்தியர் கூறியிருந்தார். தன்னுடைய சாய்மனையில்

சாய்ந்தபடி எதையோ ஆழ்ந்து யோசித்தபடியே இருந்தார். அவர் விழுந்த பிறகு யாருடனும் பெரிதாகப் பேசவில்லை. அவரை நலம் விசாரிக்க வந்த பெரிய ஒழுங்கை ஆட்களிடமோ அல்லது உறவினர்களிடமோ அவர் எதையுமே பேசவில்லை. ஒழுங்கையில் மரத்தில் இருந்த ஏதோவொன்றுதான் வாப்பாவைத் தள்ளிவிட்டதாகக் கதை பரவியது. நாட்கள் கடந்து கொண்டேயிருந்தன. ஆனால் அக்கி மரம் மட்டும் காற்றுடன் மோதிக்கொண்டே இருந்தது, பஞ்சுத் தசைகளால் உம்மம்மா சிரிப்பதைப்போல.

# இராமன் வில்

### நெற்கொழுதாசன்

**அ**வன் சாவோடும் போரோடும் வளர்ந்த குழந்தை. இப்போது எல்லாம் அழிவுற்றதான ஒரு தனியன். எறும்பைப் போல, இலையானைப் போலவாவது தனக்குமொரு வாழ்க்கை இருந்துவிடாதாவென எண்ணுகின்ற போதெல்லாம் தன் பெயரைத்தான் நினைத்துக்கொள்வான். பார்க்கும், பழகும் அனைவருக்கும் அவன் எல்லாவற்றாலும் விடுதலை பெற்றவொரு சாமானியன். விடுதலை என்பதன் அர்த்தம் உள்ளங்கை ரேகைபோல ஆளுக்காள் மாறுபட்டாலும் விடுதலையில்தான் எல்லாமுமிருக்கிறது என்பவர்களுக்கு, தனது பெயரே விடுதலை என்பதுதான் என்பதை விளங்கவைக்கவே தன் கதையைச் சொல்லுவான். அந்தக் கதை கறுப்பி குளத்திலிருந்து ஆரம்பிக்கும்.

"இராமன் வில்லு காட்டுகிறேன் வா" என்று மதுரா அவனது கையைப் பிடித்து அழைத்துச்சென்று கறுப்பி குளக்கட்டில் இருத்தி வைத்திருந்த, கருமேகங்கள் சூழ்ந்த அந்த மாலைப்பொழுதை நினைவிலிருந்து மெதுவாக மீட்கத் தொடங்கும்போதே, ஆக்காட்டி அலைவுற்றுக் கத்தும் ஓசை அவனது ஒற்றைக் காதுக்குள் கேட்கத் தொடங்கும். அந்த ஓசை தலையைப் பிளந்து நெருப்புக்கோளம் வெளிவருவதுபோல உணரவைக்கும். பின்வந்த நாள்களில் யாருமில்லாமல்

தனியனாகக் குளக்கட்டில்போய் அமர்ந்திருந்தால், அந்த வழியாக தலைச்சுமையுடன் நடந்து செல்வோரையும், மாடுகளை ஓட்டிச் செல்வோரையும், அருகிலிருந்த முகாமிலிருந்து பயிற்சிக்காக ஓடும் போராளிகளையும் பார்த்துக்கொண்டதெல்லாம் நினைவுக்கு வருவதில்லை. ஆனால் அந்த முதல்நாள் நினைவுகள், ஆக்காட்டியின் அலறல் இடைவிடாது தொடர்ந்துகொண்டே இருந்தது. அந்தச் சாவும் நிழல்போல வளர்ந்துகொண்டே இருந்தது.

வவுனிக்குளத்தின் வான் கதவுகள் திறக்கப்பட்டதும் அதுவழியாக நுரைத்துப் பெருகிவரும் நீர் வயல்களையும், குடிமனைகளையும் கடந்து கறுப்பி குளத்தை வந்தடையும். குளம் நிரம்பியதும் அங்கிருந்து மூன்று கிளை வாய்க்கால்களால் பிரிந்து வடக்கு வயல்களைக் கடந்து விரிந்துகிடக்கும் பெருங்காட்டை ஊடறுத்துச் சென்று பாலியாற்றில் கலக்கும். யானைகளும் கரடிகளும் நிறைந்துகிடக்கும் அந்தக் காட்டிலிருந்து யானைகள் கறுப்பி குளத்தில் இறங்கி நீர் தூவிக் குதூகலிப்பதும் உண்டு. தாமரைகளும் அல்லியும் நிறைந்து கறுப்பி குளம் எக்காலமும் செழிப்புற்றுக்கிடக்கும். குளத்தின் அகன்ற கட்டில் இருந்து அந்த நீரின் அசைவுகளையும் மிதக்கும் தாமரை இலைகளையும் அதில் தாவும் சிறு பூச்சிகளையும் பசிய கருமைபடர்ந்து விரிந்துகிடக்கும் பெருங்காட்டையும் பார்த்துக்கொண்டிருந்தால் நேரம் போவதே தெரியாது. எல்லாவற்றையும் இழந்த பின்னும் விடுதலைக்கு அந்தக் குளக்கட்டில் வந்திருந்ததும் கிடைக்கும் அமைதி அலாதியானது. இரவுகளையும் கூட அந்தக் குளக்கட்டிலேயே உறங்கிக் கழித்துவிடவும் தயாராகவே இருந்தான். ஆனால் இரவுகளில் அங்கு வரும் யானைகளுக்கும் நரிகளுக்கும் இடையூறாக மனிதவாடை இருந்து விடக்கூடாதென எழுந்து சென்றுவிடுவான். கறுப்பி குளத்திலிருந்து இருநூறு மீற்றர்கள் தூரத்தில் அவனது தற்போதைய வீடு இருந்தது. அவனுக்கு அது வீடு. ஏனையோருக்கு வயல் காவலுக்கு கட்டப்பட்ட குடில் அல்லது கொட்டில்.

அன்று கையைப் பிடித்து அழைத்துச்சென்றவள், அவனைக் கட்டில் இருத்திவிட்டு, குளத்தில் இறங்கி தாமரைப் பூக்களையும் சில தாமரைக் கிழங்குகளையும் பிடுங்கி வந்தாள். பின், கட்டில் வாகாக ஏறி அவனுக்கருகில் அமர்ந்துகொண்டு தாமரை

இதழ்களைப் பிரித்து, நடுவில் மகரந்தம் சூழ்ந்திருந்த பகுதியைக் காரித் தின்றாள். தானே கடித்துத் துண்டாக்கி விடுதலைக்கும் கொடுத்தாள். ஒரு கையில் நிறைந்த தாமரைப்பூக்களுடன் தன்னருகில் இருந்த மதுராவைப் பிரியத்துடன் பார்த்தான். சில்லெனக் குளிர்ந்த காற்று அவனது கழுத்தைத் தடவிப்போனது. அப்போதுதான் “அங்க பார் இராமன் வில்லு” என வானத்தில் தோன்றிய வளைந்த வண்ணக்கலவையைச் சுட்டிக்காட்டினாள். பின், குளக்கட்டிலிருந்து நீருக்குள் குதித்து இராமன் வில்லு, இராமன் வில்லு வா வாவெனக் கத்தினாள். அவனும் குளத்தின் நீருக்குள் மெதுவாக இறங்கினான். பல தடவைகள் தாயுடன் அந்தக் குளப் பகுதியை நடந்தோ சைக்கிளிலோ கடந்துபோயிருந்தாலும் குளத்தின் அருகிலோ அல்லது குளத்தின் கட்டுகளுக்கோ சென்றதில்லை. குளத்தில் முதலை இருக்கிறதென வெருட்டியிருந்தார்கள். அந்தப் பயம் காரணமாக அவன் குளத்திற்குள் இறங்கிப் பார்க்கக் கேட்டதுமில்லை, விரும்பியதுமில்லை.

அன்றுதான் குளத்தின் கரையில், கால்கள் நீரில் புதைய முதன் முதலாக நின்று வியந்து பார்த்தான். கால்களுக்குக் கீழே பூமியே புதைவதுபோலத் தோன்ற மதுராவின் கைகளைப் பற்றிக்கொண்டான். தூரத்தே தெரிந்த கரும் முகில்களை, அவற்றின் திரண்ட பருமன்களை, அதனூடு இடைவெட்டி உருவாகிக் கிடந்த வானவில்லைக் கண்கள் விரியப் பார்த்தான். பதினைந்து வயதேயான மதுரா, தான் வானவில்லை பார்க்கவும், தாமரைப் பூக்களை ஆய்ந்து விளையாடவும் வேண்டுமென்ற ஆவலில்தான் அவனை அழைத்துக்கொண்டு வந்திருந்தாள். அவளுக்கு அந்த வனப்பு மிகுந்த நிலமும் குளமும் குளத்தின் அருகிலிருந்த விளாத்தி மரநிழலும் மிகப் பிடித்தமானவை. நிழல் வளர்வதைப்போல தானும் வளர்வேன் என்று சொல்லுவாள். பற்றிப் பிடித்திருந்த கையை விலக்கிவிட்டு இராமன் வில் என்ற அந்த வர்ணக்கலவையை எட்டிப் பிடித்துவிடலாம் என்பதுபோல மகிழ்ந்து துள்ளியதைப் பார்த்தான். அந்தக் கணத்தில்தான் அது நிகழ்ந்தது. வானம் இடிந்து விழுந்தது போலவொரு ஓசை. மதுரா முகங்குப்புற விழுந்தாள். அவளது தலையிலிருந்து வழிந்த குருதி குளத்து நீரில் கலந்து வானில் தோன்றியதுபோலவே இராமன் வில்லுகள் பல தோன்றின.

அந்தச் சத்தத்தால் கலவரமுற்ற ஆக்காட்டியொன்று அலைவுற்றுக் கத்தியபடி வட்டமிட்டுப் பறந்தது.

அவன் அருகிலிருந்து பார்த்த முதல் சாவு அவளது. ஏன் சுட்டார்கள்? எதற்குச் சுட்டார்கள்? எங்கிருந்து சுட்டார்கள்? எதுவுமே அவனுக்குப் புரியவில்லை. மறுநாள் பலவித தோரணைகள் கொண்ட பலர் அவனிடம் கேள்விகள் கேட்டார்கள். கறுப்பி குளத்தின் மறுகரையில், "எங்களூர்காரங்க" என்று அந்தக் கிராம மக்களால் அழைக்கப்பட்ட, இந்திய இராணுவ முகாமின் பொறுப்பதிகாரி மலர்வளையத்துடன் வந்து நீண்டநேரம் கைகளைக் கட்டியபடி கண் கலங்க மதுராவின் உடலருகில் நின்றிருந்தார். தவறுதலான சூடு என்று ஊர்ப்பிரஜைகள் குழுவிடம் கூறி, சூட்டினை மேற்கொண்ட நபரை இராணுவ நீதிமன்றில் நிறுத்துவதாகவும், சாட்சி சொல்ல வருமாறும் கோரிக்கை விடுத்துத் தன்னை தவறற்றவனாக நிறுவிக்கொண்டார். கரும்பச்சை உடையில், முகத்தில் மீசையோ தாடியோ இல்லாமல் பளிச்சென்றிருந்த அவரது தோற்றமும், கையில் தன்னைப் போலவே சின்னவிரலோடு சேர்ந்திருந்த ஆறாவது விரலும் அவனுக்குள் படிந்துகொண்டது. வீட்டுக்கு அடிக்கடி வந்து சாப்பிட்டு செல்லும் தாடி மீசை தரித்த பலருடன் அந்த அதிகாரியை ஒப்பிட்டுப் பார்த்தான். இவர், அவர்கள் யாரைப்போலவும் இல்லையெனத் தலையை அசைத்துக் கொண்டான். அப்போதுதான் அந்த அதிகாரியின் சீருடையில் இருந்த மூவர்ணத்தைப் பார்த்தான். அதுவொரு சிதைவுற்ற இராமன் வில் என மனதுக்குள் எண்ணிக்கொண்டான்.

மதுராவின் சாவின் பின்வந்த பத்தாம் நாள் அவனது வீடு எரிக்கப்பட்டது. அவனும் அம்மம்மாவும் தவிர மற்ற அனைவரும் கருகி இறந்தனர். பயத்தில் நடுங்கிய ஊர் காட்டுக்குள் இறங்கி ஒளிந்துகொண்டது. ஊரோடு அவனும் சேர்ந்துகொண்டான். காடு அம்மம்மாவை வாங்கிக்கொண்டு தன் வெம்மையை அவனுக்குக் கொடுத்து அரவணைத்துக் கொண்டது. செஞ்சிலுவைச் சங்கத்திடம் முறையிட்டதாலும், சாட்சியாக அவன் இருந்த காரணங்களாலும் இந்திய இராணுவத்துடன் சேர்ந்து இயங்கும் துணை இராணுவக் குழுவே வீட்டினை எரித்துப் படுகொலையை நிகழ்த்தியதாகக் காடெங்கும் முணுமுணுப்புகள் நிறைந்திருந்தன. குடும்பத்தோடு அவனும்

எரித்தழிக்கப்பட்டுப்போனான் என வரலாறு பதிந்துகொண்டது. விடுதலை என்ற அவனது பெயர் காட்டைத் தாண்டி, கறுப்பி குளத்தைக் கடந்து தமிழ் நிலமெங்கும் பரவியது.

சிறுவயதில் மயிலிறகு பொறுக்கக் கூட்டிச்செல்லும் தம்பியின் நினைவாகவே விடுதலை என்ற பெயரைத் தனக்கு வைத்ததாகத் தாய் சொல்லியிருந்தாள். முகம் தெரியாத அந்த மாமனின் கண்களும் உனது கண்களைப்போலதான் இருக்குமென்று அம்மம்மா கூறிய நாளில், அவனுக்கு அந்தப் பெயர் குறித்தொரு பெருமித உணர்வே கிடைத்தது. அந்தப் பெருமிதம்தான் இன்றைய வாழ்வின் நாசங்களுக்கு ஆரம்பப்புள்ளி என்று சொல்வான். தன் நினைவுகளிலிருந்து தப்பி ஓட நினைத்த ஒவ்வொரு சந்தர்ப்பத்திலும் இயலாமையால் திரும்பி வந்து கறுப்பி குளத்தின் கட்டினில் அமைதியாக இருந்துவிடுவதை அல்லது அந்தப் பெருங்காட்டுக்குள் இறங்கிவிடுவதைத் தவிர வேறுவழி தோன்றியதில்லை. காலையோ மாலையோ குளத்தின் கரையினில் அல்லது விளாத்திமர நிழலில் அமர்ந்துவிட்டால் போதும், எல்லா நினைவுகளும் கழன்றுபோக வெற்று மனிதனாகிடுவேன் என்பான்.

சிறுவயதுகளில், பச்சை உடுப்புடன் கம்பீரமாக வந்து, மயில் இறகு பொறுக்கித்தரும் மாமனைக் கனவுகளில் கண்டிருக்கிறான். கைவிரலைப் பிடித்து அழைத்துச்செல்லும் மாமன் அப்படியே வானம் இறங்கும் தொலைவுவரை நடந்துகொண்டிருக்க, ஆயுதமொன்றின்மேல் தொப்பியைக் கவிழ்த்து வைத்து சுவர்களில் வரையப்பட்ட ஓவியமொன்றோடு கனவு முடியும். பாடசாலைகளில் தன் கனவு பற்றிப் பகிர்ந்துகொண்ட போதெல்லாம் மற்ற நண்பர்களும், தங்களுக்கும் அதே சாயலிலொரு கனவு தோன்றுவதாகக் கூறுவார்கள். மாமாக்களினதும், அண்ணாக்களினதும் கதைகளால் அந்தக் காலங்கள் நிரம்பியிருந்தன. அவனிடம் மாமாவின் கதை அரைகுறையாகவே இருந்தது. மதுராவின் சாவின் பின் பலநாட்கள் கழிந்து, ஒரு புகைப்படம் கூட இல்லாமல்போன மாமனைப் பற்றி அயல்வீட்டு மணிமுத்தாரு ஆச்சியிடம் கேட்டான். "ஒன்றாக வந்தோமே மாநகரத்திலிருந்து நன்றாகத்தான் இருந்தோமா" என ஆரம்பித்து, றப்பர் தோட்டத்தில் ஒரேயொருநாள் வேலைக்கு போகாத காரணத்தால்

ஆப்கானிலிருந்து வேலைக்கு வந்த காவலாளியொருவன் சுட்டுக்கொன்ற கதையையும், பதின்நான்கு வயதுப் பாலகியை நிர்வாணமாக்கி பிரம்பாலடித்த தோட்டத்துரையின் திமிரையும், அங்கிருந்து ஒளிந்தோடி இங்கு வந்தும் ஒளியுறமே, பழைய கப்பல் ஏறி வாழவென்று வந்தோமேயென, தங்கள் பூர்வீகக் கதையை ஒப்பாரியோடு கூறியதையும், மண் அள்ளித் தூற்றியதையும் பார்த்தான். அதன்பின் அதைப்பற்றி எதுவுமே கேட்கவில்லை. மாமன் குறித்து தனக்குள் ஒரு சித்திரத்தை வரைந்துகொண்டான். அது ஊரவர்களின், மாமனின் நண்பர்கள் சொன்ன கிளைக் கதைகளிலிருந்து அவன் உருவாக்கியது. மாமன் இருந்திருந்தால் வீடு எரிந்திருக்காது. அப்படி எரிந்திருந்திருந்தாலும் ஒரு தேவதூதன்போல கையைப் பிடித்துத் தங்களைக் காப்பாற்றி இருப்பானென உளமார நம்பிக்கைகொண்டான்.

எப்படியும் திரும்பி வந்துவிடுவானென்று அத்தனை பேரும் நம்பியிருந்ததாகச் சொல்லியிருந்ததுதான் அவனுக்கு வியப்பைக் கொடுத்தது. ஏனென்றால், ஆபத்துவேளைகளில் காற்றோடு காற்றாகவும் நீரோடு நீராகவும் மரத்தோடு மரமாகவும் மாறிவிடக்கூடிய அசாத்தியமான திறமை கொண்டவனெனக் கூறியிருந்தார்கள். ஒருநாள் பத்துமணி சேவல் கூவும்போது, அவனோடு வந்துசென்றவர்கள் மறுநாள் வெள்ளிவிழும் பொழுதில் வந்து அவன் இல்லையென்றும் உடல் கிடைக்கவில்லையென்றும் கூறினார்களாம். அதுவொரு இயக்க இரகசியம் எனக் கருதி எப்படி நடந்தது என்று யாருமே கேட்கவில்லை. அவர்களும் சொல்லவில்லை. பின் பல தடவைகள் வந்துசென்றிருந்தாலும் அதைபற்றி எதுவுமே அவர்களும் பேசியதில்லை, இவர்களும் கேட்டதில்லை. அவர்கள் அவனுக்கு வைத்த பெயரை மட்டும் கூறினார்களாம். அந்தப் பெயரை இவன் பிறந்தபோது அவர்களே இவனுக்கு வைத்துவிட்டார்கள். "விடுதலைக்கு எத்தனை மாமன்கள் பாருங்கள் அக்கா" என்று கூறுவார்களாம்.

சுற்றியிருந்த அத்தனையும் இல்லாமற்போய் காட்டிலிருந்து மீண்டும் திரும்பி வந்தபோது, அவன் வாழ்ந்த நிலத்தில் எதுவுமே மிஞ்சியிருக்கவில்லை. ஒவ்வொரு இடமாக மாறிமாறி இனி ஒழிய இடமில்லையென்ற நிலைவந்தபோதுதான்

திரும்பிப் பார்த்தான், கூட யாருமேயில்லை. காட்டின் வெம்மை அவனுக்குள் நீறாகாமல் எரிந்துகொண்டிருந்தது. எல்லாக் காலங்களிலும், தங்கள் எல்லோரிலும் ஆயுதங்களால் நிகழ்ந்த வடு அவனுக்குள் ஆறாமல் கிடந்தது. ஆயுதங்களை வெறுத்தான். அது வழங்கிவிடும் அதிகார போதையைக் காறி உமிழ்ந்தான். அதன் மூலம் கிடைக்கின்ற பாதுகாப்பையும் துணிவையும் நிராகரித்தான். அது நிகழ்த்திய கொலைகளைத் துயரத்தோடு சுமந்தான். ஆனால், ஆயுதம் மீதான வெறுப்பு அதனைச் சுமந்து திரிந்தவர்கள் மீது வரவேயில்லை. அவர்களைப் பரிதாபத்துடன் நேசித்தான். இது அவனுக்குள் ஒரு குழப்பத்தை ஏற்படுத்தியது.

இரண்டுபட்ட மனநிலையில் நிராகரிக்கவும் வெறுக்கவும் அதேசமயம் நேசிக்கவும் தன்னைத் தயார்ப்படுத்திக்கொண்டான். தனிமை சூழ்ந்த நாட்களில் கறுப்பி குளத்தைக் கடந்து காட்டுக்குள் இறங்கிவிட்டால், நாளும் பொழுதும் போவது தெரியாமல் அலைந்துகொண்டே இருப்பான். காடு அவனுக்குச் சலிப்பதில்லை. ஊருக்குள் திரும்பிவந்த நாள்களில் அவன் நடந்த வழியெங்கும் சாவுகள் வளர்ந்துகொண்டே இருந்ததைப் பார்த்தான். ஊருக்கே வர அஞ்சினான். யாரும் யாருக்காவும் காத்திருக்கவில்லை. எல்லைகள் மாறிக்கொண்டிருந்தன. எந்த ஆயுதத்தாலும் அவனை நெருக்க முடியவில்லை. நெருங்க முயன்றபோதெல்லாம் காடு அவனைத் தனக்குள் மறைத்துக்கொண்டது. வெளியில் திசைகள் பற்றியெரிந்த பாடல் ஒலித்துக்கொண்டிருந்தது. மக்களின் பெரும் நம்பிக்கை சரிந்துபோனதை அவனால் உணர்ந்துகொள்ள முடிந்தது. ஆயுதம் மீதான அவனது வெறுப்பும் நிராகரிப்புமே வாழ்வதற்குப் போதுமானது எனக் கண்டுகொண்டான். மதுராவில் தொடங்கி ஒவ்வொருவராக அவனைத் தாண்டிப் போய்க்கொண்டிருக்கக் கண்டான்.

வீடு எரிந்தபோது ஊரவர்களுடன் காட்டுக்குள் இறங்கியவன், ஊரே எரிந்து எழுந்து திசையறியாது ஓடியபோது, தனியனாகக் காட்டுக்குள் இறங்கினான். காடு அபயமளித்தது. எப்போதாவது ஒருதடவை ஊருக்குத் திரும்புவான். அவன் திரும்பும் ஒவ்வொரு தடவையும் ஊர் மாறிக்கொண்டிருந்தது. முகங்கள் மாறின. மொழிகள் மாறின. ஆயுதங்கள் மாறின. பச்சை உடைகள் மாறின. அந்த மாற்றங்கள் அவனை ஊரிலிருந்து விலக

வைத்தன. இருந்தும் கறுப்பி குளமும் அவன் வாழ்ந்த நிலமும் அவனை அழைத்துக்கொண்டிருந்தன. அதற்காக ஒருநாள் ஊருக்கு திரும்பியவன் கைதுசெய்யப்பட்டான்.

மீண்டும் ஒருதடவை விடுதலை என்ற பெயர் தமிழ் நிலமெங்கும் பேசுபொருளானது. முன்னாள் போராளியென்றனர் சிலர். அப்பாவி இளைஞன் என்றனர் சிலர். போராளிகளைத் திரட்டி புதிய அமைப்பை கட்டியெழுப்பும் தலைவன் என்றனர் சிலர். தாக்குதலுக்கு மீண்டும் தயாராகின்றன படையணிகள் என்றனர் சிலர். ஆயுதங்களை வெறுத்து நிராகரித்த அவனைச் சுற்றிலும் ஆயுதங்கள் பேசுபொருளாயின. தடுப்புக்காவலில் இருந்த அவனுக்கு இவை எதுவுமே தெரியாது. விசாரணையின்போது எங்கெல்லாம் உறங்கியதாகக் கூறினானோ, எங்கெல்லாம் உணவு தயாரித்ததாகக் கூறினானோ அங்கெல்லாம் அழைத்துச் செல்லப்பட்டான். அவன் கண் முன்னாலேயே அந்த இடம் உருக்குலைக்கப்பட்டது. தன்னால், தனக்கு அபயமளித்த காடு சிதைக்கப்படுவதை நேரில் பார்த்தான். இயலாமையோடு, யாருக்கும் தெரியாமல் அன்றுவரை காப்பாற்றிவந்த ஆயுதம் பற்றிய இரகசியத்தைக் காட்டுவதாகக் கூறினான். தன்னைச் சுற்றிலும் ஆயுதங்கள் குறிபார்க்க அழைத்துச் சென்றான். அவர்கள் எழுப்பிய அரவங்களால் கலவரமுற்று ஆக்காட்டியொன்று அவலக்குரல் எழுப்பியபடி பறந்துபோனது.

கறுப்பி குளத்துக்கு நேர் எதிராக இருந்த காட்டுப் பகுதிக்குள் நீண்ட நேரப் பயணத்தின் பின், வானத்தை மறைத்துநின்ற பெருமரங்களிடையில் திசையெங்கும் கிளையெறிந்து உயர்ந்து நின்ற அரசமரத்தின் கிளையொன்றைச் சுட்டிக்காட்டினான். அவன் காட்டிய திசையில் பார்த்த அனைவரும் அதிர்ச்சிக்குள்ளாகினர். துருவேறிப்போன ஆயுதமொன்றைத் தோளில் சுமந்தபடியொரு எலும்புக்கூடு நிர்வாணமாகக் கயிற்றில் அசைந்துகொண்டிருந்து. அதற்கு நேர்கீழே நிலத்தில் குவியலாக இருந்த கரிய கற்களில் யாரோ வழிபாடு நிகழ்த்தியமைக்கு ஆதாரமாகக் கருகிய காட்டுப்பூக்கள் கிடந்தன.

உயரதிகாரியின் கட்டளைக்கு இணங்க மரத்தில் ஏறிய இராணுவ வீரர்கள் கயிற்றை அறுத்து மெதுவாக எலும்புக்கூட்டை இறக்கினார்கள். அதன் தோளில் கொழுவியிருந்த துருப்பிடித்திருந்த ஆயுதத்தில் மிகப் பழையதான தினக்குறிப்பேடு

சேர்த்துக் கட்டப்பட்டிருந்தது. அதனை எடுத்தபோது எழுத்துகள் எல்லாம் அழிந்துபோய் பக்கங்கள் சிதைந்து மக்கி, கையோடு கழன்று வந்தன. அதிலொன்றை எடுத்துப் பார்த்தபோது, அதில் அச்சிடப்பட்டிருந்த ஆண்டு மட்டும் தெரிந்தது. அது ஆயிரத்துத் தொள்ளாயிரத்து எண்பத்து எட்டு.

விடுதலை விலங்கிடப்பட்டு அழைத்துச் செல்லப்பட்டான். எலும்புக்கூடு, ஆயுதம், தினக்குறிப்பேடு, கயிறு, கீழே இருந்த கருகிய மலர்கள் என எல்லாவற்றையும் சேகரித்து ஆய்வுக்கு அனுப்பினார்கள். நீதிமன்றத்தால் விடுதலையை விசாரணைக் கைதியாக வைத்திருக்க அனுமதியளிக்கப்பட்டது. ஆய்வுக்கு அனுப்பிய பொருட்களின் முடிவு கிடைத்தபோது, கருகிக் கிடந்த மலர்களில் விடுதலையின் கைரேகை இருப்பதாகச் சொல்லி அவனைப் புனர்வாழ்வுக்கு அனுப்பினார்கள். வழக்கை முடித்துவைத்த நீதிமன்றம் இலங்கைக்கான இந்திய வதிவிடப் பிரதிநிதியை அழைத்து, எலும்புக்கூட்டையும், ஆயுதத்தையும், தினக்குறிப்பேட்டையும் கையளித்தது. அந்த நபர் தற்கொலை செய்துகொண்டிருக்கலாமென்ற அய்யத்தையும் நீதிமன்றம் தெரிவித்துக்கொண்டது.

எலும்புக்கூட்டைப் பெற்றுக்கொண்ட இந்தியத் தூதுவராலயம், தமது சார்பில் டீ.என்.ஏ சோதனைகள் உட்பட அனைத்தையும் மீண்டும் செய்துகொண்டார்கள். பின்பு, முழு இராணுவ மரியாதையுடன் எலும்புக்கூட்டை இந்தியாவுக்கு அனுப்பிவைத்தார்கள். அங்கிருந்து திரட்டப்பட்ட தகவல்களுடன் ஒப்பிடப்பட்டு, அடையாளம் காணப்பட்டு, தமிழகத்தின் மணிமுத்தாறு என்ற கிராமத்திற்கு இராணுவ மரியாதையுடன் எலும்புக்கூடு எடுத்துச்செல்லப்பட்டது. அங்கு உறவினர்கள் முன்னிலையில் அடக்கம் செய்யப்பட்டது. அடக்கம் செய்யப்பட்ட பின்னர், உறவினர்கள் கூடிநிற்க, இலங்கையில் இராணுவப் பணியிலிருந்தபோது அனுப்பியிருந்த கடிதமொன்றும் வாசிக்கப்பட்டது. அதில் விடுதலையின் கண்கள் ஆயிரமாயிரமெனப் பெருகுவதாகவும் ஒரு வரி எழுதப்பட்டிருந்தது. தங்களது தந்தை இலங்கையில் வாழ்ந்த இடத்தைப் பார்க்க விரும்புவதாக அவர்கள் கோரிக்கை விடுத்தார்கள். நீண்ட பரிசீலனையின் பின் அவர்களது விருப்பத்தை நிறைவேற்ற இந்தியத் தூதரகம் முன் வந்தது.

அதோடு அவர்கள் விடுதலையைச் சந்திக்கவும் ஏற்பாடு செய்யப்பட்டது.

அவர்கள் விடுதலையைச் சந்தித்த நாளில், காட்டினை ஊடறுத்து முகாம்கள் முளைத்திருந்தன. விலங்குகள் யாவும் இடம்பெயர்ந்திருந்தன. பறவைகள் தூரப்போயிருந்தன. தாமரைகள் இல்லாமல் கறுப்பி குளம் பாளம் பாளமாய் வெடித்துக் கிடந்தது. காடு தன்னைக் காடென மறந்து வெம்மையை இழந்திருந்தது. கொஞ்சங் கொஞ்சமாகக் காடு எல்லோருக்கும் எட்டாத இடமாயிற்று. இப்போது காற்றும் காட்டாற்று வெள்ளமும் அனுமதி பெற்றுத்தான் காட்டுக்குள் உள்நுழைய முடிகிறதென, இந்தக் கதையை கறுப்பி குளக்கட்டில் இருந்து, காட்டைப் பார்த்தபடி சொல்லி முடித்தான்.

# இமாலயக்கடன்

### நோயல் நடேசன்

**நா**ன் ஒரு கொலையை மறைத்தேனா? இல்லை, தொடர்ந்து மனைவியைத் துன்புறுத்திய ஆணைக் கருணைக் கொலை செய்ய உதவினேனா? என்ற கேள்விக்கான விடையை ஓய்வு பெற்ற பின்னரும் காணமுடியவில்லை.

பல வருடங்களுக்கு முன்பு, அதாவது எனது ஐம்பது வயதான காலத்தில் நடந்த சம்பவம் இது. அந்தச் சந்தேகம் கைகளுக்குள் பிடிக்க முடியாத பட்டாம்பூச்சியாக அங்கும் இங்கும் பறந்தது. சம்பவம் நடந்த வருடம், மாதம், நாள், நேரம் என இன்னமும் என் மனதில் ஆழமாக உள்ளது. இறுதியில் அதற்கான விடை கிடைத்தது. அது கதையின் முடிவில் உள்ளது.

அவுஸ்திரேலிய குற்றவியல் சட்டத்தின் பிரகாரம், நூறாண்டுகள் கழிந்த பின்னரும் ஒரு கொலை வழக்கை ஆழமாகத் தேடி, சாட்சிகளை அழைத்து விசாரிக்கலாம் என்பதால் இங்கு பெயர்களைச் சொல்ல முடியாது. புனைபெயர்களுடன் உண்மை, பொய் இரண்டும் கலந்தே இந்தக் கதை நெசவாகிறது.

நான் ஒரு மிருக வைத்தியர். ஒரு சிறிய வைத்தியசாலையை எனது வீட்டருகே நடத்தி வந்தேன். இங்கு நான் சொல்ல வருவது எனது மிருகங்கள் பற்றிய கதையில்லை. நான் சந்தித்த மனிதர்களது கதை.

எனது மிருக வைத்தியசாலையில் பணியாற்றிய பழைய நேர்ஸ் ஒருவர், மூன்று மாதத்தில் விலகுவதாக இருந்ததால், பதினெட்டு வயதான ஜெனி என்ற பன்னிரண்டாம் வகுப்புப் படித்தவள், பாடசாலையிலிருந்து நேராக நேர்ஸ் வேலைக்கு வந்து சேர்ந்தாள்.

துருதுருப்பான பெண். ஆனால், அவளது பாட்டியின் நாயுடன் விளையாடிய முன்னனுபவத்துடன் மட்டும் சேர்ந்ததால், பல விடயங்களில் நான் சிரமமெடுத்து சிற்பியாகச் செயற்பட்டு, ஒவ்வொன்றாகச் செதுக்கி, அவளை நேர்ஸாக்க வேண்டும்.

ஆரம்பத்தில் எனது கேள்வி ஒவ்வொன்றுக்கும் தனது அழகான கண்களைச் சுழற்றியவாறு விழிப்பாள். எனக்கு சினம் வந்தாலும், அக்காலத்தில் எனது மகளும் அந்த வயதானதால் அவளுக்குப் பொறுமையாகக் கற்பித்தேன். மேலும் அவளுக்கு எனது பேச்சின் தொனியைப் புரிந்து கொள்ள காலம் எடுக்கும் என்ற நினைவும் அடிமனதில் இருந்தது.

ஆரம்பத்தில் அவள் ஐந்து நாட்கள் மாலை நேரங்களில், நான்கு மணி நேரம் மட்டுமே வேலை செய்தாள். அவளுக்கு வேலை குறைவு. ஏற்கனவே அறுவைச் சிகிச்சை, எக்ஸ்ரே எடுத்த செல்லப்பிராணிகளை சுத்தப்படுத்தி வீட்டுக்கு அனுப்பும்போது பதற்றப்படும் உரிமையாளர்களுடன் சில வார்த்தைகள் ஆறுதலாகப் பேசவேண்டும். மருந்துகளை எடுத்துக் கொடுக்க வேண்டும். செல்லப்பிராணிகளின் கூடுகளைச் சுத்தப்படுத்த வேண்டும்.

அவளது தாயார் தனது காரில் அவளை அழைத்து வந்து எனது வைத்தியசாலையில் மதியத்தின் பின்னர் விடுவதும், அவளது வேலை முடியும்போது மீண்டும் வந்து காரில் ஏற்றிக் கொண்டு போவதுமாக இருந்தாள். தாய், வைத்தியசாலையின் கார் தரிப்பிடத்தில் மகளை இறக்கி விட்டுச் செல்வதால் அந்தத் தாயை நான் பல மாதங்களாகச் சந்தித்ததில்லை.

ஒரு நாள் மதியத்தில், நான் எனது அறையுள் இருந்தபோது, வரவேற்பு அறைக்கு வெளியே ஜெனி, யாரோ ஒருவருடன் சிறிது காரசாரமாகக் குரலை உயர்த்திப் பேசியது கேட்டது. வழக்கமாக அமைதியாகப் பேசும் ஜெனியின் குரல் உயர்ந்து வந்ததால், நான் எனது அறையிலுள்ள, வரவேற்பறையில் உள்ள

கெமராவைப் பிரதிபலிக்கும் கம்பியூட்டரைப் பார்த்தேன். அதில் மார்கிரட் தட்சரின் முகத் தோற்றத்துடன் நாற்பத்தைந்து வயது மதிக்கத்தக்க ஒரு பெண் தென்பட்டாள்.

சில மாதங்களுக்கு முன்னர் நான் கனடாவுக்குச் செல்ல நேர்ந்தபோது, எனது நண்பியான பெண் வைத்தியர் ஒருவரை எனது வைத்தியசாலையில் எனக்குப் பதிலாக வேலை செய்யுமாறு சொல்லியிருந்தேன். அச்சந்தர்ப்பத்தில் போதை வஸ்துவுக்கு அடிமையான ஒருவன், ஒருநாள் குளிர்கால மாலை நேரத்தில், அங்கு வேலை செய்துகொண்டிருந்த பெண்கள் இருவரையும் கத்தியைக் காட்டிப் பயமுறுத்திப் பணத்தை எடுத்துச் சென்றான். அவன் எடுத்துச் சென்றது அதிக பணமில்லை. ஆனாலும் அப்படியான ஒரு சம்பவம் மீண்டும் நடக்கக் கூடாது என்பதால் இந்தக் கண்காணிப்புக் கெமராக்களைப் பொருத்தியிருந்தேன். இப்பொழுது எது விதமான ஓசை கேட்டாலும் அந்தக் கெமராக்களைப் பார்த்துவிட்டுத்தான் எழுந்து வெளியில் வருவேன்.

நான் வெளியே வந்தபோது, அந்த பெண் என்னிடம் "நான் ஜெனியின் அம்மா" என்றாள். அந்தத் தாய் கவர்ச்சியாக ஜெனியின் பழைய பதிப்பாக இருந்தாள். கதிரையில் கால் இரண்டையும் நீட்டியவாறு அமர்ந்திருந்த அவளது இடது காலில் மட்டும் வெள்ளைத்தோல் காலணி அணிந்திருந்தாள். வலது காலின் காலணி கழற்றப்பட்டு, பக்கத்தில் வெறுமையாக இருந்தது. உன்னிப்பாகப் பார்த்தபோது அவளது பெருவிரல் நகத்தருகே இரத்தம் குங்குமப் பொட்டாகக் குடியிருந்தது.

அருகில் சென்று பார்த்தபோது, அவளது பெருவிரல் நகம் இரண்டாகக் கிழிந்து தோல் அற்று இருந்த இடத்தில் இரத்தம் கசிந்திருந்தது.

"என்ன நடந்தது?" அந்தக் கால் விரலைச் சுட்டிக்காட்டிக் கேட்டேன்.

"செங்கல் காலில் பட்டு நகம் கிழிந்தது" என்றாள்.

"செங்கல்லுக்கு என்ன நடந்தது?" என நகைச்சுவையாகக் கேட்டவாறு உள்ளே சென்று எனது முதலுதவி மருந்துகள் கொண்ட பெட்டியைக் கொண்டு வந்தேன்.

“இல்லை பரவாயில்லை. நான் வீட்டில் போட்டுக்கொள்கிறேன்'' என அவள் எழுந்தபோது தடுத்துநிறுத்தி, அவள் முன்பாகத் தரையில் அமர்ந்துவிட்டேன்.

வேறு வழியில்லாது அவள் மீண்டும் இருக்கையில் அமர்ந்தாள்.

பெற்றடின் என்ற நுண்ணுயிர் கொல்லியால் இரத்தத்தைத் துடைத்துவிட்டுப் பார்த்தபோது, நகம் முற்றாகக் கிழியவில்லை. அதன் நுனி மட்டுமே இரண்டாகப் பிரிந்திருந்தது.

“பண்டேஜ் போட்டுவிட்டால் இரண்டு கிழமையில் சரியாகிவிடும்'' என்ற போது அவளது மகள் ஜெனி பண்டேஜை எடுத்துத் தந்ததும் அதை அவளது கால் விரலில் சுற்றிவிட்டு எழுந்தேன்.

ஜெனி சிரித்தபடி “அம்மாவிடம் எவ்வளவு பணம் எடுப்பது?'' எனக் கேட்டாள்.

“உனது அம்மா என்பதால் இது இலவசம்'' என்றேன்.

“நன்றி, எனது பெயர் விக்டோரியா'' என்றாள் அந்தத் தாய்.

அவளது பார்வையிலிருந்த கம்பீரம் என்னைக் கவர்ந்தது.

மகளைப் பார்த்து “ஏழரை மணிக்கு வருகிறேன்'' என்று அவள் சொன்ன போது, அவளது நடை, உடல் அசைவுகள் என் கண்களை இழுத்தன. அவளை கார் நிறுத்துமிடம்வரை கூட்டிச் சென்று அனுப்பிவைத்தேன்.

அவள் சென்று பத்து நிமிடத்தில் ஒரு தொலைபேசி அழைப்பு வந்தது. அந்த அழைப்பினை ஜெனி எடுத்துவிட்டு, அவசரமாக என்னிடம் வந்து பதறியபடி “நான் வீடு செல்லவேண்டும். அப்பா மயங்கியிருப்பதால், அம்புலன்ஸில் மொனாஷ் மருத்துவமனைக்கு கொண்டு சென்று விட்டார்கள் என்பதால், அம்மா உடனே என்னை வரச்சொன்னாள். நான் டாக்சியில் போவேன்'' என்றாள்.

அவளிடம் கார் இல்லை என்பதால் அவளால் அவசரமாகப் போகமுடியாது. டாக்சி வர எவ்வளவு நேரமாகுமோ என்பதால், நான் வைத்தியசாலைக் கதவில் காகிதத்தில் ‘இன்று மாலை வைத்தியசாலை மூடப்பட்டுள்ளது. அவசரத்திற்கு எனது கைத்தொலைபேசி இலக்கத்தைத் தொடர்புகொள்ளவும்’

என எழுதி ஒட்டிவிட்டு, ஜெனியை எனது வாகனத்தில் ஏற்றிக்கொண்டு அவளது வீடு நோக்கிச் சென்றேன்.

எனது வைத்தியசாலையிலிருந்து ஐந்து கிலோமீட்டரில் உள்ள கிளைட்டனில் அவர்களது வீடு என்பதை அன்றே அறிந்தேன். ஜெனி வழிகாட்ட நான் காரைச் செலுத்தினேன். எங்களை எதிர்பார்த்தவாறு அந்த வீட்டு வாசலில் ஜெனியின் தாய் விக்டோரியா மட்டுமே நின்றாள். அவளது முகத்தில் பதற்றமோ கவலையோ தென்படவில்லை.

தங்கள் செல்லப்பிராணிகளை சிகிச்சைக்காக என்னிடம் கொண்டு வருபவர்களின் முகங்களில் படிந்திருக்கும் கவலையையும் பதற்றத்தையும் என்னால் அவதானிக்க முடியும்.

என்ன நடந்தது? என நாங்கள் கேட்காமலேயே, “பூட்டிய கராஜில் காரை ஸ்ராட் பண்ணி விட்டு, கஞ்சா புகைத்திருக்கிறார். காரிலிருந்து வந்த காபன் மொனொக்சைட்டை சுவாசித்ததால் மயங்கியுள்ளார். தற்கொலை செய்ய முயன்றிருக்கலாம் அல்லது விபத்தாகவும் இருக்கலாம். எந்தவொரு பொறுப்போ வேலையோ இல்லாத மனிதன். தன்னைப் பற்றியோ தன்னைச் சார்ந்தவர்களிடமோ எந்த அக்கறையும் எக்காலத்திலும் இருக்கவில்லை’’ என விக்டோரியா சொன்னதும், ‘இந்தப் பேச்சு இப்பொழுது தேவையா?’ என்பது போலக் கடுமையாகக் கண்களால் முறைத்தபடியே ஜெனி, தாயைப் பார்த்தாள். விக்டோரியாவின் முகத்தை மீண்டும் கூர்மையாக அவதானித்தேன். எதுவித சலனமும் இல்லை.

பலரதும் வாழ்வில் நாமறியாத அந்தரங்கமான விடயங்கள் உள்ளது போன்று, இவர்கள் மனங்களிலும் ரணங்கள் இருக்கவேண்டும். அவற்றின் தொடர்ச்சியே இந்தச் சம்பவம் என்ற நினைப்புடன் அந்த வீட்டைப் பார்த்தேன்.

நீண்ட பாதையின் முடிவிலுள்ள சிறிய மூன்றறைகளைக் கொண்ட வீடு. இரும்பு கேட்டைத் தாண்டினால் சிறிய தோட்டம். கேட் எதிரே இருந்த கராஜின் உள்ளே சென்றேன். சிறிய கராஜ். அங்கு பழைய நீல நிற ஸ்போர்ட்ஸ் பென்ஸ் கார் நின்றது. காரின் கீழ் கறுப்பு நிற ரெக்சீன் படங்கு ஒன்று கிடந்தது. காரின் கீழே படுத்தபடி வேலை செய்திருக்க வேண்டும். காரின் சுற்றுப்புறத்தில் பியர் போத்தல், சிகரட்

லைட்டர், வெள்ளைக் காகிதத்தில் சுருட்டப்பட்ட இன்னமும் புகைக்காத கஞ்சா சிகரட்டுகள், ஸ்பானர், சிறிய குறடுகள் என கார் திருத்துவதற்கான கருவிகள் நிலத்தில் கிடந்தன.

பெரும்பாலும், மன அழுத்தம் உள்ளவர்கள் தற்கொலை செய்வதாகக் கேள்விப்பட்டிருக்கிறேன். இப்படி ஸ்போர்ட்ஸ் கார் வைத்து, அதைத் திருத்தம் செய்ய நினைத்த மனிதன் எப்படித் தற்கொலைக்கு முயற்சி செய்வான்? கராஜ் கதவை முற்றாக மூடிவைத்துக்கொண்டு ஏன் கார் திருத்த வேண்டும்? கஞ்சாவோ மற்றைய போதைப் பொருள்களது மணமோ வெளியே கசியாமல் இருப்பதற்காகவா? கஞ்சாவும் மதுவும் அதிகமானால் மயக்கம் வருமா? பேராதனைப் பல்கலைக்கழக காலத்தில் ஒருவனுக்கு கஞ்சா குடித்ததால் முகம் சில நாட்கள் விறைத்திருந்த காட்சி மனதில் வந்துபோனது.

குழப்பத்துடன், எந்தப் பொருளையும் தொடாது கராஜை விட்டு வெளியே வந்தபோது, ஜெனியும் தாயும் மருத்துவமனை செல்லவேண்டும் என வீட்டினுள் உடைமாற்றச் சென்று விட்டார்கள்.

உயர்ந்து சுருண்டபடி திறக்கும் கையால் பூட்டும் கராஜ் கதவு அது. திறந்து கிடந்த கராஜின் இடது பக்கக் கதவருகே சிறிது தூரத்தில் அனாதரவாக புதிய செங்கல்லொன்று கிடந்தது. அந்த கல்லைக் கையில் எடுத்துப் பார்த்தபோது, அக்கல்லின் ஓரத்தில் சிறிய இரத்தப் பொட்டை பார்த்தேன். சுற்றி வர எவருமில்லையென்பதை உறுதி செய்துகொண்டு, அந்தக் கல்லை எனது காரின் பின் சீட்டின் கீழ் வைத்தேன்.

நான் காரில் அமர்ந்து சீட்பெல்ட் அணிந்து வெளியே கிளம்பும்போது, ‘விக்டோரியா மாநில பொலிஸ்’ கார் எதிரில் வந்து எனது காரின் முன்னால் நின்றது. அதில் இருந்து இருவர் இறங்கிவந்து என்னைக் கைகாட்டி நிறுத்தினார்கள். நான் இறங்கியதும், அவர்கள் அன்ரூ ரோபேட்டின் தற்கொலை முயற்சியை விசாரிக்க வந்ததாகக் கூறிவிட்டு, “நீங்கள் யார்?” எனக் கேட்டனர்.

நான் என்னைப் பற்றிக் கூறிவிட்டு, எனது காரில் ஜெனியை வேலையிடத்திலிருந்து அழைத்து வந்ததைச் சொன்னேன்.

ஜெனியின் தாய் விக்டோரியாவின் கால் நகம் பிரிந்தது அந்தச் செங்கல்லால்தான் என்பதை அனுமானிக்க முடிந்தது. ஆனால் இது திட்டமிட்ட சம்பவமா? விபத்தா? எனத் தெரியவில்லை. நிச்சயமாக இந்தச் செங்கல்லும் இங்கு சாட்சிப் பொருளாக மாறும் சாத்தியம் உள்ளது என்று நினைத்தேன்.

ஜெனி அடுத்த சில நாட்கள் வேலைக்கு வரவில்லை. இரண்டு நாட்களின் பின்னர், அவளது தந்தை மருத்துவமனையில் இறந்துவிட்டதாகத் தகவல் வந்தது. அந்த மரணத்திற்காக மயானத்திற்குச் சென்றேன். நான் அன்று ஜெனியின் வீட்டில் சந்தித்த இரண்டு பொலிசாரும் அங்கே வந்திருந்தார்கள். அவர்கள் இருவரும் விக்டோரியாவைப் பார்த்தபடி மரத்தின் கீழே நின்றுவிட்டு, எனக்கு 'ஹலோ' சொல்லிவிட்டு அகன்றார்கள். அங்கே எஞ்சி நின்றது பத்துப் பேராக இருக்கலாம். நான் வழக்கமாகச் செல்லும் மரண நிகழ்வுகளில் மிகவும் குறைந்தவர்கள் வந்த மரண நிகழ்வு அதுவாகும்.

விக்டோரியாவின் வீட்டில் எடுத்த இரத்தம் படிந்த அந்தச் செங்கல்லை எனது வைத்தியசாலையில், எனது கார் நிறுத்துமிடத்தில் சுவருக்கு முன்பாக ஒரு அடி தூரத்தில் வைத்திருந்தேன். முன்னொரு முறை எனது காரை நிறுத்தும்போது, சுவருக்கு அருகில் சென்று கார் உராய்ந்தது. அந்தக் கல் இடது பக்கச் சக்கரத்தில் முட்டும்வகையில் இப்பொழுது எனது காரை நிறுத்த முடியும்.

அந்தச் சம்பவத்தின் பின்னர், ஜெனி வேறு ஒரு முழுநேர வேலைக்குப் போய்விட்டாள். ஜெனியையும் அவளது தாய் விக்டோரியாவையும் எனது மனதிலிருந்து புறம் தள்ளிவைத்துவிட்டேன். ஆனால், அந்தச் சம்பவத்தை மறக்க முடியுமா? மனதில் கறையானாக அரித்தபடி பல வருடங்கள் இருந்தது.

அந்தச் சம்பவம் நடந்து பதினைந்து வருடங்களுக்குப் பின்னர் நான் ஓய்வு பெற்றதுடன், எனது வைத்தியசாலையையும் விற்றுவிட்டேன். ஆனால், பல வருடங்களுக்கு முன்னர் நடந்த எந்தச் சம்பவத்தையும் விற்க முடியாது. வாங்குபவரும் இல்லை. அவற்றோடு சீவித்தேன். முக்கியமாக, கொரோனா காலத்தில் வீட்டில் முடங்கியிருந்தபோது அவையெல்லாம் என்னால் சீராக இரை மீட்கப்படும்.

கொரோனா முடிவுக்கு வந்து ஒரு சில மாதங்கள் என நினைக்கிறேன். கோடைகால மாதமொன்று வந்தது. அவுஸ்திரேலியாவின் கோடைகால உடைகளை அணிந்தவாறு பெண்கள் பூங்காவில் பறக்கும் பட்டாம்பூச்சிகளாக அலையும் காலத்தில், ஒரு நாள் வழக்கமாக நான் மதிய உணவு உண்ணும் சுப்பர் மார்க்கட் உணவகத்தில் தனித்திருந்து உணவருந்திக்கொண்டிருந்தேன்.

சிவப்பு உடையணிந்த பெண் ஒருவர் எதிரே வந்தமர்ந்தார். ஓரளவு கிட்டப் பார்வைக்கு, மத்திய வயது எனத் தெரிந்தாலும் யார் என இனம் காண முடியவில்லை.

எதிரே அமர்ந்தவாறு, "என்னைத் தெரிகிறதா?" எனக் கேட்ட போது, மார்கிரட் தட்சரின் குவிந்த கீழ் உதடு மெதுவாக எனது நினைவில் வந்தது.

"விக்டோரியா தானே..? ஜெனியின் அம்மாதானே? எப்படி ஜெனி? வித்தியாசமாகத் தெரிகிறீர்கள். காலம் எல்லாவற்றையும் எல்லோரையும் மாற்றுமல்லவா? பார்த்துப் பதினைந்து வருடங்களிருக்கும் அல்லவா?" என்றேன்.

"அவள் சுப்பர் மார்க்கட்டில் சுப்பவைசராக முழு நேர வேலை செய்கிறாள். அவளுக்குத் திருமணமாகி இரண்டு பிள்ளைகள். நான் இப்பொழுது தனிமையாக, ஆனால் சுதந்திரமாக வாழ்ந்து வருகிறேன். அதற்கு உங்களுக்கு நான் இமாலயக்கடன் பட்டுள்ளேன்" என்றாள்.

விக்டோரியாவின் பேச்சும் உடல் மொழியும் வித்தியாசமாக இருந்தது. முடி நரைத்திருந்தபோதும் மயிர்கள் இடைக்கிடையே பொன்னிறமாக இருந்தன. உதட்டில் மெதுவான சாயம். வயதானாலும் அவளது புதுத்தோற்றம் கண்ணுக்கு இதமாக இருந்தது.

"புரியவில்லை" என்றேன்.

"அன்று அந்தச் செங்கல்லை நீங்கள் எதற்காக எடுத்தீர்களோ தெரியாது. ஆனால், அது என்னைப் பல பிரச்சினைகளிலிருந்து காப்பாற்றியது" என்றார்.

மீண்டும் எதுவும் புரியாது, "அப்படியா?" என்றேன்.

“அன்று மறக்க முடியாத நாள். எங்களுக்கு மட்டுமல்ல உங்களுக்கும்தான். அன்ரூ மதியத்தில் பியர் குடித்தவாறு தொடர்ந்தும் கஞ்சா குடித்தபடியிருந்ததைப் பார்த்து, கோபத்தில் கடுமையாகப் பேசிவிட்டு, கராஜுக்கு வெளியே நின்ற எனது காரை எடுக்க வரும்போது, வெளியே வரும் கஞ்சா வாசனை அடுத்த வீட்டார்களுக்குச் செல்வதைத் தடுக்க, ஆத்திரத்தில் கராஜ் கதவுக்குத் தடுப்பாக வைக்கப்பட்டிருந்த அந்தச் செங்கல்லைக் காலால் ஓங்கியடிக்கவும் கதவு மூடிக்கொண்டது.

அன்ரூ எழுந்து மீண்டும் கராஜ் கதவைத் திறக்கக் கூடுமென நினைத்தேன். ஆனால், அதைச் செய்யாது, தொடர்ந்தும் கஞ்சாவையும் புகைத்து, பியரையும் குடித்து அப்படியே நித்திரை செய்திருக்கலாம் அல்லது மயங்கியிருக்க வேண்டும். ரியூன் பண்ணுவதற்காக கார் தொடர்ந்தும் வேலை செய்ததால் கசிந்த புகை ஏற்கனவே மூடிய கராஜ் உள்ளே நிறைந்திருந்தது. அதைச் சுவாசித்திருக்க வேண்டும். போஸ்ட்மோட்டத்தில் காபன் மொனொக்ஸ்சைட்டால் வந்த இறப்பென்றார்கள்.

பல தடவை பொலிஸ் துருவித் துருவி என்னிடம் விசாரித்தார்கள். நல்ல வேளையாக சம்பவம் நடந்தபோது நான் அங்கில்லை. ஜெனியை அன்று உங்களிடத்தில் வேலையில் விட்டு விட்டு, சுப்பர் மார்க்கட்டில் மளிகைப் பொருட்கள் வாங்கிய பின்பு, அங்கே மதிய உணவருந்திவிட்டு மீண்டும் உங்கள் வைத்தியசாலைக்கு வந்தேன்.

கிட்டத்தட்ட மூன்று மணிநேரம் வீட்டில் நான் இல்லை. சகலதும் உண்மை என சுப்பர் மார்க்கட், நான் சாப்பிட்ட கடை ஆகியவை உறுதிப்படுத்தியதால் மேலதிகமாக எதுவும் நடக்கவில்லை. அந்தச் செங்கல் இருந்திருந்தால் எனது கால் காயத்தையும் வைத்து நான் திட்டமிட்டுச் செய்ததாக அவர்கள் நினைத்திருப்பார்கள்'' என்றாள்

அதனைக் கேட்டு நான் சிரித்தவாறு, “உண்மையில் நீங்கள் அப்படிச் செய்திருக்கலாம் என்றுதான் நான் அன்று நினைத்தேன். ஆனால், ஜெனிக்கு தந்தையும் தாயும் ஒரே சமயத்தில் இல்லாது போவதை நான் விரும்பவில்லை என்பதாலேயே அந்தச் செங்கல்லை நான் எடுத்துவந்தேன்'' என்றேன்

“நீங்கள் என்னை நம்பவில்லை. உண்மையில் பல தடவை அன்ரூவை கொலை செய்ய நினைத்தாலும் அதற்கு எனக்குத்

துணிவில்லை. திருமணமான ஒரு வருடத்திலேயே கொலை செய்யும் ஆசை எனக்கு வந்தது என்பதை நான் வெட்கமற்று ஒத்துக்கொள்கிறேன்'' என்றாள் விக்டோரியா.

"ஏன் விலகி இருந்திருக்க முடியாது?'' எனக் கேட்டேன்.

"நானும் ஜெனியும் தெருவில் நிற்போம் என்ற பயம். அடிப்படையில் எனக்குப் பயந்த சுபாவம். அத்துடன் படிப்பில்லை, வேலையில்லை. இவை எல்லாம் சேர்ந்து எங்களை ஒன்றாகக் கட்டி வைத்தன. ஆனாலும் பல வருடங்களாக எமக்கிடையே எந்த உறவுமில்லை."

"இக்காலத்திலும் இப்படியா? உறவற்று வருடக்கணக்காக இருந்தீர்களா? ஆச்சரியமாக இருக்கிறது!'' என்றேன்.

"எங்கள் கதை பெரிய கதை. அதை இந்த நேரத்தில் சொல்லி உங்களைக் கஷ்டப்படுத்த மனமில்லை'' அவள் தணிந்த குரலில் சொன்னாள்.

"பரவாயில்லை. நான் ஓய்வு பெற்றவன். உங்கள் விருப்பப்படி சொல்லுங்கள்'' என்றேன்.

"நான் இதுவரையும் நடந்ததைச் சொல்லிவிட்டு, மற்றையதை மறைப்பதில் என்ன பயன் இருக்கிறது? அன்ரூவை நான் திருமணம் செய்தது அவசரமானது. திருமணத்தின் முன்பே நான் கர்ப்பமாகியதால் அன்ரூவின் வீட்டில் தங்கினேன். எனது வீட்டில் பெற்றோர்கள் என்னைப் புறந்தள்ளிவிட்டார்கள். அன்ரூ மெக்கானிக்காக இருந்ததால் வீடு, கார், விடுமுறை என எல்லாம் வைத்து வசதியாக இருந்தான். அந்தக் காலத்தில் அவை எனக்குப் பெரிதாகப்பட்டன. ஜெனி பிறந்த பின்பும், அவன் நண்பர்களுடன் தாய்லாந்து செல்வதும் வருவதுமாக இருந்த காலத்தில் எனக்கு கிலமிடியா என்ற பாலியல் தொற்றுநோய் வந்தது. தாய்லாந்தில் வேறு பெண்களோடு தொடர்பிலிருந்து வந்ததென்பதால் அன்ரூவுடன் எனது முதல் சண்டை தொடங்கியது. ஆனால், அன்ரூ எனது விருப்பத்தை உதாசீனம் செய்தபடி, தொடர்ந்து நண்பர்களுடன் போய் வந்தபோது, நான் அவனுடனான எனது தாம்பத்திய உறவை நிறுத்தினேன். எங்களது சண்டை, சச்சரவு வெளியே தெரியாது இருந்தது. அக்காலத்தில் ஜெனி சின்னப் பிள்ளைதானே... எங்களுக்குள் மனப்பிரிவு இருந்தபோதிலும் ஜெனியைக் கவனிப்பதிலோ

அவளைப் பாடசாலைக்குக் கொண்டு செல்வதிலோ அன்ரூவை ஒரு தந்தையாக என்னால் குறை சொல்ல முடியாது.

ஜெனிக்கு எட்டு வயதாகிய காலத்தில் ஒரு நாள், அன்ரூ இல்லாதபோது வந்த தொலைபேசி அழைப்பை எடுத்தபோது, அதில் வந்த ஒரு வீடியோவைப் பார்க்க நேர்ந்தது. சிமாட் போன்கள் வந்த காலம். சிறு பிள்ளைகளுடன் பெரியவர்கள் உடல் உறவு வைத்திருப்பது போன்ற காட்சிகள் அந்த வீடியோவில் இருந்தன. அதை உறுதிப்படுத்த அன்ரூவின் கடன் அட்டையின் பத்திரத்தைப் பார்த்தபோது, இப்படியான ஏதோ ஒரு இடத்திலிருந்து வீடியோவைப் பணம் கொடுத்துத் தரவிறக்குகிறார்கள், அந்தக் கூட்டத்தில் அன்ரூ இருப்பதைப் புரிந்துகொண்டேன்.

அப்பொழுது எனது நெஞ்சம் பயத்தால் அதிர்ந்தது. என்னைப் பொறுத்தவரை எனது வாழ்க்கை எப்படிப் போனாலும் சரி, மகள் ஜெனியைப் பாதுகாக்கவேண்டும் என்ற உணர்வே முக்கியமாக இருந்தது. நான் பிரிந்து போயிருந்தாலும் அன்ரூ தகப்பனாக ஜெனியைச் சந்திப்பதைத் தடை செய்யமுடியாது. பல தடவைகள் யோசித்தேன்.

இறுதியாக எனது வீட்டிற்குச் சென்று எனது பெற்றோருக்குச் சொல்லாது, நேரே பெண்டிகோவில் பொலிசாக இருக்கும் எனது தம்பியிடத்தில் விடயத்தைச் சொன்னேன். அவன் அதை சைபர் கிரைம் பொலிசிடம் விசாரிக்க வைத்தான். அன்ரூவோடு பத்துப்பேர் அவுஸ்திரேலியாவிலும், நூற்றுக்கணக்கானவர்கள் அமெரிக்கா, பிரித்தானியா என உலகளாவிய பீடோபைல் வட்டம் (paedophile ring) சிக்கியது.

அன்ரூவும் எட்டு வருடம் சிறைக்குச் செல்லவேண்டியிருந்து. ஆனால், இதில் எனது பங்கும் இருக்குமென எனது தம்பியை விட வேறு எவருக்கும் தெரியாது. அன்ரூ கூட இறுதிவரையும் சந்தேகப்படவில்லை. இன்று உங்களுக்கு அதைச் சொல்கிறேன். அன்ரூ சிறையில் இருந்த அந்த எட்டு வருடங்கள் எனக்கு நிம்மதியான காலங்கள். ஆனால், அதன்பின்னர் அன்ரூ வீடு வந்தபோது ஜெனியை அணுகுவதில்லை. அத்துடன் அவள் பெரியவளாகிவிட்டாள் என்பதால் எனக்குப் பயமில்லை. ஆனால், சிறையிலிருந்து வந்த அன்ரூ நித்தம் குடியுடன்

கஞ்சாவுக்கும் மற்றைய சகல போதை வஸ்துகளுக்கும் அடிமையாகிய ஒரு மனிதனாக உருமாறியிருந்தான்.

ஆன்ரூ வேலைக்குச் செல்வதில்லை. நண்பர்கள் சிலரது கார்களைத் திருத்துவதன் மூலம் பெறும் பணம் அவனது தேவைகளுக்குப் போதுமானது. அன்ரூவால் எனக்கு எந்தப் பிரச்சினையும் இல்லை. அத்துடன் அன்ரூவை இந்த நிலைக்குக் கொண்டு வந்த குற்ற உணர்வாலும் அன்ரூவின் வீட்டிலே நாங்கள் இருக்கிறோம் என்பதாலும் மூன்று வேளையும் அவனுக்கு உணவு கொடுப்பதை எனது கடமையாகச் செய்வேன். போதையும் குடியுமாக இருந்தான். பல தடவைகள் வீட்டுக்கு உள்ளே வராது அந்த கராஜிலே அவன் படுத்து விடுவது வழக்கம். எனக்கு அன்ரூவிடம் அன்பில்லையென்றபோதும் பரிதாபம் இருந்தது என்பதால் நான் அன்ரூவைக் கொலை செய்ய எந்தக் காரணமும் இல்லை. ஆனால், பொலிசில் உள்ளவர்களுக்கு அன்ரூவின் வரலாற்றோடு தொடர்புபடுத்தி என்னில் சந்தேகம் வரலாம்தானே?'' என்று சொன்ன போது விக்டோரியாவின் நெஞ்சு மேலெழுந்து கீழிறங்கியது.

மிகப்பெரிய பாரத்தை அந்த உணவருந்தும் மேசையில் இறக்கி வைத்த உணர்வு அவளுக்கு ஏற்பட்டிருக்கலாம். இதுவரையும் குற்ற உணர்வற்று தனது பக்க நியாயத்தை அவளால் யாருக்குச் சொல்லமுடியும்?

"எனக்கு, உங்கள் வாழ்க்கைப் பயணம் இப்பொழுது புரிகிறது. ஏதோ மனதில் குமிழிவிட்ட உணர்வால் அந்தக் கல்லை எடுத்துவர நினைத்தேன். ஆனால், இப்பொழுது நான் செய்தது நல்ல செயல்தான் என நினைக்கிறேன்."

"நன்றி, என்னைப் புரிந்துகொண்டதற்கு நன்றி" எனச் சொல்லியபடி எழுந்து தனது குவிந்த கீழ் உதடுகளை எனது நெற்றியில் பதித்துவிட்டுச் சென்றாள் விக்டோரியா.

வாழ்நாளில் பல துன்பங்களைச் சுமந்த பெண் என நினைத்தபடி, மெதுவான ஓசை எழுப்பியபடி செல்லும் அவளது வெள்ளைப் பாதணிகளைப் பார்த்தபடியிருந்தேன். அன்று ஒருநாள் நான் பார்த்த அதே பாதணியாக இருக்குமோ என்ற எண்ணமும் மனதில் எழுந்து மறைந்தது.

◊ ◊

# தடம்

பா.அ. ஜயகரன்

**நா**ன் வசந்தகால 'ஹைங்கிங்' குழுவொன்றில் இணைந் திருந்தேன். எமது நகருக்குள்ளும் அதன் சுற்றாடலிலும் உள்ள நடைப்பயிற்சிக்கான பாதைத் தடங்களை அவர்கள் தெரிவு செய்து, ஒவ்வொரு சனிக்கிழமையும் நமது நடை இருக்கும். காலை ஐந்து மணிக்கெல்லாம் நாம் குறிப்பிட்ட இடத்தில் ஒன்றுகூடுவோம். தடத்தின் தன்மை பற்றிய விபரங்களை நடைப்பயிற்சிக்குப் பொறுப்பானவர் விளங்கப்படுத்துவார். நாம் அனைவரும் ஐம்பது வயதைத் தாண்டியவர்கள் என்பதால் எங்கள் உடல் சிக்கலுக்குத் தகுந்தவாறு சிறு குழுக்களாய் பிரிக்கப்படுவோம். உபாதை ஏதாவது வரும்போது, முதலுதவி பெறுவதற்குத் தகுந்தாற்போல் குழு பிரிக்கப்பட்டிருந்தது. மிக முக்கியமாக தண்ணீர், சிற்றுணவுகள் எல்லோர் வசமும் இருப்பது உறுதிப்படுத்தப்படும். நகர சனப்பெருக்கத்துக்குள்ளும் சில வனத்துண்டுகள் இன்னமும் பாதுகாக்கப்பட்டிருக்கின்றன. நாம் தெரிவு செய்யும் அநேகமான நடைபாதைத் தடங்கள் வனத்துண்டுகளுக்கூடாகவே இருந்தன. சனநெரிசலில் இருந்து மனது விட்டுவிலகி இயற்கையோடு ஒன்றியிருக்க இந்த நடை எனக்கு உதவி செய்கிறது. இந்தத் தடங்கள் சமதரையில் மட்டும் செல்லவில்லை. பல இடங்களில் திட்டுகளில் ஏற வேண்டியிருக்கும். சில ஐந்தாறு மாடி உயரங்களில் இருக்கும்.

நாம் அவற்றைத் தவிர்த்தே இருந்தோம். டொன் ஆற்றுத் தடம், ஹம்பர் ஆற்றுத் தடம், ரூச் ஆற்றுத் தடம் என்பன சற்றுப் பிரபல்யமான தடங்கள்.

எம்மை வழிநடத்தும் ஜிம் ரைஸ் 'ஹைக்கிங் ஆசான்' என்று அழைக்கப்படுபவர். கனடாவின் சகல பருவ காலங்களிலும் மிகச் சிக்கலான ஹைக்கிங் தடங்களிலெல்லாம் பயணித்தவர். மலைகள், காடுகள், ஆறுகள் எனக் கடந்தவர். உலக ஹைக்கிங் குழுக்களோடு தொடர்பில் உள்ளவர். கனடாவில் இல்லாவிட்டால் உலகின் ஏதோவொரு தடத்தில் அவர் பயணித்துக் கொண்டிருப்பார். நாம் இடைவேளைக்காய் குந்தும் தருணங்களில் அவரது அனுபவங்களைப் பகிர்ந்து கொள்வார். நம்மைப் பிரமிப்பில் ஆழ்த்தும். இந்த உலகம் அவருக்குச் சிறிதாகவே தோன்றியது. வேறு கிரகங்களுக்கு நடக்கும் ஆற்றலும், ஆர்வமும் அவருக்கு இருந்தது. அவருக்கு வயது அறுபதுதான். அவரது ஆற்றல் நம்மை ஆச்சரியப்படுத்திய வண்ணமே இருக்கிறது. தடங்கள் குறித்த துல்லியமான வர்ணனை. அவரின் நினைவுத்தடத்தை நாம் மெச்சியபடியிருந்தோம்.

நடையென்பது தூரங்களைக் கடப்பது என்றே எண்ணியிருந்தேன். மணிக்கூட்டில் காட்டும் தூரத்தைப் பார்த்து என்னை நானே மெச்சுவதற்காகவே என்றே நினைத்திருந்தேன். நிலம், மரம், செடி, கொடி, மக்கள், விலங்குகள், பறவைகள், பூச்சி, புழுக்கள் எவ்வாறு தடங்களோடு பிணைக்கப்பட்டிருக்கின்றன என்ற அவரது வர்ணிப்பு எமது கால் பாதங்களில் கூச்சத்தை ஏற்படுத்தவல்லது. ஒவ்வொரு காலடிக்கும் நமக்குமான பிணைப்பை, ஒவ்வொரு காலடிக்கும் நம் சூழலுக்குமான பிணைப்பை நான் சற்று உணரத் தொடங்கியிருந்தேன். காலடித் தடம் என்பது நமது பயணத்தின் தடம். நம் நினைவின் தடம். வாகனங்களில் பயணிக்கும் போதில்லாத நெருக்கம் நாம் நடக்கும்போது ஏற்படுகிறது. நமது நிலத்தை நமது பாதங்கள் உணருகின்றன. ஒவ்வொரு காலடியும் நம் நினைவுக்குள் பதிகின்றன.

எமது குழுவிலிருந்த சிலரது வேண்டுகோளில், பனிக்கால ஹைக்கிங் செய்வதற்கான குழுவொன்றை ஏற்படுத்தியிருந்தோம். அதற்காக நாம் 'சிலீப்பிங் ஜயன்ற்' தேசிய வனப்பூங்காவில்

உள்ள தடத்தைத் தெரிவு செய்திருந்தோம். அது றொரன்டோவின் வடக்கே ஆயிரத்து முன்னூறு கிலோ மீற்றர் தொலைவில் இருந்தது. தன்டபேக்கு விமானத்தில் பயணித்து, அங்கிருந்தே வனப்பூங்காவுக்குச் செல்லவேண்டும். அது பெரும் நெருக்கடி நிறைந்த தடம். நாம் ஆரம்ப நிலையில் இருப்பதால் அதற்கான தடங்களைத் தெரிவு செய்ய முடியுமென ஜிம் தெரிவித்தார். அங்கு செல்வதற்கு முன்பாக நாம் வழமையாகச் செல்லும் டொன் ஆற்றுத் தடத்தில் பனிக்காலப் பயிற்சி நடை செய்வதென முடிவு செய்தோம். பனிக்காலம் ஆதலால் உடைகளால் எமது எடையும் கூடிநின்றது. பனிக்காற்றின் தடிப்பும் நமது நடையின் கனதியைக் கூட்டி நின்றது. கோடையில் நிமிடங்களில் கடக்கும் தூரங்களுக்கு எமக்கு மணிக்கணக்கு தேவைப்பட்டது. றொரன்டோவில் பனிகொட்டியதால் தடங்கள் பனியால் நிறைந்திருந்தன. இந்த நாளில் பயிற்சி முக்கியமென ஜிம் ரைஸ் சொன்னார். நாம் செல்ல இருக்கும் 'சிலீப்பிங் ஜயன்ற்' பகுதி பனியால் நிறைந்திருக்கும் தடங்களைக் கொண்டது. எனவே அதற்குத் தகுந்தாற்போல் எங்கள் பயிற்சிகள் இருக்கவேண்டும் என்று ஜிம் எமக்கு அழுத்தம் தந்தபடியிருந்தார். றொரன்டோவில் பனி கொட்டி ஓய்ந்திருந்தது. சூரியன் வெளித் தெரிந்தான். குளிர் காற்றோடு சய இருபத்தியொன்று. இதுதான் தகுந்த தருணம் என்று ஜிம் சொன்னார். நடை இலகுவானதாக இல்லை. நம்மைச் சூழ்ந்த பனியால் நம் கண்கள் வெள்ளை பூத்திருந்தன. நான் எனது கறுப்புக் கண்ணாடியை மறந்து போயிருந்தேன். சீரான ஒளி இல்லாத நாடு என்பதால் நமது கண்களும் சீரில்லாமலேயே இருக்கின்றன. கறுப்புக் கண்ணாடியின் முக்கியத்துவத்தை அறிந்துகொண்டேன். வெள்ளைப் பனியில் பட்டுத்தெறிக்கும் சூரிய ஒளியால் கண்கள் கூசிக் குற்றி கண்ணீர் வந்தபடியேயிருந்தது. பார்வைக் குழப்பமாய் இருந்தது. சில சந்தர்ப்பங்களில் எனக்கு முன்னால் போகும் பயணியின் கால்தட ஒலியைப் பின்தொடர்ந்தேன். ஒவ்வொரு காலடியும் பனிக்குள் புதைந்து மீண்டுகொண்டிருந்தது. புதைந்த கால்களை மீட்டு நடப்பது நடையில் புதிய அங்கமாய் சேர்ந்திருக்கிறது. பனிக்காலத்தில் தடங்கள் நீண்டிருப்பதாய் எனக்குத் தோன்றியது. நடக்க நடக்க ஓரிடத்துக்குள்ளேயே நிற்பது போன்றேயிருந்தது. நடையை இலகுவாக்குவதற்குப் பாதணியில் பொருத்தும்

அகண்ட துண்டு ஒன்றை எடுத்து ஜிம் தன் காலணியோடு பொருத்தினார்.

“நண்பர்களே! இது நம் முன்னோர்களின் கண்டுபிடிப்பு. இந்த நிலத்தின் தடங்களை அவர்கள் நன்கறிவார்கள். இந்தத் துண்டு நமது பாதங்கள் பனிக்குள் புதையாமல் இருக்க உதவுகிறது. நாம் சிலீப்பிங் ஜயன்ற் செல்லும்போது அனைவரும் இதுபோன்ற ஒன்றை வாங்கியே ஆகவேண்டும். இங்கு பதினைந்து சென்ரிமீட்டர் பனிதான் இருக்கிறது. நாம் போகுமிடத்தில் குறைந்தது நான்கு அடிகளாவது பனியிருக்கும்” என்றார் ஜிம்.

ஜிம் கனேடிய பூர்வீகக் குடிகளில் ஒன்றான கிறீயைச் சேர்ந்தவர். அவரது தந்தை ஐரீஸ்காரரர். அவர் தன் தாய்வழிச் சமூகத்தோடு நெருக்கமானவர். ஜிம் எம்மைப் போன்ற ஆயிரக் கணக்கானவரைச் சந்தித்தவர். எமது குழு இரண்டாவது நாள் பனிக்கால நடையோடு கால்வாசியாகக் குறைந்திருந்தது. பெப்ரவரி இரண்டாம் வாரம் நாங்கள் சிலீப்பிங் ஜயன்ற் போவதாய் இருந்தோம். அதற்கு இன்னமும் நான்கு வாரங்கள் இருக்கின்றன. ஐவர் எஞ்சியிருந்தோம். இன்னுமொரு நடையோடு நாம் காணாமல் போகக்கூடும். இந்த நிலத்தின் மனிதர்கள் பற்றிய எனது ஆர்வம்தான் இந்த நடையோடு என்னை இணைத்து வைத்திருக்கிறது. இந்த மண்ணில் அவர்களின் வாழ்வு எப்படி இருந்திருக்கும்? நான் கனடாவுக்கு வந்து நாற்பது ஆண்டுகள் சென்றுவிட்டன. நான் வந்தபோதிருந்த உடல் தென்பு இப்போது இல்லை. குளிரைத் தாங்க முடியாதிருக்கிறது. நம் வாழ்வின் தடத்தை இலகுவாகக் கடக்க முடியாதல்லவா.

ஜிம், நாங்கள் சிலீப்பிங் ஜயன்ற் செல்லும்போது கொண்டு செல்லவேண்டிய பொருட்களின் பட்டியலை அனைவருக்கும் கொடுத்திருந்தார். நான் சிறுகச்சிறுகப் பொருட்களை வாங்கிச் சேர்ந்திருந்தேன். இவை நவீனகால மனிதர்களுக்கான பட்டியல். இந்தக் கொடும் பனிக் குளிருக்குள் நீங்கள் தப்பிப் பிழைப்பதற்கு இந்தப் பட்டியலில் உள்ள இருபத்தியேழு பொருட்கள் தேவைப்படுகின்றன. எங்கள் வரவேற்பறையில் அனைத்தையும் வைத்து பட்டியலைச் சரிபார்த்தேன். எனது மனைவிக்கு ஆச்சரியமாய் இருந்தது. நான் நிலவுக்குச் செல்லும் பட்டியலில் இணைக்கப்பட்டிருப்பதாக அவர் நினைத்திருப்பார்.

அந்தப் பட்டியல் சிலீப்பிங் ஜயன்ற் தடம் பற்றிய அச்சத்தை எனக்கு ஏற்படுத்தியிருந்தது. நான் அதீத சாகசங்கள் நிறைந்த பயணங்களை விரும்புவதில்லை. நமது வாழ்வின் சாகசங்கள் எனக்குப் போதுமானவை.

"வடக்கே இந்த மண்ணின் மனிதர்களோடு ஒருநாள் வாழ்ந்து பாருங்கள். அதன் கடினம் புரியும்" என்று ஆதிக்குடிகள் தங்கள் மீதான புறக்கணிப்புக் குறித்துக் கூறி வருகிறார்கள். அந்தப் பகுதிக்குச் செல்லவேண்டுமென்ற எனது நீண்டநாள் விருப்பை இப்போது சாத்தியப்படுத்த விரும்புகிறேன்.

ஆறுபேர் கொண்ட குழு தன்டபேயை வந்தடைந்திருந்தோம். எங்களை வரவேற்க குளிர் சய முப்பத்தியெட்டில் இருந்தது. சூரியன் வெளிச்சத்தோடு குளிர் காய்ந்தபடியிருந்தான். இந்த வாரம் முழுதும் தன்டபேயில் காலநிலை இப்படியாகத்தான் இருக்கப் போகிறது. காற்றுப் பற்றிய தகவல் இன்னமும் கிட்டவில்லை. காற்று வீச்சு இல்லாதிருந்தால் எமது நடைக்கு உகந்ததாய் இருக்கும். காற்று வீச்சு இருந்தால் குளிர் அதிகரிப்பதோடு எதிர்காற்றில் நடக்கவேண்டியும் இருக்கும். தன்டபே நகரின் சுப்பீரியர் ஏரிக்கரையிலிருந்து சிலீப்பிங் ஜயன்ற் மலையைப் பார்க்கக் கூடியவாறு இருந்தது. சயனத்திலிருக்கும் மலைபோல்தான் தோற்றமளிக்கிறது. இப்போது அது வெண்ணிறப் போர்வையால் போர்த்தப்பட்டிருக்கிறது.

"பார்த்தீர்களா? அந்த உச்சி வரையும் நாம் ஏற முடியும்" என்றார் ஜிம்.

நாங்கள் ஜிம்மை பார்த்தோம்.

"கோடை கால நடையில் நான் அங்கு ஏறியிருக்கிறேன். அங்கிருந்து பார்க்க அழகாக இருக்கும்" என்றார் ஜிம்.

ஏரியிலிருந்து வரும் குளிர்காற்றால் சிறிது நேரம் நிற்க முடியாது வாகனத்துள் ஓடிவந்து ஏறிக்கொண்டோம். கடுமையான காலநிலையை நாம் நாளை சந்திக்கப் போகிறோம். எனக்குள் பனிப்புயல் அடித்தபடியிருந்தது. சிலீப்பிங் ஜயன்ற் வனப்பூங்காவுக்கு அண்மையாக நாங்கள் தங்குவதற்கான 'கோட்டேஜ்' வீட்டை வந்தடைந்திருந்தோம். அங்கு வருவதற்கான பாதைகள் பனி வழிக்கப்பட்டு வாகனம் ஓடுவதற்கு ஏற்றதாய் இருந்தது. அந்தப் பாதை

பனிக்குள் வெட்டப்பட்டது போன்று தோற்றம் அளித்தது. தெருக்கரைகளில் குவிக்கப்பட்டிருந்த பனியின் அளவு தன்டபேயின் பனிப்பொழிவைக் காட்டியபடியிருந்தது. எம் உடலைச் சுற்றியிருந்த உடைகளை அகற்றி எறிவதிலேயே நாம் முனைப்பாய் இருந்தோம். எல்லோரும் குளித்துவிட்டு வந்து வரவேற்பறையில் குந்தினோம். அழகாக வடிவமைக்கப்பட்ட மரக் குற்றிகளால் ஆன வீடு. வரவேற்பறையில் இருந்த சற்றுப் பெரிய போறணையில் விறகு எரிந்தவாறு இருந்தது. அதன் வெப்பத்தின் இதம் வரவேற்பறையை நிறைத்திருந்தது. மரை இறைச்சியும், அவித்த உருளைக்கிழங்கும்தான் எமக்கு இரவுணவு என்று அறிவிக்கப்பட்டிருந்தது. அதற்கு முன்னால் நான் காவி வந்திருந்த ஸ்கொட்ச் சாராயத்தை அறுவரும் காலி செய்ய வேண்டிய கடமை இருந்தது. போறணைக்கு முன்னால் இருந்த ஸோபாக்களில் வசதியாக அமர்ந்து கொண்டோம். விறகின் மணமும், தீயின் இதமும், அதன் மெல்லொளியும், விறகின் வெடிப்பொலியும், அந்த வீட்டின் அழகும் எம்மைத் தியான நிலைக்கு இட்டுச் சென்றன. ஆங்காங்கே கொழுவப்பட்டிருந்த மிருகங்களின் தலைகளும், பதப்படுத்தப்பட்ட மிருகங்களும் மனதுக்குச் சங்கடத்தைக் கொடுத்தபடியிருந்தன. மது எம்மை செம்மை நிலைக்கு இட்டுச் சென்றது. நாளைய எமது நடை தொடர்பான கரிசனையோடு ஜிம் இருந்தார். மிருகங்களால், குறிப்பாக ஓநாய்களால் வரக்கூடிய இடர்களை அவர் விபரித்தார். ஓநாய் பற்றி அவர் முன்பே ஊளையிடவேயில்லை. அதை அவர் தெரிவித்திருந்தால் மிகுதியிருந்த ஐந்தும் பறந்திருக்கும். ஓநாயைச் சமாளிக்கக் கூடிய பொருட்கள் எம்மிடம் இருந்தன. அவற்றுக்கு எரிச்சலை ஏற்படுத்தக்கூடிய விசிறிகள், அவற்றை கலைக்கூடிய சத்தம் எழுப்பும் கருவிகள் இருந்தன.

“எதிர்பாராமல் ஓநாய் வந்தால் நாம் ஓடக்கூடாது. ஓநாயின் கண்களை நாம் பார்த்துக்கொண்டேயிருக்க வேண்டும். இயலுமான வரை ஓநாயைவிட நாம் பெரியவர்கள் என்று காட்ட முனையவேண்டும். இலகுவாக எம்மைக் கொல்ல முடியாது என்பதை அதற்குத் தெரிவிக்கவேண்டும். அதற்குத்தான் இந்த சத்தம் எழுப்பும் கருவியும், விசிறிகளும்” என்று ஜிம் சொன்னார்.

“ஜிம் நீ ஓநாயைப் பற்றித் தெரிவிக்கவில்லையே” என்றேன்.

"ஜே இது மனிதர்களும் புழங்கும் இடம். அவை அவதானமாகவே இருக்கும். ஆயினும் அவை காட்டு விலங்குகள். அவற்றுக்குரிய பண்புகள் இருக்கும். அவ்வாறு அவை நடந்துகொண்டால் அவற்றை நாம் சமாளிக்கும் அறிவு வேண்டும். அதற்காகத்தான் ஓநாய் பற்றிக் கூறினேன். கரடி பற்றியும் நான் கூறவேண்டும்" என்று ஜிம் சிரித்தார்.

எமது முகத்தில் ஓடிய பீதியை அவர் இரசித்தார்.

"நண்பர்களே இது குளிர்காலம். கரடிகள் உறக்கத்திற்குள் போய்விடும். பயப்படாதீர்கள்" என்றார்.

"ஓநாய்கள் எமது வாழ்வில் முக்கியமான மிருகம். ஆதிக்குடிகள் அவற்றுக்குச் சிறப்பிடம் கொடுத்து வைத்திருக்கிறார்கள். அவை எங்களுக்கான வழிகாட்டி, எங்களைக் காக்கும் தன்மையது. அது எங்களுக்கு வேட்டையைக் கற்றுத் தந்திருக்கிறது. அவை சமூகமாக வாழ எங்களுக்குக் கற்றுத் தந்திருக்கின்றன. முதியோர்களை, குழந்தைகளை, நோயாளிகளைக் காப்பாற்றக் கற்றுத் தந்திருக்கிறது" என்றார் ஜிம்

எமக்கு பசியெடுத்திருந்தது. ஓநாய்களை எதிர்கொள்வதற்குத் தேவையான சக்தியை உடல் கோரியிருக்கக்கூடும். குளிரை எதிர்கொள்வதற்கான சக்தியின் தேவையாயும் இருக்கலாம். உணவு வசதியுடன்கூடிய தங்குமிடம் என்பதால் உணவு சூடாகவே பரிமாறப்பட்டது. நமது ஸ்கொட்ச் முடிந்திருந்தது. வைன் போத்தலைத் திறந்தோம். நான் முதற் தடவையாக கனேடிய காட்டு மரை இறைச்சியை உண்கிறேன். இதுவரை தின்ற இறைச்சிகளோடு ஒப்பிடும்போது கடினமான இறைச்சியாகவே இருந்தது. எனது கட்டிய பற்கள் கழன்றுவிடக் கூடியளவுக்கு உறுதி நிறைந்ததாய் மரையின் இறைச்சியிருந்தது. உருளைக்கிழங்கை எனது பற்கள் மகிழ்ச்சியோடு ஏற்றன. நாம் உறக்கத்திற்குச் செல்லும்போது பதினொரு மணியாகியிருந்தது. குளிர் சய நாற்பத்திநான்கைக் காட்டியது.

காலை உணவு தயாராய் இருந்தது. முட்டை, பேக்கன், சொசேஜஸ், பாண், அவித்த உருளைக்கிழங்கு, பான்கேக், மேபிள் பாணி, அவித்த கரட், ஓரேஞ்ச் சாறு என்பன இருந்தன. வழமைக்கு மாறாக எமக்குப் பசியெடுத்தது. உடல் தனது தேவைகளை அறிந்துகொள்கிறது. சாப்பாட்டை

முடித்துக்கொண்டு தயாரானோம். நாம் எடுத்துச் செல்லவேண்டிய பொருட்களை மீண்டும் ஒருமுறை சரிபார்த்துக்கொண்டோம். எமது வாகனத்தின் எஞ்சினைச் சூடாக வைத்திருப்பதற்காக கோட்டேஜ் வந்தடைந்தபோதே, மின் இணைப்பைக் கொடுத்திருந்தோம். இந்தப் பகுதியின் கடும் குளிர் காரணமாக எஞ்சினுக்கும் சூடேற்றி தேவைப்படுகிறது. இங்கிருந்து இன்னமும் இருபது மைல் தொலைவில்தான் சிலீப்பிங் ஜயன்ற் வனப்பூங்காவிற்கான நுழைவாயில் இருக்கிறது. நாம் பூங்காவை அடைந்தபோது பல வாகனங்களைப் பார்க்கக்கூடியதாய் இருந்தது. பல குழுக்கள் வந்திருந்தன. ஓநாய்கள் பகிர்ந்து உண்ண நிறையப்பேர்கள் உள்ளார்கள். வனப்பூங்கா அதிகாரிகள் இன்றைய நிலைகள் குறித்து எங்களுக்கு அறிவுறுத்தினார்கள். எங்கள் விபரங்களைப் பதிவு செய்து கட்டணத்தையும் அறவிட்டார்கள். எங்களோடு ஆசான் வந்திருப்பதால் அவர்களுக்கு எங்கள் குறித்தான அச்சம் இருக்கவில்லை. எங்களைத் தேடி மீட்க வேண்டிய தேவை இருக்காது. சிலீப்பிங் ஜயன்ற் பாறையைப் பார்த்து பிரமித்துப்போய் நின்றேன். அதைப் பாறையென்று ஏன் அழைக்கிறார்கள் என்ற மலைப்பே எனக்கிருந்தது. அது மலை. பூங்காவுக்குள்ளிருந்த 'மேரி லூயிஸ்' ஏரி முற்றிலும் உறைந்திருந்தது. அங்கிருந்த சிறிய ஏரிகளும், குளங்களும், குட்டைகளும் உறைந்தேயிருந்தன. சில நடைபாதைத் தடங்கள் உறைந்த நீர்நிலைகளுக்குள்ளாலும் இருந்தன. பனிச்சறுக்கில் ஈடுபடுவோர் உறைந்த ஏரிக்குள்ளும் சறுக்கித் திரிந்தார்கள்.

எங்கள் கண்கள் மட்டுமே வெளித் தெரிந்தன. அதற்கும் கறுப்புக் கண்ணாடி போட்டு மறைத்திருந்தோம். காலை குளிர் சய முப்பதிற்கு வந்திருந்தது. காற்றோடு உணர்நிலை சய முத்தியெட்டு என்று வனக்காவலர்கள் சொன்னார்கள். வாகனத்திலிருந்து இறங்கியதும் குளிர் காற்றின் கனதியை நாம் உணர்ந்துகொண்டோம். நாம் நடையைத் தொடங்கினோம். எமது ஆசான் எம்மை வழிநடத்தத் தொடங்கினார். இன்றைய நடை பத்து கிலோ மீற்றர் என்று நாம் நிர்ணயித்துக்கொண்டோம். நாம் மூன்று நாட்கள் வெவ்வேறு தடங்களைத் தெரிவு செய்து நடப்பதாகவிருக்கிறோம். எமது நடையைப் பின்தொடரும் இலத்திரனியல் கடிகாரம் இருந்தாலும் எவற்றையும் பார்க்க முடியாதவாறு அது மூன்றடுக்கு உடைகளுக்குக் கீழ் இருந்தது.

எமது ஆசானுக்கு எந்தக் கடிகாரங்களும் அவசியமானதில்லை. ஆனாலும் அவரச தேவைகளுக்கான 'ஜிபிஎஸ்' கருவி அவரிடம் இருந்தது. தொலைபேசிச் சேவைகள் எதுவும் இங்கு இருக்காது. எதுவும் இல்லையெனும்போதே அச்சம் எம்மைப் பீடித்துக்கொள்கிறது. தடங்களில் திசையிடப்பட்டு வழிகாட்டப்பட்டிருந்தன. நாம் கடந்த தூர அளவுகளும் குறிப்பிட்டபடியிருந்தன. நாம் நினைத்தாலும் தொலைய முடியாது. இப்போது நாம் உறைந்திருந்த சிறிய ஏரியின்மேலே நடக்க ஆரம்பித்தோம். கொட்டியிருந்த பனிவெளியில் கால் தடங்கள் நிறைந்திருந்தன. ஜிம் கால் தடங்ளை நின்று அமைதியாகப் பார்த்தார். நாமும் அவருடன் பார்த்தபடி நின்றோம். அவை மனிதர்களின் தடங்கள் இல்லை. மூன்று கிலோ மீற்றர் நடந்திருந்தோம். ஏரியின் திறந்த வெளியால் வரும் காற்று எம்மை நிலைகுலையச் செய்தது. இதற்குமேல் ஒரு அடிகூட எம்மால் வைக்க முடியாதென எங்களுக்குள் பேசிக்கொண்டோம். அது ஜிம்மின் காதுகளுக்கு எட்டவில்லை. அவர் தனது பயணத்தில் கவனத்தை வைத்திருந்தார்.

"நண்பர்களே! இவை கரிபூ மரைகளது கால் அடையாளம். அவை இந்தப் பகுதிக்கு வந்ததால் ஓநாய்களும் இருக்கக்கூடும்" என்றார் ஜிம்.

"அப்போ நாங்கள் திரும்ப வேண்டியதுதான்" என்றேன்.

அவருக்கு திரும்பும் யோசனை வந்துவிட்டதாகவே நான் நினைத்தேன். ஆனால் அவர் தொடர்ந்து நடந்தார். நாங்கள் உறைந்த ஏரியிலிருந்து காட்டுக்குள் வந்திருந்தோம். காட்டுக்குள் சரசரப்புகள் கேட்கத் தொடங்கின. எல்லோரும் மௌனமாக நின்றோம். ஓநாய்கள். வேட்டையாடிய கரிபூவை உண்டு களித்து விளையாடியபடி நின்றன. அவற்றுக்கு மோப்ப சக்தி அதிகம். காற்றின் திசை எமது மணத்தை அவற்றுக்கு எட்ட முடியாது வைத்திருக்கும். அவை எங்களைத் தாக்குவதற்கு எந்த முயற்சியும் இனி எடுக்கப்போவதில்லை. அவற்றுக்கு இன்றைக்கான உணவு கிடைத்துவிட்டது. ஜிம் எங்களை நிற்குமாறு கூறிவிட்டு ஓநாய்கள் நிற்கும் இடம் நோக்கி மெல்ல நகர்ந்தார். சத்தம் போடும் கருவியை எனது கைகளுக்குள் எடுத்து வைத்தேன். எனது குரலையும் சரிசெய்து பார்த்தேன். இந்தக் குளிருக்குள் தொண்டையும் இறுகியேயிருந்தது. அவலக் குரலெழுப்பவாவது

நாம் கத்தியேயாகவேண்டும். ஓநாய்கள் இப்போது அவரைப் பார்த்தன. அவற்றின் இரைக்கும் ஜிம்முக்கும் இடையே தூரம் இருந்தது. அவற்றின் இரைக்கு ஜிம்மால் எந்தச் சிக்கலும் ஏற்படாத தூரம். அவை உண்டு முடித்து விளையாடும் நிலையிலேயே இருந்தன. நீண்ட நேரம் ஜிம் நின்றார். தனது கண்ணாடியை நெற்றியில் தூக்கி விட்டார். அவற்றில் ஒரு ஓநாய் சற்றே தூரத்தில் நின்று அவரை முகர்ந்தது. பின்னர் வட்டமிட்டு முகர்ந்த வண்ணம் திரிந்தது. அந்த வட்டம் அவர் அருகாக வந்தது. ஜிம் மீது நம்பிக்கை ஏற்பட்டிருக்கக்கூடும். அது இப்போது அவருக்கு அண்மையாக வந்து நின்றது. ஜிம் தனது கையை மெல்ல அதன் அருகே நீட்டினார். அது அவரை முகர்ந்தது. அவர் மெல்ல முட்டுக்காலில் குந்தியிருந்தார். அருகே வந்து அவரது முகத்தை முகர்ந்தது. பின்னர் வாலை ஆட்டியபடி தனது குழுவை நோக்கித் திரும்பி நின்றது. குழுவில் இருந்த மேலும் சில ஓநாய்கள் ஜிம்மை நோக்கி வந்தன. அவையும் முதல் ஓநாய் போல் கவனமாக அவர் அருகே வந்து மோப்பமிட்டன. பின்னர் தங்கள் வாலை ஆட்டியபடி அவரைச் சுற்றித் தங்களுக்குள் விளையாடத் தொடங்கின. சைகையால், மெல்ல வாருங்கள் என்று ஜிம் எங்களை அழைத்தார். எங்களுக்குப் பயம் மேலிட்டிருந்தது. எங்கள் அசைவு அவற்றுக்கு அருட்டலாக இருக்கவில்லை. ஆனாலும் எம்மை அடிக்கடி பார்த்த வண்ணமிருந்தன. நாம் ஜிம் இருக்கும் இடத்திற்கு நெருங்க அவையும் ஜிம்மைவிட்டுச் சற்றுப் பாதுகாப்பாக பின் நகர்ந்தன. நாம் அவரை அண்மித்ததும் "நண்பர்களே எங்கள் அசைவுகள் அவற்றுக்கு அச்சுறுத்தலாக இருக்கக்கூடாது. ஆடாது அசையாது இருந்து அவற்றைப் பாருங்கள்" என்றார் ஜிம்.

ஆனாலும் எனது உடல் உள்ளுக்குள் ஆடிக்கொண்டுதான் இருக்கிறது. உடைகளால் எனது ஆடலை ஓநாய்கள் அறியவில்லை. நாம் ஜிம்மின் அருகே போய் நின்றோம். கண்ணாடியை நெற்றியில் தூக்கி விட்டுக்கொண்டோம். அதோடு இணைத்திருந்த இறப்பர் வார் கண்ணாடி வீழ்ந்துவிடாமல் நெற்றியோடு இறுக்கி வைத்திருந்தது. ஓநாய்களோடு நம் கண்கள்தான் பேசிக்கொள்ள வேண்டுமென ஜிம் ஏற்கனவே சொல்லியிருந்தார். நாம் இதை எதிர்பார்த்திருக்கவில்லை. ஓநாய்கள் மீண்டும் மெல்ல மெல்ல எங்கள் அருகில் வரத்

தொடங்கின. அந்தக் குழுவில் மூன்று ஓநாய்களுக்குத்தான் எம்மீதான ஆர்வம் இருந்தது. அவற்றில் ஒன்றுக்கு என்மீது அதிக ஆர்வம் இருந்தது. அது என்னை முகர்வதும் சற்றுப் பின்வாங்கி விளையாட்டாய் ஓடுவதும் முகர்வதுமாய் இருந்தது. பின்னர் என் முன்னே குந்தியிருந்தது. நான் ஒரு நாய்ப் பிரியன். அதன் கண்களை நான் பார்த்தவாறு இருந்தேன். அது என்னைப் பார்த்தவாறு இருந்தது. இவ்வளவு நெருக்கமாக ஒரு வனவிலங்கை நான் பார்த்தது கிடையாது. ஆச்சரியம். அது என் முன்னே படுத்து என்னைப் பார்த்தவாறு இருந்தது. நானும் அதன் கண்களுக்குளிருந்து எனது கண்களை மீட்கவில்லை. அவை வழிகாட்டும் கண்கள்தான். அவை மெல்ல அகலத் தொடங்கின. குளிர் எமது நடையை இடையில் நிறுத்தியது. நாங்கள் தொடங்கிய புள்ளிக்கு மீளத் தொடங்கினோம்.

நாங்கள் கோட்டேஜ் திரும்பியிருந்தோம். இரண்டு மணிநேரத்திற்கு மேல் நாங்கள் நடையில் செலவளித்திருந்தோம். அந்தப் பயணத்தில் ஓநாய்களின் சந்திப்புதான் எனது மனதுக்குள் ஓடியபடியிருந்தது. அந்தக் கண்கள் இன்னமும் என்னிலிருந்து விலகாமலேயிருந்தன. எமது உடைகளைக் களைந்திருந்தோம். முகப்பகுதியிலிருந்த விறைப்பும் சற்று நீங்கியிருந்தது. நாம் இப்போது கதைக்கக்கூடிய நிலையில் இருந்தோம். 'ஹொட் சொக்லேட்' பானம் ஒன்று எங்களுக்குத் தரப்பட்டது. அது கொஞ்சம் உடலைச் சூடேற்றியது. போறணையில் தணலைத் தட்டி விறகுகளைப் போட்டு எரிய விட்டேன். அதைச் சுற்றி எங்கள் கைகளைச் சூடேற்றியபடியிருந்தோம். வைன் எமக்கு உதவியாய் இருந்தது. மதியச் சாப்பாடு தயார் நிலையில் இருந்தது. மரை இறைச்சியை நான் தவிர்த்திருந்தேன். ஹம்பேகரும், பிரெஞ் பிரைசும் தருமாறு கோரியிருந்தேன். ஸோபாவில் வந்தமர்ந்தோம். எங்களோடு ஸ்கொட்சும் வந்தமர்ந்து கொண்டது. தடங்களில் எங்கள் பயணங்கள் குறித்து நாம் முன்னெப்போதும் கதைத்தது கிடையாது. அதற்கான சந்தர்ப்பங்கள் எங்களுக்குக் கிட்டவில்லை. இப்போதுதான் தடப்பயணத்தின் பின்னராக அமர்ந்து பேசுவதற்கான வாய்ப்புக் கிடைத்திருக்கிறது. ஜிம் புத்துணர்வு பெற்றவர்போல காணப்பட்டார்.

"ஜிம் ஓநாய்களை நீங்கள் அடிக்கடி சந்தித்திருக்கிறீர்களா?" என்று கேட்டேன்.

"இல்லை இது இரண்டாவது தடவை. முதல் தடவை சற்றுத் தூரத்தே நின்றுதான் பார்த்தேன். நம்பிக்கையின் நிமித்தம்தான் அவற்றுக்கு அண்மையாகச் சென்று பார்த்தேன். அவை என்னை ஏற்றுக்கொண்டு விட்டன. அவற்றை மிக நெருக்கமாக இன்றுதான் பார்த்தேன். எனது பாட்டி சொன்ன கதைகளின் நாயகர்களை இன்றுதான் பார்த்தேன். அவை பேசும் என்று பாட்டி சொல்லியிருந்தார். அவற்றின் கண்களுக்குள் நிறையக் கதைகள் உண்டு. அவற்றின் தடங்களில் நாங்கள் செல்லக் கற்றுக்கொள்ள வேண்டும் என்று எனது பாட்டி சொன்னதுண்டு"

ஜிம்மின் கண்கள் ஒளியேறியிருந்தன. அந்த ஓநாய்களின் கண்களின் ஈர்ப்பு இருந்தது. என்னுள் உலவும் அந்த ஓநாயின் கண்கள்.

"ஜிம் உங்களுக்குள் புதிய சக்தி இறங்கியது போல் இருக்கிறீர்கள்" என்றேன்.

அதைத்தான் மற்றையோரும் உணர்ந்திருந்தார்கள்.

"நானும் அதைத்தான் உணர்கிறேன். கண்களின் வலிமை பற்றி நான் அறிந்திருக்கிறேன். அது உண்மை."

ஜிம், அந்த கண்களில் விரியும் தடம் நோக்கி நகரத் தொடங்கியிருந்தார். அவரின் கையில் இப்போதொரு கஞ்சா சுருட்டு இருந்தது. நான் புகையில் நாட்டமில்லாதவன். ஆதலால் கஞ்சாவைத் தவிர்த்தேன். நமது கிண்ணங்களில் விஸ்கியை நிறைத்துக்கொண்டோம். நமது காதுகளைக் கூர்மைப்படுத்தினோம். ஓநாய்களின் ஊளைச் சத்தம் எங்கள் காதுகளுக்குக் கேட்கத் தொடங்கியது. அதன் கண்களின் ஒளி ஒரு தடத்தைக் காட்டியபடி நகர்ந்தது. நாமும் நகரத் தொடங்கினோம்.

○○○

அவர்களது கொல்லையிலிருந்த பைன் மரங்களுக்கூடாகச் செல்லும் ஒற்றையடிப் பாதைத் தடத்திற்கு அண்டையாக இருந்த பற்றைக்குள்ளிருந்து மெல்லிய அனுங்கல் சத்தம் வந்தபடியிருந்தது. எமிலிக்கு அந்தச் சத்தம் கேட்டது.

"அக்கா உனக்குச் சத்தம் கேட்டதா?"

அவள் சகோதரியிடம் கேட்டுக்கொண்டிருக்கும்போதே அந்தச் சத்தம் மீளவும் கேட்டது.

"நாய்க்குட்டியின் சத்தம் போலல்வா இருக்கிறது" என்றாள் பெப்.

இருவரும் சத்தம் வந்த திக்கின் பக்கமாகக் கூர்மையாகக் காதை வைத்துக்கொண்டார்கள். அது ஒற்றைச் சத்தமாகவே இருந்தது. அந்தச் சத்தத்தின் வழி மெல்ல நடந்து வந்தார்கள். பற்றைக்குளிலிருந்துதான் அந்தச் சத்தம் வந்துகொண்டிருந்தது.

"அக்கா இந்தப் பற்றைக்குள்ளிருந்துதான்" என்றாள் எமி.

இருவரும் மௌனமாகக் குந்தியிருந்தார்கள். பின்னர் பற்றையை மெதுவாகச் சுற்றி வந்தார்கள். சிலவேளை நரியினதோ, 'கயோடி'யினதோ நிலப் பொந்து இருக்கக்கூடும். அவர்கள் மெல்ல மெல்லச் சுற்றி வந்தார்கள். அதற்கான தடயங்கள் எதையும் காணவில்லை. இருவரும் பற்றையை மெல்ல நீக்கிப் பார்த்தார்கள். அங்கு நிலப்பொந்து எதுவும் தென்படவில்லை. சற்று உள்ளே போனபோது அது சிறந்த மறைவிடமாகப்பட்டது. அங்கே இரந்தபடியிருந்த குட்டியைப் பார்த்தார்கள். அதன் கண்கள் திறந்துதான் இருந்தன. பெப் அதைத் தூக்கினாள். அது பால் பருகுவதற்காக வாயைச் சப்பியபடியிருந்தது.

"இதன் தாய்க்கு ஏதோ நடந்திருக்குமோ?" என்றாள் பெப்

"இதைக் கொண்டு போவோம். சித்தி வீட்டு நாய் குட்டி போட்டிருக்கிறது. அதோடு விட்டுவிடுவோம்" என்றாள் எமி.

அதற்குப் பசி மேலிட்டிருக்கவேண்டும். அது கத்தியபடியே யிருந்தது.

இருவரும் சித்தி வீட்டுக்குக் குட்டியைக் கொண்டு ஓடிப் போனார்கள்.

"சித்தி இந்தக் குட்டியைக் காட்டுக்குள்ளிருந்து கொண்டு வந்தோம். இதற்குப் பசிபோல் இருக்கிறது. உங்களது நாயின் குட்டிகளோடு விட்டு விடுவோமா?" என்று பவ்வியமாக கேட்டாள்.

"எங்கள் நாய் மற்றைய குட்டிகளை அணைக்காது. விட்டுப் பார்ப்போம் வாருங்கள்" என்று சித்தி அவர்களை அழைத்துக்கொண்டு கொல்லைக்கு வந்தாள்.

சித்தியின் கைகளுக்குள் இருக்கும் குட்டியைப் பார்த்துவிட்டு, தாய் நாய் எழுந்து அவள் அருகே வந்து குட்டியை முகர்ந்து பார்த்தது. பின்னர் தாய் நாய் உறுமியது. அது அந்தக் குட்டியை அணைக்கும் நிலையில் இல்லை.

"இந்தாருங்கள் இதைக் கவனமாக எடுத்த இடத்தில் வைத்துவிடுங்கள். அதன் தாய் வரக்கூடும்" என்றாள் சித்தி.

அவர்கள் இருவரும் தலையாட்டிவிட்டு, குட்டியோடு வீட்டுக்கு வந்தார்கள். அவர்களின் தாய் தூலா குட்டியை வாங்கிப் பார்த்தாள்.

"இதையேன் இங்கு கொண்டு வந்தீர்கள்? இது ஓநாயின் குட்டிபோல் அல்லவா இருக்கிறது" என்றாள் தூலா.

"ஓநாயா?" என்றுவிட்டு பெப்பும் எமியும் குட்டியை மாறிமாறித் தூக்கிப் பார்த்தபடியிருந்தார்கள்.

"அம்மா அங்கு எந்த நிலப்பொந்தும் இல்லை. பசியில் கத்தியபடியிருந்தது. அம்மா இதற்குப் பால் கொடுப்பாயா?" என்று கேட்டாள் எமி.

"இதைக்கொண்டு போய் விட்டு விடுங்கள். தாய் இலகுவில் குட்டிகளைத் தொலைக்காது. இது எப்படித் தனித்தது?"

"அம்மா, தாயை வேட்டையாடியிருப்பார்களா?" என்று கேட்டாள் பெப்.

"அம்மா இந்தக் குட்டி பற்றைக்குள் ஒளிந்திருந்தது" என்றாள் எமி.

"குட்டியைத் தாய் மறக்காது. அது ஏதோ சிக்கலுக்குள் அகப்பட்டிருக்கும். குட்டிகளை ஆங்காங்கே ஒளித்து வைத்திருக்கக்கூடும்" என்றாள் தூலா.

குட்டி கத்தத் தொடங்கியது. தூலா இருவரையும் பார்த்தாள்.

"அம்மா பால் குடு. அழுகிறதல்லவா?" என்றாள் பெப்.

பெப்பிற்கு இப்போது எட்டு வயதாகிறது. எமிக்கு ஏழு வயது. அவர்களுக்குப் பின்னர் நான்கு குழந்தைகள் பிறந்து நோய்வாய்ப்பட்டு இறந்திருந்தார்கள். இப்போது அவர்களுக்கு ஆறு மாதத்தில் ஒரு தங்கை இருக்கிறாள். தூலா குட்டியைத் தூக்கி தனது முலைக்கு அருகில் கொண்டுவந்து பாலை அதன் வாய்க்குள் மெல்லப் பீச்சினாள். அது மெல்ல மெல்ல உமியத் தொடங்கியது. அது முலைக்கண்களை கௌவ்வ முயற்சி செய்தது. அவள் பொறுமையாக மெல்ல பாலைப் பீச்சி குட்டிக்குக் கொடுத்தவாறு இருந்தாள். எமிக்கும் பெப்பிற்கும் மகிழ்ச்சியாக இருந்தது. குட்டி பசியாறி இருந்தது. அது மெல்லத் தூங்கிப்போனது. பெப் அதைத் தனது சட்டைக்குள் பொத்தி வைத்தபடி படுக்கைக்குப் போனாள். அதை கொனிக்கா என்று அழைக்கத் தொடங்கினார்கள். தூலா குழந்தைக்கு பாலூட்டும் போதெல்லாம் கொனிக்காவுக்கும் ஊட்டினாள். அது இப்போது பாலை மறந்திருந்தது. கிராமக் குழந்தைகளுக்கு கொனிக்கா பெரும் பராக்காய் இருந்தது. நாய்களுக்கும் ஓநாய்களுக்குமான வேறுபாட்டை அவர்கள் அறியவில்லை. நாய்களுடனும் குழந்தைகளுடனும் கொனிக்கா பழகியது. அவர்கள் போகுமிடமெல்லாம் அதுவும் அவர்கள் தடத்தைத் தொடர்ந்தது. கொனிக்கா முழு ஓநாய்க்குரிய அளவில் வளர்ந்து நின்றது. அப்போதுதான் நாய்களுக்கும் ஓநாய்க்குமான வேறுபாடு தெரிந்தது. நாய்களைவிடப் பருமனும், உயரமும், நீளமுமாய் இருந்தது. அது தூலாவையும், குழந்தைகளையும் சுற்றி வந்தபடியேயிருக்கும். தனது கூட்ட அங்கத்தினர் என்று அது கருதத் தொடங்கியது. அதற்கு அவர்களைப் பாதுகாக்கும் எண்ணம் தோன்றியிருக்கவேண்டும். எப்பொழுதும் அவதானமாக அவர்கள் மீது தன் பார்வையை வைத்தபடியேயிருந்தது.

மதியத்திற்கு அண்மையாக சூரியனின் வெளிச்சம் நிறைந்திருந்தது. வழமைக்கு மாறாக கொனிக்கா வீட்டைச் சுற்றி வந்தபடியிருந்தது. நெஞ்சை விரித்து, காதுகளை நிமிர்த்தி எதையோ அறிய முற்பட்டுக்கொண்டிருந்தது. அதன் செவிகளுக்கு இடறும் ஒலியாக அது இருந்திருக்கவேண்டும். தூலாவையும், குழந்தைகளையும் சுற்றிச் சுற்றி மெல்லிய உறுமலோடு எதையோ சொல்ல முனைந்தபடியிருந்தது.

“கொனிக்கா போ வெளியே” என்று தூலா கத்தினாள்.

அது முற்றத்தில் வந்து நின்று வீட்டுக்கு வரும் பாதையை உற்றுப் பார்த்தபடி தனது செவிகளைக் கூர்மையாக வைத்தபடி நின்றது.

"அம்மா கொனிக்காவுக்கு என்ன ஆயிற்று?" என்றாள் எமி.

"அது ஏதோ பதட்டத்தில் நிற்கிறது" என்றாள் பெப்.

வழமையாக அவர்களோடு வந்து அளைந்து திரியும் தன்மை இன்று அறவே அற்றிருந்தது. அது திரும்பவும் வீட்டுக்குள் வந்து தூலாவைப் பார்த்து உறுமியது. அப்போது அவளுக்கும் வாகனச் சத்தம் கேட்பது போலிருந்தது. அந்தச் சத்தங்கள் தூரத்தில் இருக்கும்போது கொனிக்காவுக்குக் கேட்டிருக்க வேண்டும். அப்போது அவளுக்கு ஏதோ தோன்றியது.

"ஓடுங்கள் பிள்ளை பிடிகாரர் வந்துவிட்டார்கள்" என்ற தூலாவின் குரல் கேட்டு எமியும், பெப்பும் ஓடத் தொடங்கினார்கள். அவர்களோடு கொனிக்காவும் ஓடத் தொடங்கியது.

அவர்கள் வீட்டுக்கு முன்னால் நிறுத்தப்பட்ட வாகனத்தில் இருந்து இறங்கிய பாதிரியாரும், பொலிசாரும் அவர்கள் ஓடிய தடத்தைப் பின் தொடர்ந்தார்கள். காடு சகோதரிகளுக்குத் தடங்களைக் காட்டியபடியேயிருந்தது. அவர்களின் பாதங்களுக்குப் பரிச்சயமான தடங்கள்தான். பாதிரியார் திரும்பிவந்து தூலாவுடன் கதைத்தவாறு இருந்தார். கொனிக்கா, பொலிசார் தடங்களில் முன்னேற முடியாதவாறு உறுமியபடி நின்றது. பொலிசார் திரும்பியிருந்தார்கள்.

"யாருடைய நாய் அது? அடுத்தமுறை வரும்போது அதைச் சுட்டுவிடுவோம்" என்றார் பொலிஸ்காரர்.

"பிள்ளைகளை ஒளித்து வைப்பது குற்றம். தண்டமும் சிறைத் தண்டனையும் உண்டு" என்றார் பாதிரியார்.

"ஏன் எங்கள் பிள்ளைகளைப் பிடிக்கிறீர்கள்? எங்கள் பிள்ளைகளை எங்களிடமிருந்து பிடுங்க எந்த உரிமையும் கிடையாது. அவர்கள் எங்கள் பிள்ளைகள்" என்று தூலா கத்தினாள்.

"உங்களுக்குச் சட்டம் தெரியாது. அவர்களை எங்கள் பாடசாலையில் வைத்துப் படிப்பிக்கப் போகிறோம்.

அவர்களுக்கு மத அறிவும், கல்வியும் கிடைக்கும். அவர்கள் உங்களைப்போல் காட்டுவாசிகளாக இருக்கத் தேவையில்லை. அவர்களைத் திருத்தப் போகிறோம்" என்றார் பாதிரியார்.

அவர்களால் பிடிக்கப்பட்ட பிள்ளைகளை வாகனத்துக்குள் ஏற்றினார்கள். பெற்றோர்களின் போராட்டங்களின் மத்தியிலும் அவர்களிடமிருந்து பிடுங்கப்பட்டு வாகனங்களுக்குள் தூக்கி ஏற்றப்பட்டார்கள். பொலிசார் பெற்றோர்களைத் தாக்கி அங்கிருந்து அவர்களை அப்புறப்படுத்த முயன்றபடியிருந்தார்கள். துப்பாக்கி முனைக்கு முன்னால் எதுவும் செய்வதறியாது "வெள்ளையரின் சட்டங்கள் எங்களுக்குத் தேவையில்லை... பிள்ளை பிடிகாரர்" என்று கத்தியபடியிருந்தார்கள். முரண்டுபிடித்த குழந்தைகள் தாக்கப்பட்டு ஏற்றப்பட்டார்கள். வாகனத்துக்குள்ளிருந்து குழந்தைகள் கதறியபடியிருந்தார்கள். பெற்றோர்கள் செய்வதறியாது நின்றார்கள்.

"உங்களுக்கு நன்மை செய்யத்தான் பிள்ளைகளைக் கொண்டு போகிறோம்" என்று பாதிரியார் கத்தியபடியிருந்தார்

"பிள்ளைகளை எங்களிடமிருந்து பிரிப்பதால் என்ன நன்மை உண்டாகும்?" என்று பெண்கள் இயலாமையின் ஓலத்தை எழுப்பியவாறு இருந்தார்கள்.

வாகனத்துக்குள்ளிருந்த கன்னியாஸ்திரிகள் பிள்ளைகள் வெளியே ஓடாதவாறு பிடித்து வைத்திருந்தார்கள். அவர்களின் மிரட்டல்களால் குழந்தைகள் பயந்து ஒடுங்கியிருந்தார்கள்.

"உனது குழந்தைகளை எங்களிடம் கொண்டு வந்து தரவேண்டும். அல்லாவிடில் நீ கைது செய்யப்படுவாய்" என்று பாதிரியார் தூலாவை அதட்டிக்கொண்டு நின்றார்.

வண்டி புறப்பட்டது. குழந்தைகளின் அலறல் கேட்டபடியிருந்தது.

"அமைதி" என்ற பெரும் சத்தம் திடீரெனப் பாதிரியாரின் தொண்டையிலிருந்து வெளிக்கிளம்பிற்று. பேரிடியின் இரைச்சல் போலிருந்தது. முதல் தடவையாக இவ்வாறான அதட்டலை அவர்கள் கேட்டார்கள். குழந்தைகள் அமைதியானார்கள். அவர்களுக்கு அந்த மொழி புரியவில்லை. கண்ணீர் வடிந்தபடியிருந்தது. அச்சம் தோய்ந்த விழிகள் பெற்றோரைத் தேடியபடியிருந்தன. பாதிரியார் பைபிளைத்

திறந்து வாசித்தார். அது அமைதியென்ற பெரும் சத்தத்தை மேவும் வகையிருந்தது. புரியாத மொழி. அச்சத்தை மேலும் அதிகரித்தது. கன்னியாஸ்திரிகள் சிலுவையைக் கைளுக்குள் வைத்துப் பிரார்த்தித்துக்கொண்டிருந்தார்கள். பாதிரியாரின் கழுத்துச் சங்கிலியிலிருந்து தொங்கிய சிலுவை வண்டியின் அசைவுக்கு ஆடியபடியிருந்தது. அவர்களது கிராமம் அவர்கள் கண்களிலிருந்து மறைய ஆரம்பித்தது.

பற்றைக்குள் எமியும், பெப்பும் ஒளிந்திருந்தார்கள். கொனிக்கா அவர்களுக்குப் பாதுகாப்பாகப் பற்றைக்கு வெளியே படுத்திருந்தது. எந்த ஆபத்தும் அண்மையில் இல்லை என்பதை அது அறிந்திருக்கவேண்டும். கொனிக்கா பதட்டம் தணிந்திருந்தது. தூலா பிள்ளைகளை அழைத்தபடி காட்டுக்குள் வந்துகொண்டிருந்தாள். அவளின் குரல் கொனிக்காவுக்குக் கேட்டிருக்கவேண்டும். தூலாவை நோக்கி ஓடிப்போய் சகோதரிகள் ஒளிந்திருந்த பற்றைக்கருகே அழைத்து வந்தது.

“பிள்ளைகளே வெளியே வாருங்கள்... அவர்கள் போய்விட்டார்கள்.”

அவர்கள் இருவரும் வெளியே வந்தார்கள்.

“அம்மா இதற்குள்ளிருந்துதான் கொனிக்காவை எடுத்து வந்தோம்” என்றாள் பெப்.

அவள் இருவரையும் அணைத்தாள். அவர்களது தங்கை, தாயின் முதுகு ஏணைக்குள்ளிருந்து சிரித்தபடியிருந்தாள்.

“அம்மா அவர்கள் தங்கையை எடுத்துச் செல்லவில்லையா?”

தூலா எதுவும் பேசவில்லை. அவர்கள் மீளவும் வரக்கூடும். அவர்களை எதிர்கொள்வது கடினம். பிள்ளைகளைப் பறிகொடுத்தவர்களின் ஓலம் இன்னமும் ஓய்ந்தபாடில்லை. பிள்ளைகளை இழக்கப் போகிறேனா? பிள்ளைகளை இழப்பதன் வலியை அவள் நன்கறிவாள். தூலா இயலாமையில் பதறிக்கொண்டிருந்தாள். இங்கிருந்து முன்னர் கொண்டு செல்லப்பட்ட பிள்ளைகள் பலருக்கு என்ன நடந்தது என்று இதுவரை தெரியாதிருந்தது. பல குழந்தைகள் வீடுகளுக்கு மீளவில்லை. அதைப்பற்றி அறிவதற்கு முற்பட்ட பெற்றோர்கள் சட்டங்களால் தண்டிக்கப்பட்டார்கள். ஆதிக் குடிகளுக்கான

கத்தோலிக்க பாடசாலைகள் குறித்தான நல்ல அபிப்பிராயங்கள் கிராமத்தில் ஒருவருக்கும் இருக்கவில்லை. ஆதிக் குடிகள் பாரம்பரியமாகப் பின்பற்றிய சடங்குகள், கலைகள் சட்டவிரோதமாக்கப்பட்டிருந்தன.

"அம்மா பயப்படதே... நாங்கள் இங்கே ஒளிந்திருக்க முடியும்" என்றாள் எமி.

"அம்மா உன்னைவிட்டு எங்கும் போக முடியாது. நாங்கள் காட்டுக்குள்ளேயே ஒளிந்து கொள்கிறோம்" என்றாள் பெப்.

அவர்கள் இருவரும் அழத் தொடங்கினார்கள். அவர்கள் மீளவும் வருவார்கள். குழந்தைகளை ஒப்படைக்காவிட்டால் அவள் கைதாகக்கூடும். அவள் கைதானால் அவளின் மழலையை அவர்கள் பறித்துக் கொள்ளக்கூடும். அவளையும் இழக்க நேரிடும்.

"வாருங்கள் வீட்டுக்குப் போவோம். அவர்களுக்கு ஒளிக்க முடியாது" என்றாள் தூலா.

அவர்கள் முன்னே கொனிக்கா நடந்து போனது. அது கண்களையும், காதுகளையும் கூர்மையாக வைத்திருந்தது. கொனிக்கா ஏன் பதட்டமடைந்தது என்பதை தூலா இப்போது புரிந்துகொண்டாள். நமது அபாயங்களை அவை முன்பே அறிந்துகொள்கின்றன.

கிராமத்துப் பெரியவர் அவள் வீட்டுக்கு வந்திருந்தார்.

"தூலா! எல்லாப் பிள்ளைகளையும் பாதிரியார் கொண்டு சென்றுவிட்டார். உனது பிள்ளைகளை அவர்களிடம் ஒப்படைக்கவேண்டும். என்னையும் எச்சரித்துச் சென்றுள்ளார்கள்" என்றார் கிராமத்துப் பெரியவர்.

அருகில் நின்ற கொனிக்கா அவரைப் பார்த்து உறுமியது. அவர் திரும்பி கொனிக்காவைப் பார்த்தார். அதன் கண்கள் வெளிச்சமிக்கதாய் இருந்தன. அதன் பார்வையில் உறுத்தல் இருந்தது.

"தூலா இது ஓநாய் அல்லவா?" என்றார் பெரியவர்.

"ஆம். நீங்கள் பிள்ளைகளைப் பற்றிப் பேசுவதை அறிந்துதான் உறுமுகிறது."

பெரியவர் பெருமூச்சு விட்டுவிட்டு தூலாவைப் பார்த்தார்.

"ஓநாய்களுக்கு உள்ள பலம் நம்மிடம் இல்லையல்லவா? நம் பிள்ளைகளை நாம் காப்பாற்ற முடியாதவர்களாய்ப் போய்விட்டோம்" என்றார் பெரியவர்.

"நாங்கள் போக மாட்டோம்" என்று குழந்தைகள் அழுதவாறு இருந்தார்கள்.

அவர்கள் அழுகை இரவுவரை நீண்டது. குழந்தைகளின் மனதை கொனிக்கா அறிந்திருக்க வேண்டும். அவர்களை நக்கியபடி அவர்களுடனேயே இருந்தது. தாயின் அரவணைப்பில் அவர்கள் தூங்கிப் போனார்கள். தூலாவுக்கு நித்திரை வரவில்லை. பிள்ளைகளைப் பிரியப்போகும் கவலை அவளைக் குடைந்துகொண்டிருந்தது. கொனிக்கா அவள் அருகே வந்திருந்தது. அது வரப்போகும் அபாயத்தை அறிந்திருக்கக்கூடும். அதுவும் அடிக்கடி எழுந்து சுற்றித் திரிந்தபடியிருந்தது.

கொனிக்காவின் பதட்டத்திலிருந்து கிராமத்தை நோக்கி வண்டி வருகிறதென்பதை தூலா அறிந்து கொண்டாள். அது அவளைச் சுற்றிக் கத்தியபடியிருந்தது. அது சொல்ல வருவதை அவள் அறிவாள். சகோதரிகள் இன்னமும் நித்திரையிலேயே இருந்தார்கள். கொனிக்கா அவர்களது போர்வையை இழுத்தபடியிருந்தது. அவர்கள் எழுந்தார்கள். வண்டியின் சத்தம் வாசலில் கேட்டது. வீட்டுக்குள் எவரும் வர முடியாதவாறு கொனிக்கா வாசலில் நின்று உறுமியபடியிருந்தது. அதன் எச்சரிக்கையை மீறி எவரும் நெருங்கத் தயாரில்லை.

"தூலா உனது ஓநாயைக் கட்டுப்படுத்து. இல்லாவிட்டால் அவர்கள் சுட்டுவிடுவார்கள். பிள்ளைகளை வெளியே கொண்டுவா" என்றார் கிராமத்துப் பெரியவர்

"அம்மா நாங்கள் போகமாட்டோம். அம்மா எங்களை விட்டுவிடாதே" என்று சகோதரிகள் அழத் தொடங்கினார்கள்.

அவர்களது அழுகை அதிகரிக்க, கொனிக்காவின் முரட்டு வலிமையும் அதிகரித்த வண்ணமிருந்தது. அதன் உறுமல் அச்சுறுத்துவதாகவிருந்தது.

“உனது நாயைப் பிடி. இல்லாவிடில் அதைக் கொன்று விடுவோம்” என்ற பொலிசாரின் மிரட்டலுடன் தூலா வெளியே வந்தாள். அது ஓநாயென அவர்கள் அறிந்திருக்க வாய்ப்பில்லை.

கொனிக்காவை அவள் இப்படியாகப் பார்த்தது கிடையாது. அதன் நெஞ்சு விரிந்து பரந்து இருந்தது. யாரும் உள்ளே நுழைய முடியாதவாறு தனது பலத்தைக் காட்டியவாறு இருந்தது. அதன் பற்கள் எதிர்கொள்பவர்களைக் கடித்துக் குதறுவதற்குத் தயாராய் இருந்தன.

“கொனிக்கா... கொனிக்கா உள்ளே போ” என்று தூலா கூறியபடியிருந்தாள்.

அவளின் இயலாமையை அது அறிந்து கொள்ளவில்லை. அது தன்னிலையிலிருந்து சற்றும் பின்வாங்கவில்லை. கொனிக்காவின் முன்னால் வந்து நின்று அதன் கண்களைப் பார்த்தாள். அது தனது உறுமலைத் தணித்தது. சகோதரிகளின் அண்டையாகச் சென்று ஓலம் எழுப்பிச் சத்தமிட்டவாறு நின்றது. அது வித்தியாசமான சத்தமாகவிருந்தது. பெப்பினதும் எமிலியினதும் அழுகைபோன்றே இருந்தது. தூலா, கொனிக்காவைத் தன்னருகே வைத்துக்கொண்டாள். பெரியவர் சகோதரிகளை அழைத்து வந்து பாதிரியாரிடம் ஒப்படைத்தார்.

“அம்மா... அம்மா” கதறியபடியேயிருந்தார்கள்.

அவள் குழந்தைகளை கண்ணீர் மல்கப் பார்த்தபடியிருந்தாள். வண்டி நகரத் தொடங்கியது. கொனிக்கா ஊளையிடத் தொடங்கியிருந்தது. அதன் ஊளைக்கான பதிலை அது தேடியபடியிருந்தது. வண்டி போன திக்காய் அது நகரத் தொடங்கியது. சகோதரிகளின் வாசனை அதற்கு எட்டியிருக்கக்கூடும். அது வண்டி போன திக்காய் ஓடியபடியிருந்தது. அவர்களின் மணம் தொலைந்தபோது, குடாவின் கரையே அது நின்று தூரத்தே தெரியும் தீவைப் பார்த்தவாறு மீளவும் ஊளையிடத் தொடங்கியது.

சேமெயினஸ் துறையிலிருந்து படகு புறப்பட்டது. ஒரு மணிநேர ஓட்டத்தின் பின்னர் அது குரூபர் தீவின் இறங்குதுறையை அடைந்தது. குரூபர் தீவில் அமைந்திருந்த கத்தோலிக்கப் பாடசாலைக்கு முன்னேயே அந்தத் துறை இருந்தது. அந்த இடம் சிறைச்சாலைக்கு உகந்த இடமாகவேயிருந்தது. இங்கு நடக்கும்

விடயங்கள் இத் தீவுக்குள்ளேயே இருந்து கொள்ளும். அவர்கள் பாடசாலைக்குள் அழைத்து வரப்பட்டார்கள். கன்னியாஸ்திரிகள் என்ன பேசுகிறார்கள் என்பதைப் புரியாமல் சகோதரிகள் அங்கலாய்த்தபடியிருந்தார்கள். அவர்களின் கைகளைப் பிடித்து இழுத்து, பள்ளிக்கூட அலுவலகத்துள் இருத்தப்பட்டிருந்தார்கள். அவர்களுக்கான பதிவுகள் மேற்கொள்ளப்பட்டன. அலுவலகத்திலிருந்த கன்னியாஸ்திரி ஒருவர் அவர்களது மொழியை பேசக்கூடியவராய் இருந்தார். பெண் ஊழியர் ஒருவர் அவர்கள் இருவரையும் அழைத்துச் சென்றார். அவர்களை ஆச்சரியமும், அச்சமும் சூழ்ந்திருந்தன. அவர்களின் முடி கத்தரிக்கப்பட்டு, குளிக்க விடப்பட்டார்கள். மேலிருந்து கொட்டும் நீருக்குள் அம்மணமாய் நின்றபடியிருந்தார்கள். சோப்புக்கட்டியொன்று அவர்களை நோக்கி வீசப்பட்டது. அவர்கள் செய்வதறியாது நின்றார்கள். பெண் ஊழியர் சோப்பை தேய்த்துக் காட்டினார். குளித்துவிட்டு வெளியே வந்தவர்களுக்கு புதிய உடைகள் கொடுக்கப்பட்டன. அவை இரவுக்குரிய உடைகள். அவர்களுக்கான படுக்கை போடப்பட்டிருந்த மண்டபத்திற்குக் கொண்டுவரப்பட்டார்கள். அவர்களின் கிராமத்திலிருந்து கொண்டுவரப்பட்ட ஏனைய சிறார்களும் அங்கிருந்தார்கள். அவர்களைக் கண்டதும் தங்கள் மொழியில் கதைக்க முற்பட்டார்கள். ஆனால் அந்தச் சிறுவர்கள் எதுவும் கதைக்காது நின்றார்கள்.

“சோசப்பி! எமது இல்லத்திற்கான ஒழுங்கு என்ன?” என்று அவர்களுடன் வந்த கன்னியாஸ்திரி கேட்டார்

சோசப்பி பதின்மூன்று வயதுச் சிறுமி. அவள் நான்கு ஆண்டுகளுக்கு முன்னராக இந்தப் பாடசாலைக்கு கொண்டுவரப்பட்டவள். அவளுக்கு ஆங்கிலம் தெரிந்திருந்தது.

“ஆங்கிலமே உரையாடும் மொழி. வேறெந்த மொழியையும் கதைப்பதற்கு இங்கு அனுமதியில்லை. மீறிக் கதைத்தால் தண்டிக்கப்படுவீர்கள்” என்று ஆங்கிலத்தில் உரக்கக் கூறினாள் சோசப்பி.

சகோதரிகள் சோசப்பியைப் பார்த்தவாறு நின்றார்கள். அவர்களுக்கு அவளைத் தெரியும். அவளும் அவர்களது வயதாக இருக்கும்போது இந்த பாடசாலைக்கு கொண்டு

வரப்பட்டவள்தான். எல்லோர் முகங்களிலும் அச்சம் படிந்திருந்தது. கிராமத்தில் அவர்கள் இருந்தபோதிருந்த மகிழ்வின் கலையை எங்கும் காண முடியவில்லை. சிறார்களின் குதூகலம் அடங்கிப்போய் இருந்தது. அவர்களுக்கான கட்டில்கள் மண்டபத்தில் வேறு இடங்களில் இருந்தன. ஒரு தலையணையும், போர்வையும் இருந்தன. அருகருகாகக் கட்டில்கள் இல்லாதது இருவருக்கும் அச்சமாய் இருந்தது. ஒருவரையொருவர் எட்டிப்பார்க்கும் தூரம்தான். அக்காவின் அருகாகவே படுத்து எழும்பியவளுக்கு அந்த இடைவெளி அதிகமானதாகவே இருந்தது. பெற்றோரிடமிருந்து தனிமைப்படுத்தப்பட்டு முதல் தடவையாக தனியே இருக்கவேண்டியிருந்தது. மணிச்சத்தம் கேட்டது. எல்லோரும் எழுந்து நிரையாக நின்றார்கள். அவர்களைப் பார்த்து சகோதரிகளும் நிரையில் வந்து நின்றார்கள்.

“ஏன் நிற்கிறோம்?” என்றாள் எமி.

எவரும் அவளுக்குப் பதிலளிக்கவில்லை. சோசப்பி எமியின் அருகில் வந்து நின்றாள்.

சுற்றும் பார்த்தாள். குசுகுசுக்கும் சத்தம்கூட பொறுப்பான கன்னியாஸ்திரிக்குக் கேட்கும்.

“சாப்பிடப் போகிறோம். இரவு உணவு” என்று அவர்கள் மொழியில் மெல்லிதாகச் சொல்லிவிட்டு, ஆங்கிலத்தில் சற்றுப் பெரிதாகச் சொல்லி முடித்தாள்.

மதர் பிலோமினாவின் பாதணிகளின் சத்தம் கேட்கத் தொடங்கியது. அவர் அதை பொருட்டாகவே செய்தார். அவரது காலடிச் சத்தம் கேட்கும்போது அமைதி நிலவத் தொடங்கிவிடும். நிரையில் நின்ற குழந்தைகளைப் பார்த்தவாறு வந்தார். எல்லோரும் ஆடாமல் அசையாமல் நின்றார்கள். குலைந்திருந்த தலைகளையும், ஆடைகளையும் சீர்செய்தவாறு வந்தார்.

“சரி எல்லோரும் செல்லலாம்” என்றார் மதர் பிலோமினா.

குழந்தைகள் ஒவ்வொருவராகப் போய், தங்களுக்கான இருக்கைகளில் அமர்ந்தார்கள். அதுவும் படுக்கை மண்டபம்போல் பெரிதாகவிருந்தது. தட்டுகளில் சாப்பாடு வைக்கப்பட்டிருந்தது. சூப்பும் பாண் துண்டும்தான் இரவு

உணவாக இருந்தது. மதர் பிலோமினாவின் காலடி ஓசை கேட்கத் தொடங்கியிருந்தது. மண்டபத்திற்குள் இருந்த கன்னியாஸ்திரிகள் பிரார்த்தனைக்குத் தயாராய் நின்றார்கள். பிள்ளைகள் எழுந்து நின்றார்கள். ஜெபம் சொல்லப்பட்டது. கருணையுள்ள இறைவனுக்கு உணவுக்காக நன்றி தெரிவிக்கப்பட்டது. புதிதாகக் கொண்டு வரப்பட்ட பிள்ளைகள் பழைய மாணவர்களைப் பார்த்துப் பின்தொடர்ந்தார்கள். மதர் பிலோமினாவின் உரை கடுமையான தொனியில் இருந்தது. அவர் கண்டிப்புக்காக மதிக்கப்படுபவர். அவர் தன் மீதான அச்சத்தை எல்லாக் பிள்ளைகளுக்கும் ஊட்டுபவராய் இருந்தார். எல்லோரும் அமர்ந்து உண்ண ஆரம்பித்தார்கள். பிள்ளைக்கு அந்த உணவு உள்ளிறங்கவில்லை. உண்ணாது விட்டால் தண்டிக்கப்படுவோம் என்ற அச்சத்தில் அனைவரும் சாப்பாட்டை முடிப்பதற்கு முயன்றுகொண்டிருந்தார்கள். பழைய மாணவர்களுக்கு அந்த உணவு பழக்கப்பட்டிருக்கவேண்டும். அவர்கள் உணவில் வெறுப்பைக் காண்பிக்கவில்லை. எல்லோரதும் தட்டுகளை பார்வையிட்டவாறு கன்னியாஸ்திரிகள் திரிந்தார்கள். பெப்புக்கும் எமிலிக்கும் பசியிருந்தது. ஆனால் உணவு இறங்கச் சிரமப்பட்டது.

“சாப்பிடலாம்” என்ற கண்டிப்பான குரல் அவர்களை அதட்டியது.

சூப்பையும் பாணையும் தெண்டித்து முடித்திருந்தார்கள்.

“பாத்திரங்களைக் கொண்டுபோய் வைக்கலாம்” என்றார் கன்னியாஸ்திரி.

ஒவ்வொருவராக எழுந்து குசினிக்குள் வைத்துவிட்டு வந்து நிரையில் நின்றார்கள்.

“யாராவது மலசலத்துக்குப் போகவேண்டுமெனில் போகலாம்” என்ற குரல் வந்தது.

பிள்ளைகளுக்குள் முணுமுணுப்புகள் இருந்தன. மொழி அறியாத குழந்தைகளுக்கு ஏனையோர் மொழிபெயர்த்தபடியிருந்தார்கள். மலசலகூடத்திற்குச் சென்றுவிட்டு மீளவும் நிரையில் வந்து நின்றார்கள். எல்லோரும் படுக்கை மண்டபத்திற்கு அழைத்து வரப்பட்டார்கள். எல்லோரையும் மீண்டும் எண்ணிக்கொண்டிருந்தார் ஒரு கன்னியாஸ்திரி. மதர்

பிலோமினாவின் காலடி ஓசை கேட்க ஆரம்பித்தது. மண்டபத்திற்குள் இருந்த கன்னியாஸ்திரிகள் அமைதியாக ஓரிடத்தில் கூடி வரிசையாக நின்றார்கள். பிள்ளைகள் தங்கள் கட்டில்களுக்கு அண்மையாக எழுந்து நின்றார்கள். மதர் ஜெபத்தை தொடங்கியிருந்தார். கருணை உள்ள இறைவனிடம் மன்றாடினார். மன்றாட்டங்களின் பின்னரும் மதர் பிலோமினா கடுமையானவராகவே இருந்துகொள்கிறார். கருணை அவருக்குள் இறங்கவில்லை.

"எல்லோரும் அமைதியாக உறங்கலாம்" என்றார் மதர்.

அமைதியின் பின்னர் மண்டபத்திலிருந்த வெளிச்சம் அணைக்கப்பட்டது. பின்னர் மதரின் காலடிச் சத்தம் கேட்கத் தொடங்கியது. அவரும் கன்னியாஸ்திரிகளும் மண்டபத்தைவிட்டு வெளியேறினார்கள். அவர்களது மண்டபத்தோடு இரண்டு அறைகள் இருந்தன. அவை கன்னியாஸ்திரிகளுக்கானது. இரவுகளில் அவர்களது கண்காணிப்புடனேயே பிள்ளைகள் இருந்தார்கள். இரவுகளில் திடீரென அவர்களைப் பார்வையிட வருவார்கள். உறங்காது கதைத்துக்கொண்டோ, ஏதாவது விளையாடிக்கொண்டோ இருப்பவர்கள் தண்டனைக்கு உள்ளாவார்கள். இரவை தங்களுக்குள் உரையாடுவதற்கான காலமாக அவர்கள் பாவித்தார்கள். தங்கள் மொழியில் உரையாடுவதற்கேற்ற நேரமாக இரவு இருந்தது. தாய் மொழியில் கதைத்ததற்காகக் காலை உணவு மறுக்கப்பட்டவர்களும் உண்டு. முட்டுக்காலில் மணிக்கணக்கில் இருந்தி வைக்கப்பட்டுத் தண்டிக்கப்பட்டவர்களும் உண்டு. கன்னியாஸ்திரிகளால் தாக்கப்பட்டவர்களும் உண்டு. அந்த பிள்ளைகளிடமிருந்த எதிர்ப்புணர்வு அவர்களுக்கு எரிச்சலை ஏற்படுத்திய வண்ணமிருந்தது. இந்தப் பாடசாலையை மாணவர்கள் எரித்த சம்பவமும் நடந்திருக்கிறது. லீவு நாட்களில் மாணவர்கள் வீடு திரும்புவது மறுக்கப்பட்டபோதுதான் இந்த எரிப்புச் சம்பவம் நிகழ்ந்தது.

○○○

**பா**டசாலை உடைகளை அணிந்தவாறு பெப்பும் எமிலியும் தங்கள் வகுப்பறையில் குந்தியிருந்தார்கள். இருவரும் ஒரே வகுப்பிலேயே அனுமதிக்கப்பட்டிருந்தார்கள். அவர்களது

வகுப்பறை ஜன்னலூடாக கோவிசன் வெளியின் மலை முகடுகள் தெரிந்தவண்ணமிருந்தன. அது மிக அண்மையாகத்தான் தெரிந்தது. அதன் அடிவாரத்தில்தான் அவர்களது கிராமம் இருந்தது. அவர்கள் இருவரும் அந்தத் திக்கைப் பார்த்தபடியேயிருந்தார்கள். வேற்று மொழியின் ஆக்கிரமிப்பு அவர்களைத் துண்டாடியபடியிருந்தது. அவர்களால் எதையும் கிரகிக்க முடியாதிருந்தது. அடிக்கடி முட்டுக்காலில் இருத்தி வைக்கப்பட்டிருந்தார்கள். அந்தப் பொழுதுகள் அவர்களுக்கு மகிழ்ச்சியாக இருந்தது. முட்டுக்காலில் நிற்கும் போதெல்லாம் கோவிசன் வெளியின் மலை முகடுகள் தெரிந்த வண்ணமிருந்தன. வீட்டின் நெருக்கத்தை உணர்ந்தார்கள். தூலா, குழந்தை, கொனிக்காவோடு அவர்களால் உரையாட முடிந்தது.

அவர்களின் ஆசிரியர்களில் பெரும்பாலானோர் கன்னியாஸ் திரிகளாகவே இருந்தார்கள். அருட்சகோதரர்களும் அங்கு பணியில் இருந்தார்கள். ஆண்களின் விடுதிகளுக்கு அவர்கள்தான் பொறுப்பாய் இருந்தார்கள். ஆசிரியத் தொழில் என்பதைக் கண்டிப்பான தொழிலாக அவர்கள் உருவகித்திருந்தார்கள். பெப்பும், எமிலியும் ஆங்கிலத்தைப் பற்றிப் பிடிக்க முடியாது கடினப்பட்டார்கள். முயற்சிக்க முடியாதபடி கண்டிப்பும், தண்டனையும் கல்வியில் வெறுப்பையே ஏற்படுத்தியிருந்தன. கட்டடங்கள் இருந்தன. ஆனால் கல்வி புகட்டப்படவில்லை. ஆங்கில எழுத்துகளைக் கிரமமாகச் சொல்ல முடியாது பெப் தடுமாறிக்கொண்டிருந்தாள். அந்த எழுத்துகளின் ஒலிகள் அவளுடன் நெருங்க முடியாது தவித்தன. அப்போதுதான் அவளது ஆசிரியை "கையை நீட்டு! எத்தனை தடவை சொல்லித் தருவது" என அடித்தாள்

"நீ எனது அக்காவை அடிக்க முடியாது" என எமி எழுந்து கத்தினாள். அது அவளது மொழியில் இருந்தது.

எமிலியை இழுத்து வந்து முட்டுக்காலில் இருத்தினாள்.

"மறுத்துப் பேசக்கூடாது. ஆங்கிலத்தில் மட்டுமே இங்கே உரையாட முடியும். நீட்டு உனது கையை" என்றாள் ஆசிரியை.

அவள் கையை நீட்டாது இருந்தாள். ஆசிரியைக்கு ஆத்திரம் அதிகரித்திருந்தது. மற்றைய மாணவர்களுக்கு முன்னால் அவளது எதிர்ப்பு ஆசிரியைக்கு மேலும் எரிச்சலை ஏற்படுத்தியிருக்க

வேண்டும். மடிந்திருந்த எமியின் காலில் ஓங்கி அடித்தாள். பிரம்பின் அடியைத் தாங்க முடியாது வலியில் அலறினாள். எழுந்து அறைக்குள் ஓடித் திரிந்தாள். அவளின் அவலக் குரலோடு பெப்பும் சேர்ந்து அழுதாள். எமியை வந்து அமருமாறு பணித்தபடியிருந்தாள் ஆசிரியை. அவள் வலி குறையும் வரை வகுப்பறைக்குள் அலறியபடி திரிந்தாள். ஆசிரியை ஆங்கில எழுத்துகளை மீண்டும் சொல்லத் தொடங்கியிருந்தாள். குழந்தைகள் எந்த நாட்டமும் இல்லாது அந்த ஒலியைப் பிதற்றியபடியிருந்தார்கள். பெப்பும் எமியும் சுவரைப் பார்த்தபடி முட்டுக்காலில் இருத்தி வைக்கப்பட்டிருந்தார்கள். அந்த ஒலி அவர்களை இடையூறு செய்தபடியிருந்தது.

○○○

**சீ**ல் மீன்கள் தீவிற்கு அருகாக இருந்த பாறைகளில் வந்தமர்ந்திருந்தன. அவற்றின் வருகை வேனில் காலத்தின் வரவேற்புப் போலிருந்தது. மாணவர்கள் கரையண்டையாக நின்று சீல் மீன்களைப் பார்த்தபடியிருந்தார்கள். அவை பாறைகளில் ஏறி நீருக்குள் குதிப்பதைப் பார்ப்பது அவர்களுக்குப் பிடித்திருந்தது. அவை சுதந்திரமானவை அல்லவா! அவை அமர்ந்திருக்கும் பாறைத் திட்டுகளை எமி பார்த்தவாறு இருந்தாள்.

“அக்கா நாங்கள் நீந்திச் சென்றுவிடலாம்” என்றாள் எமி.

“மெல்லக் கதை” என்றாள் பெப்.

அப்போதுதான் அவள் தன்னைச் சுற்றிப் பார்த்தாள்.

“அக்கா அந்தக் கரை மிக அண்மையாகத்தான் இருக்கிறது. அந்தப் பாறைகளுக்கு நீந்திச் சென்றால், அங்கிருந்த அந்தக் குட்டித் தீவுக்கு நீந்த முடியும். பின்னர் அங்கிருந்து எங்கள் இடத்திற்கு நீந்த முடியும்” என்றாள் எமி.

அவர்கள் நினைப்பதுபோல் அது அண்மையான தூரம் இல்லை. ஆனால் வீட்டின் நெருக்கம் அதை அண்மையாகக் காட்டியபடியிருந்தது. தீவின் கரைகளிலும் சீல் மீன்கள் வந்தடைந்திருந்தன. எமி அந்த மீன்களைப் பார்த்தவாறு இருந்தாள். நாமும் நீந்த முடியுமென்ற திடம் அவளுக்கு தோன்றியபடியிருந்தது. எமி துடியாட்டமானவள்.

பெப்புக்கு சற்றுப் பொறுமையிருந்தது. ஆனாலும் தங்கை அவதிப்படுவதையும், அவமானப்படுவதையும் அவளால் பொறுக்க முடியாதிருந்தது.

காலையில், பெப் போர்வைக்குள் நடுங்கியவாறு இருந்தாள்.

"என்ன நடந்தது அக்கா" என்றவாறே எமி அருகில் வந்திருந்தாள்.

அவளுடன் கதைக்க முடியாது. கன்னியாஸ்திரி ஒருவர் நோட்டமிட்டவாறு திரிந்தார். காலைக் கடனை முடிப்பதற்கான சந்தர்ப்பத்தைப் பார்த்தவாறு இருந்தாள். எமியை அழைத்துக்கொண்டு குளியல் அறைக்கு ஓடினாள். நீர் தாரையாகக் கொட்டியபடியிருந்தது.

"அக்கா என்ன நடந்தது?" பொறுமையிழந்தவளாய் எமி கேட்டாள்.

பெப் சுற்றும் பார்த்தாள். மெல்லக் குசுகுசுக்கத் தொடங்கினாள்.

"இங்கு பேய்கள் உலாவுகின்றன. நேற்றிரவு என் நெஞ்சை யாரோ தடவுவதுபோல் இருந்தது. நான் கண் விழித்தேன். கறுப்பு உடையணிந்த உருவம் எனது கட்டிலில் அமர்ந்திருந்தது. அது 'உஷ்' என்றது. நான் கண்களை இறுக மூடினேன். அது எனது உடல் முழுக்கத் தடவியது" என்றாள் பெப்.

"பேயா? நாங்கள் மதரிடம் இதைத் சொல்வோம்" என்றாள் எமி.

"மதரிடமா?" என்றாள் பெப்.

"ஏன்?"

"அவரும் ஒரு பேய் அல்லவா?" என்றாள் பெப்.

இடைவேளை நேரங்களில் அவர்கள் இருவரும் கரை அண்டையாக அமர்ந்து அவர்களது வீடிருக்கும் திக்கைப் பார்த்தபடியிருந்தார்கள்.

"அக்கா நானொரு மரக்குற்றியைப் பார்த்தேன். அது மிதக்கக்கூடிய குற்றி" என்றாள் எமி.

"எங்கு பார்த்தாய்?"

"பாடசாலையின் பின் பக்கமுள்ள புதருக்குள்" என்றாள் எமி.

“அங்கிருந்து இந்தக் கரைக்கு கொண்டுவருவது கடினம்” என்றாள் பெப்.

“பேய் சோசப்பியின் கட்டிலில் வந்தமர்ந்திருந்தது. நானும் இரவு அதைப் பார்த்தேன்” என்றாள் எமி.

தீவிலிருந்து எப்படியாவது தப்பிக்கவேண்டும் என்ற எண்ணம் மட்டுமே அவர்களிடம் எஞ்சியிருந்தது. எமி, மிதக்கும் இரண்டு சிறிய குற்றிகளைக் கண்டு பிடித்திருந்தாள். அவை பாடசாலைக்கு முன்னேயிருந்த கரையில் ஒதுங்கியிருந்தன. இரவுகளில் இருவருக்கும் உறக்கம் வரவில்லை. பேய்கள் பற்றிய அச்சமும், தீவிலிருந்து தப்பிப்பது பற்றிய யோசனையும் அவர்கள் இருவரையும் அமுத்திக்கொண்டிருந்தன. உளைச் சத்தம் எமியின் காதுகளுக்கு எட்டியது. மீண்டும் தன் காதுகளைக் கூர்மைப்படுத்திக் கேட்டாள். ஊளைச் சத்தம்தான் என்பதை உறுதிப்படுத்தினாள். மெல்ல எழுந்து பெப்பின் படுக்கை அண்டையாகப்போய் “அக்கா நான் எமி. தள்ளிப்படு” என்றாள்.

அவள் பெப்பின் போர்வைக்குள் நுழைந்தாள்.

“கொனிக்காவின் ஊளைச் சத்தம் கேட்கிறது” என்றாள் எமி.

இருவரும் மௌனமாக இருந்தார்கள். ஒற்றை ஓநாயின் ஊளை ஒலி கேட்டவாறு இருந்தது.

“கொனிக்காதான்” என்றாள் பெப்.

“கரை எவ்வளவு அண்மையிலிருக்கிறது பார்த்தாயா?” என்றாள் எமி.

“நாம் ஊளையிட்டால் கொனிக்காவுக்குக் கேட்கும் அல்லவா?” என்றாள் பெப்.

விடியலைப் பார்த்தபடியிருந்தார்கள். காலைக் கடனை முடிக்க முன்பாக இருவரும் கரையை நோக்கி ஓடினார்கள். கரையில் நின்று இருவரும் பலமாக ஊளைச் சத்தத்தை எழுப்பினார்கள். எந்தப் பதிலும் அவர்களுக்குக் கிட்டவில்லை. மீண்டும் மீண்டும் ஊளையிட்டுப் பார்த்தார்கள். கொனிக்காவுடன் அவர்கள் ஊளையிட்டுப் பழகியிருந்தார்கள். அவர்கள் ஊளையிடுவதைப் பார்த்துவிட்டு கொனிக்காவும் ஊளையிடும். அதை அவர்கள்

ஒரு விளையாட்டாய் பழகியிருந்தார்கள். அவர்கள் காதுகளைக் கூர்மையாக வைத்திருந்தார்கள்.

"வாருங்கள் ஓநாய்களே" என்ற வார்த்தைகளோடு மதர் பிலோமினாவின் அறையலும் அவர்கள் கன்னங்களில் வீழ்ந்தன. கன்னங்களில் மதரின் விரலின் அடையாளம் தெரிந்தபடியிருந்தது.

"கேட்கிறது அல்லவா?" என்றாள் எமி.

"ஆம்" என்றாள் பெப்.

இருவருக்கும் மதரின் அறையல் பொருட்டாகப்படவில்லை. எமி பெருத்த குரலெடுத்து ஊளையிட்டாள். அவளின் ஊளைக்குப் பதில் ஊளை கேட்டபடியிருந்தது. அவர்களுக்கு மகிழ்ச்சியாக இருந்தது. அது கொனிக்காவின் ஊளை என்பதை அவர்கள் உறுதியாக நம்பினார்கள். அது அவர்களைத் தேடிக்கொண்டுதான் இருக்கிறது. இருவருக்கும் காலை உணவு மறுக்கப்பட்டிருந்தது. அது தண்டனைதான். ஆனாலும் இன்று அவர்களுக்குப் பசிக்கவில்லை. நேசிப்பின் தடம் அவர்களைப் பற்றியிருந்தது.

இடைவேளை நேரத்தில் அவர்கள் வெளியில் இருக்கும்போது பெப்பும், எமிலியும் ஊளையிட்டுப் பார்ப்பார்கள். அநேகமான பொழுதுகளில் அவர்களுக்குப் பதில் ஊளை காத்திருக்கும். மற்றைய குழந்தைகளும் ஊளையிட்டுப் பார்த்தார்கள். ஆனாலும் பெப்பினதும், எமிலியினதும் ஊளைக்குத்தான் பதில் ஊளை வந்தது. அது சிறுவர்களுக்கு ஆச்சரியமாய் இருந்தது. கொனிக்கா இப்போது இடைவேளை நேரத்தை அறிந்திருந்தது. அந்த உரையாடலுக்காய் எல்லோரும் காத்திருந்தார்கள்.

அன்று மாலை வானம் செம்மஞ்சள் நிறத்திலிருந்தது. சூரியன் சாயும் பொழுதுகளில் இவ்வாறான வண்ண விளையாட்டுகளைத் தரிசிக்க முடியும். செம்மஞ்சள் நிறம் ஆச்சரியமாக இருந்தது. அனைத்து மாணவர்களும், ஆசிரியர்களும் வானத்தைப் பார்த்தவாறு நின்றார்கள். அப்போது ஓநாயின் ஊளைச் சத்தம் கேட்கத் தொடங்கியது. மாணவர்கள் பெப்பையும், எமிலியையும் தேடினார்கள். அவர்கள் எங்கும் தென்படவில்லை. மாணவர்கள் தங்களுக்குள் முணுமுணுத்தபடியிருந்தார்கள். அவர்கள் மண்டபத்துள் இருக்கக்கூடும்? மண்டபத்துக்குள்ளும் அவர்களைக் காணமுடியவில்லை.

அவர்கள் நினைத்ததைவிடத் தண்ணீரின் குளிர் அதிகமாயேயிருந்தது. பெப்பும் எமிலியும் ஒவ்வொரு குற்றியைப் பிடித்தபடி நீந்திக்கொண்டிருந்தார்கள். கொனிக்காவின் ஊளைச் சத்தம் வந்த திக்காய் அவர்களது நீச்சல் இருந்தது. குளிர் குத்தத் தொடங்கியது. அவர்களால் தொடர்ந்து நீந்த முடியாதிருந்தது. கரைகள் அவர்களிடமிருந்து விலகிச் செல்லத் தொடங்கின. மலை முகடுகள் கலையத் தொடங்கின. திரும்பித் தீவுக்கு நீந்த முடியாத நிலையில் இருவரும் பேச முடியாது உடல் உறைவதை உணரத் தொடங்கினார்கள். உளைச் சத்தம் அவர்களது உணர்வுகளை மீளத்தட்டியபடியிருந்தது. உணர்வுளை உறைக்கும் குளிர் வெளியில் இருந்தது. ஊளையும் உறையத் தொடங்கிற்று. பெப்பின் கரங்கள் விறைத்துப்போய் குற்றியிலிருந்து பிடி விலகியது. அவள் நீருக்குள் மூழ்கத் தொடங்கினாள். எமி குற்றியை இறுக அணைத்தபடியிருந்தாள். அவள் அப்படியே உறைந்து போனாள். நீர் அவளை கோவிசன் கரைகளில் தட்டியிருந்தது. கோனிக்கா இடையறாது ஊளையிட்டபடியிருந்தது. தூலா அதன் பதட்டத்தை அறிந்துணர்ந்தவள்.

“என் குழந்தைகளுக்கு ஏதும் ஆகிவிட்டதா?” என்றாள்.

கொனிக்காவின் ஊளை நேசமானவர்களின் பிரிவின் துயர் என்பதைத் தூலா அறியத் தொடங்கினாள்.

ooo

“நண்பர்களே ஓநாய்களின் ஊளைச் சத்தம் கேட்கிறதல்லவா?” என்றவாறு மேலாடையைக் கழற்றினார் ஜிம். செம்மஞ்சள் நிறத்திலான ரீ-சேர்ட் ஒன்றை அணிந்திருந்தார். அதன் முன்பக்கத்தில் ‘ஒவ்வொரு குழந்தையும் முக்கியமானவர்கள்’ என்ற வாசகம் பொறிக்கப்பட்டிருந்தது.

“நண்பர்களே! நாங்கள் பாவிக்கும் பல தடங்கள் தொன்மம் வாய்ந்தவை. எமது முன்னோர்கள் பாவித்தவை. அவர்களுக்கு வழிகாட்டியாக மிருகங்களும் இருந்திருக்கின்றன. அவைகளின் தடங்களில் அவர்களும் பயணித்ததால் இந்த நிலத்தில் வாழக் கற்றுக்கொண்டார்கள்.”

போறணைக்கருகாகக் கொழுவியிருந்த பறையை எடுத்து ஜிம் தட்டத் தொடங்கினார்.

போறணையில் எரியும் விறகுகளின் வெடிப்பு ஒலி கேட்டவாறிருந்தது. நான் தீயைப் பார்த்தவாறு அமர்ந்திருந்தேன். பறையின் ஒலியுடன் தீயின் தழை ஆடியபடியிருந்தது. ஆதிக் குடிகளிடமிருந்து பிடுங்கப்பட்ட மண். இந்த மண்ணில் எந்தவிதக் குற்ற உணர்வும் இல்லாது வாழப் பழகியிருக்றோம். எனது கால் பாதங்கள் கூசுவதுபோல் உணர்ந்தேன்.

"அந்த ஊளை வாழ்வின் கொண்டாட்டத்திற்கான ஊளை. வாழ்வை இரசிப்போம் நண்பர்களே" என்றார் ஜிம்

அவர் மிதந்துகொண்டிருந்தார். நாம் மூழ்கியபடியிருந்தோம்.

# தெய்யோ

### யதார்த்தன்

### 1

'ஒவ்வொரு உடலும் ஒவ்வொரு பிரபஞ்சம். நீங்கள் உங்களுடைய உடலை அதில் ஓடும் குருதியை, நரம்புகளை நாடிகளை வெளியில் இருக்கும் பிரபஞ்சத்தோடு பொருத்திப் பாருங்கள். உங்களுக்குள் இருக்கும் பிரபஞ்சம்தான் வெளியிலும் இருக்கிறது. நாம் இயற்கையோடு கொண்டிருந்த உறவை முறித்துக்கொண்ட பிறகுதான் பிரபஞ்சத்திலிருந்து தனித்திருக்கிறோம் என்ற மாயையும் நம்மை வந்து சேர்ந்தது. தெய்வங்களின் கிருபைக்கு முன்னால் நாம் அறிவை இழக்க வேண்டும், நம்மை இழக்க வேண்டும், நாம் ஆதியில் மீண்டும் சென்று சேர வேண்டும்' இவ்வாறு தொடங்கி என் பிரசங்கத்தைத் தேவாரமொன்றோடு முடித்தேன். மேடையில் இருந்தவர்களிடம் சம்பிரதாயப் பவ்வியங்களுடன் விடைபெற்றுக்கொண்டு வெளியே வந்தேன். அறிந்ததைத் திரும்பத் திரும்ப ஒப்பிக்கும் சலிப்பு மீண்டு வலுப்பெற்றுக் கொண்டிருந்தது. ஆனாலும் பிரசங்கம்தான் நானொருவன் இருப்பதை உறுதிப்படுத்துகிறது இல்லையா? கைபேசியில் மகள் அழைத்திருந்தாள். அழைப்பைக் கவனிக்கவில்லை. தாரணி கிளிநொச்சிக்கு வந்திருந்தாள். அலுவலகத்தில் இருப்பதாகச் சொன்னாள். ஏற்றிக்கொண்டு வீடு செல்ல வேண்டும். தாமதிக்கும்போது கோபித்துக்கொள்வாள்.

எங்கிருந்து இந்த நேர ஒழுக்கத்தைப் பெற்றுக்கொண்டாளோ தெரியாது. எனக்குக் கொஞ்சமும் கைவராத ஒழுக்கம் அது. காரை நோக்கி வேகமாகச் செல்லும்போது பின்னால் பெண் குரல் கேட்டது.

'வணக்கம் சேர் கொஞ்சம் கதைக்கலாமோ?'

முகக் கவசம், கறுப்பு ஸ்கேட்டும், வெள்ளை டீசேட்டும் அணிந்திருந்தாள். கண்களில் கூர்த்தன்மையிருந்தது.

'ஓம் சொல்லுங்கோ மகள்?'

அடுத்த வார்த்தைக்கு முதல் கொஞ்சம் நெடுமூச்செறிந்தாள். என்னை மேடையில் இருந்து துரத்தி வந்திருக்கிறாள். ஒலிபெருக்கிகளின் சத்தத்தில் அவளைக் கவனிக்காது நடந்திருக்கிறேன்.

'சேர் நான் சுவேனி. இஞ்ச மாஞ்சோலை சிறுவர் இல்லத்திலை இருக்கிறன். உங்களிட்ட இருந்து ஒரு சின்ன உதவி வேணும்.'

என்னுடைய மணிப்பேர்ஸ் காருக்குள் இருந்தது. அதை எடுக்கப்போனேன். புரிந்துகொண்டு தடுத்தாள். 'அய்யோ சேர் நான் காசொண்டும் கேக்கேல்லை.' சொல்லிக்கொண்டே தோளில் அணிந்திருந்த பையில் இருந்து கடுதாசியால் சுற்றிய பொருளொன்றை எடுத்தாள். கடுதாசியை உருட்டி அதை விடுவிக்க, களிமண் சுதையினால் செய்து நிறம் தீட்டிய பாவையொன்று இரண்டு கைகளிலும் சிலம்பை ஏந்தியிருந்தது. கண்ணகிப் பாவை.

'சேர் நான் இந்த மாதிரி பாவையள் செய்றனான், உங்கட நிறுவனத்திலை நடக்கிற மீற்றிங்குகளில இந்தப் பாவையளை விக்கிறதுக்கு எனக்குப் பொமிசன் வேணும், இரண்டு தரம் உங்களைப் பாக்க ஒவ்விசுக்கு வந்தனான் காணக் கிடைக்கேல்லை, பிறகு உள்ளுக்கு விடேல்ல, வைத்தி அங்கிள் சொன்னவர் உங்களிட்டக் கதைச்சிட்டுச் செய்யச் சொல்லி' முகக் கவசத்தைக் கழற்றி முகத்தை வெளியே எடுத்தாள்.

அவளையும் பாவையையும் ஏறிட்டுப் பார்த்தேன். பாவையை என்னிடம் தந்தாள். என்னுடைய கண்களில் இருந்து பார்வையை எடுக்காமல் பதிலுக்காகப் பார்த்தபடியிருந்தாள். தாரணியின் வயதுதான் இருக்கும். மாஞ்சோலை இல்லம் பாமாவின்

ஒன்று விட்ட அண்ணன் வைத்திலிங்கத்தின் பொறுப்பில் இருந்தது. அதன் நிறுவுனர் அவர். அங்கு இவளைப் பார்த்த ஞாபகமில்லை. சிறுமியாக இருந்திருக்கக் கூடும். அவள் மாஞ்சோலை இல்லத்தைச் சேர்ந்தவள் என்றதும் அவளிடம் பரிவுண்டானது. வைத்தி எவ்வளவு குழந்தைகளை இப்படி ஆளாக்கியிருக்கிறான். 'புண்ணியஸ்தன்'.

'சரியம்மா, நான் வைத்திட்டயும் ஒருக்கா சொல்லுறன் நீ கொண்டு போய் காட்டு, கட்டாயப்படுத்தாமல், வேலைகளைக் குறுக்கிடாமல் இடைவேளைகளைப் பயன்படுத்திக்கொள்.'

அவளிடம் பாவையைத் திருப்பி நீட்ட முதல் அதைக் கவனித்தேன். முறையான மண் சிற்ப வேலைப்பாடு இல்லை. அதனிடமொரு ஒழுங்கின்மை இருந்தது. பழங்குடிகளின் தெய்வங்களின் சாயல். குறிப்பாக அதன் அங்கங்கள் சிற்ப அளவீடுகளை துளிகூட பின்பற்றியிருக்கவில்லை. இரண்டு கைகளிலும் சிலம்பை ஏந்தவில்லை என்றால் அவளைக் கண்ணகை என்று கோவலன் கூட நம்பியிருக்க மாட்டான். அது ஒரு ‹மோடன் ஆர்ட்› வகைகூடக் கிடையாது. அந்தப் பாவையின் மார்புக்குக் குறுக்கே சேலை ஓடியது. வலது மார்பு பெருத்தும் இடது மார்புப்பகுதியில் கொஞ்சம் பள்ளப்பாங்காயும் இருந்தது. அவளுக்கு ஏதோ கொஞ்சம் தெரிந்திருக்கிறது. பாவையைக் கையில் கொடுத்தேன். 'இல்லைசேர் உங்களுக்குத்தான் வைச்சுக்கொள்ளுங்கோ.'

பாவையை வாங்கி காருக்குள் வைத்துக்கொண்டேன். எவ்வளவு பணம் என்று கேட்டு ஆயிரத்தைக் கொடுத்தேன். கட்டாயப்படுத்தி மீதியை மீண்டும் திணித்தாள். அவள் மகிழ்ச்சியாக விடைபெற்று வாசல் பக்கமாகத் தன் நீல நிற முகக் கவசத்தை அணிந்துகொண்டே நடந்து போனாள். காரை நகர்த்தி வெளியே வர, பிரதான வாசலில் இருந்து கொஞ்சம் தள்ளியவள் நடந்து போவது தெரிந்தது. கைகளை எறிந்து வேகமாக நடந்தால் கூட அதில் பாதி தூரம் தான் வந்திருக்க முடியும், இவள் என்ன ஓடிவந்தாளா? பாமாவை என்னுடைய அம்மா 'சில்லுப்பூட்டின கால்' என்று பழிப்பது ஞாபகம் வந்தது. அவளும் விறுக்கு விறுக்கென்று நடந்து போவாள். அந்தப் பெண்ணின் அருகில் சென்று வேகத்தைக்

குறைத்தேன். திறந்திருந்த யன்னலால் குனிந்து கண்களால் சிரித்துத் தலையாட்டினாள்.

'எங்கை போகோணும்?'

'55-ஆம் கட்டைக்கு சேர்'

'ஏறுங்கோவன்'

'இல்லை சேர் நன்றி, பஸ் வரும்'

'பரவாயில்லை வாரும்'

முன் சீற்றில் வைத்திருந்த அவளுடைய பாவையை கையில் எடுத்துக்கொண்டே ஏறிக்கொண்டாள். பாவையை மடியில் வைத்துக்கொண்டாள்.

'பாவை நல்லா இருக்கு, சின்ன சின்ன டீடெய்ல் எல்லாம் நல்லாருக்கு' நான் எதை முன்னிட்டுச் சொன்னேன் என்று அவளுக்குப் புரிந்ததோ இல்லையோ தெரியவில்லை, அந்தப் பாராட்டை கண்களில் வாங்கிச் சிரித்தாள். முகமூடிக்குள் இருந்து 'தாங்யூ சேர்' என்றது குரல்.

'ஆனால் ரெண்டு சிலம்பு வைச்சிருக்கிறியள், கண்ணகிடை கையிலை ஒரு சிலம்புதானே இருக்கோணும்?'

என்னுடைய குரலில் இருந்த ஏளனம் அவளைச் சீண்டியதை ஒரு கணம் கண்ணில் தெளிவாகக் கண்டேன். அவள் அணிந்திருந்த முகக்கவசத்தின் விளிம்பிற்கு மேலே கண்கள் பளிச்சென்று தெரிந்தன. பாதி முகத்தில் அவளுடைய கண்ணுக்கு இருந்த தனித்த சீவனை அந்த முகக் கவசம் அடிக்கோடிட்டது.

'இது கண்ணகி எண்டு ஆர் சொன்னது?'

'கையில் உள்ளது சிலம்புதானே?'

'ஓம் சிலம்புதான். ஆனால் இவள் கண்ணகி இல்லை. பத்தினி'

பிரபலமானதொரு சைவப் பிரசங்கியிடம் சிறிய பெண்ணொருத்தி கண்ணகிக்கும் பத்தினிக்கும் உள்ள வேறுபாடுகளைச் சொல்லிக்கொண்டிருக்கிறாள். இவள் கண்ணகி இல்லை பத்தினி என்னும் போது அவளிடம் எழுந்த இளக்காரத்தை சட்டென்று மறைத்துக்கொண்டு, கொஞ்சம் முன்னே உதவி

கேட்டவளுக்குரிய பவ்யத்திற்குத் திரும்பினாள். குறிக்கிடாமல் அவளைப் பேச விட்டேன்.

'சேர் இவா சிங்கள ஆக்கள் வழிபடுற பத்தினி. பத்தினித் தெய்யோ எண்டுவினம். இஞ்ச இருந்துதான் அவா அங்க போனாலும் அவாட பிறப்பை அவையள் முழுக்க மாத்தி வச்சிருக்கினம். புத்தர் குடுத்த மாம்பழம் ஒண்டிலை இருந்து பிறந்தவள் பத்தினி, அயோனிப்பிறவி எண்டது அவேன்ர நம்பிக்கை. அவேன்ர பத்தினிட கையிலை ரெண்டு சிலம்புமே இருக்கும்.'

'உங்களுக்கு என்னெண்டு தெரியும்?'

'வரலாறு புராணம் எல்லாம் தெரியாது சேர். நானும் முதல் ஒரு ஓவியம் பாத்திட்டு இதே கேள்வியைத்தான் கேட்டனான், அப்பத்தான் தெரியும் இந்த விசயம். இவ்வளவும் தான் எனக்கும் தெரியும் சேர், ஆனால் எனக்கு இந்தக் கதை பிடிச்சிருந்தது. ரண்டு சிலம்போடையும் அமைதியா நிக்கிறா. சமநிலைப்பட்ட ஒரு உருவம். அவளின்ர ஆயிரம் வருசத்து ஆவேசமும் அவலமும் அடங்கின போல இருந்தது, அதனால்தான் இந்தப் பாவையைப் பிரியப்பட்டுச் செய்தேன்.'

பாவையை எடுத்துத் தடவிக்கொடுத்தாள். அவளை உள்ளுக்குள் ஆச்சரியப்படுவதை அவதானித்து விடுவாளோ என்று என்னை அறியாமல் துணுக்குற்றது மனம்.

'வேற என்ன பாவையள் செய்திருக்கிறியள்?'

பையில் இருந்த கைபேசியை எடுத்துத் திரையைச் சொடுக்கி அவளுடைய வேறு பாவைகளைக் காட்டினாள். குழந்தைகள் விளையாடும் பாவைகளா அவை? எல்லாம் பெண் தெய்வங்கள். சிம்மத்தை ஆரோகணித்த துர்க்கை, சிவனை நிலத்தில் சாய்த்து மார்பில் ஏறி ஆக்ரோசமான காளி, வீணையுடன் சரஸ்வதி, ஏழு நாச்சிமார் இப்படியாகச் சென்று, தஞ்சாவூர் தலையாட்டிப் பாவை, சிரிக்கும் புத்தர், தாவணி அணிந்த பெண் பிள்ளைகளின் பாவைகள். கடைசியாக ஐந்து தந்தங்களுடன் நிற்கும் யானை.

'இதென்ன அஞ்சு தந்தத்தோட யானை?'

'அது **கண்டுல.** துட்டகாமினி எல்லாளனோட இந்த யானைலை ஏறித்தான் சண்டைக்குப் போனானாம்.' அவளுக்கு வரிவரியாக

நிறையத் தெரிந்திருந்தது. அந்தப் பாவை எப்படிக் கடுதாசிக் கூழாலும் களியாலும் உருவாகிறது என்று விளக்கினாள்.

'எப்பிடிப் பழகின்னீங்கள்?'

'யூடியூப்ல ஒரு சனல் இருக்கு சேர், இந்தியாவிலை இருந்து ஒரு அம்மா செய்றா, அதிலை பாத்துப் பழகின்னான்'

கார் அய்ம்பத்தைந்தாம் கட்டையை நெருங்க இன்னும் பத்து நிமிடங்கள் எடுக்கலாம், மாங்குளத்தில் இருந்து மிதமாகவே காரைச் செலுத்தி வந்தேன். அதற்குள் அவளைப் பற்றித் தெரிந்துகொள்ள ஆர்வமாகி ' சொந்த இடம் எது ?' 'வவுனியா சேர்' என்றவள் கொஞ்சம் தள்ளித் தெரிந்த மைல் கல்லைச் சுட்டி, 'சேர் அதிலை சிலோ பண்ணுங்கோ நான் இறங்கிறன்'

'அய்ம்பத்தைஞ்சாம் கட்டை இன்னும் வரேல்லை, இவடம் காடெல்லோ?'

'இல்லை சேர் இவடத்தைதான், நான் இறங்கிறன்'

மைல் கல் நெருங்கி விட காரை சமிக்கை விளக்கைப் போட்டு வீதியின் விளிம்பில் சரித்தேன். பத்தினிப் பாவையை சீற்றில் மீண்டும் சரித்துவிட்டு இறங்கிக்கொண்டு, நன்றி சொன்னாள். 'இங்கே ஏன்?' என்று கேட்க வந்ததைக் கவனிக்காதவள் போல் மீண்டும் ஓர் அலட்சியம் கண்ணில் தெரிய, உடலில் மட்டும் போலிக் குழைவு பரவ தலையாட்டி விட்டு வீதியைக் கடந்து எதிர்ப்பக்கம் இறங்கினாள். அவளிறங்கிய பக்கம் அந்தக் காட்டுக்குள் இருந்த இராணுவ முகாமின் வாசல் தெரிந்தது. காட்டோடு காடாக இருக்கும் அந்தப் பெரிய இராணுவ முகாம் நின்று பார்த்தாலோ கவனித்துப்பார்த்தாலோ தான் அங்கே இருப்பது தெரியும். மற்றபடி அதை யாரும் கவனிக்க மாட்டார்கள். அதன் வெளியில் போடப்பட்டிருக்கும் பச்சை நிறப் பலகையில் முகாமின் பெயரும் படைப்பிரிவின் எண்ணும் இருந்தன. ஒரு வாளேந்திய கஜ சிங்க முத்திரையும் அந்தப் பலகையில் பதிக்கப்பட்டிருந்தது. அவள் நேராக அந்தப் பலகையைக் கடந்து முகாமினுள் சென்று மறைந்தாள். கணப்பொழுதுதான் காவலரண்களைத் தாண்டி அவள் சென்ற நிழலில் இருந்து கண்கள் எடுபடவில்லை. காரின் குளிரூட்டி விசனப்படுமளவு வியர்த்துப்போய் அமர்ந்திருந்தேன். அவள் இருந்த சீற்றில் பத்தினிப் பாவை சரிந்திருந்தது.

## 2

அவள் எங்களுடைய நிறுவனத்தினால் நடத்தப்படும் நிகழ்வுகளில் தன் பாவைகளை விற்றுக்கொண்டிருந்தாள். ஒவ்வொரு நாளும் நிகழ்வுகளுக்குப் பொறுப்பான இணைப்பாளர்கள், இப்படி ஒருத்தி வந்து என்னுடைய பெயரைச் சொல்லி பாவைகளை விற்க வந்திருப்பதாகச் சொன்னதாக எனக்கு அழைப்பார்கள்.

'ஓம் நான்தான் சொன்னான்.'

அவளை அந்த இராணுவ முகாமில் இறக்கிவிட்ட பிறகு சில நாட்கள் கழித்து மீண்டும் அலுவலகம் வந்திருந்தாள். அவளை எதுவும் விசாரிக்க முடியவில்லை. அவளிடம் முதல் நாள் இருந்த பவ்வியம் காணாமல் போயிருந்தது. என்னுடைய நிறுவனத்தில் பங்கொன்றை வாங்கி வைத்திருப்பவள் போல அவளுடைய பேச்சிருக்கும். 'சேர்' என்று அழைக்கும்போது அவளிடம் இருக்கும் மாய்மாலத்தில் பணிவு கிஞ்சித்தும் இல்லை என்பதனை நன்குணர முடிந்தாலும் அவளைத் தவிர்க்கவோ வெருட்டி விடவோ முடியவில்லை. அடிக்கடி வரத்தொடங்கினாள். பத்து நிமிடம் இருப்பாள். பாவை வியாபாரம் பற்றியும் தன்னுடைய படிப்பைப் பற்றியும் கதைப்பாள். பஸ்சில் ஆண்கள் செய்யும் சீண்டல்கள், தேய்ப்புகளைச் சொல்லி விசனப்படுவாள். முகக்கவசத்தைக் கழற்றுவதில்லை. பெருந்தொற்றுக்காலத்தில் ஏற்பட்ட பழக்கம். மாற்ற முடியவில்லை என்றாள். 'நான் எப்போது கழற்றுவேன் என்றிருந்தேன் மகள்' என்றேன். அவளுக்கு அந்த மகள் பிடிக்காததைப் போல கண்களை மாற்றினாள். அது மகிழ்வாக இருந்ததா இல்லையா என்று சிந்திக்கத் தொடங்கி சட்டென்று நானே கடிந்துகொண்டு அதை அழித்தேன். ஆனாலும் இன்னொரு பதட்ட வேர் கிளைவிட்டது. அதற்குப்பிறகு அவள் வந்து போகும் ஆயிடை குறைந்தது. தினமும் புழங்கும் அறையில் பாம்புச்செட்டை ஒன்றைக் கண்டதைப்போலானேன். அவள் கொடுத்த பத்தினிப் பாவை என்னுடைய அலுவலக மேசையில் நின்றிருந்தது. அவளில்லாத குறைக்கு அது என்னைச் சீண்டிக்கொண்டிருந்தது. அவளைப்போலத்தான் அதையும் அகற்ற முடியவில்லை. 'மாஞ்சோலை' வைத்தியிடம் அவளைப் பற்றி விசாரித்தேன். வைத்தி மகளுடன் கனடாவுக்குக் குடிபெயர்ந்து

விட்டாலும், இல்ல வேலைகளுக்குரிய நிர்வாகத்தையும் நன்கொடைகளையும் கவனித்து வந்தார். அவருக்கு அவளைப் பிரத்தியேகமாகத் தெரிந்திருந்தது.

'உனக்கு ஞாபகம் இருக்குமோ தெரியாது; அப்ப சமாதான காலம் முடியிற நேரம். இரண்டாயிரத்து ஆறு அல்லது ஏழு எண்டு நினைக்கிறன். இயக்கமும் இராணுவ ஒட்டுக்குழுக்களும் புலனாய்வுக்காரரும் மாறி மாறி ஆட்களைச் சுட்டுக்கொண்டிருந்தார்கள். வவுனியாவிலை ஒரு தம்பதியளை புலனாய்வுக்காரர் சுட்டவங்கள். புருசனைச் சுடவர கையிலை பிள்ளையோட மனிசிக்காரி குறுக்க பாய அவளையும் சுட்டுப்போட்டுப் போனவங்கள், பேப்பர்ல அப்ப அந்தத் தம்பதியள் இரத்த வெள்ளத்தில கிடக்க, குழந்தை அந்த இரத்தத்தை அளைஞ்சுகொண்டே வீறிட்டு அழுதது பி.பி.சி-ல காட்டப்பட்டது. அண்டைக்கு நிலமைக்கு அது அந்தக்கணம் அதைப் பார்த்தவங்களை உலுக்கினதோட சரி. உள்நாட்டு பேப்பர்ல நியூஸ் மட்டும்தான் வந்தது, படம் போடேல்ல. அண்டைக்கு நடந்த பத்துக் கொலையோடை பதினோராவது கொலை. எனக்கும் அப்பிடித்தான் இருந்த. ஆனால் அந்தப் பிள்ளையை மீட்டு எங்கட குலமக்கா தான் இல்லத்துக்கு கொண்டு வந்தவா. அவள்தான் சுவேனி. கம்பஸ் எண்டர் பண்ணினதும் அம்மம்மாக்காரியோட போய் இருக்கப்போறன் எண்டு வெளிகிட்டவள், பிறகு கொஞ்ச நாளைக்கு முதல் திரும்ப இல்லத்திலை இருக்கப்போறன் எண்டு வந்ததெண்டு கேள்விப்பட்டனான். ஒருக்கா என்னவோ கோல் கதைச்சவள். நன்றி சொன்னாள்.'

வைத்தியிடம் வேறேதும் துருவவில்லை, சொல்லவுமில்லை. அவளிடம் அவனுக்கு நன்மதிப்பொன்று இருந்ததை உணர்ந்ததால் அதை ஒன்றும் செய்ய மனமொப்பவில்லை.

தேவையே இல்லாமல் பதட்டமொன்று அருட்டப்பட்டதை நினைத்துக் குழம்பிக்கொண்டிருந்தேன். அவள் பற்றிய முழுமையான சித்திரம் வெளிப்பட்டால் எல்லாம் அடங்கி இயல்புக்குத் திரும்பி விடும் என்று நினைத்தேன். அவளைப்பற்றி அலுவலகத்திலோ அயலிலோ யாருக்கும் தெரிந்திருக்கவில்லை. அவளே சொன்னால்தான் உண்டு. ஒரு சொல்லில் கேட்டுவிடலாம்தான். அவள் காரிலிருந்து

இறங்கிப்போன போது, அதை ஏன் கேட்க முடியாமல் இருந்ததோ அதே நிலைமைதான் எப்பொழுதும் தொடர்ந்தது. அன்றைக்கு அப்படியொரு நிகழ்வு நடந்ததை தானே மறந்தவள் போலிருந்தாள்.

போதாததற்கு பத்தினிப் பாவைக்கும் எனக்கும் தினமும் பிக்கல் பிடுங்கல். அன்றைக்கொரு நாள் மேசையில் அமரும் போது மனம் கொஞ்சம் அமைதியாய் இருக்க, பத்தினிப் பாவையை எடுத்து மேசை இழுப்பிற்குள் வைத்து மூடிவிட்டேன். பத்து நிமிடம் கூடத் தாங்கவில்லை. கைகள் அனிச்சையாக அதை எடுத்து மீண்டும் பழையபடி நிறுத்தியது. மூச்சு முட்டியது. அவளுடைய நெருக்கம் கனத்துக்கொண்டே போனது. அவளுடைய குரலில் ஓர் அழைப்பிருக்கிறது போலப் பிரமைப்பட்டேன்.

கதவைத் திறந்துகொண்டு என்னுடைய உதவியாளன் 'ஆமி வந்திருக்கு' என்றான். நிமிர்ந்து சிசிடிவி திரையில் பார்த்தேன். இரண்டு சிப்பாய்கள் வரவேற்பறையில் அமர்ந்திருந்தார்கள். ஒருவனின் கையில் சிறிய உரப்பை இருந்தது. வழமையான நிகழ்வுதான். பிரியந்தவின் ஆட்கள். உள்ளே வரச்சொன்னேன். வந்தார்கள். பையை மேசையில் வைத்துவிட்டு சிநேகமாகப் பேசிவிட்டுச் சென்றார்கள். கேணல் பிரியந்த இளைஞன். நல்ல மனிதன். தாரணி பாதுகாப்பிற்கு லைசென்ஸ் உள்ள கைத்துப்பாக்கி ஒன்றை வாங்கச் சொன்னாள். என்னுடைய செல்வாக்கைப் பயன்படுத்தி அதற்கான அனுமதியைப் பெற்றேன். கொழும்பில் துவக்குப் பயிற்சிக்கு செல்லுமிடத்தில் பழக்கமானான். எனக்குச் சில நுட்பங்களைச் சொல்லித்தந்தான். மரியாதை தெரிந்தவன். படையகப் பயிற்சிக் கல்லூரியில் இருந்தான். கொஞ்ச நாட்களுக்கு முதல்தான் கிளிநொச்சிக்கு மாற்றப்பட்டிருந்தான். 'நீங்களொரு முழுப்புலி மாத்தையா' என்று சொல்லிச் சிரிப்பான். மனைவியும் குழந்தைகளும் அநுராதபுரத்தில் ஒரு சிறிய கிராமத்தில் இருந்தனர். 'வீட்டிற்கு வாருங்கள், ஊருக்கு வாருங்கள்' என்று அழைப்பான். ஊரிலிருந்து திரும்பினால் ஈரப்பிலாக்காய்களையும் பழங்களையும் அனுப்பி வைப்பான். இந்த மாதம் விடுப்பில் சென்று வந்திருக்கிறான் போலும். உரப்பை வந்திருக்கிறது. அவனுடைய பழக்கம் நான் சார்ந்திருந்த கட்சியில் சில

புகைச்சல்களை உண்டுபண்ணியிருந்தது. 'இயக்கமிருந்தால் வெடிதான்' என்று யாரோ வலைத்தளங்களில் எழுதியிருந்ததாக தாரணி சொன்னாள். 'அந்த உரப்பையை காரில் வை' என்று உதவியாளனிடம் சொல்லிவிட்டு, கொஞ்சம் வேலைகளைப் பார்ப்போம் என்று கணினித் திரையைத் திறந்தேன். பத்தினிப் பாவை பார்த்தபடியிருந்தது. கொஞ்சம் ஆசுவாசம் ஏற்பட மாரிக்கடலின் குளிர்ச்சியான அமைதி பரவியது. அப்போது தாரணி கைபேசியில் அழைத்தாள். எடுத்து காதில் அழுத்த...

'உங்கை என்ன விசராடிக்கொண்டு இருக்கிறியள்?'

அவளுடைய குரலில் தொனித்த வெறுப்பு அறையக் குழம்பினேன்.

'ஏன் என்னடி குஞ்சு?'

'உவள் சுவேனியை ஏத்தி இறக்கிறியளாம், என்ன விசர் கூத்து இது?'

'ஆர், ஆர் சுவேனி?'

'என்ன தெரியாத மாதிரி கதைக்கிறியள், உங்களுக்கு சுவேனியை தெரியாதோ?'

'ஆர் உந்த வைத்தி மாமான்ர இல்லத்திலை இருந்து வந்த பெட்டையோ?'

'நடிக்காதேங்கோ அப்பா, நான் உங்களை எங்கை வச்சிருந்தன், என்னைப் பரிசு கெடுத்திப்போட்டியள்' கைபேசியை அணைத்து விட்டாள். அழத்தொடங்கியிருப்பாள் போல. எனக்குக் கைகள் நடுங்கிக் குளிர்ந்துவிட்டன. மீண்டும் அழைத்தேன். எடுக்கவில்லை. பாமாவின் அதே கோவம்.

பாமா புற்று நோயில் இறக்கும் போது, தாரணி ஒன்பதாம் வகுப்புப் படித்துக்கொண்டிருந்தாள். தாய்க்காரி இறந்த பிறகு வேக வேகமாக தாய்க்காரியாகவே மாறிவிட்டாள். 'ஆம்பிளைப் பிள்ளைகள் வளரும். பொம்பிளைப் பிள்ளை மாறும்' என்பாள் அம்மா. சத்தியமானது. தாரணி வயதுக்கு மீறிய பொறுப்புணர்வை வளர்த்துக்கொண்டாள். பாமாவின் சாவிற்கு ஒன்றரை வருடங்களாகத் தயாராகி இருந்தோம். பாமா தான் என்னை எல்லாமுமாகப் பார்த்துக்கொண்டாள்.

எனக்குத் தொழிலும் சைவப் பிரசங்கமும் தவிர எதுவும் தெரியாது என்ற அவளுடைய கணிப்பு முழுவதும் பொய்யல்ல. எனக்கு எப்பொழுதும் அவளுடைய கரங்கள் தேவைப்பட்டன. தாரணியை விடவும் இடிந்து போனது நான் தான். தாரணி என்னைப் பார்த்து விட்டுத்தான் தானாகவே எல்லாவற்றையும் இழுத்துப் போட்டுக்கொண்டாள். அவள் வயதிற்கு 'குடும்பப் பாரம்' உச்சரிக்கக் கனக்கும் சொல். தாரணி மீண்டும் முழு ஆசுவாசத்தையும் வாழ்க்கைப் பிடிப்பையும் கொண்டுவந்தாள். கொஞ்சநாளிலேயே மகனானேன். கொழும்பில் படிக்கச் சென்ற பிறகும் அங்கிருந்து என்னை இயக்கினாள். எதற்கும் மறுபேச்சில்லை. என்னுடைய ஐம்பதுகளைக் கடக்கும் பொறுமையை அவள்தான் தந்தாள். உடுத்துவது தொடங்கி என் தோரணைவரை அவளேதான் நிறைந்திருந்தாள். ஒருவேளை பாமா இருந்திருந்தால் தாரணியை என்னுடைய குழந்தையாக வளர்த்திருப்பாள். எல்லாப் பெண் பிள்ளைகளைப் போலவும் என்னுடைய பாதுகாப்பும் அரவணைப்பும் அவளுக்குத் தேவைப்பட்டிருக்கும். எல்லோரும் சொல்வதைப்போல் 'ஆம்பிளைப்பிள்ளை இல்லாத குறையை' தாரணி நிரப்பினாளில்லை. அவள் நிரப்பியது அன்னையை.

தாரணி கைபேசியை வைத்த பிறகும் அவளுடைய குரல் காதுக்குள் ஒலித்துக்கொண்டேயிருந்தது. என் குழந்தை காறி உமிழாத குறையாக அறைந்து பேசியது இதுதான் முதல் முறை. பிரசர் குளிசை ஒன்றை எடுத்து அடிநாக்கில் வைத்து நீரில்லாமல் விழுங்கினேன். தொண்டைக்குள் ஏற்கனவே அடைத்திருந்த சொற்களைத் தள்ளிக்கொண்டு உள்ளிறங்கியது. எதிரில் நின்ற பாவையை பார்க்கக் கை நடுங்கிற்று. நானொன்றும் செய்ய வில்லை மகளே. பொறுக்காமல் மீண்டும் மீண்டும் அழைத்தேன். அரை மணிநேரம் கழித்து மீண்டும் எடுத்தாள்.

'என்னணை என்ன பிரச்சினை இப்ப? அந்தப் பெட்டைக்கு உன்ர வயசு இருக்கும், ஏதோ பாவைப்பிள்ளை விக்கப்போறன் எண்டு வந்தவள். வைத்தி மாமாட்ட கேட்டனான். தாய் தேப்பன் இல்லாத பிள்ளை எண்டுதான் சொன்னவர். நீ என்ன பிள்ளை கதைக்கிறாய்? கொப்பனைப் பற்றி உனக்குத்தெரியாதோ?' சொற்களைக் கனமேற்றி இறக்கினேன்.

'உண்மையா உங்களுக்கு தெரியாதோ? உங்கை எல்லாருக்கும் உந்த பரிசுகேடு தெரியும். உவளைப்பற்றி இஞ்ச கொழும்பிலை என்ர கம்பஸ் பெடியளுக்கே தெரியும் உங்களுக்குத் தெரியாதோ? சோசியல் மீடியாவிலை உவளைக் கிழிக்காத ஆளில்லை. நீங்கள் என்ன விசர் கதை கதைக்கிறியள்?'

'நான் எங்கை அதுகள் பாக்கிறன்? நான் பேப்பர்தான் படிக்கிறன். அதிலை ஒண்டு வரேல்லை.'

'பேப்பர்ல என்னெண்டு வரும், உந்த வேசையைப் பற்றி. இப்ப கொஞ்சம் அடங்கீட்டுது. ஆனால் வீடியோ வந்த நேரம் கொஞ்ச நாள் உவள்தான் ஹொட் டொபிக். இப்ப கூட ஆரோ ஆமிக்காரனோட திரியிறாளாமே? உங்களுக்குத் தெரியாதா?'

'எனக்கொண்டும் விளங்கேல்லையம்மா' நான் அழுவாரைப் போலச் சொன்னேன்.

'அய்யோ அப்பா நான் என்னத்தை சொல்லி உங்களுக்கு விளங்கப்படுத்திறது, கொம்பியூட்டர் எல்லாம் செய்யிறியள் தானே, உந்த சோசியல் மீடியாவிலையும் இருந்து துலைக்கலாம், உலகம் தெரியும்.'

'சரி எனக்கு விசயத்தைச் சொல்லனம்மா–என்ன வீடியோ? என்ன ஆமிக்காரன்?'

'நான் என்னெண்டு அதை என்ர வாயாலை ஒரு அப்பாட்ட சொல்லுறது... இருங்கோ லிங்குகள் கொஞ்சம் அனுப்பிறன் என்ர ப்ரண்ட்ஸ் அனுப்பினது'

தாரணி கொஞ்சம் கதைக்கத் தொடங்கிய பிறகுதான் கொஞ்சம் உயிர் வந்தது. அதுவரை அறை முழுக்கப் பாம்புச்செட்டைகள் குவிந்துகொண்டிருந்தன. கொஞ்ச நேரத்தில் சில இணையத்தள இணைப்புகளும் குரல் குறிப்புகளும் வந்திருந்தன. கண்ணாடியைப் போட்டுக்கொண்டு முதலில் இணையத்தள இணைப்பைத் திறந்தேன். சில விளம்பரங்கள் மின்னி மறைய வீடியோத் திரை எழுந்தது. இரண்டு உடல்கள் இயங்கிக்கொண்டிருந்தன. கனகலவி. உற்றுப்பார்த்தேன். அவள்தான். வீடியோ ஓடிக்கொண்டிருந்தது. அவளுக்கு அந்தக் கமரா ஓடிக்கொண்டிருப்பது தெரிந்திருந்தது. இரண்டொரு முறை நிமிர்ந்து பார்த்தாள். அதைச் சரி செய்தாள். மூன்றரை நிமிடங்கள்

ஓடியது வீடியோ. நிறுத்தினார்கள். அவள் ஆடைகளைச் சரிசெய்துகொண்டு இருக்க அவன் கை நீண்டு கமராவை எடுத்து அணைத்தது. மீண்டும் வீடியோவை பிளே செய்தேன். ஓடியது. நிமிர்ந்து பார்த்தாள். முகக்கவசத்தின் கோட்டிற்கு மேலே திறந்திருக்கும் அதே கண்கள். வீடியோ இணைப்பிற்குப் பின்னால் அடுக்கியிருந்த குரல் குறிப்புகளை ஒவ்வொன்றாகத் தட்டினேன். முதலில் பெண்ணொருத்தியின் குரல்.

'அவள் எங்களோடைதானடா இருந்தவள் கொஸ்ரல்ல, அப்பவே ஆள் சரியான குழப்படி, நாலைஞ்சு பெடியளை ஏமாத்தி இருக்கிறாள். எனக்கு விபரம் தெரிய முதலே காதலைப் பற்றிக் கதைப்பாள், கொஞ்சுறதப் பற்றியெல்லாம் பகிடி விடுவாள். சினிமாப் பாட்டெல்லாம் வரிக்கு வரி பாடுவாள். நாங்கள் கேட்டிராத பாட்டெல்லாம் பாடுவாள். ஹிந்தி நடிகர்மார் வெறும் மேலோட நிக்கிற படமெல்லாம் எங்கையோ தேடி வெட்டி வந்து ஒட்டுவாள். நல்ல வசதியான பெடியளா விழுத்திறதிலை அவளை அடிக்க ஆளில்லை. உதெல்லாம் அவளுக்கு விசயமே இல்லை.'

இரண்டாவது ஒலிக்குறிப்பு அதுவாகவே இயங்கியது. அது இன்னொரு பெண்ணின் குரல்.

'எனக்கு என்னவோ உவளேதான் வீடியோ எடுத்துப் போட்ட மாதிரி இருக்கு, சும்மா பப்பிளிசிற்றி ஆர்வம் எண்டு செய்தாலும் செய்யக் கூடியவள். எனக்குத் தெரிஞ்சு அவளுக்கு செக்ஸ் இல்லாமல் இருக்க ஏலாது. ஒருக்கா பள்ளிக்கூடத்திலை ஏ.எல். பெடியனோட தேய்பட்டு கலைச்சுவிட்டதாம் பிரின்சிப்பல்.'

அடுத்து ஆண் குரலொன்று.

'ஒரு வீடியோ இல்லையாம் எட்டு ஒன்பது கிளிப்ஸ் இறங்கியிருக்கு, இவா பெடியனை கழட்டி விடப்பாத்திருக்கிறா, அவன்தான் குடிச்சிட்டு அதை ரிலீஸ் பண்ணி விட்டிட்டான், உப்பிடித்தான் செய்யோணும் உவளவைக்கு.'

தொடர்ந்து இன்னொரு ஆண்குரல் அதே குரல் குறிப்பில் ஓடியது.

'அதிலை தெளிவா தெரியுது. இவளுக்கு ரெக்கோட் போகுதெண்டு தெரியும். அவள்தான் ரெக்கோட் பண்ணி

இருக்கிறாள். இப்ப ஆரோ கேணலோட சுத்துறாளாம். சி.ஐ.டிகாரர் எல்லாம் ஆளோட வாரப்பாடுகள். ஏதாவது ஆக்கள் சேட்டை விட்டால் கொண்டுபோய் மிதிக்கிறாங்களாம், பெடியள் வேசேன்ர பக்கம் திரும்பிறது கூட இல்லை.'

ஒலிக்குறிப்புகளுக்குப் பிறகு இரண்டொரு அநாமதேய இணையத்தளங்களும் அதை ஒரு செய்தியாகப் போட்டிருந்தன. அவளுடைய பெயர் விபரங்களையும் குறிப்பிட்டு, அந்த வீடியோக் காட்சியில் வெட்டி மறைத்த புகைப்படங்களையும் இணைத்திருந்தார்கள். ஒரு இணையத்தளத்தில், அவள் படைப்பிரிவு ஒன்றிற்குப் பொறுப்பான கேணல் ஒருவனுடன் தொடர்பில் இருப்பதை எழுதி 'சிங்கள நாய் 'என்று அடிக்குறிப்பிட்டு பிரியந்தவின் படமும் இணைக்கப்பட்டிருந்தது. நான் பிரியந்தவை எதிர்பார்க்கவில்லை. மாவட்டத்தில் இருக்கும் ஏதேனும் வயதான ஆமிக்காரனாக இருக்கும் என்று நினைத்தேன். அதிர்ச்சியோடு, பின்னூட்டங்கள் சில அச்செய்திகளுக்கு கீழே தென்பட்டன.

'உதுகளுக்கு இருக்கிறவங்கள் இருந்திருக்கோணும் நடுரோட்டிலை போட்டுச் சுட்டிருப்பாங்கள்'

'தேப்பன் தாயைச் சொல்லோணும், வம்பிலை பிறந்ததுகள்'

'சரியான அடி சரக்கு போல'

'தவறான பழக்க வழக்கங்களால் ஆண்மை வீரியத்தை இழந்துள்ளீர்களா? எங்களுக்கு அழையுங்கள்'

'90 s kids Rocks'

கைபேசியை மூடி விட்டு அப்படியே அமர்ந்திருந்தேன்.

### 3

**அ**வள் அறைக்குள் நுழைந்து எனக்கு எதிரே அமர்ந்தபோது, அவ்வளவு நேரமும் எழாத இரைச்சல் ஒன்று வெளியே எழுந்தது. அருகில் யாரோ பூமியைத் துளையிட்டுக் கொண்டிருப்பார்கள் போல. அடைத்துக் குளிரூட்டப்பட்ட அறை என்றாலும் இரைச்சல் சீராகக் கேட்கத் தொடங்கியது. நான் கொஞ்ச நேரம் எதுவும் கதைக்கவில்லை. ஆனால் கண்டமேனிக்குச் சொற்களுடன் தயாராக இருந்தேன். எதுவோ என்னை

விடுவித்திருந்தது. மீண்டும் என்னுடைய அகங்காரத்தோரணை எழுந்திருந்தது. எனக்குப் பிடித்த முகம் திரும்பியிருந்தது. கொஞ்ச நேரம் அமைதியில் விட்டேன். அவள் நான் அழைத்த போதே அறிந்திருந்தாள்.

'ஒவ்விசுக்கு ஒருக்கா வந்திட்டுப்போம்'

நடுநடுங்கிக் கொண்டோ, பீதி வெளுத்த முகத்துடனோ, கண்கள் முட்டியபடியோ எதிர்பார்த்திருந்தேன். ஆனால் வழமையை விடவும் கெட்டித்துப்போய் உட்கார்ந்திருந்தாள். முகத்தை ஏறிட்டுவிட்டு 'மாஸ்கைக் கழட்டு' என்றேன். என்னுடைய சொல் ஒருமைக்கு மாறியதைக் கவனித்திருப்பாள். கழற்றவில்லை.

'கழட்டு எண்டனான்'

'நான் போட்டு வாறன் சேர்' எழுந்தாள்.

'இரடி வேசை'

அவள் என்னிடம் எதிர்பார்த்திராத சொற்களும் கோபமும் சாட்டையென எழுந்து அவளைக் கதிரைக்குள் விழுத்தியது. திடுக்கிட்டு உட்கார்ந்தாள். இப்பொழுதுதான் கண்ணீர் முட்டியது.

'இஞ்ச பார் உன்ர புராணம் கேக்க நான் இஞ்ச வரச் சொல்லேல்ல, மாய்மாலம் செய்யாமல் நான் சொல்லுறத கவனமாக் கேள். அந்தப் பெடியன் பாவம். ஆமிக்காரன் எண்டாலும் மனிசி பிள்ளையள் இருக்கு. அங்கிள் அங்கிள் எண்டு அவன்ர மனிசி என்னை ஒரு தகப்பன் தானத்திலை வச்சுக் கதைக்கிறவள். என்ர பெட்டை மாதிரி. அவனை விடு மரியாதையா சொல்லிப்போட்டன். அதைச் சொல்லத்தான் உன்னை வரச்சொன்னான். வெளிக்கிடு!'

எழுந்தாள். முகக்கவசத்தைக் கழற்றினாள். முட்டிய கண்ணை வைத்து என்னை ஊடுருவினாள். கொஞ்ச நேரம் கண்ணை உறையவிட்டாள். இறுகிக் கிடந்த முகத்தில் சட்டென்று ஒரு ஏளனம் எழுந்து மெல்லிய சிரிப்பாக ஆகிக் கணத்தில் மறைந்தது. முகம் மந்திரத்தால் திரும்ப, கதவை இழுத்து வெளியேறிச் சென்றாள்.

# 4

**பி**ரியந்தவிற்கு அழைத்து, சந்திக்க வேண்டும் என்று கூறி அலுவலகத்தில் நேரமொன்றை ஒதுக்கச் சொன்னேன். அவன் தானே வருவதாகச் சொன்னான். ஏற்கனவே இருக்கும் உபத்திரம் போதும், நானே செல்வது என்று அவனை அழைக்க முதலே தீர்மானிக்கப்பட்டிருந்தது. ஆயிரமிருந்தாலும் அவன் ஆமிக்காரன். வாழைப்பழத்தில் ஒரு சின்ன ஊசியை ஏற்றிப்பார்க்கலாம். அவனிடம் கத்தவோ இதைக் கண்டிக்கவோ முடியாது. பிரதான படை முகாமிற்குத்தான் வரச்சொல்லுவான் என்று நினைத்தேன். ஆனால், அவள் எங்கே இறங்கிப்போனாளோ அதே முகாமிற்கு அடையாளம் சொல்லி அங்கே வரச் சொன்னான். 'குவாட்டஸ் அங்குதான் அங்கிள்' என்றான். காரை விட்டுவிட்டு, மோட்டார் சைக்கிளில் சென்று சேர்ந்தேன். இராணுவ முகாம் காட்டைக் குடைந்து உள்ளுக்குள் விரிந்து சென்றது. அதுவும் ஒரு பயிற்சி முகாமாக இருக்க வேண்டும். பிரியந்த சிவிலில் எதிர்கொண்டு வரவேற்றுச் சென்றான். அது ஒரு தற்காலிக மட்டை வீட்டைப்போல கட்டப்பட்டிருந்தது. வரவேற்பறை ஒன்று உள்ளேயிருந்தது. இவனுடைய குடும்பத்தினரின் படங்கள் நேர் எதிர்ச் சுவரை நிறைத்திருந்தன. இன்னொரு பக்கம் ஏற்கனவே பரிச்சயமான இரண்டு பிரதிமைகள் இருந்தன. இரண்டு புகைப்படங்கள். ஒன்றில், இரண்டு சிலம்புகளைக் கைகளில் ஏந்திய பத்தினியின் சிலை ஒன்று அதன் பிரகாரத்திற்குள் வைத்துப் புகைப்படமாக்கப்பட்டிருந்தது. இன்னொன்றில் ஒரு பெரிய யானை. அதன் தந்தங்களோடு சேர்த்து மட்டையில் வெட்டி வெள்ளை அடிக்கப்பட்ட ஐந்து போலித் தந்தக் குழல்கள் இணைக்கப்பட்டிருந்தன. ஐந்து தந்தங்களைக் கொண்ட **கண்டுல** நின்றிருந்தது. பிரியந்தவின் மூத்த மகன் அதன் அருகில் நின்றிருந்தான்.

'அது எங்கடை பத்தினிக்கோவில் அங்கிள், அது கோவில் பரம்பரை யானை. நீங்கள் கட்டாயம் ஒருநாள் சடங்குக்கு வரோணும். அம்மாவும் பாரியாரும் சரியான பக்தி, எனக்கும் நம்பிக்கை இல்லாமல் இல்லை. ஆனால் அவர்கள் அளவிற்கு அங்கே போவதில்லை. இக்கட்டான நாட்களில், நோய் நொடி வந்தால் அம்மா அங்கேதான் கழிப்புச் செய்ய இரவில் அழைத்துப்போவாள். எனக்கும் அங்கே பூசாரி அடிக்கும்

குழையுடன் காய்ச்சல் ஓடிப்போய்விடும் என்ற நம்பிக்கை.' அவன் வழமைபோலத்தான் பேசிக்கொண்டிருந்தான். முன்னரும் தங்களூர் பத்தினியைப் பற்றி ஒரு முறை சொன்ன ஞாபகம் இருந்தாலும், இம்முறை நான் மிகவும் கவனமாகக் கேட்டேன்.

'ஊருக்குள்ள தமிழனை விடுவாங்களோ மாத்தையா?'

'நீங்கள் பிறவி ஊமை என்று சொல்லி விடுவோம். உங்கள் வாசத்தை வைத்து வேண்டுமானால் நீங்கள் பச்சைப்புலி என்பதைக் கண்டுபிடிக்கட்டும்' சொல்லிவிட்டுப் பெரிதாகச் சிரித்தான். நான் மெல்லப் பேச்சை எடுத்தேன். அவனுக்கு அவளைத் தெரிந்திருந்ததை நான் ஏற்கனவே நன்கறிந்திருக்கிறேன் என்றவாறே சம்பாசணையைத் தொடங்கினேன்.

'ஓம், சுவேனி சொன்னது அங்கிள். நீங்கள் கேள்விப்பட்ட மாதிரியோ நினைக்கிற மாதிரியோ எதுவும் இல்லை'

'நான் உன்னிலை சரி, பிழை பிடிக்க வரேல்ல மகன். நீ சின்னப்பெடியன் குடும்பகாரன். நானொரு தகப்பன் தானத்திலை இருந்து இண்டைக்கு உன்னோடை சிலதைக் கதைச்சிட்டு போவம் எண்டு நினைச்சன்'

'இந்த விசயம் நாங்கள் கதைக்க வேண்டாம் எண்டு நினைக்கிறன் அங்கிள். சுவேனியும் அதை விரும்பேல்லை' மிக நிதானமாக அந்த உரையாடலைத் தொடங்கும் போதே முடிவுக்குக் கொண்டுவந்தான். ஒரு கணம் அவனில் வாழ்ந்த ஆமிக்காரனையும் முதல் முதலில் கண்டேன். விசயம் ஓடி விளங்கியது. துர்தெய்வம் அவனுக்குள் முழுக்க இறங்கியிருந்தது. நாகரீகமாக விடைபெற்றுக்கொண்டேன்.

அந்தப் பெண்ணை வலுக்கட்டாயமாக மறந்து போயிருந்தேன். அதிக நாள்கள் கொழும்பில் தாரணியோடு கழித்தேன். இரண்டொரு பிரசங்கங்களுக்குப் போய் வந்தேன். அலுவலகத்திற்கு வருவது அருந்தலாகியது. அந்தப் பத்தினிப் பாவை இன்னும் மேசையில் நின்றிருந்தது. அதை அகற்ற எடுத்த முயற்சிகள் மீண்டும் மீண்டும் பொய்த்துப்போயின. அது எழுந்து போகாது என்ற நிலைமை வந்த பிறகு நான் அங்கே போய் அமர்வதைக் குறைத்தேன். எட்டு மாதங்களில் எனக்கு பத்தோ பன்னிரண்டோ ஆண்டுகள் பெயர்ந்து போனது போல் முதுமையை உணர்ந்திருந்தேன். திடீரென்று ஒரு நாள் பிரியந்த

கொழும்பில் இருந்த தாரணியின் வீட்டிற்கு வந்திருந்தான். முன்பிருந்த வாஞ்சை அவனிடம் திரும்பியிருந்தது. ஊர்ச் சடங்கிற்கு அழைக்க மனைவி, பிள்ளைகளோடு வந்திருந்தான். அவன் மனைவி எனக்குச் சில மந்திரித்த நூல்களைக் கட்டிவிட்டாள். தாரணியைப் போன்ற இன்னொரு பெண்ணவள். புறப்படும்போது பிரியந்த கைபேசியொன்றைக் கொடுத்தான். நீல நிறக்கோடுகள் அங்கொன்றும் இங்கொன்றுமாக ஓடித்திரியும் உறையைக் கொண்டது. அவர்கள் போனதும் அதைத் திறந்து பார்த்தேன். கடவுச்சொற்கள் நீக்கப்பட்டிருந்தன. தொடுதிரையில் இரண்டு உரையாடும் செயலிகள் நிறுவப்பட்டிருந்தன. ஒன்றைத் திறந்தேன். பிரியந்தவுடனான அவளுடைய உரையாடல்கள். வழுக்கிச்சென்று முதல் வரியில் இருந்து வாசிக்கத்தொடங்கினேன்.

கசிந்து பரவிய வீடியோவை அவனுக்கு அனுப்பி, interested? என்று தொடங்கியிருந்தாள். அவன் யாரிடம் விளையாடுகிறாய் வேசை மகனே! என்று வெருட்டியிருந்தான். இல்லை சேர் நான் உண்மையான ஐடி, என்று குரல் குறிப்பொன்றை அனுப்பியிருந்தாள். கோல் பண்ணவா? என்று கேட்டிருந்தாள். ஒன்றரை மணி நேர உரையாடல் என்று சுவடு காட்டியது. அதன் பின்னர் உரையாடல்களைத் திரையெடுத்த நகல்கள் ஒரு நூறு அவனுக்கு அனுப்பியிருந்தாள். அதனைச் சாரமாகச் சுருக்கினால், நூறுக்கு மேல் ஆண்கள் அவளைப் படுக்கைக்கு அழைத்திருந்தார்கள், தங்களின் குறிகளை அனுப்பியிருந்தார்கள், ஆறுதல் சொல்லியிருந்தார்கள்… திட்டியிருந்தார்கள். கொலை மிரட்டல்களிருந்தன. ஆன்மீக உரைகளை அனுப்பி இருந்தார்கள். பெண்களை விற்கும் ஏஜெண்ட்கள், சினிமாக்காரர்கள் என்று பலரும் அணுகியிருந்தார்கள். நூற்றுக்கணக்கான ஆண்களில் ஒரு சிலருக்குப் பதிலளித்திருந்தாள். திருமணமான ஆண்களிடம் ‘உங்கட வைபுக்கு இத அனுப்பட்டா?’ என்று மிரட்டியிருந்தாள். சிலர் கொல்லுவேன் என்று மிரட்டியிருந்தார்கள். சிலர் வேசை பேச்சை யார் கேட்பார்கள் என்று சிரித்து வைத்துவிட்டு ஓடியிருந்தார்கள். சிலர் மன்னிப்புக் கேட்டுவிட்டு மறைந்திருந்தார்கள்.

அந்தத் தொகுப்பைப் பார்த்து முடித்து விட்டு, மிச்சமிருந்த அவர்களின் உரையாடலைக் கவனிக்கத் தொடங்கினேன்.

அவள் சில முத்தமிடும் குறியீடுகளை அனுப்பியிருந்தாள். தன்னுடைய கால்களை தொடை வரை படம் பிடித்து அனுப்பியிருந்தாள். ஏன் மாட்டன் எண்டுறீங்கள், என்னைப் பிடிக்கேல்லையா? இவன் அதற்குப் பதில் சொல்லாமல் அழைப்பெடுத்து கதைத்திருக்கும் தடங்களே அதிகமிருந்தன. சரி அப்படி எண்டால் நான் சும்மா வந்து போறன். அதையாவது செய்யுங்கோ என்று கெஞ்சினாள். மீண்டும் அழைப்பு எடுக்கப்பட்ட தடங்கள் இருந்தன. அதற்குப்பிறகு அழைப்பெடுக்கப்பட்ட தடங்கள் மட்டும் நீண்டு சென்றன. பின்னர் என்ன நேரம் வர? என்ற கேள்வியும், நேரத்திற்கான எண்களைக்கொண்ட பதில்களும் இருந்தன. அப்படியே தேய்ந்து அந்த நீண்ட சம்பாசணை முடிந்திருந்தது. எனக்குள் ஒரு காட்சி அறுபடாமல் உருவாகியிருந்தது. திரையைச் சொடுக்கி உள்ளே சென்று படங்களின் அல்பங்களைப் பார்த்தேன். பிரியந்தவின் அணைப்பில் இருப்பது போலவும், இன்னும் கொஞ்சம் நெருக்கமானதுமான பழைய படங்களிருந்தன. சமீபத்தில் எடுத்த படங்களில் பிரியந்தவின் குடும்பத்தோடு சுவேனி நின்றிருந்தாள். சிங்களக் கிராம வயல் வெளிகளில், ஆற்றுப்படுகைகளில் என்று பல இடங்கள் பின்னணியில் எழுந்திருந்தன. முகக்கவசமேதும் அணிந்தாளில்லை. வித்தியாசமாக உடுத்தியிருந்தாள், சிங்களப் பெண்களைப்போல. அவளுடைய கையில் பிரியந்தவின் குழந்தைகள் முகம் பொங்கிச் சிரித்தபடியிருந்தார்கள். கொஞ்ச நேரம் அப்படியே அவளுடைய முகத்தைப் பார்த்தபடியிருந்து விட்டு, சடங்கிற்குப் போக முடிவெடுத்தேன்.

## 5

**ப**த்தினி கோவில் ஏறக்குறைய காட்டுக்குள் இருந்தது. கழனி நிலங்களையும் ஒரு பேராற்றையும் தாண்டிப் பாலங்களாலும் ஒற்றையடிப்பாதைகளாலும் நடந்து செல்ல இரவாகிவிட்டிருந்தது. பிரியந்த என்னைக் கோவிலுக்கே நேரடியாக வரச் சொல்லியிருந்தான். நானும் என்னுடைய உதவியாளனும் காரை நிறுத்திவிட்டு, வழித்தடத்தை நடந்து கடந்தோம். மேளங்கள் கேட்டுக்கொண்டிருந்தன. தீப்பந்தங்கள் எரிந்துகொண்டிருந்தன. எந்த மின் விளக்குமில்லை. ஜெனரேட்டர்களில்லை. உள்ளூர் பாரம்பரிய உடைகள், நடனங்கள் என்று பாட்டும் ஆட்டமும் அமர்க்களமான திருவிழாவும் சடங்கும். எல்லாம் ஆயத்தமாகும்

பணிகளையும் பரபரப்பையும் உணர்ந்தோம். அருகில் சிறிய 'வுப்புலகார' வடிவத்தில் தூபம் ஒன்று இருட்டில் தெரிந்தது. நாங்கள் பிரியந்தவை விசாரித்துக்கொண்டே கோவில் பிரகாரத்தில் இறங்கினோம். கோழிச்சேவல்களை ஏலம் சொல்லிக்கொண்டிருந்தார்கள். பலிக்கான சேவல்களையும் வீட்டிற்கு எடுத்துச்செல்லும் சேவல்களையும் பிரித்து வாங்கினார்கள். கோவில் அவ்வளவு பெரிய கட்டடம் ஒன்றுமில்லை. சின்ன மண்டபம் ஒன்றில் இரண்டு கைகளிலும் சிலம்பை ஏந்திய சாந்தமான முகத்துடன் பத்தினியின் உருவம் பெரிதாயிருந்தது. அவளில் புகைப்படத்திலும், பாவையிலும் காணாத சாயல் ஒன்று பிராகிருதமாகியிருந்தது. காலடியில் தங்கமாங்கனிகள் அடுக்கப்பட்டிருந்தன.

'அவளுடைய ஆயிரம் வருசத்து ஆவேசமும் அவலமும் அடங்கின போல இருந்தது, அதனால்தான் இந்தப் பாவையைப் பிரியப்பட்டுச் செய்தேன்.'

பிரியந்த குடும்பத்தைக் கண்டு பிடித்துவிட்டால் சுவேனியையும் காணலாம். எல்லாவற்றையும் கோர்த்து நானொரு' நியாயமான' கதையைக் கொண்டு வந்திருக்கிறேன். அவளிடம் சொல்லி அதை உறுதிப்படுத்திக்கொண்டால் போதும். வேறொன்றும் தேவையிராது. பத்தினிப் பாவை மேசையில் இருந்தாலும் அகற்றப்பட்டாலும் எனக்கேதுமாகப் போவதில்லை. கண் பாய்ந்த தூரத்தில் அவர்களைக் காணவில்லை.

இடது காலில் கை பதிய, பிரியந்தவின் மூத்தவன் நின்றிருந்தான். 'அப்பா அங்கே நிற்கிறார் வாருங்கள்' என்று சொல்லி அழைத்துப்போனான். அவன் எங்களைத் துரிதப்படுத்திக்கொண்டே சென்றான். 'வேகமாய் வாங்கோ, அலியா அலியா' என்று சொல்லிக்கொண்டே ஆவலாக நடந்து முன்னால் சென்றான். சனக்கூட்டம் செறிந்து சென்றது. காட்டைப் பார்த்து அந்த நீண்ட வரிசை நகர்ந்து போனது. நகர்வது நின்றபோது, நாங்கள் பிரியந்தவையும் அவன் மனைவியையும் பிள்ளைகளையும் கண்டோம். காட்டைப் பார்த்தபடி நின்றிருந்தார்கள். யாரும் சந்தடி செய்யாமல் அசைந்து சென்று தங்கள் இடங்களை அடைத்துக்கொண்டு பார்வையைக் காட்டுப் பக்கம் திருப்பி நிறுத்தியிருந்தார்கள். ஒரு மெல்லிய பறை மேளம் மட்டும் தூரத்தில் கேட்டபடியிருந்தது. காட்டுப்

பக்கம் சட்டென்று ஆரவாரம் பரவியது. பிளிறல் எழுந்தது. இருட்டுக்குள் இருந்து ஆனையொன்று பந்த வெளிச்சத்திற்கு மீண்டது. இரண்டு ஆள் உயரத்தில் அதன் பெரிய தும்பிக்கைக்கு மேலே தந்தங்களைச் சுற்றி அட்டைத் தந்தக்குழல்கள் சேர்த்துப் பின்னப்பட்டிருக்க, அது தன் ஐந்து தந்தங்களுடனும் முன்னகர்ந்து வந்தது. அதன்பாதி உடல் உயரத்திற்கு மேலே பந்த வெளிச்சம் படவில்லை. அதன் அம்பாரி இருட்டில் நகர்ந்து போனது. அப்படியே கோவிலை நோக்கிச் சனத்தைப் பிளந்துகொண்டு நடக்கக் கூட்டம் ஆரவாரித்தது. கோவிலை அண்மிக்க புதுப் பந்தங்கள் மரங்களில் இருந்து எழுந்தன. யானை பத்தினிக்கு முன்னால் சென்று கால்களை மடக்கி அமர்ந்தது. தும்பிக்கையை மடக்கிக் குனிந்தது. அப்பொழுது அம்பாரியில் இருந்து கால் ஒன்று தோன்றி அதன் காதுக்கு பின்பக்கம் பதிந்து வழுக்கிச்செல்ல தன் தலையை இன்னும் தாழ்த்த அவள் தந்தத்தில் வழுக்கி வந்து, சிவந்த சீத்தைச் சேலை வழுக்கிக் கொடுக்க யானையில் இருந்து வழுவி மிதந்து இறங்கினாள். தலை விரித்திருக்க அவளுடைய கண்கள் ஒளிர்ந்தன. இரண்டு கைகளிலும் ஏந்தியிருந்த இரட்டைச் சிலம்பையும் ஒன்றாகச் சேர்த்து வலது கையில் ஏந்திக்கொண்டு நாக்கை நீட்டிக் கண்களைப் பெரிதாக்கி உறுமினாள். பசித்தலையும் கொல்லும் மிருகத்திடம் எரியும் கனலென மொத்த உடலும் விதிர்த்தெறிந்தாள். ஆவேசம் உடலை உலுக்க சிலம்புகளை இறுக்கிப்பிடித்து தலைக்குமேலே கைகளை மடக்காமல் செங்குத்தாய் இறக்கி உச்சிப்பிடி பிடித்துக்கொண்டு உடலை முறுக்கேற்றி உறுமினாள். மிகவும் பழக்கப்பட்டவர்கள் போல ஒவ்வொரு குடும்பமாக வரிசையில் நின்று அவளின் காலில் விழுந்து எழத்தொடங்கினர். பிரியந்தவும் மனைவியோடும் பிள்ளைகளோடும் என்னையும் இழுத்துக்கொண்டு வரிசையில் இணைந்து நகரத் தொடங்கினான். நாங்கள் நின்றிருந்த அச்சனப்பாம்பின் தலைப்பகுதியில் அவள் நின்றிருந்தாள். கண்ணெடுக்காமல் பார்த்தபடி நகர்ந்துகொண்டிருந்தேன். அவள் உறுமலையோ உடலையோ தளர்த்தாமல் அப்படியே அசைந்துகொண்டிருந்தாள்.

# சாயா

**றஷ்மி**

“**சா**யாவுக்குப் பொல்லாத கண்கள் - இப்லீசைப் போல”, அவனது உம்மா சொல்வாள். கருமையில் துடிக்கின்ற இமைகளுக்கு இடையில் பூனைக்கனியின் நிறத்தில், மத்தியில் கறுப்பிலிருந்து கபிலத்திற்கு - கபிலத்திலிருந்து கறுப்புக்கு நிறம்மாறும் வட்டமுள்ள அழகான கண்கள் இப்லீசுடையது என்று தோன்றும் அளவுக்கு சாயாவுக்கு நேர்த்தியாய் கவர்ச்சிமிகுந்த கண்கள். முன்வாசலில் மாதுளம்பழங்களுக்குச் சீலை சுற்றிக் கொண்டிருக்கும்போது அப்படிச் சொல்லிப் புறுபுறுத்துக்கொண்டிருந்தாள். வாழைக்குலைகளை மூடிவைப்பது, மாம்பழங்களுக்கு ஆடைபோடுவது என்று சாயாவின் கண்ணேறிலிருந்து வீட்டுச் சூழலைக் காக்க அவள் படாதபாடுபட்டாள். பச்சையரிசி வறுத்துக் கருமைசெய்து பேரப்பிள்ளைகளுக்குக் கன்னத்தில் பொட்டுவைப்பதிலிருந்து, கறிச்சட்டியை மறைத்துவைப்பது என்று அவளுடைய ஜாக்கிரதையுணர்வுக்கு அளவேயில்லாது போயிற்று. சும்மா உடல் வேதனித்தாலும் கொச்சிக்காய், மிளகு, உப்புக்கல் கலந்து பழைய பேப்பரில் பொதிந்து தலையைச்சுற்றி அடுப்பில் போட்டு எரிப்பாள் - “நாற்றத்தைப் பார், நல்ல கண்ணூறு” என்று தன்னை நிறுவிக்கொள்வாள். லாடத்திற்குத் தீ காட்டி நீருள் போட்டு தண்ணீரைக் குடிக்கத் தந்து முகங்

கைகால் கழுவிவிடுவது, "உச்சிநேரம் வெளியில் செல்லாதே", "மங்கும்போது வீட்டில் இரு", "பேய் பார்வைகொள்ளும்" என்று அடைத்துவைப்பது என அவள் பாடாய்ப் படுத்திக்கொண்டிருந்தாள். கிணற்றடியிலிருந்து விரல்கள்படாது எடுக்கப்பட்ட நீரை மூத்தம்மாவிடம் கொடுத்து ஓதிவர அவன்தான் எடுத்துச்செல்வான். தண்ணீரில் ஓதி ஊதும்போது மூத்தம்மா நிறையக் கொட்டாவி விடுவார். கொட்டாவியின் இடையே "கண்ணூறு" என்று அவர் சொல்லும்போது, 'க' கொட்டாவியின் துவக்கத்தில் ஆரம்பித்து 'று' முடிவில் இருக்கும். கொட்டாவி பேசவிடாது செய்திருந்தபோதும் அவர் என்ன சொல்ல வருகிறார் என்பது அவனுக்குப் பழகிப்போயிருந்தது. இருண்ட குகைபோலிருந்த அவருடைய அடிவாய்க்குள் குட்டிநாக்குத் தெரியும், மீதமிருக்கும் மூன்று நான்கு பற்கள் முழுவதும் வெற்றிலை படிந்து கறை நிறத்திலிருக்கும். "கடுமையா கண்பட்டிருக்கு" என்று சொல்லப் பகீரதப் பிரயத்தனம் எடுத்தபின் தண்ணீர்க்கிளாசை கையில் தருவார். கிளாசில் அவர் தொட்ட இடங்கள் வெள்ளையாகப் பொடிபடிந்து தெரியும்.

இந்தக் கண்ணூறு, நாவூறு சமாச்சாரங்களிலெல்லாம் அவன் நம்பிக்கைகொள்ள ஒரு காரணமிருந்தது. அவர்கள் வீட்டின் கொல்லையில் கிணற்றடி வேலியை ஒட்டி ஒரு இளநீர் மரம். கதிரையொன்றில் ஏறிநின்று திருகிப் பறிக்கிற உயரத்தில் குலைகள் இருந்தன. எல்லாப் பக்கங்களிலும் பாளை விரிந்து பூத்துக் காய்த்திருக்கும். அப்படியொரு மரத்தை வாழ்நாளில் அவன் எங்கும் கண்டதில்லை. தந்தை வியாபாரத்திற்குப் போனமுறையில் எங்கோ ஒரு சிங்களக் கிராமத்தில் இருந்து கொண்டுவந்து நட்டதாகக் கூறுவார்- ஒருபோது பொலநறுவைப் பக்கம் என்பார், பிறிதொருபோது அதை மறுப்பார் - பெயர் சரியாக ஞாபகத்திலில்லை. காய்களின் பாரம் தாங்காது மரம் சாய்ந்து விழக்கூடும் என்று பார்ப்பவர் அஞ்சும்படியாகக் குலைத்து நின்ற மரம் திடீரென்று மாந்திப்போயிற்று. பாளை தோன்றி, பாதி விசிறிபோல பூக்கள் விரிந்து பிறகு குரும்பட்டியாகி சூம்பி உதிரத் தொடங்கிற்று. வௌவாலுக்கு மணிகட்டி, அணில்களை விரட்டி, வண்டுகளுக்கு வைத்தியம் பார்த்து, சாம்பல் தூவி, சவர்க்காரநீர் வார்த்து, தண்ணீர் ஓதி எறிந்து, அவரை ஆலோசனை கேட்டு இவரைக் கொண்டுகாட்டி

என்று எதுவும் பரிகாரிக்கவில்லை. ஒருநாள், சாயா குலைகளை வியந்துபார்த்து "இந்தக் குமரைப் பாரு..." என்றிருக்கிறாள். பிறகே இது நேர்ந்தது என்று உம்மா அடித்துச் சொன்னாள். பூப்பதும் உதிர்வதுமாய் நின்றிருந்த அந்த மரத்தை இளைய சகோதரிக்கு அத்திவாரமிடத் தறித்தார்கள். மரத்தில் கோடரி இறங்கியபோது பரவிய மணம் இப்போதும் அவனது நாசியில் இருக்கிறது. மற்ற எல்லோருடையதும் துயரார்ந்த முகங்களைப் பார்த்தபடி தென்னங்குருத்தைச் சுவைத்துக்கொண்டிருந்த அவனை "கிரந்தி, நாசி கடிக்கும்" என்று உம்மா எச்சரித்தாள். இளம் சிவப்புச் சிராய்களும், துண்டு வேர்களுமாக மண்ணோடு எஞ்சி, பிறகு தடமற்றுப் போயிற்று இளநீர் மரம். தென்னம் பூக்கள் எற்றுண்டு அங்குமிங்குமாய் நீண்டநாள்களுக்கு வெயிலில் காய்ந்து கிடந்தன. உலர்ந்த நெட்டிகளை அடுப்பெரிக்கப் பாவித்தார்கள்.

கோழிக்குஞ்சுகளை ஆலா தூக்கியது, காலைக்குள் நாய் புகுந்து குதறியது, கிணற்றடியில் வாழை சாய்ந்தது, மழைக்கு கிழங்கு ஊற்றடித்தது, மா பிஞ்சில் உதிர்ந்தது என எல்லாப் பழியும் அவள்மீதே விழுந்தது. ஆக, சாயாவுடையது பொல்லாத கண்கள் - இப்லீசினுடையது போல.

## 2

**மை**தானத்திலிருந்து கடற்கரைக்குச் செல்லும் வழியில், பழைய வைத்தியசாலை வீதியில் சாயாவுடைய வீடு இருந்தது. அவனது வீட்டிலிருந்தொன்றும் அதிக தூரத்தில் இல்லை. நடைத்தூரம்தான். தெருவால் நடந்தால் ஆறேழு நிமிடம், வளவுகளுக்குள் புகுந்து புறப்பட்டால் மூன்று நான்கு. அந்த ஊரில் இதுவரை மூன்று வெவ்வேறு இடங்களில் வைத்தியசாலை இருந்து இடமாற்றம் பெற்றிருக்கிறதானாலும், அவளுடைய வீதிக்குத்தான் அந்தப் பெயர் நிலைத்துவிட்டது. வீடு என்றால் பெரிய வளவின் பின் ஓரத்தில் மூன்று அறைகள் கொண்ட வீடு. நான்கு வீடுகள் கட்டக்கூடிய அளவு பரந்த முற்றம். நில மட்டத்தில் இருந்து உயரமாகக் கட்டப்பட்டிருந்தது அவளுடைய வீடு. வெள்ளம் வந்தால் ஊரெல்லாம் நீரில் தாழ்ந்த பிறகு கடைசியாகத்தான் அவளை மூழ்கடிக்கும். கழிவுத் தேயிலைத்தூளும், நொறுக்கப்பட்ட முட்டைக்கோதுகளும் பரப்பப்பட்ட பூச்சாடிகளுள் பலவிதமான பூமரங்களும்

செடிகளும், வெள்ளை நிறத்திலும் நாவல் நிறத்திலும் நிறைய பட்டிப் பூக்களுமாயான முற்றத்தில் எந்நேரமும் வண்டுகளும் தேனீக்களும் இரைவது கேட்கும். சிவந்து நீண்ட வாலும் பெரிய சிறகுகளுமுடைய யானைத்தும்பிகள் தத்தித் திரியும். அநேக நிறங்களில் வண்ணத்துப் பூச்சிகள் அங்கு உறைந்தன. இடதுபுறப் பொதுவேலி தெருவைச் சந்திக்கும் மூலையில் ரோசும் வெள்ளையும் கலந்த போகன்வில்லா வீதிக்கு வளர்ந்து பூத்துச் சொரியும். பன்னிரண்டு விதமான போகன்வில்லாக்கள் அங்கு இருந்ததாக ஒரு கணக்குண்டு. பிறகு ஒரு குண்டு மல்லி, பிறகு வெள்ளலறி, பிறகு செவ்வரத்தை, பிறகு பனைத் தாவரங்கள் என்று அவளுடைய வாசல் விரியும். இரண்டு மூன்றுபேர் நடந்துபோகக்கூடிய ஒரு வழிப்பாடு தவிர்த்து முற்றமெல்லாம் நிறங்களாலும் வாசத்தாலும் நிரம்பியிருந்தது. தந்தையை அடக்கம் செய்தபோது, கபுறடியில் நட அவளுடைய முற்றத்தில் இருந்துதான் பட்டிப்பூக்களைக் கொண்டு சென்றான். வாசலில் பட்டிப்பூக்களை நடுவது வீட்டிற்கு நாசம் சேர்க்கும் என்ற ஐதீகத்தில் அவளுக்கு ஆர்வமிருந்ததாகத் தெரியவில்லை.

ஒரு வருட வயது வித்தியாசத்தில் இரண்டு பிள்ளைகள் இருந்த குடும்பத்தில் அவள் இளைய பெண். மூத்தது ஆண். சவூதியில் டெய்லர் தொழில் பார்த்துக்கொண்டிருந்த ஒரு ஆளின், பெண் குழந்தையொன்றுக்குத் தாயான பெண்சாதியோடு ஊரைவிட்டு ஓடியவன் வருடங்கள் மறைவுவாழ்வு கழித்து திரும்பிவந்து கடற்கரையை அண்டி வசிக்கிறான். அழகானவன். எதிலும் ஒட்டும் உறவும் அற்றவன் போன்றது அவன் இயல்பு. நல்ல உயரமும் வெளுத்த நிறமுமானவன். பெரிய முட்டைக் கண்கள். கன்னங்கரிய முடி. அதே அளவிலும் நிறத்திலும் தாடி. நடையில் சோம்பேறித்தனம். பேச்சு நடமாட்டம் எல்லாம் மெதுவான இயல்பினன். அவன் வேகம் காட்டியது திருமணத்தில் மட்டும்தான். தெருவில் வைத்து ஒரு ஆளுக்கு அடித்த சம்பவம் தொடர்பாக பொலிஸ் தேடித்திரிந்து, பிறகு சமாதானம் ஆகிக்கொண்ட நிகழ்வுக்குப் பிறகு 'கொஞ்சம் சண்டியன்' என்று சொல்வார்கள். 'சொத்தை அழிக்கப் பிறந்த வாரிசு', மற்றும் 'ஊதாரி' என்பதும் ஊராரின் ஏகோபித்த அபிப்பிராயம். 'ஓட்டக் கேஸ்' என்பது பட்டப் பெயர்.

சாயா, மூன்று அறைகள் கொண்ட வீட்டில் தாயோடு குடியிருந்தாள். அது அவளது தாய்வழி வீடு. சாப்பு, திண்ணை, குசினி ஆகிய மூன்று கதவுகளூடாகவும் அந்த வீட்டிற்குள் நுழையலாம். திண்ணைக் கதவுக்கு மட்டுமே பூட்டுத்திறப்பும் கொண்டியும் இருந்தன. உள்ளிருந்தும் வெளியிருந்தும் பூட்டலாம். மற்றைய இரு கதவுகளையும் உட்புறத்தில் 'பார்த்தடி' கொண்டு மட்டுமே அடைக்கலாம். திண்ணையின் வலதுபுறமாகச் சாப்பும் இடதுபுறமாகச் சமையலறையும் திண்ணையை ஒட்டி இரண்டு அறைகளுமிருந்தன. அதிலொன்று படுக்கை அறை. மற்றது கொஞ்சம் பெரியது. நெல் அடுக்கிக் களஞ்சியப்படுத்தவும் தட்டுமுட்டுச் சாமான்களை வைக்கவும் அது பயன்பட்டது. சாப்புப் பக்கமாக நின்ற மாமரத்தின் கிளைகள் பதிந்து, யன்னலூடாக வீட்டுக்குள் எட்டிப்பார்க்கும். அந்த அறைக்குள் இளங்கபில நிறத்தில் மாந்தளிர் வாசம் வீசும். "அப்போது அது பெரிய வீடு" என்பாள் உம்மா. இப்போதும் அது பெரிய வீடுதான். அவர்களது தந்தையின் அகால மரணத்தோடு 'ஓரிரவுக்குள்' ஒடிந்துபோன கதையைக் கூறும்போது பெருமூச்செறிவாள். அவளது தாய்க்காரி மூப்பில் தளர்ந்து பார்வைமங்கி, கேள்விப்புலன் குறைந்து மூலைக்காய் ஆகிப்போயிருந்தாள். அவள் பேசும்போது நெஞ்சிலிருந்த சளிக்குணத்தின் கறகறப்போடு சத்தமிட்டுப் பேசுவாள். நீங்கள் உரத்துப் பதிலிறுத்தால் "ஏன் கத்துகிறாய்?" என்று கேட்பாள். வெற்றிலை உலக்கையை விரல்கள் நசுங்காதவாறு சரியாக உரலுக்குள் இடிப்பது மட்டுமே அவளுடைய சவால் இப்போது. கிழவியின் வலதுகையின் சுட்டுவிரலின் முன்பகுதி சற்று கோணலாகத் திரும்பி சுண்ணாம்புக் கறையுடன் இருக்கும், ரேகைகள் கருங்கபில நிறத்தில் இருந்த இடது உள்ளங்கையிலும் வலது பெருவிரலிலும் புகையிலை மணக்கும். கொடுப்புப் பகுதி இருபுறமும் வெளிறல் நிறத்தில் அவிந்ததுபோல சற்றுத் தடித்திருக்கும். கண்ணாடிக்குள் இருந்து எட்டிப் பார்ப்பதுபோல அவள் பார்வை. கண்வில்லைகள் ஒருபோதும் அவளுடைய கண்களுக்குப் பொருந்தி வராததாய், புருவத்திற்கு அல்லது மூக்கிற்கு அணிந்ததாய் இருக்கும். தலைமாட்டில் சிறிய மேசையொன்றின்மேல் வெற்றிலை, புகையிலை நறுக்கி நிரப்பப்பட்ட சிறிய கண்ணாடிக் குப்பி, பாக்குச் சீவல்கள், சுண்ணாம்பு வைக்கும் பழைய கருநீல நிற 'விக்ஸ்'

குப்பி, பாக்குவெட்டி எல்லாம் அடங்கிய வட்டா இருக்கும். வட்டாவில் விரிக்கப்பட்டிருந்த பழைய செய்தித்தாளைக் கிளப்பிப் பார்த்தால் பணநோட்டுகள் சிலதும் நாணயக் குற்றிகளும் இருக்கும். மேசையின் நான்கு கால்களுக்கும் இடையில் படிக்கம் இருக்கும். ஊன்றி எழும்பவும் நிலத்தில் தட்டி ஒலியெழுப்பிக் காக்கைகளை விரட்டவுமாகப் பயன்பட்ட நீண்டதொரு கோல் சுவரில் சாத்தப்பட்டிருக்கும்.

வெயில் கிளம்பி எரிக்கத் தொடங்குமுன், இளநேரம் முழுவதையும் வாசலில் செலவிட்ட பின், திண்ணையில் யன்னல் வெளிச்சத்தில் இருந்த ‘சிங்கர்’ தையல் இயந்திரத்தில் பொழுது மங்கும் வரை எதையாவது தைத்துக்கொண்டிருப்பாள் சாயா. பின்னல் கதிரையின் மீது போடப்பட்டிருந்த உலுவரிசி நிரப்பப்பட்ட சீலைப் பையின்மீது அவளுடைய பிருட்டம் அழுத்திய தடம் அப்படியே தெரியும். கால்களைப் பரத்தி நீளவிரித்தபடி நிலத்தில் விரிக்கப்பட்டிருக்கும் புதுத் துணிகளின் மீது கீறப்பட்டிருந்த மஞ்சள் நிற சோக் வரைகளூடு கத்தரியைச் செலுத்திக்கொண்டு பெரும்பாலான அவளது பொழுதுகள் கழிந்துபோயின. முழங்காலுக்கு மேலாய் இழுத்துவிடப்பட்ட ஆடையையோ அல்லது சோர்ந்து கிடக்கும் முந்தானையையோ சரிசெய்துகொள்வதில் ஆர்வமின்றி கத்தரியின் பாதையில் கண்களைத் தொடரவிடுவாள். அப்போது, ஏதோ சாக்குச் சொல்லி அங்குபோய் அவளைப் பார்த்தபடி நிற்கும் அவனுடைய அரட்டல்களுக்குத் தலையைத் தூக்காமலேயே ஏதாவது சொல்வாள். அவனுடைய நூறு கேள்விகளில் ஒன்று அல்லது இரண்டுக்குப் பதிலிறுப்பாள். நாலைந்துக்கு ‘ம்’ சொல்லுவாள். நாலைந்துக்கு ‘உச்’சுக் கொட்டுவாள். மீதி அவளுடைய செவியில் ஏறியிருக்குமா என்றே தெரியாது. “உனக்கு வீட்டில் படிக்கும் வேலைகள் எதுவும் இல்லையா?” என்று ஒருதரம் கேட்டாள். அவன் நெளிந்தபடி “முடித்துவிட்டேன்” என்று சொன்னான். அதற்கு அவள் எந்தத் துலங்கலையும் காண்பிக்காது வேட்டைப்பற்களின் இடையில் வைத்து நூலைக் கடித்துத் துண்டாடிக்கொண்டிருந்தாள். தந்தை வழியில் மூன்று போகம் விளைகிற குளப் பாய்ச்சலுடைய நெற்காணி எட்டு ஏக்கரும் சந்தைச் சதுக்கத்தில் ஒரு கடை அறையும் அவளுடைய பெயரில் இருந்தன. அதன் வருமானமே போதுமாயிருந்தபோதும் தையலை அவள் ஒரு தவம் போலச் செய்தாள். சந்துப்

பகுதியிலும் கைத் துண்டிலும் கோடுகள் எப்படிப் பொருந்த வேண்டும் என்பதும் நெஞ்சில் மலர் அலங்காரங்களின் இரண்டு பாதிகள் எந்த அளவு நெருங்கி வரவேண்டும் என்ற கணக்கும் அவளுக்குத் தண்ணிபட்ட பாடு. தையல் நேர்த்திக்காகவும், துணிகளால் அவள் நிகழ்த்தும் ஜாலங்களுக்காகவும் அவளிடமே தைக்கவேண்டும் என்று அடம்பிடிக்கும் பெண்கள் பலரை அவன் அறிவான். அவர்களுள் அவனது குடும்பப் பெண்களும் அடங்கும். ஊரில் எல்லோருடைய தையல் வேலைகளையும் அவள் எடுப்பதில்லை. அவளுக்குத் தெரிவு இருந்தது. எப்படித் தைத்துக் கொடுத்தாலும் 'இறக்கத்தைக் குறைக்க', 'மார்பைக் கொஞ்சம் குறுக்க' என்று குறைகொண்டு வருகிற யாரையும் அவள் வாசலுக்கு ஏற்றுவதில்லை. புதுத்துணிகளையும் அளவுச் சட்டைகளையும் கொண்டுசென்று கொடுக்க அவனே போவான். சாயாவின் விரல்கள் தள்ளிக்கொடுக்க, ஊசியையும் நூலையும் நுழைந்து வெளியேறவிட்டு ஆடையாக மாறிக்கொண்டிருக்கும் சீலைகள். கால் மிதிக்கும் பகுதியில் பாதம் மாறிப் பாதம் அழுத்தும்போது அவளுடைய தாவணிக்குள் இருந்து கால்களின் குதிரைமுகம் தெரியும். நீண்ட கால்...நிறமான கால்கள்... கால்நிறத்தில் நீண்ட கால்கள்...கால்நிறமே நீண்டதான கால்கள்...

சாயாவின் படிப்பை நிறுத்தி, இளவயதிலேயே திருமணம் செய்துகொடுத்திருந்தனர். அவளுடைய தந்தையின் மரணத்திற்குப் பிறகு நேர்ந்த துர்நிகழ்வுகளில் அதுவுமொன்று. படிப்பில் குழப்பமில்லை. பேச்சு, பாஓதல் போட்டிகளிலும், விவாத அரங்குகளிலும் அவள் பெற்ற பரிசில்கள் முன்பு சோக்கேசில் காட்சியிருந்தன. பீங்கான் கோப்பைகளை அடுக்கும்போது தூக்கிக் கீழே வைக்கப்பட்ட பரிசுக் கிண்ணங்களை அவள் வேறிடம் மாற்றிப் பாதுகாப்பாக வைத்திருந்தாள். வகுப்பாசிரியையிடம் சென்று அழுதாள். உதவி அதிபர் வீட்டிற்கு வந்து பேசிப் பார்த்தார். "இறுதிப் பரீட்சைக்கு இன்னும் மூன்று மாதங்கள்தானே இருக்கின்றன" என்று விளங்கப்படுத்தினார். யாரும் படியவில்லை. தாயைவிட, தனையன்காரன் ஒற்றைக்காலில் நின்றான். தாய் இறங்கியபோது அவன் குரலையுயர்த்தினான். 'பெண்பிள்ளைக்கு இதுபோதும்' என்ற வரலாற்றுப் புகழ்மிக்க முடிவை அவர்கள் ஏகமனதாக ஏற்றுக்கொண்டார்கள். போடியாரின் மகன், வசதியான வீட்டுப் பையன், ஒரேயொரு பிள்ளை. 'ஒன்றும் தேவையில்லை'

என்றான். மூழ்கிக்கொண்டிருந்த குடும்பத்தின் முன் அவனாக வந்து கடவுள்போல நின்றான். ஒரு காலத்தில் அவள் ஏறெடுத்தும் பார்த்திராத அவனுக்கு அதிர்ஷ்டம் அடித்தது. கைகூடாத படிப்பை இடையில் விட்டுவிட்டு, போடியாரோடு சேர்ந்து வேளாண்மை, வியாபாரம், அரிசி ஆலை என்று தொழிலில் இறங்கிவிட்டான். தனது வயிற்றைத் தடவியபடி ஒரு 'முதலாளி' தோரணையில் 'கடைசியில் எல்லாம் காசுக்காகத்தானே' என்று நியாயம் பேசுவான். 'கெரியரில்' சாக்குக் கட்டுகளை ஏற்றிக்கொண்டு, ஒரு கையில் சிகரட் புகை பறக்க, மோட்டார் சைக்கிளில் சென்றுகொண்டிருப்பது 'கரிக்கோச்சி' என்று சொல்லத்தூண்டும். கருமையான உதடுகளும், புகையில் சுடுபட்டிருந்த பழுப்பு மீசையும் கொண்டவன் அவன். மஞ்சளான கண்களுடையவன். திருமணத்திற்கு ஏழு கூறைகள் கொண்டுவந்தார்கள். தங்கநிற நூலலங்காரமுள்ள சிவப்பு கூறைச் சாரியில் சாயா மிகவும் அழகாக இருந்தாள். எல்லாக் கூறைகளையும் அவளே அழகாக்கினாள்.

காலப்போக்கில், சாயாவுடைய அழகோடும் ஆற்றலோடும் ஈடுகொடுத்துப் பயணிக்க போடியாரின் புத்திரனால் இயலவில்லை. தாழ்வு மனப்பான்மையில் குமைந்தான். தைப்பதை நிறுத்தும்படி முரண்பட்டான். வீட்டிற்கு யாரும் வருவது அவனுக்குப் பிடிக்கவில்லை. எந்த நேரமும் வானொலியில் பாட்டுக் கேட்டுக்கொண்டிருப்பதாய் விசனப்பட்டான். சந்தேகமும் கோபமும் கொண்டு சத்தமாகச் சண்டைபோடுபவனாக மாறினான். எரிந்து விழுந்தான். நிதானம் தப்பி, முறைதவறிப் பேசினான். தூரநின்று கண்காணிப்பது, சத்தமிடாமல் திடீரென்று வீட்டுக்குள் வருவது, வந்த வேகத்தில் வீட்டு அறைகளைப் பரிசோதிப்பது என வெட்கும்படியாக அவனது நடவடிக்கைகள் மாறிக்கொண்டிருந்தன. குடிவெறியில் தள்ளாடி வீட்டுக்கு வரத்தொடங்கியவன் கதவைத் திறக்கத் தாமதமாகியதற்காக சாயாவை ஓங்கி அறைந்தான். மூக்கு உடைந்து இரத்தம் சொட்டியது, அவள் அழவில்லை, அவளுக்குப் போதும் என்றாகிற்று. நெஞ்சை நிமிர்த்தினாள். தாய்க்காரி 'ஓ'வென்று அலறி ஒப்பாரி வைத்துத் திட்டிச் சபித்துக்கொண்டிருந்தபோது, அவனுடைய உடமைகளைப் பொதிசெய்து முற்றத்தில் வீசினாள் சாயா.

ஊர் நிறையப் பேசியது. மகனின் குறைகளை மூடி மறைக்க எல்லாப் பழிபாவங்களையும் சாயாவின் தலையில் தூக்கிச் சுமத்தினார்கள் மாப்பிள்ளை வீட்டினர். போடியார் கடைத்தெருக்களிலும், பாரியார் அயலவர் வாசல்களிலுமாகக் கிடைத்த சந்தர்ப்பத்தைப் பயன்படுத்திக்கொண்டார்கள். கண்டதுபோல கதைத்தார்கள். காணாததையெல்லாம் கதைத்துவிட்டு 'காணாததைப் பேசுவது பாவம், நமக்கெதற்கு...' என்று திடீரென்று நல்லவர்கள் ஆகிக்கொண்டார்கள். ஊகங்கள் எல்லாம் உறுதிப்படுத்தப்பட்ட கதைகளாக உலவவிடப்பட்டன. கேட்டால் அவளுக்கே சிரிப்பு வரும்படியான கதைகள். அநேகமாக ஊரிலுள்ள எல்லா ஆண்களோடும் அவளுக்குத் தொடுப்பு இருப்பதாகப் பேச்சு. அவள் அவற்றையெல்லாம் பொருட்படுத்தினாளில்லை. சகோதரன் மட்டும் வந்து மாப்பிள்ளைக்கு ஆதரவாகப் பேசிச் சண்டையிட்டான். அவனுடைய அச்சத்தைப் புரிந்துகொண்ட அவள் எதுவும் பேசாது நின்றாள் - பேசுவதில் பலனில்லை என்றும் - வெளியில் பேசமுடியாதவற்றைப் பேசமுடியாது என்பதாலும், பேசுவதில்லை என்ற முடிவில் நின்றாள். பிறகு 'நான் எதிலும் தலையிடவிரும்பவில்லை' என்றபடி தனது கடமைகளில் இருந்து இலேசாக நழுவி சகோதரத்துவப் பொறுப்பில் இருந்தும் தன்னை விடுவித்துக்கொண்டான்.

முதலாம் வகுப்பில் இருந்து பத்தாம் வகுப்புவரை அவனோடு ஒன்றாகப் படித்த நண்பன் ஒருவனின் மாமன் சாயாவின் 'காதலனாக' இருந்தார். அவர் ஒரு வங்கியில் காசாளர். 'முதிர் வாலிபன்'. ஐந்து சகோதரிகளுள் மூவரைக் கரையேற்றிவிட்டு, திருமண வயது கடந்து - இன்னும் கடந்து இன்னும் இன்னும் கடந்து - வாழ்பவர். முன்மண்டை வழுக்கலாயும் உதடுகள் சற்றுத் தடிப்பாயும் இருந்தன அவருக்கு. சேர்ட்டை உள்ளே நுழைத்து, சாரனை இறுக்கமாக உடுத்தியிருப்பார். தனது பைசிக்கிளை எப்போதும் தள்ளிக்கொண்டே போகும் அவருக்கு, உண்மையில் சைக்கிள் ஓட்டத் தெரியாது என்றும் சொல்லிக்கொண்டார்கள். ஐந்தாம் வகுப்புப் புலமைப் பரிசில் பரீட்சைக்கு அவரிடமிருந்துதான் தேசிக விநாயகம்பிள்ளையின் 'மலரும் மாலையும்' கவிதைகளின் தொகுப்பை அவன் இரவல்பெற்று மனனம் செய்தான். பேச்சிலும் நடையிலும் ஒருவகை பெண்சாயல் அவரிடமிருந்தது.

அவர் சாயாவின் வீட்டிற்குப் போக்குவரத்துப் பண்ணுவதாக வகுப்பில் பேசிக்கொண்டார்கள். சாயா அவருக்கு இரவு உணவு பரிமாறுவதைக் கண்டதாக ஒரு பையன் வகுப்பு நண்பர்களிடம் சத்தியம் செய்தான். பொழுது மங்கிய பிறகு சாயாவின் வீட்டிலிருந்து 'காசாளர்' பதுங்கி வெளியேறுவதைத் தெருப் பையன்கள் கண்டார்கள். பிறகொருநாள் அவருக்கு வசதியான இடத்தில் திருமணம் நிகழ்ந்தது. பெண்வீட்டு வாசலில் நெல் அறுவடைசெய்யும் பாரிய இயந்திரம் ஒன்று நிறுத்திவைக்கப்பட்டு பெரிய படங்கொன்றினால் மூடிவைக்கப்பட்டிருந்தது. காசாளர் இளமைப் பொலிவுடன் இருந்தார். கருநீல நிறத்தில் புதிய மோட்டார் சைக்கிளில் மீனும் மரக்கறியும் அடங்கிய பைகளைக் கொழுவியவராகத் தெருவில் போனார். அவருடைய முன்வழுக்கை துளிர்விடத் தொடங்கியிருந்தது.

## 3

**சா**யாவின் கண்களைப் பற்றி ஏற்கெனவே சொல்லி விட்டேனல்லவா? அவ்வப்போது அவளுக்கு வெற்றிலைபோடும் பழக்கமும் இருந்தது. சிவந்துபோயிருக்கும் சொண்டுகளைப் பற்களினால் வாரி இன்னும் இன்னும் செந்நிறம் கூட்டுவாள். இளவயதில் இப்படி வெற்றிலைபோடும் பெண்ணாக அவன் கண்டது சாயா ஒருத்தியைத்தான். வீட்டுக்கு வரும்போதெல்லாம் நேரடியாக பாட்டியிடம் சென்று வெற்றிலைக் கூட்டினை வாங்கிப் பெருவிரலுக்கும் சுட்டுவிரலுக்கும் இடையில் பிடித்துக் கொடுப்புக்குள் புகுத்துவாள். சாறுவடியும் கடைவாயை நாவினால் சுத்திகரித்துக்கொள்வாள். அவளது தாயாரும் அவனது பாட்டியும் நெருக்கமாக இருந்தார்கள். அறுவடைக் காலத்தில், குறுக்காகப் பச்சைக் கோடிட்ட சணல் சாக்குகளில் அவளுடைய வீட்டிலிருந்து நெல் மூட்டைகள் அனுப்பிவைக்கப்பட்டது அவனுக்கு ஞாபகம் இருந்தது. கருஞ்சிவப்புச் சாயத்தால் சாயாவுடைய தந்தையின் பெயரின் முதலெழுத்துகள் குறிக்கப்பட்ட நெற்புழுதி மணம் வீசும் வெற்றுச் சாக்குகளை வாசலில் உதறி மடிக்கின்றபோது "தள்ளிநில்... சுணைக்கும்" என்று வாப்பா சத்தமிடுவார். கபில நிறத்தில், ஓராயிரம் சிறிய வெள்ளைப் பூக்கள் உள்ள துணியில், நீளக் கைகள் வைத்து பிடரிப் புறமாய் கட்டக்கூடிய நாடாவுடன்

இரண்டு மேற்சட்டைகளை, பணத் தாள்களை சுருட்டி வைக்கக்கூடிய இரகசியப் பை ஒன்றையும் பொருத்திச்சேர்த்து தைத்துக்கொடுத்திருந்தாள். பாட்டி இறந்தபோது அதையே அணிந்திருந்தார்.

நீளமான இடுப்பும் விசாலமான வயிறும் கொண்டவள் சாயா. இடை முழுதும் தெரியுமாப்போல் மேற்சட்டையும் தொப்புளுக்குக் கீழே சொருகப்பட்ட விதமாய் சாரியும் அணிவாள். உதரத்தின் மத்தியில் தொப்புளை ஊடறுத்து ஒரு மென்பச்சைக் கோடுபோல உரோமங்கள் வரிவகுக்கும். அவளுடைய தொப்புளிலிருந்து தனங்கள் தொடங்குகின்ற - இன்னும் நிறம் குறைந்து குறைந்து போகத் தொடங்குகிற பகுதிக்குப் பயணித்து முடிக்க ஆண்டுகள் தேவைப்படும் என்று தோன்றும் வயது அவனுக்கு.

அன்று நிலவிவந்த இறுக்கமான சமூகநிலைகளை மீறி எப்படித் தனது வாழ்வை வாழ்ந்துகொண்டிருந்தாள் என்று அவன் இப்போது வியந்துபோவதுண்டு. எல்லாப் பெண்களையும்போல முக்காடிட்டவளாகவோ, எந்தநேரமும் முந்தானையைச் சரிசெய்துகொண்டிருப்பவளாகவோ அவளை ஒருபோதும் கண்டதில்லை. அவளுடைய தாயைப்போலவே இரக்ககுணம் படைத்தவளாயினும் கோபம் என்று வரும்போது நிலைமை தலைகீழாக இருக்கும். அவள் பிரிந்திருந்த காலத்தில், குடித்துவிட்டு வந்து சத்தம்போட்ட கணவனார் வாசலில் வைத்து வாங்கிக்கட்டிக்கொண்டது தெரு அறிந்தது. 'போடியாரின் மகன்' புழுதியில் புரண்டெழும்பி சாரனைக் கையில் பிடித்தபடி உள்ளாடை தெரிய நடந்துபோனதைப் புதினம் பார்த்தார்கள். இன்னும், ஊரில் உள்ள தலையாரிகளில் பலரும் அவளுடைய தெருவைக் கடக்கும்போது, சைக்கிளின் வேகத்தைக் குறைத்து ஊர்ந்து செல்பவர்களாகவே இருந்தனர். ஒட்டகச்சிவிங்கி போல அவர்களுடைய கழுத்து வளர்ந்துவிடும் அதிசயம் அங்கு நிகழும். 'தலைவர் வெளியாகிப் போகும்வரை செயலாளர் காத்திருந்தாராம்' என்று எரிச்சல் கொண்டோர் சொல்லித் திரிந்தனர்.

சாயாவுக்குத் தங்கம்போல் சருமம். பகலுக்கு இரண்டுமுறை குளிப்பாள். காலையில் சமையலின் பிறகு பதினொரு மணிவாக்கில் தலை முழுகும், மதியம் குட்டித் தூக்கத்தையடுத்து

நாலரைக்கு உடல் முழுக்கும். கற்றாழை வாசமுள்ள 'சன்சில்க்' சம்புவின் பக்கெற்றை தலையின் மேல்பிடித்து நசித்து நீவி, பிறகு விரல்களால் கேசத்தை அளைந்து கோதுவாள். துலாத் தண்டை மெதுவாக வெளியாக்கி வாளியைக் கவிழ்த்து அருவிபோல நீரை உச்சந்தலையில் ஓடவிட்டு கூந்தலை அலசிக் கழுவுவாள். உச்சியில் வகிட்டுக்கு வழிவிட்டு தலைமுடி இருபுறமும் படிந்திருக்கும். வகிடு வெள்ளை நிறப் பாதையொன்றுபோலத் தெரியும். கேசத்தைக் கையில் ஏந்தி மணந்து பார்த்து திருப்தியான பிறகு, 'ராணி சந்தன சவர்க்காரம்' ஒன்றின் அரைவாசி தேய்ந்துபோகுமளவு மீளமீளச் சோப் இடுவாள். அவளுடைய உள்ளங்கைகளுக்குள் சவர்க்காரம் நிறபேதமின்றி ஒன்றியிருக்கும். மாவிலை ஒன்றைக் கழுவித் துடைத்து, அதில் மீதியைப் பொதிந்துவைப்பாள், அது மாலைக் குளியலுக்கு. விழிகளை மூடியபடி விரல்களால் கண்களுக்கு மேலே படிந்திருக்கும் நுரைகளை வழித்து எறிவாள். கன்னங்களை விரல்களால் இலேசாக அழுத்தி நீவிவிடுவாள். உடுத்தாடையைத் தளர்த்தி கமுகு மரத்தில் முதுகினைத் தேய்ப்பாள். சிவந்த கோடுகளாக கமுகு முதுகில் பதிந்திருக்கும். கிணற்றை அண்டியிருந்த படிக்கல்லில் காலைத் தூக்கிவைத்து சோப்புத் தேய்த்தபிறகு அதே கல்லில் குதியினை உராய்ந்து கழுவுவாள். அவளுடைய சருமத்தில் ஒருபோதும் நீர் ஒட்டுவதில்லை - வழுக்கி ஓடும். ஒருவாறு முழுகுதலை நிறைவுசெய்த ஈர உடம்பிலே ஆடை மாற்றுவாள். பிறகு இலேசாகத் தலையைத் துவட்டிவிட்டு, குனிந்து கூந்தல் முடிவை முன்புறமாய்ப் படியவிட்டுத் துவாயினால் அடித்துத் துவட்டுவாள். அதே துவாயோடு சேர்த்துக் கொண்டையிட்டுக் கொண்டு ஈர உடைகளைப் பிழிந்து உதறியபடி அவள் வாசல் கொடியை நோக்கிச் செல்லும்போது, அவளுடைய வீட்டை அணுகியிருந்த பாழ்வீட்டில் அவனது ஒளிவிடத்திலிருந்த ஓட்டையிலிருந்து கண்களை அகற்றியபடி சத்தமில்லாமல் வெளியேறிப்போவான்.

## 4

**உ**யர்தரப் பரீட்சை நெருங்கிக்கொண்டிருந்த காலம். அவனுக்குப் பாடங்களை மீட்கவே மனம் ஒப்பவில்லை. சாயாவுடைய வீட்டிலேயே அதுபோய்க் குடியிருந்தது. ஒரு சவர்க்காரமாக அவளுடைய சருமம் முழுக்க இடறித்

திரிந்தது - நுரைத்தெழுந்தது. நேரம் கிடைக்கும்போதெல்லாம் அந்தச் சுற்றுவட்டத்திலேயே சுற்றித் திரிந்தான். துலாக்கோல் அசையும்வரை காத்திருந்தான். அவளுடைய வீட்டுக்கு அருகில் இருந்த குறுக்கொழுங்கைகள் சந்திக்கும் நாற்சந்தியில் நின்றுகொண்டான். நடு இரவில் அந்தத் தெருவழியே சென்றுவந்தான் - கறுப்புக்குள் இருந்த அவளுடைய வீட்டின் ஒவ்வொரு அங்குலத்தையும் வெளிச்சத்தில் கண்டான் - இருட்டு அவன் பழகியது. வீட்டில் கறிவேப்பிலை வாங்கிவரச் சொன்னார்கள், கற்பூரவள்ளி வேண்டும் என்று தேவைகளை உருவாக்கிக்கொண்டான். சத்தமில்லாமல் அவளுடைய வீட்டில் நுழைவது, தெரியாததுபோல கிணற்றடிக்குள் புகுவது, பிறகு மோட்டுச் சாக்குகள் சொல்வது என்ற அவனுடைய அசட்டுத்தனங்களையெல்லாம் அவள் அறிந்திருக்கக்கூடும் - தனக்குள் சிரித்திருக்கவும் அல்லது எரிச்சலடைந்திருக்கவும் கூடும் - பராயத்தின் கோளாறு என்று தாண்டிப்போயிருக்கக் கூடும். இப்படியான போக்குப் பற்றி வீட்டிற்கு அவள் எத்திவைத்தால் என்னாவது என்ற அச்சமும் அவனுக்குள் இருந்தது.

இப்படியாக ஒருநாள் வழமையான ரோந்து நடவடிக்கையின் போது அது நிகழ்ந்தது. சந்தையில் சின்னதாய் ஒரு பலசரக்குக் கடைக்கு முதலாளியான ஒருவர் சாயாவுடைய கடவலுக்குள் மின்னல் வேகத்தில் புகுந்ததை அவன் கண்டான். அவர் மிகுந்த கண்ணியமும் சமயப் பற்றும் மிக்கவர். தினமும் அந்தத் தெருவழியேதான் வணக்கத்திற்குச் சென்று வருவார் என்பதால், அவர் அவனுடைய கண்காணிப்புப் பட்டியலில் இருக்கவில்லை. என்னவோ, அவர் நுழைந்துவிட்டார். அவர்களுக்கு நேர அவகாசம் தந்து சற்றுத் தாமதித்தான் அவன். 'கறிவேப்பிலை, கற்பூரவள்ளி' என்று கதைசொல்ல அவருக்கு இடம்கொடுக்க விரும்பவில்லை. உடனடியாகத் தனது ஒளிவிடத்துக்குள் சென்று ஓட்டைக் கல்லினூடாகப் பார்த்தான். இருவரும் கிணற்றடியில் கட்டியணைத்தபடி நின்றிருந்தார்கள். சாயா தன்னை ஒரு மாலையாக்கி அவருடைய தோள்களில் சூட்டியிருந்தாள். சரியாக வாழைமரங்களுக்கும் சேம்பு செடிகளுக்கும் இடையில். பிறகு நேரடியாக அந்தக் 'கரடி' கிணற்றடிக்குள் நுழைந்தது. அந்த ஆள் சாயாவின் பிருட்டத்தைக் கைகளில் தாங்கி தனது உயரத்திற்கு ஏற்ப

அவளைச் சமமாக்கியிருந்தார். அவன் அங்கு நுழைந்த கணத்தில் அவர்கள் மூக்கோடு மூக்குரச நின்றநிலை மாறி அப்போதுதான் முத்தமிட ஆரம்பித்திருந்தார்கள் - ஆவேசமாக உதடுகளை விழுங்கத் துவங்கியிருந்தார்கள். திணறலும் சுவாசமும் சத்தமாகக் கேட்டது - ஈரத்தின் உராய்வும் வழுக்குதலும் கேட்டது. ஒரு ஆணையும் பெண்ணையும் இப்படி நெருக்கத்தில், இவ்வளவு அருகாமையில் இந்தக் கோலத்தில் நேரடியாகக் காண்பது அதுவே அவனுக்கு முதற்தடவை. பயம் பிடித்தது, நடுங்குகின்ற தொடைகளுக்கு நடுவே ஊர்ந்தது. அவனைக் கண்டவுடன் 'கண்ணியவான்' முகம் கறுத்துப் போனது. கண்களிலிருந்த பயம் கருணை கேட்டுக் கெஞ்சுவதுபோல மாறிற்று. அவனைக் கண்டு ஒரு கணம் தடுமாறிய சாயா மறுகணமே திகைப்போடு நின்ற கண்ணியவானின் முகத்தை அவள் புறமாகத் திருப்பி உதடுகளை முன்னரைவிடவும் ஆக்ரோசமாகத் தனக்குள் வாங்கிக்கொள்ள ஆரம்பித்தாள். அப்போதும் அவனை வெறித்திருந்த கண்ணியவானின் கண்களை, முகத்தைத் திருப்பி அவள்புறமாய் ஆக்கினாள். அவனை ஒரு பொருட்டாகவே அவள் எடுத்துக்கொள்ளவில்லை. அவனுக்குப் பேச்சுவரவில்லை. மாட்டிக்கொண்டவன் தான்தான் என்பதுபோல விறைத்து நின்றான். அந்தக் கிணற்றடி ஒரு விநோத உலகம் போலவும் அங்கு ஏதேதோ விநோதங்கள் நிகழ்ந்து அச்சமூட்டுவதுபோலவும் இருந்தது. திடீரென்று அவன் அங்கிருந்து வெளியேறி ஓடி, தெருவில் எத்தியபோது பயங்கரமான கனவிலிருந்து விழித்தெழுந்தவன் மாதிரி வியர்த்தான். அங்கு கண்ட நிகழ்வை வைத்து என்னென்னவெல்லாமோ சாதித்துக்கொள்ளலாம் என்கிற மனக்கோட்டை அரைமணிநேர அற்ப ஆயுளில் தவிடும் பொடியும் ஆகிற்று. தகர்வின் புழுதியில் மூச்சுமுட்டி நின்றிருந்தான். இந்த அவமானத்தை யாரோடு எப்படிப் பகிர்வது? அவனைவிடவும் கேவலமாக யாராவது சங்கை குறைந்திருப்பார்களா? அவளுடைய முகத்தை, அவளுடைய கண்களை இன்னொருமுறை எப்படி எதிர்கொள்வது? சாயாவின் பார்வையில் தெறித்த வெறுப்புணர்வும் கோபமும் அவனை விரட்டிக்கொண்டே இருந்தது. அப்போது ஓடத் தொடங்கியவன்தான்.

அந்த வருடம், பொதுப் பரீட்சைப் பெறுபேற்றினை அறிந்து கொள்ள அவன் பாடசாலைக்குச் செல்லவில்லை.

# 5

**சா**யாவின் தாயாரின் மரணத்தோடு நிலவரங்கள் எல்லாம் மாறிப்போயின. ஒரு மாரிகாலம் முழுக்க சீக்காகிக்கிடந்தாள் தாய். தொண்டைக்குள் நீர் இறங்கவில்லை. அவள் ஒரு குழந்தை அளவு சுருங்கிப்போனாள். தோல் கவசம் என்புகளில் தொங்கிக்கொண்டிருந்தது. முதுகெல்லாம் படுக்கைப்புண் போட்டு அவதிப்படுவதாக உம்மா சொன்னாள். காய்ந்துபோய்க் கிடந்த செப்புப் படிக்கத்தைக் காணும்போது, "இப்படி வெற்றிலை உரல் ஓய்ந்துபோயிருப்பதை ஒருநாளும் கண்டதில்லை" என்றும் சொன்னாள். "சீவன் இழுத்துக்கொண்டிருக்கிறது... இன்றைக்கோ... நாளைக்கோ..." என்றபடி வீட்டுக்குள் நுழைந்துகொண்டிருந்தாள். சொன்னபடி மறுநாள் காலையில் சீவனின் தகைப்பு அறுந்து போயிற்று. தாமதியாது, மதியத் தொழுகையின் பின் கடற்கரை மையவாடியில் நல்லடக்கம் செய்தார்கள். வெட்ட வெட்ட நீரூறி குழி நிரம்பிக்கொண்டிருந்தது. "இது மூன்றாவது குழி..." என்று தூரத் தென்னை மரத்தில் சாய்ந்துநின்ற இருவர் பீடிப் புகையினிடையே பேசிக்கொண்டார்கள். பிறகுதான் சாயாவின் சகோதரனும் உறவினர்களும் காட்சிகளுக்குள் நுழைகிறார்கள். மரணம் விழுந்து நாற்பது நாள்கள் கழிந்து கத்தம் கொடுத்த கையோடு, தூரப் பெருநகரிலிருந்த வணிகன் ஒருவனுக்கு சாயாவைக் கட்டி அனுப்பிவைத்தார்கள்.

திரும்பவும் ஒரு தடவை தெரிவுகளுக்கு இடம் வைக்காது, தீர்மானங்களை அவள் தலையில் அடித்து ஏற்றியது காலம்.

மணமகன் குறித்த எந்தத் தகவலும் அவளின் சகோதரனை விடுத்து யாருக்கும் தெரிந்திருக்கவில்லை. பல வருடங்களாகத் திட்டமிட்டுக் காத்திருந்த ஒரு களவைப்போல அவர்கள் அதைச் செய்தார்கள். இரவோடு இரவாக எல்லாம் நடந்து முடிந்தது. தாயின் மரணத் துயரிலிருந்து இன்னமும் அவள் மீண்டிருக்கவில்லை. தான் ஒற்றையாகிப் போய்விட்டதாகப் பயந்தாள். எந்த உதவியும் இல்லாவிட்டாலும் மூலையில் 'ஒரு ஆள் கணக்கிற்கு' அவள் இருந்தது சாயாவுக்குத் தெம்பைக் கொடுத்திருந்தது. அவளுடைய மறுப்பை, தகாத வார்த்தை ஒன்றின் மூலம் அடக்கினான் சகோதரன். மூத்தவன் என்கிற திமிரோடு பெருமாறினான். ஆண் என்கிற அதிகாரத்தைக் கையில்

எடுத்தான். அவளுக்கு ஆதரவாக யாரும் இருக்கவில்லை. திருமணமாகி மறுநாளே, மணமகன் வந்திருந்த வாகனத்திலேயே அவள் ஊரிலிருந்தும் பயணப்பட்டுப்போனாள். யாரோடும் பயணஞ்சொல்லாது, பிறர் யாரும் வழியனுப்பிவைக்காது அவள் போனாள். கற்றாழை மணமும் சந்தன வாசமும் முற்றாக விடைபெற்றுப் போயின.

மாப்பிள்ளை 'தூள் வியாபாரி' என்றும், ஏற்கெனவே இரண்டு மனைவிகள் உண்டு என்றும், ஆள் ஒரு 'கல்யாணராமன்' என்றும் 'மூத்த கல்யாணத்தின்' பிள்ளைகளை வளர்க்கத்தான் இவளைக் கூட்டிச் செல்கிறான் என்றும் அடுத்து வந்த சில நாட்களுக்குக் கதை பெருகி ஓடியது. ஆசைதீர அவரவர் தேவைக்கு அள்ளிக் குடித்து ஆறிக்கொண்டனர். இந்த இழியும் பழியும் அவளை எட்டப்போவதில்லை. எட்டினாலும், இவற்றை எல்லாம் அவள் எப்படி எதிர்கொள்வாள் என்பதையும் அவர்கள் எல்லோரும் அறிந்திருந்தார்கள். ஆனாலும், ஒரு ஆசுவாசம்போல ஆளுக்கு ஆள் சொறிந்தும் தடவியும் கொடுத்துக்கொண்டார்கள். ஊரில் எல்லாம் மூன்று நாள்களுக்குத்தான்.

## 6

அதற்குப் பிறகு இரண்டு தடவைகள் சாயா ஊருக்குத் திரும்பியிருந்தாள். முதற்தடவை கணவனோடு. திருமணத்தின்போது இருந்ததைவிடவும் இருமடங்காயிருந்தார் கணவர். மெல்லிய சந்தனநிறத்தில் சேர்ட்டும் வெள்ளைச் சாரனும் அணிந்திருந்தவருடைய சட்டைப்பையில் பெறுமதியுள்ள நாணயத்தாள்கள் மடித்துவைக்கப்பட்டிருந்தன. தங்கநிற பிரேமிட்ட கண்ணாடியின் காம்புகளை இணைத்து கறுப்புச் சங்கிலி தொங்கிக்கொண்டிருந்தது. பெருநகரில் வீடு ஒன்றை வாங்கிக்கொள்வதற்காக, கடை அறையை விற்கும் பொருட்டு அந்த வரவு. அவளுடைய பேச்சில் நகரின் சொற்கள் கலந்திருந்தன. பேசும் விதத்தில் வேறு சாயல் இருந்தது. குதியுயர்ந்த செருப்பு அணிந்திருந்தாள் - நடைமாறியிருந்தது. மெல்லிய ரோமங்கள் இல்லாத பின்னங்கால்கள் வாளித்து இருந்தன. கன்னங்களுக்கு 'ரோஸ்' பவுடர் பூசியிருப்பதாகச் சொன்னார்கள். அவளும் கொஞ்சம் கொழுத்து இருப்பதாகச் சொன்னார்கள். பாட்டியைக் காண அவனுடைய வீட்டுக்கும் வந்துபோயிருந்தாள். அப்போது அவன் வீட்டில் இருக்கவில்லை.

“நீண்ட நாள்களாகிற்று...” என்று சொல்லி பாட்டியிடம் வெற்றிலை வாங்கிக் குதப்பியிருக்கிறாள். போய்க் கனநேரம் ஆகிப்போன பிறகும் அவள் பெருமாறிய இடங்களில் வாசனை வீசிக்கொண்டிருந்தது. ஊரில் தாமதிக்காது நகருக்கு மீண்டுவிட விரும்பியவள்போல இருந்தது அவளுடைய பதட்டம் நிறைந்த பெருமாற்றங்கள். சகோதரனின் பராமரிப்பில் இருந்த வீட்டில் சவக்களை வீசியது. அவன் முதன் முதலாகச் செய்திருந்த வேலை முற்றத்தில் இருந்த பட்டிப்பூக்களை எல்லாம் பிடுங்கி எறிந்ததுதான். வாசல் பந்தலில் படர்ந்திருந்த பெஷன் புறூட் சருகாகிப் பறந்துகொண்டிருந்தது, தந்துகள் காய்ந்து கம்பிகளாய் சுருண்டிருந்தன. தொங்கு தாவரங்கள் தூக்கப்பட்டிருந்த பாத்திரங்களில் தென்னம்துப்பு வரண்டிருந்தது. காய்ந்த இலைகள் நடைக்கு நெரியும் ஓசை. பறவைகள் அங்கு குடியிருப்பதில்லை. வண்டுகள் இரைந்த காலம் மாறிப்போயிற்று. அந்தச் சுற்று வட்டாரம் முழுவதுமே கோடையின் அனல் வீசுவதாகத் தோன்றிற்று. ஒப்புக்காகச் செய்து முடிக்கப்பட்டிருந்த பூசிமினுக்கல்கள் அப்பட்டமாகத் தெரிந்தன. தெருக்கதவுக்குப் பூசப்பட்டிருந்த மை படியில் வடிந்து மண் புரண்டிருந்தது. பெரிய அழிவொன்றில் தலைகீழாய்ப் புரட்டிப்போடப்பட்ட நிலப்பகுதிபோல இருந்த அந்த இடத்தில் அவள் தாமதிக்க விரும்பியிருந்தால்தான் ஆச்சரியப்படவேண்டும். நொத்தாரிசை பதிவுப் புத்தகங்களோடு வீட்டுக்கு அழைத்து, சாட்சிகளின் முன் கையொப்பமிட்டாள். உறுதி மாற்றி எழுதப்பட்டாயிற்று. ஒரு பகல், ஒரு இரவு - மறுநாள் திரும்பிப்போனாள்.

இரண்டாவது தடவை தனியாக வந்திருந்தாள். கொஞ்சக் காலம் கழித்து அந்தத் திருப்பிவரவு நிகழ்ந்தது. அவள் தனியாக வர விரும்பியிருந்தாள். ‘பெரிய வியாதி’ என்று கவலைதோய சுட்டு விரலை உதடுகளுக்குக் குறுக்காக வைத்துக்கொண்டு உம்மா ஆண்டவனிடம் பாதுகாப்பு வேண்டிப் பிரார்த்தித்துக்கொண்டாள். அந்த வீட்டில் அனேகமாகத் தனித்துவிடப்பட்டருந்த அவளின்மீது இரக்கம் தோன்றிற்று. பிறகு, அவளுடைய ‘பொல்லாத கண்கள்’ குறித்து உம்மா எப்போதும் முறைப்பாடோ குறைகளோபட்டது இல்லை. உம்மா அடிக்கடி சமைத்து அனுப்பினாள். கொஞ்சமாக என்றாலும், முந்தானைக்குள் மறைத்துப் பிடித்தபடி கொண்டுசென்று கொடுத்தாள். “எழுபத்து எட்டாம் ஆண்டு வெள்ளம் போட்டபோது ஊருக்கெல்லாம்

ஆக்கிக்கொடுத்த குடும்பம்" என்று அயலவர்கள் மீது கோபத்தை வெளிப்படுத்தினாள். சாயா, தூரத்தில் சொந்தமாக வரும் ஒரு பெண்மணியையும் அவளுடைய குழந்தையையும் தன்னோடு வைத்துக்கொண்டாள். எந்த நேரமும் எதையாவது மென்றுகொண்டிருந்தாள் அந்தப் பெண். பருமனான உடல்வாகு அவளுக்கு. குழந்தையோ மெலிந்து ஈர்க்கு போல இருந்தது. அவள் இடுப்பில் பிள்ளையைப் பொருத்திவிட்டதுபோல சுமந்து திரிந்தாள். பிறகு நான்கைந்து தடவைகள் பெருநகரிற்குச் சிகிச்சைக்காகச் சென்று திரும்பியிருந்தாள் சாயா. அறுவைச் சிகிச்சையின் பின் கொடிய வியாதியில் இருந்து படிப்படியாக அவள் விடுபட்டுவருவதாயும் சிகிச்சைகளின் பலன் குறித்தும் உம்மாவிடம் பகிர்ந்துகொண்டாள். உதிர்ந்துபோயிருந்த முடிகள் மீளவும் வளரத் தொடங்கிவிட்டதாகச் சொல்லியபடி தனது மார்பகத்தைத் திறந்துகாட்டி "இதைவிடவும் நூறுமடங்கு நேர்த்தியாக நான் தைத்திருப்பேனே" என்று அவள் சொல்லிச் சிரித்ததை தாயார் சோகம் மேலிட மூத்த சகோதரியிடம் குசுகுசுத்தபோது அவன் 'ஆழ்ந்து' உறங்கிக்கொண்டிருந்தான். தொடர்ந்து வந்த சில நாட்கள் அவளுடைய சீரானதும் நேர்த்தியானதுமான முலைகளைக் கனவில் கண்டு திணறி எழும்பிக்கொண்டிருந்தான். கொடியில் இனியும் மார்க்கச்சுகள் காயுமா? என்று எண்ணம் தோன்றியதற்காகத் தன்னை நொந்து வேதனைப்பட்டான்.

இப்போது சாயாவின் மார்பின் குறுக்கே காற்று தடையின்றி அசைந்துகொண்டிருந்தது.

### 7

**வாழ்**வின் புதிய அத்தியாயமொன்றை அவள் ஆரம்பிக்க எண்ணியிருக்கக்கூடும். மலர்க் கந்துகளைப் பதியமிட்டாள். பாத்திகோரி பலவர்ண போகன்வில்லா தண்டுகளை நட்டாள். "வருடத்தில் ஆறுமாதங்கள் அளவுக்கு இந்த போகன்வில்லாக்கள் பூத்திருக்கும் தெரியுமா?" என்றபடி மண்ணணைத்தாள். பெண்மணி அதைக் காதில் வாங்கிக்கொள்ள அவகாசமின்றி குழந்தையின் பின்னால் ஓடிக்கொண்டிருந்தாள். அதன் பின்னும் நிறுத்தாது அவள் எதையோ சொல்லிக்கொண்டாள். பூச்சட்டிகளில் குரோட்டன்களை நட்டாள். பந்தலைப் புதுப்பித்தாள். பம்பாய் ரோசா, எக்சோரா எல்லாவற்றையும்

வைத்தாள். சேம்பு, ஓர்க்கிட் தாவரங்களுக்கு கோம்பை மட்டைகளால் அணைகட்டினாள். நீண்ட நாட்கள் கழித்து, வாசல் பெருக்கப்பட்ட ஈர்க்கு அடையாளங்கள் அலங்காரங்கள் போன்று நேர்த்தியாக முற்றத்தில் தெரிந்தன. பறவைகள் நடமாடிய தடங்கள் தென்பட்டன. பூனைகள் திரும்பவும் சுற்றத் தொடங்கிவிட்டன. மண் உறுத்தாது துடைத்தெடுத்துபோல இருந்தது திண்ணை. தாயின் கட்டில் இருந்த மூலையில் பச்சையில் கருநாவல் அலங்காரமுள்ள கண்ணாடிப் பூச்செடியின் சாடியை வைத்தாள். தாய் பெருவிரலின் சுண்ணாம்புக் கறைகளைத் துடைந்திருந்த சுவர்த் தடங்களை அப்படியே விட்டாள். சோறு புழுங்கலும், கருவேப்பிலை வெங்காயம் பொரியும் மணமும் குசினிப் புகையினூடே வெளியானது. தையல் இயந்திரத்தைத் தேடி எடுத்துத் திருத்தக் கொடுத்தாள். சாணைக்காரன் வர, கத்தரியை எடுத்துவைத்துக் காத்திருந்தாள். கொள்வனவு செய்யவேண்டிய நூற்பந்துகளின் நிறங்களையும், பொத்தான் வகைகளையும் பட்டியலிட்டாள். றேந்தை மற்றும் லேஸ்களும் நாடாக்களும் எத்தனை எத்தனை யார் அளவில் தேவைப்படும் என்று கணக்கிட்டாள். ஒயில்கேன் என்று இரண்டு தடவைகள் எழுதியதற்காகச் சிரித்தாள். ஊசியில் நூல்கோர்க்கும்போது மட்டும் கண்ணாடி அணிந்தாள் - பிறகு கழற்றி வைத்தாள் - கண்ணாடி வயதைக் கூடவாக்கிக் காட்டிற்று.

இவ்வளவு ஆண்டுகள் போயும் அவளிடம் மீண்டு வந்திருந்த கறுப்பு நிறப் பூனைக்குச் சாப்பாடு வைக்கவென்று தட்டொன்றைத் தெரிந்து எடுத்தாள். அது இப்போது மூன்று குட்டிகளோடு திரும்பி வந்திருந்தது. எல்லாமே கறுப்பு நிறம். "காலுக்கும் கைகளுக்கும் இடையே மிதிபட்டுச் செத்துவிடாதே" என்றபடி பூனையை விரட்டிக்கொண்டே சோற்றுப்பானைக்குள் நீர்விட்டுக் குழைத்தபடி கொண்டுசெல்கின்ற தாய்க்காரியை அவள் ஒரு கணம் நினைத்தாளோ என்னவோ, சில நொடிகள் இடுப்பில் கைகளை ஊன்றியபடி நின்றாள். நோவுபோல உதடுகளைச் சுழித்துக்கொண்டு இடுப்பைக் கைகளால் அழுத்திக்கொண்டு நின்றவளை காலில் பூனை நக்கியபோது மீண்டு வந்தாள்.

ஆறேழு மாதங்கள்கூடக் கழிந்துபோயிருக்காது. வெள்ளிக்கிழமை மதியம் உண்ட களைப்பில் புரண்டுகொண்டிருந்தான் அவன். வெள்ளி வந்தால் ஊர் ஓய்ந்துபோகும். நீண்ட பயணங்களைத் தவிர்ப்பார்கள். அரைநாளோடு கடைகளை அடைத்துவிடுவார்கள். ஜும்ஆ தொழுகைக்குப் பிறகு வீட்டில் அடங்கிவிடுவார்கள். அன்று மாலையில் அவனது பகுதியில் பிரபலமாயிருந்த இரண்டு கழகங்கள் மோதிக்கொள்ள இருக்கிற உதைப்பந்தாட்டக் கண்காட்சிக்குச் செல்வதற்காக நான்கு முப்பது அளவில் தன்னை எழுப்பிவிடச்சொல்லி உம்மாவிடம் கேட்டிருந்தான். அவனுக்குத் தூக்கம் வரவில்லை. மண்டைக்குள் இரண்டு கழகங்களும் ஏற்கனவே மோத ஆரம்பித்துவிட்டிருந்தன. மின்கம்பங்களிலிருந்த ஒலிபெருக்கிகளில் நாகூர் ஹனீபா, அருள் மழையைப் பொழியச் சொல்லி இறைவனிடம் கேட்கத் தொடங்கிவிட்டார். எச்சில் தெறிக்கப் பேசுகின்ற வர்ணனையாளர் அவனுடைய காதுகளுக்குள் வந்து நுழைந்துவிட்டிருந்தார். அவன் ஆதரவளிக்கும் அணியின் முன்னணி வீரர்களில் ஒருவர் தொழில் நிமித்தம் வெளிநாடு சென்றுவிட்டிருந்தார், மற்றொருவர் தூர ஊரொன்றுக்கு வேலை இடமாற்றம் பெற்றுச் சென்றுவிட்டதால் அவரால் கலந்துகொள்ள முடியவில்லை. இன்னொருவரோ கடந்த போக அறுவடையின்போது உழவு இயந்திரத்தில் இருந்து தவறிவீழ்ந்து காலை உடைத்துக்கொண்டு கட்டோடு வீட்டில் படுத்திருந்தார். அவனுடைய அணி குறித்து எதுவுமே நல்ல சேதிகளாக இல்லை. எதிரணியில் புதிதாக இணைந்திருக்கிற கோல் கீப்பர் பற்றி 'அவனுடைய கால்கள் நிலத்தில் நிற்பதேயில்லை' என்றவாறெல்லாம் பரவியிருந்த கதைகள் வேறு அச்சமூட்டிக்கொண்டிருந்தன. ஆட்டம் விளம்பரப்படுத்தப்பட்ட நாளிலிருந்து அவனுடைய கையுறைகளையும் காலணிகளையும் பற்றி விவாதிக்கத் தொடங்கிவிட்டார்கள். நண்பர்கள் வட்டாரத்தில் 'அவன் சும்மா படம்காட்டுகிறான்' என்று சொல்லி, அவர்கள் பயத்தை மறைத்துக்கொண்டாலும், உண்மையாகவே ஒரு நடுக்கம் இருந்தது. எல்லாப் புறமாயும் புரண்டு பார்த்தான். எழுந்து வெளியேபோகும் எண்ணம் வரும்போதெல்லாம், சோம்பல் அவனை மீளவும் கட்டிலோடு ஒட்ட வைத்துக்கொண்டிருந்தது.

இந்நேரம் நண்பர்களுக்கு மத்தியில் இருந்தால் தெம்பாக இருக்கும் என்று எண்ணினான். ஒரு தேநீர் கேட்கலாம் என்று

தோன்றியபோது, உம்மாவைக் கூப்பிட வாயெடுத்தவனுக்கு வாசல்படியில் ஆள் நடமாட்டம் கேட்டது. படுக்கையிலிருந்து எழுந்திருந்து நோக்கினான். அவசரமாக, வெள்ளைப் பிடவையைச் சுற்றியது பாதி சுற்றாதது மீதியாகக் கையில் காவிக்கொண்டு செருப்பில் இடறிக்கொண்டிருந்தாள் உம்மா. வீட்டில் இருக்கும்போது கூட முக்காடு சோராமல் பார்த்துக்கொள்கிறவள், இப்படி பிடவையைச் சரியாக உடுத்துக்கொள்ளாது அந்தரப்பட்டு நிற்பதுகாண வியப்பாயிருந்தது. காலில் சேராத செருப்புகளை உதறி எறிந்தவளாய் வெற்றுக் கால்களோடு அழுது அரற்றியபடி தெருவில் இறங்கி ஓடினாள் உம்மா.

'மகளே...' என்ற சத்தம் வாசலில் ஆரம்பித்துத் தேய்ந்து போய்க்கொண்டிருந்தது.

# ஃபெர்ன்

ஸர்மிளா ஸெய்யித்

ஓராண்டுக்குள் நிகழ்ந்திருக்கும் ஆறாவது மரணம் இது. ஒவ்வொரு முறையும் மரணச் செய்திகள் வரும்போது, அது இதயத்தில் கல்லாக இறங்குகிறது. அதன் பிறகு செய்ய வேண்டியிருப்பதெல்லாம் இதயத்தைக் இறுக்கிக்கொள்வது, அன்புக்குரிய அந்த நபர்களின் நினைவுகளோடு மருகுவது, அவர்கள் இல்லாத நாட்களின் வலியைத் தாங்கிக்கொள்வது, இவையனைத்தையும் விட மறுபடி இயல்பாக வாழத் தயாராகுவது.

வசந்தி இறந்துவிட்டாள் என்ற குறுஞ் செய்தியைக் கைபேசியில் பார்த்துவிட்டு போனை முதுகுப்புறமாகத் திருப்பி மேசையில் போட்டாள், ஜென்னா. இந்தச் செய்தி அவள் எதிர்பார்த்துக் கொண்டிருந்த ஒன்றே. இப்படியொரு நாளுக்கு, இந்தச் செய்தி வரப்போகும் கணத்திற்கு எப்போதிருந்தோ ஜென்னா தன்னைத் தயார்படுத்தத் துவங்கியிருந்தாலும், அது வந்திறங்கிய கணத்தில் ஒரு கண்ணாடிக் குவளையாக நொறுங்கினாள். சுவரோடு சாய்ந்து கொண்டு உடல் குலுங்க உரத்த தொனியில் தேம்பினாள். பணியிடத்தில் இருக்கிறோம் என்பதுகூட அவளுக்கு மறந்துவிட்டிருந்தது. சக பணியாளர்கள் ஆறுதலாகச் சொல்வதெல்லாம் எங்கோ ஆழத்திலிருந்து வரும் அணைந்த குரல்களின் உடைந்த சொற்களாகக் காதருகே சிதறின.

வருடத்தின் தொடக்கத்தில் முதலில் அவள் உடைந்தது, தோழியொருத்தியின் கணவன் வாகன விபத்தில் அகால மரணமடைந்தபோது. நாற்பதுகளில் இருந்த அவனது மரணம் ஒரு சூறாவளி போல அவளைக் கலைத்துப்போட்டது. படிப்பை முடித்து நல்ல தொழிலில் கொஞ்சமாகக் காலூன்றி, வீடு, காதல் திருமணம், குழந்தைகள் என்று அப்போதுதான் வாழத் தொடங்கியிருந்தான். அங்கங்கு கஷ்டப்பட்டுப் பொறுக்கிச் சேர்த்த அனுபவங்களால் இனியொரு பயமில்லை என்றோ, இனி எதையும் பார்த்துக்கொள்ளலாம் என்றோ துணிவு பெறுகிற வயதில், வாழ்வு ஒரு பந்தாக உள்ளங்கையில் அமர்ந்திருக்கும் நாற்பதுகளில் அகாலமாகச் சாகும்போது அவன் மட்டும் சாவதில்லை. சிறுகச் சிறுக உருவாக்கிய உலகமே துண்டு துண்டாக உடைய பேரழிவை ஏற்படுத்திவிட்டுப் போகிறான். அவனது குழந்தைகள் வாழ்வின் ஒரு பகுதியை இழந்துவிடுகிறார்கள். அவன் மனைவி திடீரென இருட்டில் தள்ளப்படுகிறாள். எவ்வளவு காலம் எடுக்கும் என்று சொல்லவே முடியாதபடி மீள்தலுக்காக தினமும் அவர்கள் போராட வேண்டும். எங்கெங்கு அழைத்துப் போகும் என்று யாருக்குமே தெரிந்திராத வாழ்வின் பாதைகளில் கண்களைக் கட்டிக்கொண்டு நடக்க நேரிடும். அப்பாவினது என்றிருந்த பொறுப்புகள் சிலவேளை அழையா விருந்தாளியாகச் சின்னத் தோள்களில் வந்து ஏறும். கணவன் பார்த்துக் கொள்வான் என்று நம்பியிருந்த, கண்டுகொள்ளாமலே விட்டிருந்த கொஞ்சமும் அறிந்திராத ஏதெல்லாமோ நாட்களை நிர்ப்பந்தமாக நெரிக்கும்.

ஜூன் மாதக் கோடை வெயிலில் வாப்பாவின் மௌத்து. ‘சிங்கப்பூர் சேர்ட்டாம் மகள். பார்க்க அவ்வளவு அழகாயிருக்கு, ஒரு சேர்ட் பத்தாயிரம் ரூவா. ஹஜ்ஜூப் பெருநாளைக்கு அதைத்தான் வாங்கிப் போடணும்’ பற்கள் தெரியச் சிரித்துப் பேசிக்கொண்டிருந்த வாப்பா, சாய்வு நாற்காலியில் கால்நீட்டி ஆசுவாசமாகப் படுத்தபடியே மௌத்தானார். உறங்கினாற்போல இறந்துவிட்டதால் நல்ல சாவாமே! நாற்பத்தைந்து வயதிலேயே அவரைச் சர்க்கரை வியாதி தீண்டிவிட்டது. அவருக்குப் பிடித்த பலகாரங்கள், இனிப்புகள் எதனையும் தின்னவே கூடாதென்று திடீர் கட்டுப்பாடுகள். வட்டிலப்பம் அவருக்குப் பிரியமான இனிப்புப் பண்டம். கருப்பட்டி சேர்த்த வட்டிலப்பம் மட்டுந்தான் வாப்பா தின்பார். ஊரில் உள்ள கடைகளில்

போலிக் கருப்பட்டியே அதிகம் விற்கப்படுவதாகப் புகார் வைத்திருந்த அவர், நல்ல கருப்பட்டி தேடி ஊர் ஊராய்ப் போவார். நிஜ கருப்பட்டியைக் கண்டறிய அவர் பல உத்திகளைத் தெரிந்து வைத்திருந்தார். முழுமையான கறுப்பு நிறத்தில் இருந்தால் அது நல்ல கருப்பட்டி இல்லை என்பார். நல்ல கருப்பட்டி, கறுப்பும் பழுப்பும் கலந்த நிறத்தில் நடுவில் மெல்லிய வெள்ளை நிறப் படலத்தோடு இருக்கும், நாளாக நாளாக இறுகும், சுவைக்கும்போது கரிப்புத் தன்மை கொண்ட இனிப்புச் சுவையில் இருக்கும். நிஜ கருப்பட்டியைச் சுவைக்கும்போது நாவில் இருந்து கரைய நீண்ட நேரம் எடுத்துக்கொள்ளும், கடிக்கவும் சிரமமாக இருக்கும். ஆனால் போலி எளிதாகக் கரைந்துவிடும், உடைத்துப் பார்த்தால் மையப்பகுதி கருமையாகப் பளபளப்பாக இருக்கும், எளிதில் இளகும், வெறும் இனிப்புச் சுவையாக மட்டும் இருக்கும், பளபளப்பாக இருக்கும், ஒட்டும் தன்மையில் இருக்கும்.

இவ்வளவு சமாச்சாரம் உள்ளதா என புருவத்தைத் தூக்குமளவுக்கு அவருக்கு கருப்பட்டி விபரம் தெரியும். தென்னையிலோ பனை மரங்களிலோ இருந்து எடுக்கப்படும் பதநீரில் சுண்ணாம்பு கலந்து இறக்கி, காய்ச்சி உருண்டைகள் செய்து நேரடியாகத் தயாரிக்கும் இடங்களில் போய் பார்வையிட்டு கருப்பட்டிகளை வாங்கிக்கொண்டு வருவார். தேங்காய் மூடியளவு பெரிய கருப்பட்டி உருண்டையை உடைத்துச் சிறு துண்டுகளாக்கி அடைத்த ஒரு போத்தல் சமையலறையில் எப்போதும் இருக்கும். கருப்பட்டியில் ஒரு துண்டை எடுத்துச் சுவைத்துக்கொண்டு தேநீர் குடிப்பது அவரது அன்றாட காரியங்களில் ஒருநாளும் மாறாதது. கருப்பட்டியை உடைத்து மாவு ஆக்கி சர்க்கரை சேர்க்காமல் ஏலம், கருவா நறுமணம் கமகமக்க அவித்த வட்டிலப்பம் எத்தனை முறை எவ்வளவு தின்றாலும் வாப்பாவுக்குத் தெவிட்டாது. வழக்கமாக பண்டிகை அல்லது வீட்டு விஷேசங்களுக்குப் போல எல்லாம் இல்லை. தோன்றும் போதெல்லாம் வட்டிலப்பம் வேண்டும் அவருக்கு.

'சர்க்கரை வியாதி வந்துட்டே வட்டிலப்பம் தின்னுவதைக் குறைத்தால் என்ன?'

இந்தக் கேள்விக்கு வாப்பா இரண்டு பதில்களை ரெடிமேடாக வைத்திருந்தார். ஒன்று உம்மாவுக்கு மட்டுமே சொல்வதற்கு. மற்றையது பிற மனிதர்கள் எல்லோருக்குமாக.

'இந்த வாழ்வு இப்படியே நீடிக்கவா போகிறது! பூமிக்கு சொற்ப காலம் வாழ வந்திருக்கோம். கொஞ்சக் காலமென்றாலும் பிடிச்சதை தின்டு திருப்தியாப் போவமே' - இது பொதுவாக எல்லாருக்குமான அவரது பதில்.

'தின்று தின்று இந்த மனுசனுக்குச் சர்க்கரை வியாதி கூடிப்போய்; கால் வளங்காமல் போய், கிட்னி பழுதாகி, படுத்த படுக்கையாகி உனக்குப் பாரமாகிடுவேன் என்று பயப்படுறியா? உனக்கு அந்தச் சிரமமெல்லாம் வைக்க மாட்டேன்' - இது உம்மாவுக்கு மட்டுமேயான பதில்.

சொன்னபடியே வாப்பா எப்படிப் போய்ச் சேர்ந்தார் என்று ஜென்னாவுக்குப் புரிபடவேயில்லை. அவர் சந்தையிலிருந்து கொண்டுவந்த மீனை கறி ஆக்கி அடுப்பிலிருந்து இறக்குவதற்குள், மஞ்சள் கலந்த தேங்காய்ப்பாலில் மீன் துண்டுகள் வெந்து ஆணம் கொதித்துக் கொண்டிருக்கும்போது, கறிவேப்பிலையைத் தூவி, எலுமிச்சம் சாறு பிழிந்துவிட்ட மீன் சொதியின் வாசனை காற்றிலிருந்து நீங்குவதற்குள், சாய்வு நாற்காலியில் கால் நீட்டிப் படுத்தபடியாகப் போய்விட்டார். அவர் போய்விட்டதை நம்ப முடியாமலும் ஏன் இவ்வளவு அவசரமாகப் போனார் என்ற கேள்விக்குப் பதில் தெரியாமலும் உம்மாவைப் போலவே ஜென்னாவும் துயரில் ஆழ்ந்து கிடக்கிறாள்.

பிறகு மாமனார். எழுபத்தைந்து வயதான மாமனாரின் மௌத்து, அறுபத்தைந்து வயதிலேயே போய்விட்ட வாப்பாவின் மௌத்துப் போல ஜென்னாவை வேரோடு அசைக்கவில்லை. நினைவாற்றல் குறைந்து போனதைத் தவிர அவருக்கு வேறெந்த வியாதிகளும் இல்லை. பேரப்பிள்ளைகளை ஏய்த்துக் கொண்டு, தானும் பிள்ளைப் பருவத்திற்குப் போய்விட்டதைப் போலவே இருந்தார். எழுபத்தைந்தாவது பிறந்த நாளுக்கு அவரை ஆச்சரியத்தில் ஆழ்த்த ஏற்பாடு செய்யப்பட்ட கொண்டாட்டத்தில் யாருக்கோ பிறந்த நாள் போல குழந்தைகளோடு விளையாடித் திரிந்தார். செட்டில் ஆகிவிட்ட மக்கள் சூழ்ந்த குடும்பத்தில் குறைகளும் புகார்களும் இல்லாமல், நேரத்திற்கு சாப்பாடு, நேரந்தவறாத

உறக்கம் என்று வயோதிபத்தில் பலர் ஏங்குவதை எளிதாகப் பெற்றுப் பெருவாழ்வு வாழ்ந்து கொண்டிருந்தவர், திடீரென ஒரு நாள் தடுமாறிக் கீழே விழுந்துவிட்டார். அவ்வளவுதான்! படுக்கையிலேயே கிடந்தபடி அணையாடைக்குள் மூத்திரம்,பீ போகும்போதெல்லாம் கண்ணீர் வடிய அழுதார். சினங்கொண்டு அணையாடையைப் பிய்த்தார். கைத்தாங்கும் மகன்களில் ஆத்திரமுற்றார். கடந்த காலத்தின் எல்லாவற்றைப் பற்றிய விசயங்களும் நினைவாற்றலுக்கு அப்பால் இருந்தபோதும், எப்போதோ சொல்லிய வார்த்தைகள் மட்டும் அவருக்கு நினைவில் வந்து வந்து போயின. 'யாருக்கும் பாரமில்லாமல் பாயோடு பீயோடு கிடந்தழுந்தாமல் போயிடணும்.'

இந்த எண்ணமே கூட்டிக்கொண்டு போனதுபோல, நோயில் விழுந்த ஐந்தாறு நாட்களில் குணமாதலுக்கு முயற்சிகூடப் பண்ணிப்பார்க்க மனமின்றிப் பிடிவாதமாகப் போய் விட்டார். அவர் முழு வாழ்வு வாழ்ந்தார் என எல்லோரும் சொல்லிக்கொண்டிருந்தார்கள். அவரது இழப்பு கல்யாணச் சாவு போல. தொடர் விருந்துகளால் வீட்டில் சனம் நிரம்பியிருந்தது. பாய்க்குப் பாரமாகாமல் எண்ணியபடியாக அவர் அப்படிப் போனதே நல்லதென்று கிசுகிசுத்துக் கொண்டு சகன் பிரியாணி நடுவே முழுதாகப் பொரித்துக் குந்தவைத்திருந்த கோழியை விருந்தினர்கள் பிய்த்துக்கொண்டிருந்தார்கள்.

மரணமெனும் அன்றாட நிகழ்ச்சி, யாருக்கோ நடந்து கொண்டேதான் இருக்கிறது. தினம் தினம் யாரையோ துயரத்தில் மூழ்கடிக்கிறது. யாரையோ கையறு நிலையில் தள்ளிவிடுகிறது. யாரையோ உறைய வைக்கிறது, கசிந்து உருக வைக்கிறது. அது இப்படித்தான் வரும், இன்னாருக்குத்தான் வரும் என்று சொல்வதற்கு முடியாது. மரணத்தை விவரிப்பது பார்வையற்ற ஒருவருக்கு 'வெள்ளை' என்பதன் பொருளை உணர்த்துவது போல. பொதுவான அனுபவத்தைப் பகிர்ந்து கொள்ளாத இரு வேறு நபர்களிடையே இருக்கக்கூடிய தொடர்புச் சிக்கலை விபரிக்க அனடோல் ராப்போபோர்ட் குறியீடாக காட்டிய குறுங்கதை ஜென்னாவுக்கு இந்த நாட்களில் அதிகம் நினைவில் வந்து போகிறது. உக்ரைனில் பிறந்த அமெரிக்க கணிதவியலாளரான அவரது குறியீடு மரணத்தோடு எதுவித தொடர்பும் அற்றதெனினும் அறியாதவற்றைப் பற்றிய

எல்லாவற்றுக்கும் பொருந்தக் கூடியதென்று அவளுக்கு ஓர் எண்ணம்.

வெள்ளை ஒரு நிறம், உதாரணமாக பனி போல என்று சொல்லப்பட்டதைக் கேட்ட பார்வையற்றவன் 'எனக்குப் புரிகிறது. வெள்ளை குளுகுளுப்பான ஈரமான நிறம்' என்றான்.

'இல்லை, அது குளிர்ச்சியாகவும் ஈரமாகவும் இருக்க வேண்டியதில்லை. பனியை விட்டுவிடுங்கள். உதாரணமாக, காகித வெள்ளை எனலாம்.'

'அப்படியானால், அது சடசடக்கிறதா?' பார்வையற்றவன் மீண்டும் கேட்கிறான்.

'இல்லை, உண்மையில், அது சடசடக்க வேண்டியதில்லை. வெள்ளை, முயலின் ரோமம் போன்றது.'

'மென்மையான, பஞ்சுபோன்ற நிறம் எனக் கொள்ளலாமா?' பார்வையற்றவன் உறுதிப்படுத்திக் கொள்வதற்குப் போலக் கேட்டான்.

'இல்லை, வெள்ளையின் பொருள் மென்மையாகவும் இருக்க வேண்டியதில்லை. செரமிக் பீங்கான்களும் வெள்ளையாக இருக்கும்.'

'அப்படியானால், ஒருவேளை அது உடையக்கூடிய நிறமாக இருக்கலாம்' என்கிற முடிவைப் பெறுகிறான் பார்வையற்றவன்.

மரணம் எப்படி அதற்குரிய நபர்களைத் தேர்ந்தெடுக்கிறது என்பது புதிரானது. அந்தச் சூட்சுமம் தெரிந்துவிட்டால் வாழ்வுக்கு ஒரு பொருளுண்டு என்பதே பொய்யாகிவிடும் போலவொரு இரகசியத்தைப் பூட்டிக்கொண்டு சுழலுகிற பூமி. ஒவ்வொரு மரணத்திற்கும் எப்படி, எவ்வளவு அழுவதென்பதுவரை அது அனைத்தையும் சூட்சுமமாக வைத்திருக்கிறது. ஒவ்வொரு இழப்பின் பிரிவுத் துயரும் ஆறுவதற்கு எடுத்துக்கொள்ளும் காலத்தையும் குத்து மதிப்பாகச் சொல்லமுடியாது. சில இழப்புகள், எப்போதாவது நினைப்பதோடு தடயமாகிப் போய்விடும். சில இழப்புகள் எப்போதுமே நினைந்து உருகிக்கொண்டேயிருக்கச் செய்யும். சில இழப்புகள் அன்பைக் கோரும். சில மன்னிப்பைக் கோரும்.

தாய் வழி மாமா, அவர் ஒருவர் தான் 'தாய் மாமா' எனப் பெயர் சொல்லும் உறவுக்கு இருந்தவர். அவர் மௌத்தாகியபோது அழுததை விட இன்று மறைந்துபோன வசந்திக்குக் குறைவாகவே அழுதாள், ஜென்னா. வாப்பா மௌத்தானபோது கதறிக் கதறி அழுததுபோல் மாமாவுக்கு அழவில்லை அவள். உறவுக்காரக் குழந்தையொன்று ஆறே வயதில் சிறுநீரகங்கள் இரண்டும் செயலிழந்து மௌத்தானவேளை அவளுக்கு அழுகையே வரவில்லை. ஒருவரோடும் பேசிக்கொள்ளாமல் உண்ணாமல் இருந்தாள். முறையற்ற உறக்கத்தோடு நாள் கணக்காக உழன்றாள். தனக்கும் ஏதாவது பெயர் தெரியாத வியாதி இருக்கலாம் என்ற எண்ணம் சில நாட்களாக அவளை அலைக்கழித்தது. மூத்திரத்தின் நிறம் வழக்கம்போல இல்லையே என்பதாக கழிவறைக் கொமட்டில் உற்றுப் பார்த்தாள். பல் விளக்கும் போது ஈறுகளில் கசிந்த இரத்தம் பார்த்து மிரண்டாள். ஆனால் மற்ற எல்லாரையும் போல முகத்தில் புன்னகையை அணிந்தபடி வேலைக்குப் போய் வந்தாள். பிள்ளைகளோடு விளையாடினாள். சமையல் செய்தாள். பிள்ளைகளுக்குப் பிடித்த ஆரஞ்சு கேக் செய்தாள். இணையருடன் சினிமா பார்த்தாள்.

தன்னை வேறாகக் காட்டிய இழப்புகளில் இருந்தெல்லாம் விடுபட்டு விட்டாளா, மனத்தை ஆற்றிக்கொண்டுவிட்டாளா போன்ற கேள்விகளுக்கு ஜென்னாவுக்கே பதில் தெரியாது. உணவு தேடி ஒவ்வொரு திசையாகப் பறக்கும் பறவையாக காரியங்கள் முடிந்து மூன்றாம் நாளில் ஒவ்வொருவரும் ஆளுக்கொரு பக்கம் புறப்பட்டுப் போய்விடுவதோடு சரி. இறந்தவர்களின் குரல்கள் செவிகளுக்குள் கேட்டுக்கொண்டிருக்க, பேசிய வார்த்தைகள் புரையோடி நெஞ்சை அழுத்த, புகைமூட்டத்தால் கறைபடிந்த அன்றாடத்திற்கு திரும்பும் வலி சுழற்சியாகத் தொடர்கிறது.

○○○

கண்களைத் துடைத்துக்கொண்டு, ரெஸ்ட்ரூம் போய் முகம் கழுவிக்கொண்டு வந்து, அவசர விடுப்பு எடுத்துக்கொண்டு அலுவலகத்தை விட்டு வெளியேறினாள்.

அந்த வெப்பமான நாளில் பரபரப்பான தெருவில் இறங்கி நடந்தாள். இதே தெருவில் வசந்தியோடு திரிந்த நினைவுகள் குண்டூசியாகக் குத்தும் வலியோடு

அலையாக ஆர்ப்பரித்தெழுந்தது. அநேகமாக எப்போதும் அதே விசயங்களைப் பேசிக்கொண்டு, அதே தெருவோர உணவுகளைக் கொறித்துக்கொண்டு, மிக மிகச் சலிப்பூட்டும் விவாதங்களைச் செய்து வந்தபோதும், சந்திக்கும் போதெல்லாம் புதிதாகச் சந்திப்பது போலவொரு மகிழ்ச்சிக்கு எப்போதும் உத்தரவாதமிருந்த நாட்கள் மந்தமானதாக மாறிச் சில மாதங்களாகிவிட்டன.

நிச்சயமற்ற வாழ்வில் ஏற்படும் உறவுகளுக்கும் பிணைப்புக்குமான பொருள் அன்புக்குரியவர்களை இழக்கும்போது உண்டாகும் வலி, அதன் பிறகு கருணையற்று நீளும் நாட்களின் அலைக்கழிப்பு. இவற்றிலெல்லாம் இருந்து விடுபடுவதற்கான தேடலைச் சமீபமாகச் சந்தித்த ஒவ்வொரு மரணத்தின் போதும் தனக்குத்தானே ஆராய்ந்தபடியிருந்தாள் ஜென்னா. மரணம் மீதான பயத்தை விடவும் வாழ்தல் மீதான பயம் அதிகரித்துக் கொண்டிருப்பதாகச் சில நேரங்களில் எண்ணினாள்.

பேருந்தில் ஏறி அமர்ந்தபோது, வெறுங்கையோடு ஏறிவிட்டோமே என்று ஒரு கணம் தோன்றியது. சினேகிதியைக் காணச் செல்லும்போதெல்லாம் நேசத்தின் அடையாளமாக எடுத்துப் போகும் சின்னச் சின்னப் பொருள்களில், இனிப்புகளில், புத்தகங்களில் சேர்த்துக் கொடுக்கும் அன்புக்கு இனி என்ன பொருள்? அவள் இல்லாத வாழ்வில் அவளுடனான ஞாபகங்கள் இனி வெறும் துயரம் மட்டுந்தானா? இறுதி ஊர்வலத்திற்குச் செல்லத் தயாராகிவிட்டிருக்கும் அவளுக்காக எதை எடுத்துக்கொண்டு போவது? அது அவளுடன் செல்லக்கூடியதா? அவள் எல்லாவற்றையும் துடைத்துக்கொண்டு போகிறாளா! குதூகலம் என்றாலும், துக்கம், குற்றவுணர்வென்றாலும் வசந்திக்கு இவள், இவளுக்கு அவள் என்று வாழ்ந்து பழகியதை எப்படி மாற்றிக் கொள்வது?

எல்லாம் எவ்வளவு வேகமாக நடந்து முடிந்துவிட்டது!

மலச்சிக்கலில் தொடங்கி கறையான்கள் உடலுக்குள் ஏறிவிட்டாற்போல மெல்ல மெல்லத் தின்று சிதைத்து மரணம் வரையும் வசந்தியைக் கொண்டுவந்துவிட்ட வியாதியை

காலத்தின் இரக்கமற்ற தண்டனையாக ஆற்றாமையுடன் சித்திரித்துக் கோபித்தாள்.

'திரிபலா சூரணம், கடுக்காய், மருந்து, மாத்திரை எல்லாம் எடுத்தாச்சு அப்பயும் ஏன்டி இப்படியே இருக்கு?'

முகம் முழுவதும் வியர்வைத் துளிகளில் நனைந்திருக்க இடுப்பில் கைகளை ஊன்றிக் கொண்டு கழிவறையிலிருந்து வந்தாள் வசந்தி.

'இதென்னவோ வேற பிரச்சினை போலத் தெரியுதுடி. இத்தனை நாளா சிரமப்படுறாய். ஏன் ஜெகன் கண்டுக்காமல் இருக்கான்' அனுதாபத்தில் துவங்கி எரிச்சலாக வெடித்தது அவள் குரல்.

'டொக்டர் என்டதால் அவரில பழி போடப் பார்க்கிறியா என்ன? எனக்கு மட்டுமா அவர் டொக்டர்?'

'என்ன சொன்னாலும் நீ அவனை விட்டுத் தரமாட்டாய் தான்.'

வசந்தியின் விரல்களைத் துழாவிக் கொண்டு சொன்னாள். 'அதிகமாக தண்ணி குடி, பழங்கள் சாப்பிடு, காய் கறி தின்னு, இப்படியெல்லாம் அட்வைஸ் பண்ண அவசியம் இல்லாதபடி நல்ல டயட்டில ஆரோக்கியமான பழக்க வழக்கங்களோட வாழ்ற உனக்கு இந்தப் பிரச்சினை. இது வெறும் மலச்சிக்கல் போலத் தெரியல்லை. வேற உபாதை இருந்திட்டால்... ஜெகன்ட்ட சொல்லி டெஸ்ட் எடுத்துப் பார்ப்போம்."

'நீ சொல்றதெல்லாம் அவருக்குத் தெரியாததா? அப்படியிருந்தால் அவரே கூட்டிப்போய் எல்லா டெஸ்ட்டும் எடுத்திருப்பார்டி சும்மா பயப்படுறாய்' வசந்தியின் அலட்சியம் உறுதியாக வெளிப்பட்டும், மயிலிறகால் வருடுவதுபோலத் திரும்பத் திரும்ப சொல்லிப் பார்த்தாள் ஜென்னா.

சில வாரங்கள் இடைவெளிவிட்டு வசந்தியைப் பார்க்கப் போனபோது, உடல் மெலிந்து வாடி தீர்ந்துபோன மெழுகுவர்த்தியின் கரிய திரியாக இருந்தவளைக் கண்டு கொஞ்சம் அதிகமாகவே பதறினாள் ஜென்னா.

'என்னடி உனக்கு? இப்போதெல்லாம் உன்னைப் பார்க்கவே முடியலை. போன் எடுக்கிறாய் இல்ல. வாட்ஸ்அப்,

பேஸ்புக்கில்கூட பார்க்க முடியல்ல. என்ன இப்படி ஆயிட்டாய்?'

'தெரில ஜென்னா... முன்ன மாதிரி முடியல்ல. எப்பவுமே அசதியா இருக்கு. வேலை, பிள்ளைகள், வீடுன்னு அப்படியே வாழ்க்க ஏதோ போவுது.'

'டொக்டர்ஸ் என்ன சொல்றாங்க?'

'பெருங்குடல்ல ஏதோ பிரச்சினையாம்டி, ஆப்ரேஷன் பண்ணணும்றாங்க' தொலைதூரப் பயணமொன்றை அண்மித்துவிட்ட களைப்போடு ஸோபாவில் சரியும் வசந்தியைப் பார்த்தபடி என்ன சொல்வதென்றே தெரியாமல் திகைத்துப் போய் நின்றாள் ஜென்னா.

கடைசியாகச் சென்றிருந்தபோது, உருக்குலைந்து, கட்டிலோடு வசந்தி ஒட்டிக் கிடந்த காட்சி அவள் மரணத்திற்கு இரையாகிக் கொண்டிருப்பதைத் துல்லியமாகக் காட்டியது. பெருங்குடல் புற்றுநோய், நிலை நான்கு, நுரையீரல் உட்பட உடலின் மற்றைய பகுதிகளுக்கும் பரவிவிட்டிருந்தது. எந்தவகைப் புற்றுநோயாக இருந்தாலும் ஆரம்பத்திலேயே கண்டறிந்தால் குணப்படுத்திவிடலாமென மருத்துவ உலகம் உறுதியாக நம்புகிற காலத்தில், வசந்தி வீட்டில் அவள் கணவன் மருத்துவனாகவே இருந்தும்கூட ஆரம்பத்திலேயே ஏன் கண்டறிய முடியாமல் போனதென்று ஜென்னா யோசித்தபடியே இருந்தாள். ஜெகன் மீது உருவான விபரிக்க முடியாத வெறுப்பை மறைத்துக்கொள்வது, நோயில் துவண்டு கிடக்கும் தோழியின் துன்பத்தைத் தாங்கிக்கொள்வதை விடவும் பாரமாக மாறியது. தன்னுடைய துயரம் பற்றிப் பேசவும் முடியாமல், தோழியின் துயரம் பற்றி விசாரிக்கவும் முடியாமல் படுத்திருக்கும் வசந்தியின் தோள்களைப் பரிவோடு தட்டிக் கொண்டிருந்துவிட்டுப் புறப்பட்டாள் ஜென்னா. ஜெகன், வேண்டுமென்றே வசந்தியைப் புறக்கணித்து விட்டிருப்பான் என்றும் அவளால் நம்ப முடியவில்லை. பள்ளி நாட்களில் தொடங்கி, கல்லூரிவரையும் நீடித்துக் கல்யாணத்தில் முடிந்த காதல். வசந்தி ஒருபோதும் ஜெகனின் அன்பையோ செயலையோ குறைத்துப் பேசியதும் இல்லை. அவன் மீது அவளுக்கே புகார்கள் இல்லாதபோது, எதனால் இவ்வாறெல்லாம் யோசிக்கிறேன் என்று ஜென்னாவுக்குத்

தெரியவில்லை. சபிக்கப்பட்ட அன்றாட வாழ்வின் நடைமுறைச் சுழலுக்குத் தன்னை ஒப்புக்கொடுத்தவர்களாகத் தெரிந்த ஜெகனையும் வசந்தியையும் மாற்றமுடியாது, இனி இங்கு எதுவும் மாறக்கூடிய நிலையிலும் இல்லை. ஒளியை ஏற்றிய கரங்களுக்கு விளக்கு அணையாமல் காக்கும் பொறுப்பு இல்லையா என்று தனக்குள்ளே கேட்டுக் கொள்வதைத் தவிர ஜென்னாவால் எதுவும் செய்யமுடியவில்லை.

மினுக்கம் மங்கிய பூச்சரம் போல வெளிறிப்போய் கண்ணாடிப் பேழையில் வைக்கப்பட்டிருந்த வசந்தியின் ஜீவனற்ற உடலையே பார்த்துக் கொண்டிருந்தாள், ஜென்னா. ஞாபகம் தெரிந்த பருவத்திலிருந்தே தோழி. மெல்லிய, தடித்த எல்லாப் பொழுதுகளையும் ஒன்றாயிருந்து அனுபவித்தவள், ஒருபோதும் யாருடனும் சண்டையிட்டு அறியாதவள், அனைத்திற்கும் மேலாக ஒரே வயதினர். இவளை மட்டும் எடுத்துப் போகும் மரணத்தை மௌனமாகக் கண்டித்தபடி பெருமூச்செறிந்தாள். வெள்ளைத் துணியில் நறுமணப் புகைக்குள் கிடத்தப்பட்டிருந்த வசந்தியின் உடலையும், உலர்ந்த கண்களோடு வெறுமனே அவளை வெறித்தபடி அங்கேயே இருக்கும் மற்றவர்களையும் காணக் காண மயக்கமுண்டாவது போலத் தலை சுற்றியது. திடீரென மூப்பேறிய வசந்தியின் முகம் யாரினதோ போலத் தெரிந்தது. கிரகத்தில் உடனடியாக எல்லாமே அமைதியாகிவிட்டதைப் போல எந்தவிதச் சலனமுமில்லாமல் அவள் படுத்திருந்தாள். கடைசி வரையிலும் எந்தப் புகார்களுமில்லாமலே அவள் போய்விட்டாள். வசந்தி சேமித்து வைத்திருக்கும் வார்த்தைகளைச் செவிமடுக்க விரும்புகிறவளைப் போலத் திரும்பத் திரும்ப அவளை உற்றுப் பார்த்துக் கொண்டிருந்தவள், ஞாபகப்படுத்திக் கொள்ளவும் மறக்கவும் முயலும் ஒரு தனிமைக்குள் தன்னை ஒப்படைக்க விரும்பி அங்கிருந்து வெளியேறினாள். எந்தப் பகுதி என்று அறியாதபடி உடல் நடுங்கியது. மயங்கி விழுந்து விடுவாள் போல தள்ளாடியபடி நடந்து மண்டபத்தை விட்டு பால்கனிக்கு வந்தாள். தேநீர் கோப்பையுடன் வசந்தியோடு அருந்திய பேரன்பின் தடயங்களாக அந்த பால்கனியும், ஊஞ்சலும், சட்டித் தாவரங்களும் தனிமையின் உன்மத்த நிலையில் உறைந்து போயிருந்தன. இலைகள் வாடிச் சுருண்டு ஏங்கிக் கிடப்பதை யாருமே கவனிக்கவில்லை.

உலகாயுத ஆறுதலுக்கு இரையாகப் பழக்கப்பட்டிராத தனது மனதை என்ன செய்வதென்று அவளுக்குப் புரியவில்லை. வாழ்விலிருந்து ஒதுங்கியிருப்பதற்குத் தெரிந்துகொண்டால் மாத்திரமே இழப்புகள் உண்டாக்கும் துயரத்தை ஏற்றுக்கொண்டு அப்பால் செல்லமுடியும் என்று தோன்றியது. ஆனால், அது எப்படி என்று தெரிந்துகொண்டால் நானேன் இப்படி இருக்கப் போகிறேன்? வயதேறி மூப்படைந்த மனிதர்களே இறந்து போவார்கள் என்று சிறுமியாய் இருக்கும்போது நம்பியது போல இப்போதும் நம்பிக்கொண்டிருக்க முடியாதபடியாகத் தான் வளர்ந்திருக்க கூடாது என்று கோபித்தாள். இனிமையான ஞாபகங்களுக்கு ஆதாரமாக இருந்தவர்கள் பலரையும் ஒவ்வொருத்தராக இழந்துகொண்டிருக்கும் அவளுக்குள் கொஞ்சம் கொஞ்சமாக இருள் குடியேறிது. ஒரு துயரம் நீங்குவதற்குள்ளாக மீண்டும் மீண்டும் இழப்புகளாக குவியும் நாட்கள் அவளை அச்சத்தில் மூழ்கடித்தன. ஆனால் தன்னைப் போலவே யாரையோ இழந்த மனிதர்கள் சுற்றிலும் இயல்பாக நடமாடித் திரிவதைக் காணும்போது அவள் குழம்பினாள். சவப் பேழைகளுக்கு முன்னால் தேம்பி அழுது கொண்டிருக்கும் மனிதர்கள் அடுத்த சில மணிநேரங்களில் சூப்பர் மார்க்கட்டுகளில் பொருள்கள் வாங்கிச் செல்கிறார்கள். இறந்தவர்களின் ஞாபகங்களைப் பேசிக்கொண்டே விளக்கை அணைத்துவிட்டு ஆடைகளைக் களைகிறார்கள். மங்களகரமான நிகழ்வுகளுக்குப் பரிசுப் பொதிகளுடன் விருந்தினராகப் போய் இறந்து போனவரைப் பற்றிப் பேசிக்கொண்டிருக்கிறார்கள்.

‘எனக்குப் பயமாக இருக்கு’

வாசித்துக் கொண்டிருந்த புத்தகத்தை மூடிவிட்டு ஜென்னாவைப் பார்த்தான் அபு.

‘சின்னப் பிள்ளையிலிருந்து வசந்தி உன் ஃபிரண்ட். உன் பயம் எனக்கு புரியுது. ஆனா இது பயமில்ல ஜென்னா. துக்கம், துக்கம் தான்! கொஞ்ச நாள்ல சரியாயிடும்’ விலகலும் ஒதுங்கலுமாகத் தத்தளிக்கும் அவளைச் சிறகுகளை விரித்து அணைத்துக் கொள்ளும் தாய்ப் பறவையாகக் கரங்களுக்குள் வாரியெடுத்தான். அவளுக்கு அந்த அணைப்பு தேவையாயும் வேண்டாமெனத் தடுக்க வேண்டும் போலும் இருந்தது.

'துக்கத்தைத்தான் பயமென்று பிதற்றுறேனா. எனக்கு, எனக்குப் பைத்தியம் என்றா சொல்கிறாய்?'

அவனது அணைப்பிலிருந்து திமிறி எழுந்தாள். வெற்று நெஞ்சில் உள்ளங்கையை அழுத்திப் பின்னால் தள்ளினாள். அவனுக்கு அவள் புதிதாகத் தெரிந்தாள். பக்கத்து அறையில் உறங்கிக் கொண்டிருக்கும் குழந்தைகளின் உறக்கம் கெட்டுவிடக்கூடாதென்ற கவனம் மட்டுமே அப்போதைக்கு அவனை இயக்கியது. கட்டிலை விட்டு எழுந்து போய்க் கதவை மூடினான்.

'நான் செத்துப் போய்ட்டால் தனியாக சமாளிப்பிங்களா, பிள்ளைகள நல்லபடியாப் பார்த்துப்பிங்களா?'

மங்கலான வெளிச்சத்தில் ஜரிகையின் ஓரமாக மினுங்கும் கண்களால் அவனையே பார்த்துக்கொண்டு அவசர அவரசமாக அவள் கொட்டிய சொற்கள் அவனைச் சஞ்சலத்தில் ஆழ்த்தின.

'என்ன பேச்சு இதெல்லாம்... ஒருத்தர் செத்துப் போய்ட்டால் மற்றவங்க வாழ்க்கை அப்படியே நிக்காது ஜென்னா. எல்லாருமே அந்த இடத்திலயிருந்து நகருவாங்க. நகர்ந்துதான் ஆகணும். வாழ்வு அப்படித்தான் டிசைன் பண்ணப்பட்டிருக்கு. வசந்தி போய்ட்டா. ரெண்டு பிள்ளைகள் இருக்காங்க. அவங்களுக்கு நிச்சயமா கஸ்ட காலம் இது. கண்டிப்பா அவங்க இதில இருந்து மீள்வாங்க. நீ இப்படியெல்லாம் பேசுறத நிறுத்தணும், யோசிக்கிறத நிறுத்தணும். தூங்கு ஜென்னா... நாளைக்கு வேலைக்குப் போகாம ரெஸ்ட் எடு. வசந்தி வீட்டுக்குப் போ. பிள்ளைகளப் பாரு. அந்தக் குழந்தைகள் பாவம், அம்மாவை இழந்து எவ்வளவு கஸ்டத்தில இருப்பாங்க...'

அபு தன் பாட்டில் பேசிக்கொண்டேயிருந்தான். அவன் சொல்லிக்கொண்டிருந்த சொற்கள் வீணாகிக் கொண்டிருக்க, உறைநிலை அடைந்துவிட்ட கடல் போல ஜென்னா உறங்கிப் போயிருந்தாள்.

ooo

**வ**சந்தியின் பிள்ளைகளைப் போய் பார்ப்பதென்ற முடிவோடு அலுவலகத்திலிருந்து விரைவாகப் புறப்பட்டாள் ஜென்னா. அவள் இல்லாத வீட்டிற்குள் நுழைவதற்கு முன் ஓர் அதீத

எச்சரிக்கைக் கவசத்தை அணிவதைப் பற்றிய யோசனையிலேயே சில நாட்களைக் கடத்திவிட்டிருந்தாள். இடையே வசந்தியின் அம்மாவுடன் ஒருமுறை கைபேசியில் பேசினாள். 'பிள்ளைகள் சுதாவுடன் பூங்காவுக்குப் போயிருக்காங்க' என்றாள் வசந்தியின் தாய். அதைக் கேட்டதிலிருந்து, பிள்ளைகளைப் போய் பார்த்துவிடும் எண்ணத்தில் கூடுதல் உற்சாகம் உண்டாகிவிட்டிருந்தது. ஜெகனிடம் கேட்டுக் கொண்டு பிள்ளைகளை வீட்டுக்கு அழைத்து வந்து சில நாட்கள் வைத்திருக்க வேண்டும் என்றும் எண்ணினாள்.

வசந்திக்கும் அவள் குழந்தைகளுக்கும் எப்போதுமே பிடித்தமான காரம் சேர்த்து வறுத்த முந்திரிப்பருப்பு ஒரு கிலோவை வாங்கிக்கொண்டு அங்கு போய்ச் சேர்ந்தாள். வசந்தி காலமான அன்றைக்கு இருந்தாற்போலவே வாசல் வரையிலும் கூட்டம் நிரம்பியிருந்தது. ஜெகன் குடும்பத்தினர் எல்லோருமே அங்கிருந்தார்கள். ஜென்னாவை முறுவலோடு வரவேற்றார்கள். மண்டபத்தின் ஒரு மூலையில் வாடிய முகத்துடன் அசைவற்றுப் போய் அமர்ந்திருந்த ஜெகன், ஜென்னாவைப் பார்த்ததும், வசந்தியின் அம்மா மாடியில் இருப்பதாகக் கூறினான். அவள் தலையைக் குனிந்தபடி படிக்கட்டுகளில் ஏறப்போகும் போது, 'ஜென்னா' கரகரக்கும் குரலில் உரிமையோடு கூப்பிட்டான். குழந்தைகளைப் பற்றி மட்டுமே எண்ணிக்கொண்டிருந்துவிட்ட அவள், இவனிடம் என்ன சொல்லிப் பேசுவதென்று எந்த முன்னாயத்தத்தோடும் வரவில்லையே என நொடிக்குள் பதறியபடி, இழப்புத் துயரத்தில் இருப்பவர்களை எதிர்கொள்வதற்குப் பழக்கப்பட்டிராத தன்னையே கோபித்தபடி தயக்கத்துடன் நின்றாள்.

'வசந்திக்காக ஒரு அஞ்சலிப் புத்தகம் கொண்டுவரலாம் என்றிருக்கோம். அந்தப் பொறுப்பை நீங்க எடுத்துக்கறீங்களா?'

ஜென்னா பதில் சொல்லாமல் நின்றாள். அவன், அவள் முகத்தை ஆழமாகப் பார்த்துக் கொண்டிருந்துவிட்டுச் சொன்னான், 'வசந்தி ஆபிஸ்லயும் ஃபிரண்ட்ஸ் இருக்காங்க. அவங்க எல்லாம் பார்த்துப்பாங்க. ஆனா வசந்தி மனசுல நீங்க இருக்கும் இடமே வேற. மற்றவங்களை விட அவளுக்காக நீங்க செஞ்சா அவ சந்தோசப்படுவா.'

அவன் முடித்துக்கொள்வதற்குள் ஆற்றாமையுடன் ஜென்னா கேட்டாள்.

‘பிள்ளைகள் வசந்தியைத் தேடினாங்களா?’

‘அம்மா மாடியில இருக்காங்க.’ சொல்லிவிட்டு அங்கிருந்து நகர்ந்தான் ஜெகன். அவனிடம் அப்படிப் கேட்டிருக்கக் கூடாதோ என்று தோன்றியது. வேண்டுமென்றே எதுவும் பேசிவிடவில்லை என்றெண்ணிக்கொண்டு மாடியியில் வசந்தியின் அறையில் துணிகளை மடித்துக்கொண்டிருந்த அம்மாவிடம் வந்தாள்.

‘வாம்மா ஜென்னா’

கதவு திறக்கப்பட்டு வாய் அகன்று கிடந்த அலுமாரிக்குள் வெற்றுத் தட்டுகளாக இருந்தன. கட்டிலில் குவித்துக் கிடந்த எல்லாமே வசந்தியின் துணிகள். அதில் சில சேலைகள் சட்டென்று நினைவுகளைக் கிளர்த்தி விடும் ஞாபகங்களால் நெய்யப்பட்டவை. மாவிலைப் பச்சை நிறத்தில் அகலமான தங்கச் சரிகை போட்ட ஒரே மாதிரியான சேலைகள். அதை வாங்கக் கடை கடையாக ஏறி இறங்கியதும், வாங்கிக் கட்டிக்கொண்டு புனிதாவின் திருமணத்திற்குச் சென்ற காட்சிகளும் வண்ணம் மங்காமலிருக்க, இல்லாமல் போன வசந்தியும் அலுமாரியிலிருந்து தூக்கியெறியப்பட்டிருக்கும் அவள் சேலைகளும் நெஞ்சைப் பிய்க்கத் தொடங்கியது. இதயத்தின் ஒவ்வொரு அதிர்வும் நாடி நரம்புகளூடாய் இரத்தத்தோடு துடிப்பதை உணர்ந்தபடி பார்த்துக்கொண்டிருந்தாள்.

‘சும்மா இடத்தை அடச்சிக்கிட்டு இருக்கப் போவுதே, யாருக்காவது கொடுத்திடலாமேன்னு எடுத்து மடிச்சிட்டிருக்கேன்…அதோட ஜென்னா உன்கிட்ட சொல்லாமல் எப்படிம்மா? நம்ம சுதாவுக்கு ஜெகனைக் கட்டி வைக்கலாம்னு எல்லாரும் பேசிக்கிட்டிருக்கோம்…’

வசந்தியின் தடயங்களை இவ்வளவு விரைவாக அவள் வீட்டிலிருந்து அப்புறப்படுத்திவிட முடியுமா என்ற எண்ணத்தில் வார்த்தைகள் தீர்ந்து போனவளைப் போல இருந்த ஜென்னா, நம்பமாட்டாமல் ‘என்ன?’ எனக் கேட்டாள்.

‘ரெண்டுமே பள்ளிக்குப் போகவும் துவங்காத சின்னக் குழந்தைகள். அதுகள வச்சிக்கிட்டு ஜெகன் என்ன

பண்ணுவான்மா... வசந்தி வருத்தம் வந்து படுக்கையில கிடந்த இந்த ஐஞ்சாறு மாசமும் சுதா தான் பிள்ளைகளைப் பார்த்துக்கிட்டா. அக்கா பிள்ளைகள் இல்லையா, அக்கா எப்படிப் பாத்துக்குவாளோ அப்படியே பார்த்துக்கிட்டா. பிள்ளைகளுக்கும் சித்தி வேற அம்மா வேற என்றாகாதே. கல்யாணம்னா இப்போ இன்னைக்கோ நாளைக்கோல்லாம் இல்ல. நாற்பதாம் நாள் காரியமெல்லாம் முடிஞ்சாப் பிறகு.'

'சுதா வயசுக்கு ஜெகன் எப்படிம்மா? இதுக்கு ஜெகன் எப்படி சம்மதிச்சார்?' தூக்கத்தில் ஆழ்ந்தாற்போல இருந்த ஜென்னா, மனதில் தோன்றிய வினாக்களைச் சரங்களாக உதிர்த்தாள். வசந்தியின் இளைய தங்கை சுதா, வசந்தியை விடவும் எட்டு ஆண்டுகள் சின்னவள். ஜெகனுக்கும் சுதாவுக்கும் பன்னிரண்டு வயது வித்தியாசம். ஜென்னாவின் எண்ணங்கள் ஒளிப்பொட்டுக்களாக அலறிக்கொண்டிருப்பதைப் பற்றி ஏதும் தெரியாமல் தொடர்ந்து கொண்டிருந்தாள் வசந்தியின் தாய்.

'சம்மதிச்சுதானே ஆகணும். பிள்ளைகள அவரால வளர்க்க முடியுமா?'

'அதுக்கு சுதா ஏன்?' உடனடியாகத் தோன்றிய எண்ணங்கள் சொற்களாக வருவதற்குள் அப்படியே விழுங்கினாள். அவளுக்கு அங்கிருந்து கிளம்பிவிட வேண்டும் போலிருந்தது.

'இன்னும் கொஞ்ச நேரத்தில் சுதா வந்திடுவாள். பிள்ளைகளைப் பார்த்திட்டுப் போம்மா' வசந்தியின் அம்மாவினது குரல் ஜென்னாவுடன் ஜீவனற்றுப் படிக்கட்டுக்களில் இறங்கிக் கொண்டிருந்தது.

'ஜென்னா உன் பிரச்சனைதான் என்ன? ஜெகன் அப்படியே இருந்திடணும்ங்கறியா?'

வீட்டுக்கு வந்ததிலிருந்து திரும்பத் திரும்ப அவனிடம் புலம்பிய மனுக்களைக் கேட்டுக் கொஞ்சம் எரிச்சலாகக் கேட்டான் அபு.

'ஜெகன் கல்யாணம் பண்ணிக்கிறது ஒரு பிரச்சனையே இல்ல. அவங்க வாழ்க்கைய அவங்க முடிவு செய்றாங்க. எப்படி, எப்படி இவ்வளவு விரைவா அந்த முடிவுக்கு வந்தாங்க? அந்த வீட்டில எல்லாருமே வசந்தியைத் தாண்டி யோசிக்கத் துவங்கிட்டாங்க. அது எப்படி? அதுதான் எனக்குப் புரியல்ல.

வசந்தி செத்து இன்னும் ஆறு நாள்கூட ஆகல்ல அபு' புயல் காற்றின் நெருக்கத்தில் படபடக்கும் பாய்மரமாகத் தெரிந்தாள் அவள்.

'வசந்தி அம்மாதான் தெளிவாக சொல்லியிருக்காங்களே, குழந்தைகளுக்காக விரைவா முடிவு செஞ்சிருப்பாங்க. இதில உனக்கென்ன சிக்கல்?'

'இல்ல என்னால ஏத்துக்கவே முடியல்ல...'

'உன் சம்மதத்தை யாராவது கேட்டாங்களா?' உரத்த குரலில் கேட்டான்.

'இங்க பார் ஜென்னா. நீ உங்க வாப்பா மௌத்தாப் போனதிலிருந்து இன்னுமே மீளல்ல. உன்ன மாதிரி எல்லாரும் அப்படியே உறைஞ்சி போய் இருக்கமாட்டாங்க. அப்படி இருப்பதற்கு அவசியமும் இல்ல. எல்லாருமே நிரந்தரமில்லாத உறுதியோடு தான் பிறக்கிறோம். லெட் திங்க்ஸ் கோ ஞாபகச் சுழிக்குள் அகப்பட்டுக் கிடப்பது ஒரு நோய்.'

'இல்ல இல்ல...' அவள் அரற்றிக்கொண்டேயிருந்தாள். நகத்தைக் கடித்துக்கொண்டு சோர்வாகவும் பலவீனமாகவும் இருந்த அவளைத் திரும்பிப் பாராமல் அவன் கோபமாக வெளியேறிப் போவதை அறைக்கதவு 'படார்' எனச் சொல்லியது. அவள் அங்கேயே அப்படியே நெடுநேரம் அமர்ந்திருந்தாள்.

அமைதி நிலவிய இருண்ட அறையில் தீயில் பொசுங்கும் பறவையின் இறகாகிப் போயிருந்தவளுக்கு ஆயிரம் செவிகள் முளைத்துவிட்டதுபோலக் காதுக்குள் குரல்கள் ஒலித்தன. இருத்தல், இருத்தலின்மை இரண்டும் எவ்வளவு சுமையானது. அபு சொல்வதைப் போல இழப்புத் துயரிலிருந்து மீள முடியாமல் உழல்வது ஒரு நோயா? ஒரு துயரம் எப்படி நோயாக முடியும்? வசதியானபடியாக எல்லாவற்றையும் வளைத்துக்கொள்ளும் இந்நவீன காலத்தில் துயரமும் நோயாகிவிட்டதா? ஒன்றையொன்று தீட்டிக்கொள்கின்ற வாள்களின் கணீரொலி போல உயர்ந்தும் அடங்கியும் செவிகளைக் கிழிக்கும் குரல்கள் அவளைச் சித்திரவதை செய்ய அப்படியே சரிந்து விழுந்தாள்.

உறங்கிக் கொண்டிருக்கும் இளைய மகனின் முன்பாக எப்படித் தோன்றினாள் என்று தெரியாமல் அச்சம் மேவிய கண்கள்

அங்குமிங்கும் அலைய நின்றுகொண்டிருந்தாள், ஜென்னா. அவன் முகத்தையே உற்றுப் பார்த்தாள். வரைந்து முடித்த புதிய ஓவியம்போல உறங்கிக்கொண்டிருந்த அவனைப் பார்த்துக்கொண்டிருக்கும் போதே உதடுகள் பிதுங்கி அழுகை பீறிட்டது.

நான் இறந்திட்டால் இவன் என்ன செய்வான்? என்னைப் போலவே உறைந்து நின்றுவிடுவானா? தாய் போலவே துன்பத்திலிருந்து மீளத் தெரியாத நோய் பீடித்துவிட்டவன் என்று எனக்குச் செய்தது போல இவனை விட்டும் கதவைச் சாத்திவிட்டு அபு கிளம்பிப் போனான் என்றால்? கனதியான நெருக்கத்திலிருந்து தன்னை விடுவித்துக்கொண்டு தொடர்வதே வாழ்வின் பயணம் என்று இவனுக்கு யார் சொல்லித் தருவார்கள்?

கையை யாரோ பற்றி இழுக்க திரும்பிப் பார்த்தாள் ஜென்னா. கருமைக்குள் திட்டுத் திட்டாய்ப் படர்ந்திருக்கும் படச்சுருளின் நிழற்புகையில் அன்பின் விம்பமாய் நின்றிருந்தாள் வசந்தி.

'நீ என்ன விட்டுப் போய்ட்டல்ல வசந்தி' செல்லமாகக் கோபித்த ஜென்னாவை இரகசியமாக ஊடுறும் கண்களால் பார்த்துக் கொண்டிருந்துவிட்டு, 'உன்னைக் கூட்டிப் போகத்தான் வந்திருக்கேன் ஜென்னா என்னோடு வந்திடு' என்றாள் வசந்தி.

அந்த இரவுக்குள் வசந்தி எப்படி நுழைந்தாள் என்று அங்கலாய்த்தபடி பதில் பேசாமல் நின்றாள் ஜென்னா. 'என்ன யோசிக்கிறாய், எப்படியும் வரப்போவது தானே, எப்ப வந்தால் என்ன? இப்பவே என்னுடன் வந்திடு' மீண்டும் ஜென்னாவின் கையை இறுக்கமாகப் பற்றி இழுத்தாள் வசந்தி.

'எது?' ஜென்னாவின் குரலில் பதற்றம். வசந்தியின் பிடியிலிருந்து கையை உதறி விடுவித்தாள். எதுவும் பேசாமல் அமைதியாக அவளையே பார்த்துக்கொண்டிருந்தாள் வசந்தி.

'வா ஜென்னா. என்னோடு வந்துவிடு!'

'இப்போது நான் தயாராக இல்லை.'

'எதுக்குத் தயாராக இல்லை?' வசந்தி சூட்சுமமாகக் கேட்டாள்.

'நீ எதைச் சொல்றியோ அதற்கு' என்றாள் அழுத்தமாக.

‘வா ஜென்னா. நீ யாரெல்லாம் இழந்து துக்கப்படுறியோ அவங்க எல்லாரும் இங்கதான் இருக்காங்க... வா!’ வசந்தி கைகளைப் பற்றி இழுத்தாள்.

‘விடு நான் வரல்லை விடு’

‘விடு விடுடி’

‘ஜென்னா...’ உறக்கத்தில் அரற்றிக்கொண்டிருந்தவளை எழுப்பினான் அபு.

ooo

மூன்றாவது நாளாகவும் ஜென்னா வேலைக்குச் செல்லவில்லை. அறைக் கதவுகளைப் பூட்டிக்கொண்டு தனித்திருக்கும் அவளை எண்ணிக் கலக்கத்தில் இருந்தான், அபு. கைபேசியைக் கூட அணைத்து வைத்திருந்தாள். அவளின் பணியிடத்திலிருந்து அவனைக் கூப்பிட்டுக் கேட்டார்கள். பிள்ளைகளைச் சமாளிப்பதே அவனுக்குப் பெரும்பாடாகியிருந்தது. ‘உம்மாவுக்குச் சுகமில்லை’என்று அவன் சொன்னதை நம்பி அவர்கள் கதவை லேசாகத் திறப்பதும், உறங்கிக்கொண்டிருப்பவளையோ, சுவர்ப்புறம் திரும்பிக்கொண்டு மௌனமாயிருப்பவளையோ எட்டிப் பார்த்துவிட்டுச் சத்தமில்லாமல் ஓடி வருவதுமாக மூன்று நாட்கள் ஓடிவிட்டன. அவர்களைப் பள்ளிக்குக் கொண்டுபோய் விடுவது, கூட்டி வருவது, சமையல் செய்வது, வீட்டுப் பாடங்கள் செய்யவைப்பது, படுக்க வைப்பது, வேலைக்குப் போய் வருவதென்று ஜென்னாவின் துணையில்லாமல் எல்லாவற்றையும் செய்ய அபுவால் முடியவில்லை.

எல்லாமே ஒழுங்கு தவறிப் போய்க்கொண்டிருக்கும் இந்த நாட்களின் கனதி அழுத்துவதற்குள்ளாக அவளோடு பேசிவிட எண்ணினாலும், அவனுக்குத் துணிவு வரவில்லை. கரைந்த சாம்பல் கரைசல் மீண்டும் தெளிவதற்கு சிறிது நேரத்தை எடுத்துக்கொள்வதைப் போல ஜென்னா தன்னை ஆற்றிக்கொள்ள அவகாசம் அளிக்க எண்ணியவன் இப்போது பொறுமை இழந்திருந்தான். அதிகாலையில் எழுந்திருப்பதை நினைத்தாலே எரிச்சலாக வந்தது. அவள் இனித் திரும்பி வரப் போவதில்லை என்றொரு உள்குரல் அவனை அலைக்கழித்தது.

சம்மதித்தாலும் இல்லையென்றாலும் அவளை கவுன்சிலிங் கூட்டிப் போய், இந்தச் சிக்கலுக்கு ஒரு முடிவுகட்ட வேண்டுமென்ற தீர்மானத்தோடு அன்று வேலையிலிருந்து கிளம்பினான்.

சில நாட்களாக வெறிச்சோடிக் கிடக்கும் வீட்டை பிடிப்பற்ற மனதுடன் நெருங்கும்போது இசை கேட்கத் தொடங்கியது. இனிப்பிழந்து போன இந்த சில நாட்களில் பசுமையான பேரன்பின் நினைவுகள் பசைபோல அங்குமிங்கும் ஒட்டிக்கொண்டிருக்கும் வீட்டுக்குள் இப்போதெல்லாம் ஒருவித கலக்கத்துடனே அபு நுழைகிறான். நிஷ்டையிலிருந்து தெளிந்து இசைத்துக்கொண்டிருக்கும் தனது வீட்டருகே வேறு யாரையோ போல சில நொடிகள் நின்றுகொண்டிருந்தான். கீச்சொலியில் சிரிக்கும் அந்தக் குரல் ஜென்னாவினுடையது. யாரோடு பேசுகிறாள்? அவளுக்கு என்னாயிற்று? கையில் இருந்த சாவியைக்கூட மறந்துவிட்டுப் பரபரப்பாகக் கதவைத் தட்டினான்.

இளைய மகன் ஓடிவந்து கதவைத் திறக்க, அப்போதுதான் செடியிலிருந்து பறித்துக்கொண்டு வந்த மகிழம் பூவாக நின்றுகொண்டிருந்தாள் ஜென்னா.

‘உம்மா கையில டாட்டு போட்டிருக்காங்க. அவங்களுக்கு ஒன்னுமில்லைன்னு டாக்டர் சொல்லிட்டாங்களாம்.’

இமைக்க மறந்த அவன் விழிகள், மௌனத்தின் முடிச்சுகளை அவிழ்த்து உதிரச் செய்வதற்குத் தயாராகிவிட்டிருந்த ஜென்னாவில் அப்பிக் கொண்டிருந்தன.

‘டாட்டுவா எங்கே?’ அவளைப் பார்த்தான்.

தனது வலக் கரத்தைக் காட்டினாள். இறகு போன்ற இலை வடிவம். மையத் தண்டின் இருபுறமும் நிழலைப் பிடிக்க நீளும் மெல்லிய கோடுகளால் அவளது தோல் சாயமேறிய துணியாகத் தெரிந்தது. ஆப்பிரிக்க அடிங்க்ரா சிம்பாலாஜியில் இதற்கு ‘ஃபெர்ன்’ என்று பொருள் என்றாள். சுதந்திரத்தையும் வலிமையையும் குறிக்கின்ற இது அசாதாரண இடங்களில் வளரக்கூடிய, மிகக் குறைந்த நீர் தேவைப்படுகிற, கடினமான காலநிலையைத் தாங்கும் மிகப் பழமையான ஒரு தாவரம் என்பதாக விபரித்தாள்.

காலம் வலிந்து அழுத்தியபோதும், தரையை இறுகப் பற்றிக்கொண்டு மீளவும் துளிர்க்கும் ஒரு தாவரத்தை டாட்டுவாகப் போட்டு, 'நீ இன்னும் கொஞ்சம் கருணையோடு நடந்திருக்கலாம்' என்று தனக்குச் சொல்கிறாளா என எண்ணியபடி அவளையே பார்த்துக்கொண்டிருந்தான்.

மேசையில் கலைந்து கிடந்த தாள்களைக் காட்டி 'வசந்திக்கு அஞ்சலிக் கவிதை எழுதியிருக்கேன்' என்றாள்.

அடுப்பில் மீன் கறி கொதித்துக்கொண்டிருந்தது. வாப்பா மௌத்தான பிறகு அவருக்கு நிரம்பப் பிடிக்குமென்ற காரணத்தினாலேயே, அவள் சமைப்பதையும் தின்பதையும் முற்றாக நிறுத்தியிருந்த 'செல்வன்' மீன் கறி. மஞ்சள் கலந்த தேங்காய்ப் பால் ஆணத்தில் மீன் துண்டுகள் வெந்து கொதித்துக்கொண்டிருக்க, கறிவேப்பிலை தூவி, எலுமிச்சம் சாறு பிழிந்துவிட்டு அவருக்குப் பிடித்த அதே முறையில் ஆக்கிக் கொண்டிருக்கும் ஜென்னாவில் கடந்த நாட்களின் தழும்புகளைத் தேடியபடி துருப்பிடித்த இரும்புத் துண்டாக அங்கேயே நின்று கொண்டிருந்தான் அபு.

# மரச் சிற்பம்

**ஷோபாசக்தி**

**பா**ரிஸ் நகரத்தில் இந்த வருடம் நிகழவிருக்கும் ஒலிம்பிக் போட்டிகளைக் குறித்துத் தினப் பத்திரிகையிலிருந்த தலைப்புச் செய்தியை மீறியும் எடுத்த எடுப்பிலேயே இன்னொரு செய்தி எனது கண்களை இழுத்தது. கண்கள் அந்தச் செய்தியை வாசிக்கும்போது, எனக்குக் கிட்டத்தட்டச் சித்தம் கலங்கிவிட்டது என்றே சொல்லலாம். நான் அந்தச் செய்தியை நம்ப முடியாமல் மூன்று தடவைகள் திரும்பத் திரும்ப வாசித்தேன். பிரான்ஸில் இப்போது படுவேகமாக முன்னணிக்கு வந்துகொண்டிருக்கும் தேசியவாதக் கட்சியொன்றின் தலைவர்களில் ஒருவர் இவ்வாறு சொல்லியிருக்கிறார்:

> "எமது தந்தையர் நாடு இப்போது வாழ்வதற்கு அபாயகரமான நிலமாகிவிட்டது. குற்றக் குழுக்களதும் கலகக்காரர்களதும் கரிய பாதங்களுக்குக் கீழே இந்தத் தூய நிலம் அழுந்திகொண்டிருக்கிறது. இந்த ஒழுங்கற்றதன்மையிலிருந்து மீள்வதற்கு நமக்கு ஓரேயொரு வழியே உள்ளது. பிரான்ஸின் தனித்த பெருமைக்குரிய, மகத்தான பிரெஞ்சுப் புரட்சியின் சின்னமான மரச் சிற்பத்தை மீண்டும் நாங்கள் பொது முற்றங்களில் நிறுவ வேண்டும்."

பிரெஞ்சு மொழியில் உயிருள்ளவை, உயிரற்றவை எனப் பலவற்றுக்கும் செல்லப் பெயர்கள் அன்றாடப் பேச்சுகளில்

சரளமாகப் புழக்கத்திலுண்டு. பொலிஸ்காரனுக்கு 'கோழி' என்பதும் பெண்ணுக்கு 'தெள்ளுப்பூச்சி' என்பதும் ஆண்குறிக்கு 'சேவல்' என்பதும் செல்லப் பெயர்கள். 'மரச் சிற்பம்' என்ற செல்லப் பெயரால் குறிப்பிடப்படுவது கில்லட்டின்.

'லே மிஸரபிள்' நாவலில் விக்டர் ஹியூகோ "ஒருவர் தனது சொந்தக் கண்களால் கில்லட்டினைப் பார்க்காத வரை, மரணதண்டனை குறித்து அவருக்கு அலட்சியம் இருக்கலாம். ஆனால், அதைப் பார்த்ததும் அதிர்ச்சியால் அவரது மூளை கலங்கிவிடும்" என்று சொல்கிறார். விக்டர் ஹியூகோவை நான் முழுமையாகவே விசுவாசிக்கிறேன். நான் என்னுடைய கண்களால் அந்த மரச் சிற்பத்தைப் பார்த்திருக்கிறேன்.

அது தற்செயலாக நிகழ்ந்ததுதான். பாரிஸ் நகரத்திலுள்ள 'ஓர்ஸே' அருங்காட்சியகத்தில் தஸ்தயேவ்ஸ்கியின் புகழ்பெற்ற தலைப்பைக் கடனாகப் பெற்று 'குற்றமும் தண்டனையும்' என்றொரு கண்காட்சி நடந்தது. அந்தத் தலைப்பால் கவரப்பட்டுத்தான் நான் கண்காட்சிக்குப் போயிருந்தேன். அங்கேதான் பிரான்ஸிலிருக்கும் கட்டக் கடைசி கில்லட்டினைக் காட்சிக்கு வைத்திருந்தார்கள்.

அந்த மரச் சிற்பம் பதினான்கு அடி உயரமானது. அந்தச் சிற்பத்தின் பீடம் ஏழடி நீளமும் இரண்டடி அகலமுமானது. மரணதண்டனை விதிக்கப்பட்ட மனிதரை அந்தப் பீடத்தில் குப்புறப் படுக்க வைப்பார்கள். கைகளும் கால்களும் உடலோடு சேர்த்துத் தடித்த கயிறுகளால் பிணைக்கப்பட்டிருக்கும். மரச் சிற்பத்தின் ஆசனவாய் போன்று தோற்றமளிக்கும் துளையில் அந்த மனிதரின் கழுத்துப் பகுதி செருகப்படும். துளைக்கு இந்தப் பக்கம் அவரின் உடலும் அந்தப் பக்கம் தலையும் இருக்கும். அவரது ஆன்மா அப்போது எங்கிருந்திருக்கும்? மரச் சிற்பத்தின் கிரீடம் போல உச்சியில் தொங்கிக்கொண்டிருக்கும் கனமான, கூர்மையான கத்தி விசையுடன் இறக்கப்பட்டதும் தலை முண்டத்திலிருந்து எகிறி விழும். அதை ஏந்துவதற்குக் கீழேயொரு அழுக்குப் பிரம்புக் கூடை வைக்கப்பட்டிருக்கும்.

பிரெஞ்சுப் புரட்சிக் காலத்தில் வடிவமைக்கப்பட்ட எல்லா கில்லட்டின்களும் இந்த வடிவத்திலேயே இருந்ததாகச் சொல்ல முடியாது. புரட்சி நடுவர் மன்றம் நாடு முழுவதுமுள்ள

பல்லாயிரக்கணக்கானவர்களுக்கு மரணதண்டனை விதித்துக் கொண்டேயிருந்ததால், சுலபமாகக் கையிலேயே எடுத்துச் சென்று காரியத்தை முடித்துவிட குட்டியான நடமாடும் கில்லட்டின்கள் கூட அப்போது நூற்றுக்கணக்கில் உருவாக்கப்பட்டன.

ஓர்ஸே அருங்காட்சியகத்திலிருந்து ஏதேதோ குழப்பமான எண்ணங்களுடன் சித்தம் கலங்கியவனாகத்தான் நான் வெளியே வந்தேன். அந்த அருவருக்கத்தக்க இரத்த மரச் சிற்பம் அன்று முழுவதும் என்னுடைய மூளையை விட்டு அகல மறுத்தது. பிரெஞ்சுப் புரட்சிக் காலத்தில் அந்த மரச் சிற்பத்தால் தலை கொய்யப்பட்டவர்கள் எனது தலைக்குள் அரூபப் படிமங்களாக, ஒலி எழுப்பாமல் பேசிக்கொண்டே அலைந்தார்கள். பாரிஸ் நகரத்தின் புரட்சிச் சதுக்கத்தில் வரிசையாக நிறுத்தப்பட்டிருந்த மரச் சிற்பங்களை நோக்கி அழைத்துச் செல்லப்படுகையில் அவர்கள் எதைப் பேசியிருப்பார்கள்? என்ன நினைத்திருப்பார்கள்?

பேரரசர் பதினாறாம் லூயி மரச் சிற்பத்தின் ஆசனவாய்க்குள் தனது தலையை நுழைக்கும்போது, “நான் எனது எதிரிகளை மன்னிக்கிறேன்” என்று கூறியது உண்மைதானா? மகாராணி மரி அந்துவானெட் மரச் சிற்பத்தில் படுக்க வைக்கப்பட்டு; கழுத்தில் கத்தி பிசிறில்லாமல் இறங்குவதற்காக அவரது நீளமான தலைமுடி பிடரிக்கு மேலாகச் சிரைக்கப்பட்டபோது, அவர் எதை நினைத்திருப்பார்? மகாராணி தனது எட்டு வயது மகன் லூயி-சார்ள்ஸைக் கட்டாயப்படுத்தி அவனோடு செக்ஸ் வைத்துக்கொண்டார் என்று புரட்சி நடுவர் மன்றம் குற்றம் சாட்டியபோது “உங்களுக்கல்ல! இங்கிருக்கும் தாய்மார்களுக்கு நான் சொல்கிறேன்... ஒரு தாய்மீது சுமத்தப்படும் இத்தகைய குற்றச்சாட்டுக்குப் பதிலளிக்க இயற்கை என்னைத் தடுக்கிறது” என்று சொல்லியிருந்தாரே... அந்த இயற்கையைத்தான் அந்தக் கடைசி நிமிடத்தில் அவர் நினைத்திருப்பாரா? புரட்சியின் முக்கிய தலைவர்களான தாந்தோனும், ரொபஸ்பியரும் ஒருவர் பின் ஒருவராக அடுத்த வருடமே புரட்சிச் சதுக்கத்திற்கு அழைத்து வரப்பட்டு இந்த மரச் சிற்பத்தில் படுக்க வைக்கப்பட்டபோது, அவர்கள் எதை நினைத்திருக்கக் கூடும்? அவர்களது தாரக மந்திரமான சுதந்திரம் - சமத்துவம் - சகோதரத்துவம் என்பதைக் கடைசி விநாடியில் அவர்கள்

உச்சரித்திருப்பார்களா? புரட்சிச் சதுக்கத்தில் கூடியிருந்த மக்கள் கூட்டம் "துரோகிகளைக் கொல்லுங்கள்!" என்று ஆர்ப்பரித்த வார்த்தைகள்தான் அவர்களது காதுகளில் விழுந்த கடைசி வார்த்தைகளா? கில்லட்டின் படுகொலைகளைத் தூண்டிய புரட்சி நாயகர்களில் அதிமுக்கியமானவரான 'மக்கள் தோழன்' மாராவின் இருதயத்தில் சமையல் கத்தியைப் பாய்ச்சிக் கொன்ற இருபத்துநான்கு வயது யுவதி சர்லோத் கோர்தே இந்த மரச் சிற்பத்தை நோக்கி அழைத்துச் செல்லப்படுகையில் என்ன நினைத்திருப்பார்? "நான் எனது கடமையை நிறைவேற்றிவிட்டேன்! இந்த மனிதரின் உத்தரவால் இலட்சக்கணக்கானவர்கள் கில்லட்டினில் கொல்லப்படுவதைத் தடுத்து நிறுத்துவதற்காகவே நான் இவரைக் கொன்றேன்" என்று மாராவின் பிணத்தின் முன்னே நின்று அவர் சொன்ன வார்த்தைகள் அவருடன் கடைசிவரை இருந்து அந்த அழுக்குப் பிரம்புக் கூடையில் தெறித்து விழுந்திருக்குமா?

நான் பத்திரிகையை மேசையில் வீசிவிட்டு, நொறுங்கிவிழும் நிலையிலிருந்த ஜன்னலை மெதுவாகத் திறந்து கடல் காற்றை உள்ளே வரவழைத்தேன். மார்ஸேய் நகரத்தில் கடற்கரையை ஒட்டியிருக்கும் இந்தப் பழைமையான தங்கு விடுதியில்தான் கடந்த ஒரு வாரமாக நான் தங்கியிருக்கிறேன். பாரிஸில் கடுங்குளிரும் பனிப்பொழிவும் ஏற்படும்போது, கொஞ்சம் வெப்பத்தையும் கடலையும் தேடிக்கொண்டு தெற்குப் பிரான்ஸிலுள்ள ஏதாவதொரு கடற்கரை நகரத்திற்கு நான் வந்துவிடுவேன். பழைமையைக் காப்பாற்றுவதில் இந்த விடுதி நிர்வாகம் கடும் கவனத்தைச் செலுத்துகிறது. விடுதியில் தங்குபவர்களுக்கு தினப் பத்திரிகையை இலவசமாக வழங்கும் கலாசாரத்தை நிறுத்தாத பிரான்ஸின் மிகச் சில தங்கு விடுதிகளில் இதுவுமொன்று. உளுத்துப்போயிருக்கும் அறைக் கதவின் கீழால் இன்று காலையில் அவர்கள் மடித்துத் தள்ளிவிட்ட சனியன் இப்போது என்னில் தொற்றிக்கொண்டு என்னை மூச்சுத் திணற வைக்கிறது.

அறைக்குள் நுழைந்த காற்று என்னை ஆற்றுப்படுத்துவதற்குப் பதிலாக மேலும் சோர்வுக்குள்ளேயே தள்ளிவிட்டது. எழுதும் மேசையின் முன்னால் அமர்ந்து ஏதாவது எழுதுவதற்கு முயற்சித்தேன். ஓர் எழுத்தைக் கூட என்னால் எழுத

முடியவில்லை. நேரம் காலை பத்தரை மணியாகிவிட்டது. கோப்பி ஒன்று குடித்தால் புத்துணர்ச்சியாக இருக்கும் என்ற எண்ணம் தோன்றவே காலணிகளை மாட்டிக்கொண்டு வெளியே புறப்பட்டேன். மறக்காமல் அந்தப் பத்திரிகைச் சனியனைச் சுருட்டிக் கையில் எடுத்துக்கொண்டேன். அந்தப் பத்திரிகைக்காக அனபெல் அம்மையார் காத்திருப்பார்.

அனபெல் அம்மையாரை இந்த நகரத்திற்கு வந்த முதல் நாளே நான் சந்தித்திருந்தேன். நான் இந்த நகரத்திற்கு இரயிலில் வந்திறங்கும்போது, காலை ஒன்பது மணியிருக்கும். மதியம் பன்னிரண்டு மணிக்குத்தான் அறை கொடுப்போம் என்று விடுதி நிர்வாகி சொன்னார். அதுவரை நேரத்தைப் போக்குவதற்காக விடுதிக்கு எதிரேயிருந்த கஃபேக்குச் சென்றேன். தாழ்வாரத்தில் போடப்பட்டிருந்த வட்டமான சிறிய மேசையொன்றைத் தேர்ந்தெடுத்து உட்கார்ந்துகொண்டேன். அதுதான் புகை பிடிப்பதற்கு வசதி. எக்ஸ்பிரஸோ கோப்பி ஒன்றுக்குச் சொல்லிவிட்டு, தெருவை வேடிக்கை பார்ப்பதும் சிகரெட் புகைப்பதுமாக நான் நேரத்தைக் கடத்திக்கொண்டிருந்தபோதுதான், அந்த கஃபேயை நோக்கி அனபெல் அம்மையார் மெது மெதுவாக நடந்து வந்தார்.

அவருக்குக் கிட்டத்தட்ட எழுபது வயதிருக்கும் என்றே நினைக்கிறேன். அவரது வெண்ணிறக் கால்களிலும் கைகளிலும் தாடையிலும் பொன்னிறத்தில் பூனை ரோமங்கள் மினுங்கின. முற்றாக நரைத்திருந்த தலையில் அங்கங்கே திட்டுத் திட்டாக முடிகள் உதிர்ந்திருந்தன. அவற்றை மறைப்பதற்காகவோ என்னவோ சிறுமிகள் கட்டும் வண்ண ரிப்பன்கள் சிலவற்றைத் தலையில் குறுக்குமறுக்காகக் கட்டியிருந்தார். அவரது சிறிய சாம்பல் நிறக் கண்களின் கீழே சதை திரண்டு அழுகிய தோடம்பழச் சுளைகளைப் போலத் தொங்கின. அனபெல் சராசரிக்கும் குறைவான உயரமுள்ளவர். ஆனால், கனத்த உடல்வாகு. கழுத்தும் கைகளும் கால்களும் பெருத்துக் கிடந்தன. உண்மையில் அவை வீக்கங்களாகத்தான் இருக்க வேண்டும். முழங்கால் வரைக்குமான கவுன் அணிந்திருந்தார். காலுறைகளைச் சுருட்டி விட்டிருந்தார். புடைத்திருந்த ஒரு துணிப் பையைக் கையில் சுமக்க முடியாமல் சுமந்துவந்தார். அவர் ஒரு குடி நோயாளி என்பதைத் தெளிவாக அடையாளம்

காட்டுவதுபோல, அவரது முகம் காற்று நிரப்பப்பட்ட ரோஜா நிற பலூன் போல ஊதியிருந்தது.

அனபெல் எனக்கு அருகிலிருந்த மேசையில் உட்கார்ந்து கொண்டார். அவர் மூச்சிரைக்கும் சத்தம் பெரிய புறாவொன்று குனுகுவதைப் போல எனக்குக் கேட்டது. பரிசாரகர் வந்து "நல்ல நாளாகட்டும் மேடம் அனபெல்! இன்று எப்படியிருக்கிருக்கிறீர்கள்? நலம்தானே? நான் உங்களுக்கான கோப்பையை எடுத்து வந்திருக்கிறேன்" என்று சொல்லிவிட்டு மது நிரம்பிய சிறிய கண்ணாடிக் கோப்பையை அனபெலின் மேசையில் வைத்தார். அனபெல் கோப்பையை என் முகத்திற்கு நேரே தூக்கிக் காட்டிவிட்டு, ஒரே மடக்கில் கோப்பையைக் காலி செய்து, வெற்றுக் கோப்பையை மேசையின் ஓரத்தில் வைத்தார். பின்பு, தனது துணிப் பைக்குள்ளிருந்து கற்றையாகப் பத்திரிகைகளை எடுத்து மேசையில் பரப்பி வைத்துக்கொண்டு வாசிக்கத் தொடங்கினார்.

எனக்குப் பொழுது போகாமல், அவர் என்ன வாசிக்கிறார் எனக் கண்களை எறிந்து பார்த்தேன். அவர் வாசித்தது எல்லாமே முந்தைய தின, முந்தைய வாரப் பத்திரிகைகளே. நான் அவரைக் கவனிப்பதை அனபெல் எப்படி உணர்ந்தார் என்று தெரியவில்லை... திடீரெனத் தலையை என் பக்கம் திருப்பி "நண்பரே! உங்களை முன்பு இங்கே பார்த்ததாக எனக்கு ஞாபகம் இல்லையே. எங்கிருந்து வந்திருக்கிறீர்கள்?" என்று கேட்டார். அவருடைய குரலில் இரண்டு விஷயங்களை நான் கவனித்தேன். அனபெலின் குரலில் ஆண்தன்மை மிகுந்திருந்தது. அந்தக் குரல் எந்தவித உணர்ச்சியோ பாவமோ இல்லாமல் '*Votre attention, s'il vous plait*' என இரயில் நிலையங்களில் தினமும் ஒலிக்கவிடப்படும் தட்டையான அறிவிப்புப் போலவே ஒலித்தது. அவர் எப்போதுமே இப்படித்தான் பேசினார். எல்லா உணர்ச்சிகளும் — அப்படி ஏதாவது அவரிடமிருந்தால் — ஒரே தொனியில்தான் அவரிடமிருந்து வெளிவந்தன.

அடுத்தடுத்த நாட்களில் நான் ஒன்றைத் தெரிந்துகொண்டேன். அனபெல் ஒவ்வொரு நாளும் காலை பத்து மணிக்கு அந்த கஃபேக்கு வந்துவிடுகிறார். மாலை ஆறு மணிவரை அங்கேயே ஒரு மேசையில் உட்கார்ந்திருக்கிறார். ஒரு மணிநேரத்துக்கு ஒருமுறை ஒரு கோப்பை மது வரவழைத்துக் குடித்துவிட்டுப்

பத்திரிகைகளைப் படித்தவாறிருக்கிறார். அந்தப் பத்திரிகைகளைக் குப்பைத் தொட்டிகளிலும் தெருக்களிலும் அவர் சேகரிக்கிறார். எனக்கு தங்கு விடுதியில் தள்ளிவிடப்படும் பத்திரிகையை மேலோட்டமாக மேய்ந்துவிட்டு, அனபெலிடம் கொடுப்பதை நான் வழக்கமாக்கிக்கொண்டேன்.

நான் விடுதியின் மாடிப்படிகளில் இறங்கி வரும்போது, மனம் ஆற்றாமல் மாடிப்படியிலேயே உட்கார்ந்து மீண்டும் ஒருமுறை அந்த மரச் சிற்பச் செய்தியைப் படித்தேன். எத்தனை தடவைகள் படித்தாலும் ஒரே செய்திதான் இருக்கும் என்பதைக் கூடப் புரிந்துகொள்ளாத அளவுக்கு அந்தச் செய்திச் சனியன் என்னுடைய மூளையை மழுங்கடித்துவிட்டது.

நான் கஃபேக்குச் சென்றபோது, தாழ்வாரத்தின் இடது பக்க மூலையிலிருந்த மேசையின் முன்னே அனபெல் பத்திரிகையொன்றை வாசித்தவாறே அமர்ந்திருந்தார். "பொன்ஜூர் மேடம் அனபெல்" எனக் கூறிக்கொண்டே, கையில் எடுத்துச் சென்ற பத்திரிகையை அந்த மேசையில் வைத்துவிட்டு, அவருக்கு எதிரே அமர்ந்துகொண்டேன். இந்த ஒரு வாரத்திற்குள்ளேயே ஒரே மேசையில் அமர்ந்து குடிக்குமளவுக்கு எங்களுக்குள் பழக்கம் ஏற்பட்டுவிட்டது.

என்னிடம் வந்த பரிசாரகர் "ஏன் சோர்வாக இருக்கிறீர்கள்? உடல்நலம் சரியாக இருக்கிறதல்லவா? இந்த உப்புக் காற்று சிலருக்கு ஒத்துவருவதில்லை. உங்களுக்கு கோப்பி எடுத்துவருகிறேன்" எனச் சொல்லிவிட்டுப் போனார். அப்போது அனபெல் வெடிப்புற்றிருந்த தனது மெல்லிய உதடுகளைக் குவித்துக்கொண்டு என்னையே பார்த்துக்கொண்டிருந்தார். பத்திரிகையிலிருந்த மரச் சிற்பச் செய்தியை நான் அனபெலிடம் தொட்டுக் காட்டினேன். அவர் அதைப் படித்து முடிக்கும்போது, அவருக்கான அடுத்த கோப்பை மது வந்துசேர்ந்தது. ஒரே மடக்கில் குடித்துவிட்டு, வாயைக் கைக்குட்டையால் ஒற்றிக் கொண்டிருந்தார்.

நான் பொறுக்க முடியாமல் "நூற்றாண்டுகளுக்கு முன்பு புதைக்கப்பட்ட இரத்த மரச் சிற்பங்களை மீண்டும் தோண்டி எடுத்து இந்தக் காட்டுமிராண்டிகள் பொது முற்றங்களில் நிறுவப் போகிறார்களாம். அதையும் இந்த வெட்கங்கெட்ட பத்திரிகை

வெளியிட்டிருக்கிறது" என்றேன். அனபெல் ஏதாவது இரண்டு வார்த்தைகளை — எப்போதும் போல உணர்ச்சியற்ற குரலில் — சொன்னால் கூட என்னுடைய மனது சற்று ஆறுதலடையும் போலிருந்தது.

அனபெல் கைக்குட்டையை மடித்துக்கொண்டே சொன்னர்:

"நூற்றாண்டுகளுக்கு முன்பல்ல. நாற்பத்தேழு வருடங்களுக்கு முன்புவரை மரச் சிற்பம் இயங்கிக்கொண்டேயிருந்தது. அது வெட்டிய கடைசித் தலை இந்த நகரத்தில்தான் புதைக்கப்பட்டிருக்கிறது."

அனபெலுக்கு காலையிலேயே போதை ஏறிவிட்டது, அதனால்தான் உளறுகிறார் என்றே நான் முதலில் நினைத்தேன். ஆனால், நான் இதுவரை பழகிப் பார்த்ததில் அனபெல் ஒருபோதுமே போதையால் உளறியது கிடையாது. அவர் எப்போதுமே திருத்தமாகவும் திட்டவட்டமாகவும்தான் பேசுகிறார்... இரயில் நிலைய அறிவிப்புப் போல.

"என்ன சொல்கிறீர்கள்... நாற்பத்தேழு வருடங்களுக்கு முன்பாகவா?" என்று நான் கேட்டேன்.

"10-ம் தேதி, செப்டம்பர் 1977, அதிகாலை 4.40 மணி" என்று அதே உணர்ச்சியற்ற குரலில் அனபெல் சொன்னார்.

என்னால் அதை நம்பவே முடியவில்லை. இதை வாசிக்கும் உங்களால் நம்ப முடிகிறதா என்ன?

ஜோன் போல் சார்த், சீமோன் து புவா, மிஷல் ஃபூக்கோ, ரோலோன்ட் பாத், பிரான்சுவா த்ரூபோ, கொடார்ட் என மாபெரும் சிந்தனையாளர்களும் கலைஞர்களும் அப்போது இங்கே வாழ்ந்துகொண்டிருந்தார்கள். 1977-ல் பிரான்ஸின் அதிபராகயிருந்த கிஸ்கார்ட் தன்னுடைய இளம் வயதில், ஹிட்லரின் நாஸிப் படைகளை எதிர்த்துத் தீரமாகப் போராடியவர். இந்த மாமனிதர்கள் எல்லாம் வாழ்ந்த காலத்தில் இரத்த மரச் சிற்பம் எப்படி இயங்கியிருக்க முடியும்?

எனவே, அனபெல் அம்மையார் ஏதோ நினைவுத் தடுமாற்றத்தில் பேசுகிறார் என்றே நான் முடிவெடுத்தேன். ஆனாலும், ஏதோ ஒன்று என்னை உந்தித் தள்ள, அனபெல் அம்மையாரிடம் "யாரின் தலை வெட்டப்பட்டது?" என்றொரு குறுக்குக்

கேள்வியைக் கேட்டேன். இப்போது அவரது நினைவுத் தடுமாற்றம் தெளிந்துவிடும்.

"ஹமிடா என்ற இருபத்தேழு வயது மனிதனைத்தான் கொன்றார்கள். அவனது குடும்பப் பெயர் ஜோண்டூபி" என்று அதே உணர்ச்சியற்ற குரலில் அனபெல் சொன்னார்.

அனபெல் சொல்வதை இப்போது என்னால் எப்படி நம்பாமல் இருக்க முடியும்! கொல்லப்பட்டவரின் குடும்பப் பெயர் முதற்கொண்டு தேதி, நேரத்துடன் சொல்கிறாரே. ஆனாலும், எனது சந்தேகம் முழுவதுமாகத் தீர்ந்ததாகச் சொல்ல முடியாது. ஏனென்றால் பிரெஞ்சு வரலாறு, பிரெஞ்சுப் பண்பாடு போன்றவற்றின் மீதான எனது தீவிர வாசிப்பில் எனக்கு இன்னும் நம்பிக்கையிருந்தது. எனவே நான் அனபெல்லிடம் "இதெல்லாம் எப்படி உங்களுக்குத் தெரியும்?" என்று கேட்டேன்.

சற்று நேரம் மவுனமாக இருந்த அனபெல் பரிசாரகரை அழைத்து இன்னொரு கோப்பை மது கேட்டார். மது வந்ததும் ஒரே மடக்கில் குடித்துவிட்டுப் பேசத் தொடங்கினார். அவர் பேசப் பேச நான் அவரை முழுமையாக நம்பத் தொடங்கினேன். நான் எந்தக் குறுக்கீடும் செய்யாமல் அவர் சொல்வதையே கேட்டுக்கொண்டிருந்தேன். அதே உணர்ச்சியற்ற குரலில் மிகத் தட்டையான பாவங்களோடு அனபெல் சொன்னார்:

"ஹமிடா எங்களது வீட்டு மாடியறையில் சில காலம் தங்கியிருந்தான். எனக்கு அப்போது பதினான்கு அல்லது பதினைந்து வயதிருக்கும். அவன் துனிஷியன். தன்னுடைய பத்தொன்பதாவது வயதில் வேலை தேடி இந்த நகரத்திற்குக் கப்பலில் வந்திறங்கியவன். அவனுக்கு மரங்கள் வெட்டும் தொழிற்சாலையில் வேலை கிடைத்தது. செபஸ்டியனும் அதே தொழிற்சாலையில்தான் வேலை செய்துகொண்டிருந்தார் — செபஸ்டியன் என்பது எனது அப்பா. சிறுவயதிலிருந்தே பெயர் சொல்லித்தான் நான் அவரை அழைப்பேன் — செபஸ்டியனுக்கு ஹமிடாவைப் பிடித்திருந்தது. 'ஹமிடா புத்திசாலிப் பையன், கடுமையான உழைப்பாளி' என்றெல்லாம் அடிக்கடி சொல்வார். இந்தப் பழக்கத்தில்தான் அவன் எங்களது மாடியறையில் வாடகைக்குக் குடியேறினான்.

அந்தக் காலத்தில் இந்த நகரத்திலிருந்த இளைஞர்களிலெல்லாம் பேரழகன் ஹமிடாவே என்று யாரைக் கேட்டாலும் சொல்வார்கள். கன்னங்கரேலென்ற சுருட்டை முடி. அகலமான நெற்றி. புன்னகைக்கும் ப்ரவுண் நிறக் கண்கள். கற்சிற்பம் போலக் கடைந்தெடுத்த உடல்வாகு. மென்மையாகவும் இனிமையாகவும் பேசி யாரை வேண்டுமானாலும் வசியம் செய்யக்கூடியவன். அவன் எங்கள் வீட்டில் தங்கியிருந்த காலத்தில்தான், அந்த மோசமான விபத்து நடந்தது. தொழிற்சாலையில் வண்டியொன்றின் சக்கரத்திற்கு அடியில் ஹமிடாவின் வலது கால் சிக்கிக்கொண்டது. அவனது வலது கால் தொடைக்குக் கீழே முற்றாகத் துண்டிக்கப்பட்டுவிட்டது என்று செபஸ்டியன் என்னிடம் சொன்னபோது, நான் நாள் முழுவதும் அழுதவாறேயிருந்தேன். ஹமிடா நீண்ட காலம் மருத்துவமனையில் இருந்தான். அங்கே சந்தித்த ஒரு பெண்ணிடம் காதல் வயப்பட்டு அவளுடனேயே வசிக்கச் சென்றுவிட்டான். அந்தப் பெண்ணைக் கொலை செய்ததற்காகத்தான் அவனைக் கைது செய்தார்கள். அவன் கைதாவதற்கு இரண்டு நாட்களுக்கு முன்பு கூட அவனை வீதியில் தற்செயலாகப் பார்த்தேன். செயற்கைக் கால் அணிந்திருந்ததால் கொஞ்சம் தடுமாறித்தான் நடந்தான். 'அதே முகவரியில்தானே வசிக்கிறாய் அனபெல்?' என்று கேட்டான். 'ஆம்' என்று சொல்லிவிட்டு வந்துவிட்டேன். அதுதான் நான் அவனைக் கடைசியாகப் பார்த்தது. அவனுக்கு மரணதண்டனை விதிக்கப்பட்ட நாளன்று செபஸ்டியன் நீதிமன்றத்திற்குச் சென்றிருந்தார். வீட்டுக்குத் திரும்பி வந்ததும், யாரிடமும் எதுவும் பேசாமல் குடிக்கத் தொடங்கினார். நாள் முழுவதும் குடித்துக்கொண்டேயிருந்தார்..."

நான் பொறுமையிழந்து குறுக்கிட்டேன். "ஆனால், அந்த மனிதனை கில்லட்டினில்தான் வெட்டினார்களா அனபெல்?"

'ஆம்' என்பது போல அனபெல் தலையசைத்தார். நான் கண்களை மூடி அந்த மனிதன் மரச் சிற்பத்தில் படுக்க வைக்கப்பட்டு வெட்டப்படும் காட்சியைக் கற்பனை செய்ய முயற்சித்தேன். அவனுடைய செயற்கைக் காலை என்ன

செய்திருப்பார்கள்? அந்த மனிதனுடைய கடைசி நிமிடம் எதுவாக இருந்தது?

'என்ன யோசிக்கிறாய்?' என்பது போல அனபெல் என்னைப் பார்த்தார். மனதில் இருந்ததைச் சொன்னேன். பின்பு இருவரும் மவுனமாக இருந்தோம். அடுத்த கோப்பை மது வந்ததும், அனபெல் ஒரே மடக்கில் கோப்பையைக் காலி செய்துவிட்டு "நான் அதை உனக்குச் சொல்கிறேன்" என்றார். உணர்ச்சியற்ற அதே வறட்டுக் குரல்!

II

**1977** செம்டம்பர் 9-ம் தேதியன்று, மரணதண்டனைக் குற்றவாளியின் கருணை மனுவை பிரான்ஸின் அதிபர் கிஸ்கார்ட் நிராகரித்தார். அன்று பிற்பகல் மூன்று மணிக்கு விசாரணை நீதிபதியான திருமதி. மொனிக் மாபெலிக்குச் சிறைச்சாலைத் தலைவரிடமிருந்து ஒரு தகவல் கிடைத்தது. அடுத்த நாள் விடிகாலையில் திருமதி. மாபெலியின் முன்னிலையில் குற்றவாளியின் தலை மரச் சிற்பத்தின் ஆசனவாய்க்குள் திணிக்கப்படவுள்ளது. மாபெலியைச் சிறைக்கு அழைத்துச் செல்வதற்காக வண்டியொன்று அதிகாலை நான்கு மணிக்கு மாபெலியின் வீட்டுக்கு வரும்.

இந்தத் தகவலைக் கேட்டதும் திருமதி. மாபெலி இலேசாகச் சஞ்சலமடைந்தார். குற்றவாளியின் முகம் அவரது மனதில் தோன்றி அவருக்கு ஒருவிதப் பதற்றத்தைக் கொடுத்தது. தனது மகன் ரெமியை விடக் குற்றவாளி ஒரு வயது மட்டுமே இளையவன் என்ற ஞாபகம் அவரது மூளையில் சிரங்கு போல பரவிக்கொண்டிருந்தது.

வழக்கு விசாரணைகள் முடிவுற்றுத் தீர்ப்பு வழங்கும் நேரம் வந்தபோது, குற்றவாளியின் வழக்கறிஞரான ஜோன் குடாரோ "மோசமான விபத்தில் தன்னுடைய காலை இழந்ததிலிருந்து ஹமிடா ஜோண்டூபி அதிர்ச்சியால் மனச் சமநிலை குழம்பிப் போய்விட்டார். எனவே மாண்புமிகு நீதிபதி கருணையுடன் இந்த அங்கவீனரை அணுகிக் குறைந்தபட்சத் தண்டனையே வழங்க வேண்டும்" எனக் கோரியது மீண்டும் இப்போது நீதிபதி மாபெலியின் காதுகளில் ஒலிக்கிறது. ஆனால், நடக்கவிருக்கும் இரத்தச் சடங்கிலிருந்து மாபெலியால் தப்பிக்கவே முடியாது.

நாளை விடிந்ததும் நடைபெறப் போகும் நிகழ்வில் சட்டப்படி அவர் இருந்தே ஆகவேண்டும்.

மாலை ஏழுமணிக்கு திருமதி. மாபெலி தனது தோழி பஸ்ரியானாவுடன் திரையரங்குக்குச் சென்று திரைப்படமொன்றைப் பார்த்தார். திரைப்படம் முடிந்ததும் பஸ்ரியானாவின் வீட்டுக்குச் சென்றார். தன்னுடைய வீட்டுக்குத் திரும்பிச் செல்வதை நினைத்தாலே அவருக்குப் பதற்றமாகியது. அதிகாலை நான்கு மணிக்கு அவரைச் சிறைச்சாலைக்கு அழைத்துச் செல்ல வாகனம் வரவிருக்கிறது.

எனவே "நாங்கள் இன்னொரு திரைப்படம் பார்க்கலாமா?" என்று பஸ்ரியானாவிடம் மாபெலி கேட்டார். தோழிகள் இருவரும் நொறுக்குத் தீனிகளைத் தின்றவாறே தொலைக்காட்சியில் ஒரு படத்தைப் பார்த்தார்கள். அந்தப் படம் முடியும்போது, அதிகாலை ஒரு மணியாகிவிட்டது. மாபெலி சேர்வாகத் தனது வீட்டுக்குப் புறப்பட்டுச் சென்றார். அவர் படுக்கைக்குச் செல்வதற்கு இரண்டு மணியாகிவிட்டது. அவரால் உறங்கவே முடியவில்லை. மூன்றரை மணிக்குக் கட்டிலை விட்டு எழுந்து தயாராகி, உத்தியோக உடைகளை அணிந்துகொண்டார். அன்றைக்குக் கடிகார முள் தலைதெறிக்க ஓடிக்கொண்டிருப்பதாக உணர்ந்தார். சரியாக அதிகாலை நான்கு மணிக்கு அவரது வீட்டுக்குக் கார் வந்தது. மாபெலி காரில் ஏறி அமர்ந்துகொண்டார். காருக்குள் சாரதியோடு ஓர் அதிகாரி முன்னிருக்கையில் அமர்ந்திருந்தார். யாரும் எதுவுமே பேசிக்கொள்ளவில்லை. அந்த வாகனம் 'பூமெற்ஸ்' சிறைச்சாலையை நோக்கி விரைந்தது.

மாபெலி சிறைச்சாலையைச் சென்றடைந்தபோது, அவரை எதிர்பார்த்து எல்லோரும் தயாராக நின்றிருந்தார்கள். அங்கே ஓர் அணி உருவானது. அந்த அணியில் மாபெலி, அட்டர்னி ஜெனரல், குற்றவாளியின் வழக்கறிஞர், சிறையதிகாரிகள், காவலர்கள், மரச் சிற்பத்தை இயக்குபவர்கள், மதக் கடமையை நிறைவேற்றி வைக்கும் இமாம் என முப்பது பேர் இருந்தார்கள். அவர்கள் மரச் சிற்பம் வைக்கப்பட்டிருக்கும் பகுதியை நோக்கி ஊர்வலமாக நடந்துபோனார்கள். இந்தச் சடங்கில் கலந்துகொள்பவர்களின் காலடிகள் தரையில் பதியாமலிருக்க பழுப்பு நிறக் கம்பளங்கள் பாதையில் விரிக்கப்பட்டிருந்தன.

வழியில் ஒரு மூலையில் நாற்காலியொன்று இருந்தது. அங்கே மாபெலியும் இன்னும் சிலரும் நின்றுவிட, மற்றவர்கள் குற்றவாளியை அழைத்துவரச் சென்றார்கள். அவர்களோடு இமாமும் போனார். “குற்றவாளி படுத்திருக்கிறார்... ஆனால், தூங்கவில்லை” என்று ஓர் அதிகாரி மாபெலியிடம் தெரிவித்தார். இரண்டு நிமிடங்கள் கழித்து “குற்றவாளி இப்போது மரத்தாலான தனது செயற்கைக் காலைப் பொருத்திக்கொண்டிருக்கிறார்” என்று இன்னொரு அதிகாரி சொன்னார்.

அந்தப் பழுப்பு நிறத் கம்பளங்களில் கால்களை மெதுவாக வைத்துக் குற்றவாளி நடந்துவந்தார். அவரது கைகளில் முன்புறமாக விலங்குகள் மாட்டப்பட்டிருந்தன. மாபெலியைக் கண்டதும் குற்றவாளி மெல்லிய புன்னகையுடன் மாபெலியின் கண்களைப் பார்த்தார். மாபெலி தனது கையிலிருந்த ஆவணங்களைச் சரி பார்ப்பது போல பாவனை செய்து கண்களைத் தாழ்த்திக்கொண்டார். மாபெலிக்கு அருகிலிருந்த நாற்காலியில் குற்றவாளி உட்காரவைக்கப்பட்டார்.

குற்றவாளி நிதானமான குரலில் “எனக்கு ஒரு சிகரெட் வேண்டும்” என்றார். ஒரு காவலர் குற்றவாளியின் உதடுகளில் சிகரெட்டைப் பொருத்திப் பற்ற வைத்தார். குற்றவாளி நிதானமாகப் புகையை ஓர் இழுப்பு இழுத்துவிட்டு, விலங்கிடப்பட்ட தனது கையை உயர்த்தி வாயிலிருந்த சிகரெட்டை எடுத்துக்கொண்டே “இந்தக் கைவிலங்கு மிகவும் இறுக்கமாக இருக்கிறது” என்றார். கைவிலங்கைத் தளர்த்திப் பூட்டுவதற்கு ஒரு காவலர் முயற்சித்தார். மரச் சிற்பத்தை இயக்கவிருக்கும் சார்ல் செவாலியரும் அவரது உதவியாளரான இளைஞரும் அப்போது குற்றவாளிக்கு வலதுபுறத்தில் நின்றிருந்தார்கள். கை விலங்கைத் தளர்த்தும் காவலரின் முயற்சி வெற்றியளிக்காததால், விலங்கை அகற்றிவிட்டுக் குற்றவாளியின் கைகளைக் கயிற்றால் பிணைப்பதற்குத் தீர்மானித்தார்கள். குற்றவாளியின் கைவிலங்கு அகற்றப்பட்டதும் சார்ல் செவாலியர் குற்றவாளியின் தோளைத் தட்டிக்கொடுத்து “பார் தம்பி... இப்போது நீ சுதந்திரமாக இருக்கிறாய்” என்று சொன்னபோது, மாவெலி திடுக்குற்றுப் போனார். அவர் ஓரக் கண்ணால் குற்றவாளியைப் பார்த்தார். குற்றவாளி எதையோ யோசித்தவாறு அமைதியாக உட்கார்ந்திருந்தார். ஒருவேளை அவர் பிறந்து

வளர்ந்த துனிஷியா நாட்டை அவர் நினைத்திருக்கக் கூடும். தன்னுடைய பால்ய வயது ஞாபகங்களை மீட்டிப் பார்த்திருக்கக் கூடும். தான் கடந்துவந்த மெடிட்டரேனியன் கடலை அவர் நினைத்திருக்கக் கூடும். தன்னால் கொல்லப்பட்ட தனது முன்னாள் காதலியைக் கூட அவர் நினைத்திருக்கலாம்.

குற்றவாளியின் கைகள் சில நிமிடங்களுக்குப் பிணைக்கப்படாமல் இருந்தன. அவர் புகைத்துக்கொண்டிருந்த சிகரெட் முற்றாக எரிந்து முடிந்துவிட்டது. குற்றவாளி இன்னொரு சிகரெட் கேட்டபோது, அவருக்கு அது வழங்கப்பட்டது. அவர் இப்போது முடிந்தளவுக்கு மெதுவாகப் புகையை இழுத்தார். இனித் தப்பிக்க முடியாது. அந்த சிகரெட் முடியும்போது, அவரது வாழ்க்கையும் முடியவிருக்கிறது. நிலமையின் தீவிரத்தை இப்போதுதான் உணர்ந்தது போல குற்றவாளியின் முகம் இறுகிக்கொண்டே வந்தது. இந்த சிகரெட் எவ்வளவு நேரத்திற்குத்தான் எரியும் என்று மாபெலி நினைத்துக்கொண்டார்.

குற்றவாளி தனது வழக்கறிஞரைத் தனக்கருகே அழைத்துப் பேசினார். கிசுகிசுப்பான குரல்களிலேயே குற்றவாளியும் வழக்கறிஞரும் பேசிக்கொண்டார்கள். அவர்கள் பேசி முடித்தபோது, குற்றவாளியின் இரண்டாவது சிகரெட்டும் முழுவதுமாக முடிந்திருந்தது. குற்றவாளி அந்த நாற்காலியில் அமர்ந்து கால் மணி நேரம் ஆகிவிட்டது.

அப்போது இளைஞரான ஒரு காவலர் தனது கைகளில் ஒரு குடுவையோடும் அழகிய கண்ணாடிக் கோப்பையுடனும் வந்து "நீ சிறிது ரம் அருந்த விரும்புகிறாயா?" என்று குற்றவாளியிடம் கேட்டார். 'ஆம்' என்பதுபோலக் குற்றவாளி மெதுவாகத் தலையசைத்தார். அந்தக் காவலர் கண்ணாடிக் கோப்பையில் பாதியளவுக்கு மதுவை ஊற்றிக் குற்றவாளியிடம் கொடுத்தார். குற்றவாளி மிக மிக மெதுவாக மதுவை உறிஞ்சி மிடறு மிடறாகக் குடித்தார். அவர் மதுவை அனுபவித்துக் குடிப்பது போன்று பாவனை செய்கிறார் என்பது மாபெலிக்குப் புரிந்தது. உண்மையில், குற்றவாளி தான் உயிருடன் இருக்கும் நேரத்தை நீடிக்கவே விரும்புகிறார். உயிரோடு இருப்பதற்கு மேலதிகமாக ஒரேயொரு விநாடி கிடைத்தால் கூட அந்த விநாடியையும் அவர் வாழ்ந்துவிட ஆசைப்படுகிறார் என்பது அங்கிருந்த எல்லோருக்கும் தெளிவாகவே புரிந்தது.

நேரத்தை நீட்டிக்கும் முயற்சியில் குற்றவாளி என்னவெல்லாமோ செய்தார். தனது வழக்கறிஞரிடம் மீண்டும் பேசினார். வழக்கறிஞரிடமிருந்து ஒரு தாளை வாங்கிப் படித்துவிட்டு, அதைச் சுக்குநூறாகக் கிழித்து ஒரு சிறையதிகாரியிடம் கொடுத்து "தயவு செய்து குப்பையில் போடுங்கள்" என்றார். அந்த அதிகாரி குப்பையை வாங்கித் தனது காற்சட்டைப் பைக்குள் திணித்துக்கொண்டார். அந்த அதிகாரியிடம் "சிறையறையில் இருக்கும் என்னுடைய புத்தகங்களை என்ன செய்யப் போகிறீர்கள்?" என்று குற்றவாளி கேட்டார். "சட்டப்படி நடந்துகொள்வோம்" என்றார் அந்த அதிகாரி. அப்போது, குற்றவாளி இமாமைத் தனக்கருகில் அழைத்தார். இமாம் அரபு மொழியில் ஏதோ சொல்ல, குற்றவாளியும் ஏதோ சொன்னார். அப்போது மாபெலிக்கு அருகில் நின்றிருந்த அதிகாரி ஒருவர் "தன்னை ஹலால் முறையில் வெட்டுமாறு கேட்கிறானா அவன்" என்று எரிச்சலோடு முணுமுணுத்தது மாபெலிக்குத் தெளிவாகவே கேட்டது. மாபெலி சடாரெனத் திரும்பி அந்த அதிகாரியைப் பார்க்க, அந்த அதிகாரி அசட்டுத்தனமான இளிப்புடன் கண்களைத் தாழ்த்திக்கொண்டார்.

கண்ணாடிக் கோப்பையில் இப்போது ஒரு மிடறு மதுதான் எஞ்சியிருக்கிறது. அதைக் குடித்துவிட்டால் தனது வாழ்க்கை முடிந்துவிடும் என்பது குற்றவாளிக்கும் தெரியும். எனவே, குற்றவாளி தனது கடைசி முயற்சியைச் செய்தார். தனக்கு இன்னொரு சிகரெட் கொடுக்குமாறு மிகவும் பணிவாகவும் நிதானமாகவும் கேட்டார். ஒரு காவலர் இன்னொரு சிகரெட்டைக் குற்றவாளிக்கு வழங்க எத்தனித்தபோது, மரச் சிற்பத்தை இயக்கவிருக்கும் சார்ல் செவாலியர் குறுக்கிட்டார். அவர் தனது பொறுமையை இழக்கத் தொடங்கியிருந்தார். "இந்த மனிதனிடம் நாங்கள் ஏற்கனவே மிகவும் அன்பாகவும் கருணையாகவும் அளவுக்கு மிஞ்சிய மனிதாபிமானத்துடனும் நடந்துகொண்டிருக்கிறோம். இப்போது அவற்றுக்கு நாங்கள் முற்றுப்புள்ளி வைக்க வேண்டும்" என்று அவர் சொன்னதும், அட்டர்னி ஜெனரல் தலையிட்டு சிகரெட் வழங்கப்படுவதைத் தடுத்து நிறுத்திவிட்டார். குற்றவாளி பணிவான குரலில் மறுபடியும் கேட்டார்:

"எனது கடைசிச் சிகரெட்டைத் தாருங்கள்"

அந்தக் குரல் மாபெலியின் இருதயத்தை நன்னியது. குற்றவாளி தெளிவான மனநிலையில் இருக்கிறார் என்பதில் மாபெலிக்கு எந்தச் சந்தேகமுமில்லை. இன்னொரு சிகரெட் புகைப்பதன் மூலம் மரச் சிற்பத்தில் படுப்பதை இரண்டு நிமிடங்கள் தாமதப்படுத்துவதைத் தவிர தன்னால் வேறெதுவும் செய்துவிட முடியாது என்பது குற்றவாளிக்குத் தெளிவாகப் புரிந்திருக்கிறது. உண்மையில், படுக்கைக்குச் செல்வதைத் தாமதப்படுத்த எல்லா வழிகளையும் பயன்படுத்தும் குழந்தையைப் போலத்தான் குற்றவாளியும் கில்லட்டின் படுக்கைக்குச் செல்வதைத் தாமதப்படுத்த எல்லா வழிகளிலும் முயன்றார்.

குற்றவாளி நாற்காலியில் அமர்ந்து இருபது நிமிடங்களாகி விட்டன. இனியும் தாமதிக்க முடியாது என்பது போல குற்றவாளியைத் தவிர மற்ற எல்லோருமே ஆளை ஆள் பார்த்துக்கொண்டார்கள். கண்ணாடிக் கோப்பையிலிருந்த கடைசி மிடறு மதுவைக் குடிக்குமாறு ஓர் அதிகாரி குற்றவாளியை ஊக்கப்படுத்தினார். குற்றவாளி அதிகாரியின் கண்களை உற்றுப் பார்த்துவிட்டு, கண்ணாடிக் கோப்பையைக் கவிழ்த்து, கடைசி மிடறு மதுவை நிலத்தில் ஊற்றினார். ஒரு நிமிடம் அங்கே உண்மையான அமைதி நிலவியது. யாரும் எதுவுமே பேசவில்லை. குற்றவாளிக்கு இடது புறம் நின்றிருந்த மாபெலிதான் மவுனத்தைக் கலைத்தார். “நேரமாகிறது” என்று சிறையதிகாரியிடம் சொன்னார்.

நாற்காலியில் அமர்ந்திருந்த குற்றவாளியின் தோள்களை இரண்டு காவலர்கள் தங்களது வலுவான கைகளால் பற்றிப்பிடித்து, குற்றவாளியின் உடலைச் சற்றே இடது பக்கமாக மாபெலி நின்றிருந்த திசைக்குத் திருப்பினார்கள். உடனேயே வலது பக்கத்திலிருந்த சார்ல் செவாலியரும் அவரது உதவியாளரும் குற்றவாளியின் கைகளை ஆளுக்கொன்றாகப் பற்றிக் குற்றவாளியின் முதுகுக்குப் பின்புறமாக இழுத்துவைத்துக் கயிற்றால் கட்டத் தொடங்கினார்கள். அப்போது குற்றவாளியின் கண்கள் மாபெலியின் கண்களின் மீதிருந்தன. குற்றவாளியின் கண்களில் தெரிந்தது வேதனையா, இறைஞ்சுதலா, வெறுப்பா, ஆத்திரமா, குற்றவுணர்ச்சியா அல்லது இவை எல்லாமே அந்த ப்ரவுண் நிறக் கண்களில் இருந்தனவா என்பதை மாபெலியால் கண்டுபிடிக்க முடியவில்லை. கைளைக் கட்டுவதற்குப்

பதிலாகக் குற்றவாளியின் கண்களைக் கட்டிவிட்டால், தான் தப்பித்துக்கொள்ளலாம் எனக் குழந்தைத்தனமாக திருமதி. மாபெலி நினைத்துக்கொண்டார்.

குற்றவாளியின் கைகள் கட்டப்பட்டதும், சார்ல் செவாலியரின் உதவியாளர் ஒரு கத்தரிக்கோலை எடுத்து, குற்றவாளி அணிந்திருந்த சிறைச் சீருடையின் கழுத்துப் பகுதியை வெட்டத் தொடங்கினார். ஆனால், அவர் கோணல்மாணலாக அந்த நீலநிறச் சீருடையை வெட்டும்போது, கத்தரிக்கோலின் நுனி குற்றவாளியின் கழுத்துப் பகுதியில் குத்தி ஒரு சொட்டு இரத்தம் சிகப்பு மாணிக்கக் கல் போன்று குற்றவாளியின் பின்கழுத்தில் முகிழ்த்தது. அதைக் கண்டதும் குற்றவாளியைத் தவிர அங்கிருந்த எல்லோருமே பதறிப்போனார்கள். மாபெலி ‘அய்யோ’ என்று தன்னையறியாமலேயே சத்தம் போட்டுவிட்டார். சார்ல் செவாலியர் பாய்ந்து சென்று உதவியாளரிடமிருந்து கத்தரிக்கோலைப் பிடுங்கிக்கொண்டு “பன்றியே! உன்னால் ஒரு வேலையையும் சரிவரச் செய்ய முடியாதா? என்னுடைய வேலைக்கு உலை வைக்கவா பார்க்கிறாய் பைத்தியகாரப் பயலே” என அடங்கிய குரலில் உதவியாளரைத் திட்டினார். குற்றவாளி அப்போது அசையாமல் இருந்தார். சார்ல் செவாலியர் நீலநிறச் சீருடையின் கழுத்துப் பகுதியை இலாவகமாக வெட்டி எடுத்தார்.

இப்போது குற்றவாளியை எழுந்து நிற்குமாறு உத்தரவு பிறந்தது. குற்றவாளி மெதுவாக எழுந்து நின்று தலையைக் கவிழ்ந்து பூமியைப் பார்க்கிறார். அவர் இந்தப் பூமியில் எதை விட்டுச் செல்கிறார்? ஒரு மிடறு மதுவா?

நாற்காலிக்கு அருகிலிருந்த ஒற்றைக் கதவு திறக்கப்பட்டது. குற்றவாளியை அழைத்துக்கொண்டு இந்த ஊர்வலம் மரச் சிற்பத்தை நோக்கிச் சென்றது. சிறையின் உள் முற்றத்தில் மரச் சிற்பம் நிமிர்ந்து நிற்கிறது. குற்றவாளி அதைப் பார்ப்பதைத் தவிர்ப்பதற்காகக் கண்களை ஆகாயத்தை நோக்கி உயர்த்தினார். தனது கடைசிக் காட்சி ஆகாயமாக இருக்க வேண்டும் என்றுகூட அவர் விரும்பியிருக்கலாம். ஆனால், அந்தச் சிறை முற்றத்தில் கறுப்புத் திரை கட்டி ஆகாயம் மறைக்கப்பட்டிருந்தது. ஹெலிகொப்டரிலிருந்து யாராவது மரணதண்டனைக் காட்சியைப் படம் பிடிக்கலாம் என்பதால் ஆகாயத்தை மறைத்துவிட்டார்கள்.

சிறை முற்றத்தில் நிகழவிருப்பதை ஒரு சிறு பறவையால் கூடக் காண முடியாது.

சார்ல் செவாலியர் ஒரு சிறிய செங்கம்பளத்தை எடுத்துவந்து திருமதி. மாபெலிக்கு முன்னால் தரையில் விரித்தார். குற்றவாளியின் செயற்கைக் காலை சார்ல் செவாலியரின் உதவியாளர் கழற்றி எடுத்தார். இப்போது குற்றவாளி நகரத் தொடங்கினார். கைகள் பின்புறமாக இறுக்கமாகக் கட்டப்பட்டிருந்த நிலையில், அவர் ஒற்றைக் காலால் துள்ளித் துள்ளிச் சென்று மரச் சிற்பப் பீடத்தில் தட்டுத் தடுமாறி ஏறிக் குப்புறப் படுத்துக்கொண்டார். அவர் இன்னொரு சிகரெட்டோ, குடி தண்ணீரோ கேட்டுவிடக் கூடாது என்று மாபெலி கடவுளை வேண்டிக்கொண்டார். எவ்வளவு சீக்கிரம் முடியுமோ அவ்வளவு சீக்கிரம் அங்கிருந்து அகன்றுவிடவே மாபெலி விரும்பினார்.

மரச் சிற்பம் உயிர்த்து அசைந்தபோது, அதன் ஆசனவாயிலிருந்து இரத்தம் பெருக்கெடுத்து வழிந்தது. வேறு வழியில்லை... இப்போது திருமதி. மாபெலி அந்த அழுக்குக் கூடையைப் பார்வையிட்டு அதனுள்ளே ஒரு தலை இருப்பதை உறுதி செய்ய வேண்டும். சார்ல் செவாலியர் அந்தக் கூடையைத் தூக்கிக்கொண்டு வந்து மாபெலியிடமும், அட்டர்னி ஜெனரலிடமும் காண்பித்தார். பின்பு, கூடையிலிருந்து தலையை எடுத்துச் சென்று, செங்கம்பளத்தில் மெதுவாக வைத்தார். அவரின் உதவியாளார் குற்றவாளியின் செயற்கைக் காலை எடுத்துவந்து அந்தத் தலையின் அருகே வைத்தார். ஒரு மனித முகம் காலில் முளைத்திருப்பது போல அது இருந்தது.

## III

இதைப் படிக்கும் உங்களாலேயே அனபெல் அம்மையாரின் கடைசி வார்த்தைகளிலிருந்து மீள முடியவில்லையென்றால், இதையெல்லாம் நேரிலே கேட்டுக்கொண்டிருந்த என்னுடைய மனம் என்ன நிலையில் இருந்திருக்கும் என்று சற்றுக் கற்பனை செய்து பாருங்கள். அதேவேளையில், இந்தக் கதையெல்லாம் அனபெல் அம்மையாருக்கு எப்படி இவ்வளவு துல்லியமாகத் தெரிந்திருக்கிறது என்ற குழப்பமும் என்னுள் எழுந்தது. இதுவொரு கற்பனைக் கதையாக இருந்தால் எவ்வளவு நிம்மதியாக இருக்கும் என்று என்னுடைய

மனது தவிக்காமலில்லை. நான் அனபெல்லிடம் அதைக் கேட்டேவிட்டேன்.

“இதெல்லாம் உங்களுக்கு எப்படித் தெரியும்?”

அனபெல் அதே உணர்ச்சியற்ற குரலில் சொன்னார்:

> “நீதிபதி மாபெலி அன்று அதிகாலை 5.10 மணிக்குத் தன்னுடைய வீட்டுக்குத் திரும்பினார். எழுதும் மேசையின் முன்னே உடனேயே உட்கார்ந்து, இரண்டு வெள்ளைத் தாள்களில் இதையெல்லாம் எழுதினார். எழுதிய தாள்களை எடுத்து மடித்து ஒரு கடித உறையினுள் வைத்து மூடி ஒட்டினார். அந்தக் கடித உறையைத் தனது மகன் ரெமியிடம் கொடுத்து, தன்னுடைய மரணத்தின் பின்பாக அதை அரசாங்கத்திடம் ஒப்படைத்துவிடுமாறு சொன்னார். திருமதி. மாபெலி இறந்ததற்குப் பின்பாக அந்தக் கடித உறை அரசாங்கத்திடம் ஒப்படைக்கப்பட்டது. அதன் பின்பு, எப்படியோ அந்த இரண்டு தாள்களும் ஒரு பத்திரிகையில் பிரசுரமாகின. கலங்கரைவிளக்கத்திற்குப் பக்கத்திலுள்ள குப்பைத் தொட்டியிலிருந்து அந்தப் பத்திரிகையை நான் கண்டெடுத்தேன்.”

அப்போது திடீரென ஒரு கேள்வி என்னுடைய மனதில் எழுந்தது. உடனடியாகவே அந்தக் கேள்வியை அனபெல்லிடம் கேட்டேன்:

“தனது மரணத்திற்குப் பின்பு வெளியிடுவற்காக நீதிபதி. மாபெலி எழுதியது போலவே, தனது மரணத்திற்குப் பின்பு வெளியிடுவதற்காகக் குற்றவாளியும் எதையாவது எழுதி யாரிடமாவது கொடுத்து வைத்திருக்கலாமல்லவா?”

அப்போது பரிசாரகர் மதுக் கோப்பையைக் கொண்டுவந்து அனபெல் முன்னால் வைத்தார். அனபெல் எதுவும் பேசாமல் அந்தக் கோப்பையை எடுத்துப் பொறுமையாக அருந்திக் கொண்டிருந்தார். அவர் அருந்தும் விதத்தைப் பார்த்தால், இந்த ஒரு கோப்பை மதுவை தனது எஞ்சிய வாழ்நாள் முழுவதும் அவர் மிடறு மிடறாகக் குடித்துக்கொண்டேயிருப்பார் என்றே எனக்குத் தோன்றியது.

◇ ◇

பின்னிணைப்புகள்

# 51வது இலக்கியச் சந்திப்பு

### 30-31 மார்ச் 2024 - பாரிஸ்

இடம்: 12 Rue de la République, 93350 Le Bourget

### நிகழ்வு நிரல்

**சனிக்கிழமை 30.03.2024**

| | |
|---|---|
| 09.00 | காலை உணவு |
| 09.30 | பங்கேற்பாளர்களின் தன்னறிமுகம் |
| 9.45 | 51வது இலக்கியச் சந்திப்புத் தொடக்கவுரை<br>விஜி |
| 10.00 | சிற்றிதழ்கள் அறிமுகம்<br>காலம்: வாசுதேவன்<br>ஜீவநதி: மாதவி<br>மறுகா: அகரன்<br>வளர்: அசுரா<br>ஒருங்கிணைப்பு: ச. தில்லைநடேசன் |
| 11.30 | 'இமிழ்' 51வது இலக்கியச் சந்திப்பு - கதைமலர் வெளியீடு |
| 12.30 | மதிய உணவு |
| 13.30 | மலையக இன அடையாளம் பற்றிய பன்முகப் போக்கும் நோக்கும்<br>என். சரவணன்<br>ஒருங்கிணைப்பு: குணரட்ணராஜா |

| 14.30 | தமிழ் - பிரெஞ்சு மொழிபெயர்ப்பு இலக்கியங்கள் |
| --- | --- |
| | லெற்றிஷியா இபானேஸ் |
| | ஒருங்கிணைப்பு: அரவிந்த் அப்பாதுரை |
| 15.30 | இரு தசாப்தங்களுக்கு மேலான LGBTQ+ தமிழிலக்கிய முன்வைப்புகளும் அதுசார் சிக்கல்பாடுகளும் |
| | ஹரி ராஜலட்சுமி |
| | ஒருங்கிணைப்பு: விஜயன் |
| 16.30 | சமகாலத்தில் இலங்கை இன முரண்களின் திசை |
| | ராகவன் |
| | ஒருங்கிணைப்பு: றஷ்மி |
| 17.30 | **MADE IN SRI LANKA** |
| | ஆற்றுகை: வி. பாஸ்கர் |

### ஞாயிற்றுக்கிழமை 31 மார்ச் 2024

| 9.30 | காலை உணவு |
| --- | --- |
| 10.00 | நூல்கள் அறிமுகம் |
| | நினைவு மறந்த கதை: கலா ஸ்ரீரஞ்சன் |
| | சாநிழல்: சத்தியதாஸ் |
| | வயல்மாதா: நவமகன் |
| | ஓய்வு பெற்ற ஒற்றன்: வானிலா |
| | சற்றே பெரிய கதைகளின் புத்தகம்: நெற்கொழுதாசன் |
| | ஒருங்கிணைப்பு: தர்மு பிரசாத் |
| 11.30 | பாலியல் சுரண்டல்: எதிர்கொள்ளலும் பொறுப்புக்கூறலும் |
| | உமா, அமிழ்தினி |
| | ஒருங்கிணைப்பு: விஜி |

| | |
|---|---|
| 12.30 | மதிய உணவு |
| 13.30 | போரும் ஏகாதிபத்தியமும் |
| | நிர்மலா ராஜசிங்கம் |
| | கலையரசன் |
| | ஒருங்கிணைப்பு: உதயகுமார் |
| 14.30 | தமிழ் இனப்புல இயக்கவியல் |
| | [கோலாலம்பூர் - சிங்கப்பூர் - பாரிஸ்] |
| | டெலோன் மாதவன் |
| | ஒருங்கிணைப்பு: எம்.ஆர். ஸ்டாலின் |
| 15.30 | கள அனுபவம்: இலங்கையில் சாதியம் |
| | தேவதாசன் |
| | ஒருங்கிணைப்பு: துரைசிங்கம் |
| 16.30 | நிறைவுக்கு முன் |
| | 51வது இலக்கியச் சந்திப்பின் கணக்கு விபரங்கள் |
| | 52வது இலக்கியச் சந்திப்புக் குறித்த முடிவுகள் |

தொடர்புகளுக்கு:
+33 652857945, +33 625532855
+33 627913156, +33 660368804

## இலக்கியச் சந்திப்புக் காலவரிசை

| | | |
|---|---|---|
| 1 | 24 September 1988 | Herne - Germany |
| 2 | 26 November 1988 | Dortmund - Germany |
| 3 | 18 March 1989 | Neuss - Germany |
| 4 | 10 June 1989 | Stuttgart - Germany |
| 5 | 23 September 1989 | Frankfurt - Germany |
| 6 | 22-24 December 1989 | West Berlin - Germany |
| 7 | 07 April 1990 | Krefeld - Germany |
| 8 | 09 July 1990 | Essen - Germany |
| 9 | 29-30 September 1990 | Aalen - Germany |
| 10 | 29 December 1990 | Bielefeld - Germany |
| 11 | 20 April 1991 | Duisburg - Germany |
| 12 | 11 April 1992 | Reutlingen - Germany |
| 13 | 22 August 1992 | Bonn Anthippu - Germany |
| 14 | 26-27 December 1992 | Paris - France |
| 15 | 10-11 April 1993 | Berlin - Germany |
| 16 | 07-08 August 1993 | Utrecht - Netherlands |
| 17 | 30-31 October 1993 | Bremen - Germany |
| 18 | 02-03 April 1994 | Bern - Switzerland |
| 19 | 24-25 September 1994 | London - UK |
| 20 | 09-10 September 1995 | Toronto - Canada |

| | | |
|---|---|---|
| 21 | 17-18 May 1996 | Berlin - Germany |
| 22 | 29-30 March 1997 | Karlsruhe - Germany |
| 23 | 13-14 September 1997 | Garges Les Gonesse - France |
| 24 | 30-31 May 1998 | Frankfurt - Germany |
| 25 | 22-23 May 1999 | Berlin - Germany |
| 26 | 10 -11 June 2000 | Stuttgart - Germany |
| 27 | 23-24 December 2000 | Garges Les Gonesse - France |
| 28 | 14-15 July 2001 | Bergen - Norway |
| 29 | 29-30 November 2002 | Berlin - Germany |
| 30 | 19-20 April 2003 | Aalborg - Denmark |
| 31 | 06-07 November 2004 | Stuttgart - Germany |
| 32 | 12-13 November 2005 | Paris - France |
| 33 | 23-24 September 2006 | London - England |
| 34 | 09-10 June 2007 | Berlin - Germany |
| 35 | 14-15 June 2008 | Stutgart - Germany |
| 36 | Details Not Found | Details Not Found |
| 37 | 26-28 June 2009 | Oslo - Norway |
| 38 | 19-20 February 2011 | Paris - France |
| 39 | 05-06 May 2012 | Toronto - Canada |
| 40 | 06-07 April 2013 | London - England |
| 41 | 20-21 July 2013 | Jaffna - Sri Lanka |
| 42 | 17-18 May 2014 | Berlin - Germany |
| 43 | Oct 31 - Nov 2 2014 | Zurich - Switzerland |
| 44 | 04-05 April 2015 | Oslo - Norway |
| 45 | 22-23 August 2015 | Batticaloa - Srilanka |

| 46 | 26-27 March 2016 | Paris - France |
|---|---|---|
| 47 | 29-30 July 2017 | Kotagala - Srilanka |
| 48 | 02-03 June 2018 | Tkaronto - Canada |
| 49 | 21-22 September 2019 | Kilinochchi - Srilanka |
| 50 | 29-30 July 2023 | Analaitivu - Srilanka |
| 51 | 30-31 March 2024 | Paris - France |